एका तरुण स्त्रीची, क्षमाशीलतेच्या दिशेनं केलेल्या वाटचालीची,
काळीज हेलावून टाकणारी सत्यकथा–
जितकी प्रेरणादायक, तितकीच हृदयस्पर्शी

अनकंडिशनल लव्ह

लेखक
नतालिया अगियानो
व्हॅनेसा होवार्ड

अनुवाद
नीला चांदोरकर

मेहता पब्लिशिंग हाऊस

Please contact us at **Mehta Publishing House,** Pune 411030.
✆ +91 020-24476924 / 24460313 / Mob. No. 9545000513
Email : production@mehtapublishinghouse.com
Website : www.mehtapublishinghouse.com

- *या पुस्तकातील लेखकाची मते, घटना, वर्णने ही त्या लेखकाची असून त्याच्याशी प्रकाशक सहमत असतीलच असे नाही.*

UNCONDITIONAL LOVE by NATALIA AGGIANO

Published by John Blake Publishing Ltd, London
Translated into Marathi Language by Neela Chandorkar

अन्‌कंडिशनल लव्ह / अनुवादित आत्मकथन

अनुवाद : नीला चांदोरकर

मराठी अनुवाद व प्रकाशनाचे हक्क : मेहता पब्लिशिंग हाऊस, पुणे ३०

प्रकाशक : सुनील अनिल मेहता, मेहता पब्लिशिंग हाऊस,
१९४१, सदाशिव पेठ, माडीवाले कॉलनी, पुणे ४११०३०.

मुद्रक : ट्रिनिटी अ‍ॅकॅडमी फॉर कॉर्पोरेट ट्रेनिंग लिमिटेड

मुखपृष्ठ : फाल्गुन ग्राफिक्स

प्रथमावृत्ती : ऑगस्ट, २०११

किंमत : ₹ २६०

P Book ISBN 9788184982671

नतालिया

हे पुस्तक मी माझ्या प्रिय आईस अर्पण करणार आहे. तिनंच मला निरपेक्ष प्रेमाचा पहिला पाठ दिला. आमच्या आईनं आमच्यावर जितकं अपरंपार प्रेम केलं तसं या जगात कुणीचं केलं नसेल. माझ्या लाडक्या बंधुराजा, तूच माझं सर्वस्व आहेस. तुझी बहीण असण्याचा मला किती अभिमान वाटतो, ते मी शब्दांत व्यक्त करू शकत नाही. आपल्यातला हा अनुबंध असाच कायम राहील, माझी बहीण– तू कल्पनाही करू शकणार नाहीस इतकं प्रेम मी तुझ्यावर करते. माझ्या भाऊराया, आपले मार्ग वेगळे आहेत पण प्रेम तेच आहे. टॉड आणि पिकॉट कुटुंबियांना– आपण आपल्या लेकरांना चांगले, प्रेमळ नातेवाईक देऊ शकलो नाही, त्या अपराधीपणाची भावनेवर उतारा म्हणून देव त्यांना मित्रांचं वरदान देतो.

आणि सगळ्यात शेवटी– माझ्या वडिलांना, तुम्हीच क्षमाशीलता आणि निरपेक्ष प्रेमाचे पाठ गिरवायला मला मदत केलीत.

व्हॅनेसा

अगदी सुरुवातीला तसंच नेहमीच, डीजेएचला आणि माझ्या कुटुंबियांना– मी खरंच फार नशीबवान आहे.

कॅफे व्हॅलन्समधील मुलींना, त्यांचा खळखळता विनोद आणि त्यांचं शहाणपण– मी किती आभार मानू तुमचे?

संवाद वाचकांशी

'अन्कंडिशनल लव्ह – निरपेक्ष प्रेम' हे अनुवादित आत्मकथन तुमच्यापुढे ठेवताना माझ्या मनात संमिश्र भावना आहेत. अनुवाद करतानाही मनात अनेक भावनांचा कल्लोळ उठत असे; त्या मांडण्याचा हा एक प्रयत्न.

'साक्षात कर्दनकाळ' असं ज्याचं वर्णन करता येईल असा बाप– ब्रुनो अगियानो, त्याच्या दडपशाहीखाली चिरडून गेलेली आई– एल्व्हा अगियानो, अशा आई-वडिलांची नतालिया ही मुलगी. चार मुलांमधलं तिसरं अपत्य. प्रेम, वात्सल्य या शब्दांचा अर्थही ज्यांना माहीत नाही, अशा वडिलांनी नतालियाचा इतका शारीरिक व मानसिक छळ केला की त्यांचं घर तिच्यासाठी एक 'यातनाघर' ठरलं. बंडखोर स्वभावाच्या या तरुणीनं घर सोडलं ते वडिलांची मारहाण चुकवण्यासाठीच. तिच्या दुर्दैवानं बाहेरच्या जगातील लांडग्यांनीही तिचे लचके तोडले. आयुष्य वैराण वाळवंट बनलं, तेव्हा एल्व्हानंही नवऱ्याला सोडण्याचा निर्णय घेतला अन् जणू आपल्या विनाशाची बीजंच तिनं त्याच्या मनात पेरली.

एल्व्हाचा निर्घृण खून केल्यामुळे ब्रुनोला तुरुंगवास घडला. चारी भावंडं सर्वार्थानं पोरकी झाली. आधीच दुभंगलेल्या या घरातली ही मुलं एकमेकांनाही पारखी झाली. एकाकीपणाच्या दरीत कोसळू घातलेल्या नतालियाला सावरण्यासाठी हात दिला तो तिच्या आईच्या मारेकऱ्यानंच– तिच्या वडिलांनीच. ते इतकं क्रूर कसं वागू शकले, या प्रश्नाचं उत्तर शोधण्यासाठीच ती त्यांना तुरुंगात पुन्ह:पुन्हा भेटत राहिली. त्यातून काही दाहक सत्यं तिला समजली आणि तिचं आयुष्य अधिकच वैराण बनलं.

दैवदुर्विलास म्हणावा किंवा वाईटातून चांगलं निघतं म्हणतात, तसा अनुभव या 'दाहक परि संजीवक' भेटींमधून नतालियाला मिळाला. पित्याच्या प्रेमाची नव्यानं ओळख झाली. अखेरीस ब्रुनो तुरुंगातच कर्करोगामुळे मरण पावला. तोपर्यंत

वडिलांना माफ करण्याइतका सकारात्मक बदल तिच्यात घडू शकला, तो तिच्या आईच्या प्रेमळ शिकवणुकीमुळेच!

ही नतालियाची बंडखोरीकडून, तिटकाऱ्याकडून क्षमाशीलतेकडे जाण्याची वाटचाल अनुवादित करताना मलाही वारंवार धक्के देत राहिली. ज्या वाटेवर निव्वळ दगडगोटे अन् खाचखळगेच आहेत, अशा वाटेवरून चालताना नतालिया पडली, धडपडली, घायाळ झाली; त्या वाटेवरून, अनुवादाच्या निमित्ताने का होईना, पण मीही काही काळ चालले अन् अनेक वेळा मला वाटलं, ही खरोखरंच न संपणारी वाट आहे!

'परदु:ख शीतल असतं, वहिनी!' सुभद्राहरण नाटकात सुभद्रा आपल्या वहिनीला म्हणते. 'अन्कंडिशनल लव्ह'चा अनुवाद करताना मला मात्र तसं वाटलं नाही, हे इथे सांगावंसं वाटतं.

अशा प्रकारची दु:खद घटनांनीच भरलेली आत्मकथनं काही वाचकांना नकोशी वाटतात. मला वाटतं, सर्वसामान्य वाचकांनाच नव्हे तर श्रोत्यांना, प्रेक्षकांना नाटक-सिनेमासारखे मनोरंजनाचे इतर प्रकारही 'काहीतरी हलकं-फुलकं' या सदरातलेच हवे असतात. माझं मत मात्र थोडं वेगळं आहे. मला प्रामाणिकपणे असं वाटतं की, जगातल्या नानाविध दु:खांची आपण अशा माध्यमांमधून थोडीफार ओळख करून घेतली, संवेदनशीलपणे ती दु:ख जाणायचा, अप्रत्यक्षपणे अनुभवायचा प्रयत्न केला; तर कदाचित आपल्यातील सुप्त संवेदनशीलतेला नवे, कोवळे धुमारे फुटतील... इतरांच्या समस्या आपण अधिक चांगल्या प्रकारे जाणू शकू.

– नीला चांदोरकर

अनुक्रमणिका

तुला शेवटचं म्हणून बजावतोय... / १

सागरतीरी रम्य बालपण / ८
इटालियन नववधू / २१
एक नवी सुरुवात / ४०
पौगंडावस्थेतला बंडखोरपणा / ५८
घरातून पलायन / ७९
पुन्हा एकदा घरी! / १०५
शेवटचा दिवस / १२३
दुःख माझा सोबती / १३५
गौप्यस्फोट / १५९
चुकीच्या मार्गावरील वाटचाल / १८८
मार्ग शोधण्याची धडपड / २३३
डॅडींना गमावलं / २३८

नव्यानं सुरुवात – आयुष्याची! / २५८

तुला शेवटचं म्हणून बजावतोय...

आपल्याला आता काही फोन करायचेत, हे माझ्या डॅडींच्या लक्षात होतं. सगळ्यात पहिल्यांदा त्यांना आपल्या कंपनीतल्या स्वागतिकेला फोन करून सांगणं भाग होतं की, ते त्या दिवशीच्या दुपारच्या पाळीत कामावर येऊ शकणार नाहीत. ते एका प्लॅस्टिकच्या कारखान्यात काम करायचे. त्याआधीच त्यांनी पोलिसांना फोन करून सांगितलं होतं की, त्यांनी आपल्या बायकोचा खून केलेला होता आणि इतर कुणी तिला तशा अवस्थेत पाहण्यापूर्वी पोलिसांनी येऊन सूत्रे आपल्या ताब्यात घ्यावीत.

'इतर कुणी' म्हणजे त्यांचे दोन मुलगे अर्थात माझे भाऊ– असं डॅडींना म्हणायचं होतं. माझा नऊ वर्षांचा सगळ्यात धाकटा भाऊ, डॅनियल त्या वेळी आपल्या मित्रांबरोबर घराबाहेर खेळत होता, तर थोरला भाऊ इमॅन्युएल मासे आणि बटाट्याचे काप आणायला बाहेर गेला होता. तो परत येण्याच्या मार्गावर होता. त्यानंतर डॅडींनी माझ्या बहिणीला– डायनाला फोन केला. आपण काय केलंय, ते तिला सांगून झाल्यावर ते म्हणाले, 'घरी परत ये आणि आपल्या भावांना ताब्यात घेऊन त्यांची काळजी घे.' आपला शब्द डायना डावलणार नाही, याची त्यांना खात्री होती.

पोलीस आले आणि त्यांनी बघितलं की, आमच्या घराचं मुख्य दार उघडं होतं आणि डॅडी मधल्या मार्गिकेत उभे राहून फोनवर कुणाशी तरी बोलत होते. डॅडींनी त्यांना 'आत या' असं खुणावलं आणि आपल्यामागून येण्याची सूचना केली. त्याप्रमाणे दोन पोलीस अधिकारी माझ्या डॅडींमागोमाग आतल्या खोलीत शिरले अन् त्यांच्या नजरेला माझी ममा पडली– रक्ताच्या थारोळ्यात पडलेला तिचा

मृतदेह! ममा उताणी पडलेली होती अन् तिचं मस्तक स्वयंपाकघराच्या बाजूला होतं. मागच्या दारातून घराबाहेर पडण्याचा मार्ग सगळ्यात जवळचा होता, हे तिला ठाऊक होतं. दोघांपैकी एका अधिकाऱ्यानं स्कनथॉर्प पोलीस ठाण्याला वायरलेस फोनवरून कळवलं, "फोनवर आपल्याला समजलं तशीच परिस्थिती आहे इथे." असा संदेश पाठवणं त्यांच्या दृष्टीनं गरजेचं होतं. नाहीतर आधी आलेला खुनाविषयीचा फोन ही एक फुसकी अफवा होती, असे पोलीस ठाण्यावरच्या अधिकाऱ्यांना वाटू शकलं असतं.

त्यांच्यापैकी एकानं ममाचा हात हातात घेऊन तिची नाडी तपासली. त्याच्या लगेचच लक्षात आलं की, ममाचा मृत्यू झालाय. तिच्या डाव्या बाजूला एक कुऱ्हाड पडलेली होती. ममाच्या छातीवरील जखमा सुरीनं केलेल्या वारांमुळे होत्या, वगैरे गोष्टी त्यानं टिपल्या. जवळच उभे असलेले माझे डॅडी अतिशय शांत, अविचल होते आणि पोलिसांना पूर्णपणे सहकार्यही देत होते, याबद्दल त्याला आश्चर्य वाटलं.

ममानं शेवटचा श्वास घेतला आणि डॅडींच्या हल्ल्याला तिनं विरोध करण्याचं थांबवलं त्या क्षणापासून तेही जणू शांत झाले. त्याआधी त्यांनी स्वयंपाकघरातील सुरीनं तिच्यावर बारा वेळा जीवघेणे वार केले होते आणि कुऱ्हाडीनंही मारलं होतं. स्वतःला वाचवण्यासाठी तिनं पळायचा प्रयत्न केला; पण तो यशस्वी ठरला नाही. 'तुला शेवटचं सांगतोय, माझ्याकडे परत ये,' या त्यांच्या अखेरच्या धमकीला तिनं जुमानलं नाही. डॅडींनी शेवटचा वार घातल्यावर ममा आमच्या बैठकीच्या खोलीतल्या गालिच्यावर कोसळली अन् माझ्या डॅडींचा विजय साकारला. कारण आता ती त्यांना कधीच सोडून जाऊ शकणार नव्हती.

हे असं आमचं घर! ते माझ्या ममाला चांगल्या परिचयाचं होतं; जिथं तिनं पत्नी आणि आई या नात्याने आनंदाचे, अभिमानाचे क्षण घालवले होते. त्या क्षणी आम्ही तिची सगळी मुलं घरापासून दूर होतो; पण आम्ही मुलंच तिचं सर्वस्व होतो. आम्हाला लहानाचं मोठं करताना तिनं जो त्याग केला होता, ज्या खस्ता खाल्ल्या होत्या, त्याला तोड नव्हती. केवळ आमच्यासाठी म्हणूनच तिनं तिचा डॅडींबरोबरचा संसार इतकी वर्षं अबधित ठेवला होता. तिचा त्याग, तिचे परिश्रम या सगळ्यांचा आज पार चुथडा होऊन गेला होता. जे घर तिनं स्वतःच्या हातानं सजवलं होतं, त्या घरात तिचाच खून झाला होता! जो गालिचा तिनं आवडीनं विकत घेतला होता, त्याच्यावर तिचा निश्चेष्ट देह आढ्याकडे निष्प्राण डोळे लावून पहुडला होता. तिचं घर पोलिसांनी भरून गेलं होतं!

आयुष्याचं मोल देऊन ती लढा हरली, तेव्हा डॅडी तिच्याशेजारी बसले. त्यांनी तिला कवेत घेतलं आणि तिचा चेहरा प्रेमभरानं थोपटत डॅडी तिच्याशी

आपल्या मातृभाषेत– इटालियनमध्ये– बोलू लागले. डॅडींची ही नेहमीचीच प्रेम करण्याची रीत होती. त्याला ते लाडानं आंजारणं-गोंजारणं म्हणत. ममा होती तेव्हाही अनेक वेळा ते तिला सोफ्यावर बसून आपल्या कवेत घेत अन् 'तू किती छान दिसतेस, माझं तुझ्यावर खूप प्रेम आहे,' अशा प्रकारचे प्रेमालाप करत. त्यांच्या शब्दांवर ममानं कधीच विश्वास ठेवला नाही. बऱ्याचदा ती त्यांचा हात झिडकारून टाकत असे. पण आता मात्र ममा डॅडींच्या पूर्णपणे अधीन होती. पोलीस अधिकाऱ्यानं आपला मोर्चा त्यांच्याकडे वळवला तेव्हा ते शांतपणे उठून उभे राहिले अन् त्याला म्हणाले, "तिच्या आत्म्याला वाचविण्यासाठी मी तिच्या शरीराचा खून केला!"

पोलिसांनी माझ्या भावांना घरात प्रवेश करू दिला नाही. आमच्या घरामागे जे अंगण आहे, त्याच्या पाठीमागच्या रस्त्यावर डॅनियल खेळत होता. त्यानं पोलिसांच्या गाडीचा भोंगाही ऐकला होता; पण तिकडे विशेष लक्ष दिलं नाही. मोठ्या शहरामध्ये पोलिसांच्या गाडीचे भोंगे नेहमीच वाजत असतातच, त्याकडे कुणीच विशेष लक्ष देत नसतं. माझा थोरला भाऊ इमॅन्युएल स्वभावतःच आज्ञाधारक होता. त्यामुळे डॅडींनी त्याला मासे आणि बटाट्याचे काप आणण्यासाठी बाहेर पाठवलं तेव्हा तो निमूटपणे गेला. कागदात व्यवस्थित बांधलेले खाद्यपदार्थ घेऊन तो परत येत होता, तेव्हा पोलिसांनी त्याला गाठलं. समजा, इमॅन्युएल काहीही कल्पना नसताना घरात शिरला असता आणि त्यानं ते भयंकर दृश्य पाहिलं असतं तरी डॅडींना त्याबद्दल विशेष फरक पडला असता, असं काही मला वाटत नाही. आपण केलंय ते कृत्य योग्यच आहे, असं त्यांना ठामपणे वाटत होतं त्या वेळी; पण खूप वेळानं मात्र पश्चात्तापाचे अश्रू त्यांच्या डोळ्यांत उभे राहिले.

हे सगळं घडलं तेव्हा मी क्लीथॉर्पसूमध्येच होते. डॅनियल आणि ममा राहायचे त्याच फ्लॅटमध्ये. त्यानंतर तासाभराच्या आत दारावर थाप पडणार होती आणि माझ्या आयुष्यात उलथापालथ होणार होती. सगळ्यात भयानक गोष्ट कोणती असेल तर ज्या क्षणी मी दोन पोलीस अधिकाऱ्यांना माझ्या दारात उभं राहिलेलं पाहिलं, त्या क्षणी मला पुढे काय वाढून ठेवलंय, याची कल्पना आली. त्या दिवशी सकाळी जाग आल्या क्षणापासून मी ममाचा शोध घेत होते. ती तिच्या फ्लॅटमध्ये नव्हती, म्हणून मी डॅडींच्या घरी फोन लावला होता. त्यांचा फोन कुणी उचलत नव्हतं, म्हणून मी माझ्या बहिणीला फोन लावला. तिचा मोबाईल फोन बंद होता. शेवटी मी तिच्या कामाच्या ठिकाणी फोन लावला तेव्हा मला उत्तर मिळालं, 'ती तिच्या जागेवर नाहीये.' मी ममाचा मोबाईल लावला; तोही बंद. तेव्हा मात्र मी घाबरले. इतक्या जणांना फोन लावले; पण एकही जण फोनवर येत नाही याचा अर्थ काय, मला काही समजेचना.

पोलिसांनी माझ्याशी बोलायला सुरुवात केली आणि सटकन माझ्या तोंडून प्रश्न बाहेर पडला, "त्यांनी तिला ठार मारलंय; खरं ना?" माझा प्रश्न ऐकून ते चक्रावले असणार. पण त्यांना एक गोष्ट समजली नसणार, मी जितकी डॅडींवर चिडले होते, तितकीच माझ्या देखण्या ममावरही. आदल्या दिवशी ममा माझ्याजवळ बसली होती तेव्हा मला म्हणाली होती, "एकदा ब्रुनोला– तुझ्या डॅडींना– भेटायचंय मला." माझा माझ्या कानांवर विश्वासच बसेना. आपल्या छळवादी नवऱ्याला सोडण्याचं धैर्य दाखवायला जिनं इतकी वर्षं घेतली होती ती माझी ममा– घर सोडल्यानंतर काही आठवड्यांच्या आतच त्यांना भेटण्याची भाषा करत होती, ती कशासाठी? हे सगळं बोलणं आमच्यामध्ये सुरू असताना मी बाथटबमध्ये बसलेली होते. अंघोळ करून ताजीतवानी होऊन संध्याकाळच्या चार घटका मी माझ्या मित्रमैत्रिणींबरोबर मजेत घालवणार होते. ममा माझ्याच इमारतीमध्ये दुसऱ्या फ्लॅटमध्ये राहत होती. त्यामुळे अशा प्रकारच्या गप्पा आमच्यात वरचेवर होत असत.

मी ज्या फ्लॅटमध्ये राहायची, त्या इमारतीत वरच्या एका फ्लॅटमध्ये ममा आणि डॅनियल राहायचे. अनेक वेळा मी तिला खाली माझ्या फ्लॅटमध्ये बोलवायची – कित्येक वेळा मी अंघोळ करत असायची आणि जवळच ममा बसलेली असायची. डॅडींना ममानं सोडल्यापासून आम्ही दोघी तासन्‌तास गप्पा मारायचो. मला हा वेळ फार आवडायचा. अशी मोकळेपणानं बोलणारी, हसणारी माझी ममा आणि डॅडींच्या घरातली घुसमटलेली ममा – त्या दोन्हींमध्ये केवढा फरक होता! माझ्या बालपणापासून मी बघितलेली ममा, एकतर सतत कसल्या ना कसल्या कामात बुडालेली असायची. बहुतेकदा स्वयंपाक किंवा घराची स्वच्छता करत असायची. घरातला तिचा वावरदेखील असा असायचा की, पाहणाऱ्याला तिच्या चेहऱ्यावर कायम काळजी आणि भीतीचं मिश्रण दिसायचं. 'कधी आपल्या हातून एखादी आगळीक घडतेय आणि त्यानं भडका उडून माझे डॅडी तिला धारेवर धरतायत या एकाच विचाराचं सावट तिच्या मनावर सतत असायचं. इथे माझ्या छोट्याशा बाथरूममध्ये आम्ही दोघीच मायलेकी असायचो. त्या आमच्या विश्वात रममाण असताना काहीतरी सांगून मी ममाला हसवायचा प्रयत्न करायची. मनात असेल ते तिच्याशी बोलायला मला कधीच संकोच वाटायचा नाही, एवढं नक्की! ममाचे हिरवेगार पाचूच्या रंगाचे डोळे माझी बडबड सुरू असताना आनंदानं, खुशीनं चमकू लागायचे. खरंच, माझ्यासाठी तो अपूर्व आनंदाचा क्षण असायचा.

आम्ही एकमेकींच्या संगतीत घालवलेले ते काही आठवडे किती सुखाचे, आनंदाचे होते. मी कधी कल्पनाही करू शकले नसते अशा आनंदाची! माझ्या आयुष्यातले ते सहा आठवडे सर्वोच्च आनंदाचे होते. मला वाटलं होतं तेव्हा, संपलं एकदाचं ते दुःस्वप्न! किती वर्षं मी ममाची अक्षरशः मनधरणी केली होती, तिला

विनवलं होतं, 'सोड गं तू डॅडींना.' इतकंच नव्हे, तर एकदा मी तिला म्हटलं होतं, 'डॅडी मेले तर किती बरं होईल, असं वाटतं मला!' शेवटी एकदाची ममा घराबाहेर पडली होती. त्याआधी तिनं मला फोन केला होता अन् म्हणाली होती, "तुझे डॅडी कामावर गेले की मी बाहेर पडणार. तू मला मदत करायला हवीस." अन् मी केली. केवळ काही तासांच्या आत आम्ही तिचं सामानसुमान बांधलं आणि तिच्या जीवनासह तिला त्या घराबाहेर काढलं. ममाचं आयुष्य नव्यानं, पुन्हा एकदा सुरू झालं. एका भाड्याच्या फ्लॅटमध्ये, जो माझ्या फ्लॅटच्या दोन मजले वर होता. मला वाटलं होतं– हिंसा आणि धाकधपटशाचं पर्व संपलं एकदाचं! माझ्या दृष्टीनं पाहिलं तर आणखी एक फायदा होता– माझा छोटा लाडका भाऊ डॅनियल आता माझ्या खूप जवळ असणार होता. माझ्या कुस्करल्या गेलेल्या बालपणातला डॅनियल हा एकमेव घटक असा होता की, ज्यामुळे माझ्या चेहऱ्यावर कधीतरी हसू उमटू शकत होतं. एरवी डॅडींनी त्यांच्या रागानं आणि संतापानं माझ्या आयुष्यातला सगळा रसच शोषून घेतला होता.

...आणि ममा मला सांगत होती, "माझी काही पत्रं तिथे आली असतील गेल्या काही दिवसांत, ती आणायला हवीत गं." पुढे ती असंही म्हणाली, "हे बघ, तुझ्या डॅडींना डॅनियलला भेटावंसं वाटत असणार. डॅनियललाही आपल्या मित्रांची आठवण येत असेल. पत्रांच्या निमित्तानं गेले तर सगळ्याच गोष्टी साध्य होतील, खरं की नाही?" ममा हे बोलत होती तेव्हा माझी नजर तिच्या चेहऱ्यावरच होती. त्या क्षणी मला काहीतरी वेगळंच जाणवलं. तिच्या चेहऱ्यावर स्मित दिसतंय; पण तिचे डोळे काही वेगळंच सांगताहेत. नेहमीसारखा बोलण्याचा आव ममा आणत होती खरी, पण तिच्या डोळ्यांतली भीती माझ्या नजरेनं टिपलीच! खरं सांगायचं तर माझ्याही मनाचा थरकाप उडाला. मी तिला स्पष्टच विचारलं, "ममा, तू काहीतरी दडवते आहेस माझ्यापासून. काय आहे तुझ्या मनात, स्पष्ट सांग बरं?" त्यावर ती म्हणाली, "नतालिया, मला खात्री आहे, तुझ्या डॅडींनी मला परत पाहिलं ना; तर ते माझा जीव घेतल्यावाचून राहणार नाहीत."

खरं सांगते, गरम पाण्याच्या टबमध्ये बसलेले असूनही त्या क्षणी माझ्या अंगात हुडहुडी भरल्याचा भास मला झाला. डॅडींचा हिंसाचार मला नवीन नव्हताच. मी स्वत: किती वेळा त्यांच्या हाताचा प्रसाद चाखला होता, ते माझं मलाच ठाऊक! त्यांच्या संतापाची अन् भडक्याची एकेक छटा माझ्या परिचयाची होती. आम्ही त्यांची प्रत्येक आज्ञा पाळायलाच हवी, अशी त्यांची इच्छा असायची. जणू काही ती देवाज्ञाच आमच्यासाठी! तरीसुद्धा त्या दिवशी का कोण जाणे मला वाटलं, ममा काहीतरीच बोलतेय! डॅडी ममाचा खून करतील, ही गोष्ट मला अशक्य

वाटली. मी तिला परत एकदा विचारलं, ''ममा आता आनंद, सुख म्हणजे काय ते तुला कळालंय ना? मग का परत एकदा स्वत:ला दु:खात लोटते आहेस? काही जायचं नाहीस तू डॅडींकडे!'' यावर तिनं जे उत्तर दिलं ते माझ्या आठवणीत कायमचं कोरलं गेलंय. कधीही ते पुसलं जाणार नाही. ती म्हणाली, ''नतालिया, माझं तुझ्या डॅडींवर प्रेम आहे. मी काही आता पूर्वीसारखी त्यांच्या प्रेमातबिमात पडलेली नाही. पण मी त्यांच्यावर प्रेम करते; त्यांच्या वागण्यावर नव्हे – जसं तुझ्यावरही करते. तू माझी मुलगी आहेस. आयुष्यात तू काय कमी चुका केल्या आहेस का? पण मी तुझ्यावर प्रेम करते तू कशी वागतेस, त्यावर नाही.''

काही झालं तरी डॅडींना भेटायला जायचं, हा ममाचा निर्धार होता. ज्या माणसाला सोडण्यासाठी तिनं तीस वर्षांचा काळ घेतला, अशा माणसाकडे ती परत एकदा जाणार होती. का, तर तिची पत्रं तिला घेऊन यायची होती! शेवटी मी तिला विनवलं, ''ममा, निदान मला तरी येऊ दे तुझ्याबरोबर.'' तेव्हा त्या गोष्टीला मात्र ती तयार झाली. जाण्यापूर्वी मला बोलवायचं वचन तिनं मला दिलं आणि शेवटी काय झालं? दारावर तिची थाप पडण्याऐवजी पोलिसांची थाप पडली. माझी सुंदर आई मला कायमची सोडून गेली होती. डॅडींनी माझ्या आईवर इतक्या अमानुषपणे हल्ला केला, त्यामुळे खरंतर मला त्यांचा राग यायला हवा होता; पण मला मनापासून राग आला तो माझ्या ममाचा! का म्हणून तिनं आपलं आयुष्य परत एकदा त्या नराधमाच्या ताब्यात दिलं? तिच्या मनात त्यांच्या वागण्याविषयी थोडीशी का होईना; पण शंका आली होती ना? मग का गेली ती त्यांना भेटायला? का तिनं स्वत:ला त्यांच्या एकट्याच्या सहवासात ढकललं? माझं तर असं स्पष्ट मत आहे की, तुम्हाला एखाद्या गोष्टीची भीती वाटत असेल, असुरक्षित वाटत असेल; तर तुम्ही अशा गोष्टीपासून दूर राहायला हवं. तुम्ही स्वत:ला आपण होऊन संकटाच्या तोंडी द्यायचं नसतं आणि ममाच्या बाबतीत बोलायचं झालं तर एक गोष्ट अगदी स्पष्ट होती– तिच्या मनात निव्वळ शंका नव्हती; तिला खात्री होती आणि तरीही तिनं स्वत:चा जीव संकटात टाकला. डॅडी आमच्यापासून तिला हिरावून घेणार माहीत असूनही तिनं स्वत:ला त्यांच्या स्वाधीन केलं. त्या दिवशी २४ मे १९९७ ला, माझंच जीवन संपुष्टात आलं. त्यानंतरच्या काळात माझी जी दुरवस्था झाली, मी माझ्या आईच्या वागण्याचा अर्थ लावण्यात जो काळ घालवला, माझ्या वडिलांच्या दुष्कृत्याचा अन्वयार्थ लावायचा प्रयत्न केला आणि त्यामुळे मी ज्या प्रकारे भुईसपाट झाले, ते विसरणं मला फार फार कठीण गेलं. पुन्हा आयुष्याची नव्यानं उभारणी करणं माझ्या दृष्टीनं फार अवघड काम होतं.

दहा वर्षं लागली मला स्वत:ला खऱ्या अर्थानं सावरायला... दहा यातनामय

वर्षं! त्या दहा वर्षांत मी काय भोगलं नाही– अनेक वेळा मी स्वत:चा विनाश ओढवून घेतला. मला पश्चात्ताप होईल आणि अतोनात दु:ख होईल, अशा प्रकारे वागले मी. याच काळात मी परत एकदा माझ्या वडिलांच्या समीप गेले. या काळात मी त्यांना कडक सुरक्षा व्यवस्था असलेल्या मनोरुग्णालयात अनेक वेळा भेटायला गेले. तसं पाहिलं तर तो त्यांचा तुरुंगवासाचाच भाग होता. तिथेच त्यांना यातनामय मृत्यूही आला. या दहा वर्षांच्या काळात माझ्या उरल्यासुरल्या कुटुंबाचे– आम्हा भावंडांच्या नातेसंबंधांचे तीनतेरा वाजले. याच काळात वडिलांची भेट घेतल्यावरून, त्यांची काळजी घेतल्याच्या कारणावरून लोकांनी भर रस्त्यात माझ्यावर थुंकायलाही कमी केलं नाही. याच काळात एका भयानक गौप्यस्फोटालाही मला तोंड द्यावं लागलं. खरंतर मी त्याविषयी जाणून घेण्याचा प्रयत्नही केला नव्हता; पण डॅडींनी तोही धक्का मला दिला आणि त्याचे परिणाम मी अजूनही भोगतेच आहे. याच काळात मी एक चांगली गोष्टही शिकले– खरं प्रेम म्हणजे काय, ही ती गोष्ट! एखाद्यावर प्रेम करायचं तर ते त्याचा राग न करता, तिरस्कार न करता – हा महत्त्वाचा धडा माझ्या ममानं मला शिकवला. तिनं असं पूर्णपणे निरपेक्ष प्रेम माझ्या डॅडींवर केलं आणि निरपेक्ष प्रेम – अन्‌कंडिशनल लव्ह – कसं करावं याची बहुमोल शिकवणही तिनंच तिच्या मुलांना दिली.

आमच्या आईनं आम्हाला दिलेली ही सर्वांत अमूल्य अशी भेट!

सागरतीरी रम्य बालपण

लिंकन परगण्यातल्या क्लीथॉर्पस् (Cleethorpes) या छोट्याशा गावात २४ फेब्रुवारी, १९५० रोजी माझ्या ममाचा जन्म झाला. हे गाव समुद्रकिनाऱ्यावर वसलेलं आहे. तिचं नाव एल्व्हा (Elva) असं ठेवण्यात आलं. तिची मोठी बहीण जीन माझ्या ममाहून तब्बल दहा वर्षांनी मोठी. हॅरी आणि लीली विनफराह (Winfarrah) या जोडप्याला एवढी दोनच अपत्यं आणि त्यांच्या वयामध्ये देखील इतकं मोठं अंतर असण्याचं कारण निव्वळ योगायोग होता की काय, याचं उत्तर माझ्यापाशी तरी नाही.

एल्व्हा हे नाव तसं दुर्मिळच. माझ्या आजीनं एकदा मला सांगितलं की, तिनं एल्व्हा हे नाव ठरवलं, कारण त्याचा अर्थ छोटा ईल मासा. पण मी शब्दकोशात पाहिलं तेव्हा मला असं आढळलं की, छोट्या ईल माशासाठी 'एल्व्हर' असा शब्द आहे. आजीनं एल्व्हा हे नाव कसं शोधून काढलं, हे तीच जाणे! माझ्या लहानपणी मला एल्व्हा शब्द कानाला खूप गोड वाटायचा. पण माझ्या कडक स्वभावाच्या आजोबांनी आपल्या बायकोला असलं जगावेगळं नाव मुलीसाठी निवडायचं स्वातंत्र्य कसं दिलं, हे कोडं मात्र मला कधीच उलगडलं नाही. काही म्हणा, क्लीथॉर्प्समधील ख्रिश्चन समाजात तरी हे नाव क्वचितच आढळतं. माझी आजीनं एखादी गोष्ट करायची ठरवली की, त्यात बदल करणं कुणालाच जमायचं नाही. तेच बहुतेक ममाच्या नावाच्या बाबतीत घडलं असावं. माझ्या आजीला गावातले लोक नेहमीच चांगला मान द्यायचे. हे खरं असलं तरी काही बाबतीत तिचं वागणं काळाच्या पुढे दोन पावलं असायचं. स्वतंत्र विचाराच्या या स्त्रीनं भरपूर वाचन तर केलेलं होतंच; पण एकटीच्या हिमतीवर परदेशप्रवासही केलेला होता. तिच्या आईचं, म्हणजे माझ्या

पणजीचं गावात एक दुकान होतं. पण लीलीचं म्हणजे, माझ्या आजीचं डोकं तल्लख असल्यामुळे तिनंदेखील स्वत:चं एक स्वतंत्र दुकान टाकलं. तिथं ती नित्योपयोगी वस्तू विकत असे.

ममाचं बालपण क्लीथॉर्प्सजवळच्या थॉर्टन कर्टिस (Thorton Curtis) या खेडेगावात गेलं. इथेच माझ्या आजीचं दुकान होतं. गावात इनमीन तीन दुकानं. त्यातलं एक माझ्या आजीचं, साहजिकच गावातल्या सगळ्यांच्या परिचयाचं. माझे आजोबा एक साधे मजूर होते. इतक्या वर्षांनंतर जेव्हा मी मागे वळून पाहते, तेव्हा मला आश्चर्य वाटतं, हे दोघं जण एकत्र आले तरी कसे! कारण त्यांच्यामध्ये फारच कमी साधर्म्य होतं. आजोबा उंचबिंच, थोराड नव्हे; धिप्पाड बांध्याचे. त्यांच्याबद्दल लोकांचं साधारण मत असं की, या आडदांड माणसाचा 'वरचा मजला' बऱ्यापैकी रिकामा असावा. ही गोष्ट माझ्या बुद्धिमान आजीच्या लक्षात यायला फारसा वेळ लागला नसणार. कित्येकदा तिला आजोबांमधल्या या कमतरतेमुळे खंतावल्यासारखंही व्हायचं. ही गोष्ट हळूहळू माझ्या अन् इतरांच्याही लक्षात आली होती. त्यांचं खरंच कधी एकमेकांवर प्रेम होतं का, याचीच मला शंका येते. खूप वर्षांनंतर एकदा केव्हा तरी मला समजलं की, तिचं ज्या तरुणावर प्रेम होतं, त्यानं आजीऐवजी दुसऱ्या एका तरुणीबरोबर लग्न केलं. प्रेमभंग झाल्याच्या दारुण अवस्थेत आजीनं आजोबांच्या मागणीचा स्वीकार केला तो विशेष विचार न करता, हे उघड होतं.

माझे आजी-आजोबा हे खऱ्या अर्थानं एक विजोड जोडपं होतं, असं मला नेहमी वाटत असे. आजी सुशिक्षित, तर आजोबा एक सामान्य मजूर. तिच्या मनात त्यांच्याविषयी आदर असणं दूरच; असली तर काहीशी घृणाच असावी. आजोबांचं कामाचं स्वरूप असं की, जिथे डोक्याचा वापर बेताचाच. लग्नानंतरच्या सुरुवातीच्या काळातच दोघांमध्ये ताण-तणाव निर्माण झाला असावा. माझ्या पाहण्यात आलेले आजी-आजोबा म्हणजे ज्यांनी एकमेकांना 'पदरी पडलं अन् पवित्र झालं' अशा विचारानं स्वीकारलं आहे, असे पती-पत्नी! दोघं जण आपलं आयुष्य आपापल्या पद्धतीनं, विचारानं, स्वतंत्रपणे; तरीही एकाच घरात राहून जगत असावेत. आजच्या जमान्यातल्या नवरा-बायकोंनी या कारणासाठी एकमेकांपासून कधीच फारकत घेतली असती. पण त्या काळात घटस्फोट इतका सर्वसंमत नव्हता. बहुतांश जोडपी माझ्या आजी-आजोबांसारखीच असावीत. वरकरणी पती-पत्नी; पण मनानं एकमेकांपासून दूर गेलेली – दोन समांतर रेषांप्रमाणे! दुरून पाहिलं तर अशा रेषा एकमेकींना भेटतात, असं वाटतं, पण दिसतं तसं नसतं, हेच खरं! त्यांच्या मित्र-मैत्रिणींची आयुष्यंही थोड्याफार फरकानं तशीच असावीत. हॅरीचे स्वत:चे कामावरचे मित्र होते. त्यांच्याबरोबर ते नेमानं दारूच्या

गुत्यात जायचे अन् मद्यप्राशन करायचे. अशा गुत्यांमध्येच एक वेगळी जागा असायची, जिला 'लाऊंज' असं म्हणतात. तिथे स्त्रियाही जात व त्यांच्या आवडीचं मद्य घेत असत. थोडक्यात काय, सांसारिक जबाबदाऱ्या ही पती-पत्नीची एकमेव एकत्रित गुंतवणूक असावी. एरवी त्यांचं आयुष्य ते पूर्णपणे आपल्या पद्धतीने जगत असावेत आणि त्याबद्दल त्यांना ना खंत होती, ना खेद! कारण घरोघरी मातीच्या चुली!

त्यांचं घर तसं साधंसंच होतं; पण आजी ते नेहमी स्वच्छ, नीटनेटकं ठेवायची. माझी आजी मला मनापासून आवडायची. आजोबांच्या मृत्यूनंतर आई आणि आजी खऱ्या अर्थानं एकमेकींच्या जवळ आल्या अन् हे प्रेमाचे संबंध आईच्या मृत्यूपर्यंत कायम राहिले. मला आजोबा विशेष आठवत नाहीत; त्यांची धिप्पाड शरीरयष्टी तेवढी चांगली आठवते. पण आजी मात्र माझ्या आठवणीत घर करून राहिली आहे. तशी ती कुठलीही आजी दिसते तशीच दिसायची. तिचे पांढरे छोटे केस त्या काळच्या फॅशननुसार कुरळे केलेले होते. अंगात कायम एखादा साधासाच दिसणारा स्वेटर असायचा आणि पायात आरामशीर वाटणारे बूट. तिच्या चेहऱ्यावर नेहमी एक प्रेमळ स्मित असायचं. आमच्याबरोबर फोटो काढून घ्यायची तिला मनापासून हौस होती आणि आपण आजी असल्याचा तिला कोण अभिमान होता! या मायलेकी एकमेकींना भेटल्या की, कॉफी पिता-पिता दोघींच्या गप्पा सुरू व्हायच्या. त्या ज्यांच्याबद्दल बोलायच्या, त्यांना मी फारशी ओळखत नसे. पण त्यांच्या गप्पा रंगल्या की, दोघींनाही वेळेचं भान उरत नसे, इतक्या त्या दोघी-जणी त्यांच्या विश्वात रममाण व्हायच्या. आजोबांची गोष्ट काहीशी वेगळी होती. ते घरात असले की, आजी आणि आई फारसं काही बोलत नसत. मलासुद्धा आजोबांबरोबर राहायला आवडत नसे. खरं म्हणजे त्यांच्याकडे बघणंही मी टाळत असे. मला वाटतं, बायकांची संगत त्यांना आवडत नसावी आणि लहान मुलांविषयीदेखील त्यांच्या मनात माया किंवा ओलावा नसावा. त्यामुळे घरात त्यांना कायम एकटे-एकटेच राहायला आवडायचं.

आमच्या बालपणी आम्ही कधी-कधी क्लीथॉर्प्सला जात असू. तेव्हा जरी मला जाणवलं नसलं तरी पुढे लक्षात आलं की, ते गाव तसं मागासलेलं होतं. एक प्रकारची अवकळाच आली होती त्या गावावर. मात्र, बऱ्याच वर्षांपूर्वी क्लीथॉर्प्स एक महत्त्वाचं गाव होतं. देशात रेल्वेचं जाळं पसरायला १९ व्या शतकामध्ये सुरुवात झाली तेव्हा या गावातही रेल्वेनं प्रवेश केला आणि क्लीथॉर्प्सचं महत्त्व एकदम वाढलं. सागरतीरावरचं हे छोटं गाव सुट्ट्यांमध्ये प्रवाशांनी गजबजून जायचं अन् ते साहजिकच होतं. इथे लहान मुलांना आकर्षित करणाऱ्या गाढवांच्या गाड्या होत्या, एक भलामोठा १२०० फूट

लांबीचा बोटींचा धक्का होता; तसंच एक चांगल्यापैकी जलसागृहही (concert hall) होतं. इथे उन्हाळ्याच्या सुट्टीत मजेसाठी फेरफटका मारणाऱ्यांच्या संख्येवरूनही गावाचं विश्रांतीस्थान (resort) म्हणून महत्त्व समजू शकायचं. पण साधारणपणे माझ्या आईच्या जन्माच्या सुमारास हा धक्का एक मोठी भेग पडून दुभंगला आणि त्याचा ९०० फूट लांबीचा भाग समुद्रात वाहून गेला. मागे उरला केवळ ३०० फूट लांबीचा धक्का. त्यानंतर काही दिवसांनी जलसागृहालाही आग लागली. त्यातच दुसऱ्या महायुद्धानंतर जे काटकसरीचं धोरण संपूर्ण देशाला स्वीकारावं लागलं. त्यामुळे तर सगळीकडेच एक प्रकारची अवकळा पसरल्यासारखी झाली. तरीदेखील आईच्या मनातलं समुद्राविषयीचं आकर्षण तिळमात्रही कमी झालं नाही. समुद्रकिनाऱ्यावर फिरायला जाणं तिला मनापासून आवडत असे.

आईच्या जन्माच्या वेळी आजी जवळजवळ ४० वर्षांची होती. त्या काळाच्या दृष्टीनं हे खूपच विचित्र वाटण्यासारखं होतं. त्यांना खरोखरच आणखी एक मूल हवं होतं की, तो केवळ एक अपघात होता; ते एक देवच जाणे! आजीनं त्याबद्दल कधी अवाक्षरही काढलं नव्हतं आणि आजोबांनी कुणाला काही सांगण्याची शक्यता तर फारच दूरची होती. जीनमावशी आणि आईमधलं अंतर १० वर्षांचं, पण मावशीला आपल्या धाकट्या बहिणीबद्दल कधीच खास जिव्हाळा वा प्रेम वाटलं नाही. एल्व्हा आईची जास्त लाडकी आहे, या विचारानं तिनं आईचा दुस्वासही केला असेल. कारण काहीही असो; पण दोघींमध्ये प्रेमाचे बंध निर्माण झाले नाहीत, एवढं मात्र खरं! माझ्या ममाला खऱ्या अर्थानं कोण जवळचं असेल, तर ती तिची मैत्रीण डायाना. तिच्याविषयी ममा अगदी भरभरून बोलत असे. दोघी शेजारी-शेजारी राहायच्या. खरं पाहिलं तर डायानामावशी ममापेक्षा तीन वर्षांनी लहान होती; पण त्यामुळे त्यांच्या मैत्रीत कधी बाधा आली नाही. बालपणाच्या खूप छान आठवणी ममानं कायमच्या जपल्या होत्या. पुढे दोघींची लग्नं झाली, त्यांना मुलं झाली, एकमेकींपासून दोघी दूर गेल्या, तरी त्यांच्या मैत्रीत कधीच खंड पडला नाही.

ममाचं बालपण विशेष सुखाचं नसावं. शाळेमध्ये त्या काळी कडक शिस्तीचं वातावरण असायचं. वर्गात नीट लक्ष दिलं नाही किंवा शेजारच्या मुलीबरोबर गप्पा मारल्या, तर शिक्षक विद्यार्थ्यांना पट्टीनं मारायचे किंवा डस्टर फेकून मारायलाही कमी करायचे नाहीत. घरातही शिस्तीचा बडगा असायचाच. आजोबांमध्ये प्रेमाचा लवलेशही नव्हता. सुरुवातीला ममानं त्यांना खूश करायचा, त्यांचं मन जिंकून घ्यायचाही प्रयत्न केला; पण बाबांना आपल्याविषयी प्रेम किंवा माया नाही, ही गोष्ट तिला बालवयातच जाणवली असणार. १९५० च्या दशकात

ममा मोठी होत होती त्या वेळी नव्या विचारांचे वारे वाहायला लागले होते; पण तिचे आई-वडील जुन्या पठडीतले असल्यामुळे त्यांच्या कल्पना वेगळ्याच होत्या. समाजात आपल्याला मान मिळायला हवा असेल, तर त्यासाठी आपलं वागणं चोख असायला हवं, या विचाराचा त्यांच्या मनावर जोरदार पगडा होता. त्यापुढे इतर सर्व गोष्टी गौण होत्या. शिवाय मनातले विचार मोकळेपणानं व्यक्त करण्याचा तो काळच नव्हता; ते मनातच दडून राहत. ज्या पद्धतीने आजी इतरांच्या वागणुकीविषयी, भानगडींविषयी बोलत असे– (चूच् असा आवाज काढणं, डोळे गरागरा फिरवणं) त्यावरून तिचे विचार स्पष्ट होत असत. तिच्या मते, जग अधोगतीला चाललं होतं, दुसरं काही नाही!

आजीच्या दृष्टीनं हे अगदी उघड सत्य होतं. त्याला अनेक कारणंही होती. त्यातलं महत्त्वाचं कारण म्हणजे, आता लोकांना आदरणीय वर्तणुकीपेक्षा व्यक्तिस्वातंत्र्य अधिक महत्त्वाचं वाटत होतं. त्या वेळेपर्यंत तिनं मध्यमवयात पदार्पण केलं होतं अन् तरुणांमधलं उच्छृंखल वागणं तिला आवडणं, पटणं शक्यच नव्हतं. मी, माझ्या भावना अन् माझे विचार यांनाच महत्त्व देणारी तरुण पिढी विवाहबंधनाला बेडी मानू लागली होती. अयशस्वी, जाचक लग्नापासून काडीमोड घेण्यात तरुणांना काही वाटेनासं झालं. 'आपण समलिंगी आहोत,' हे उघडपणे सांगण्यात पुरुषांना लाज वाटेनाशी झाली; तर वेगवेगळ्या पुरुषांपासून मुलं जन्माला घालणं पाप आहे, हे मानायला तरुणी तयार होईनात आणि शेजारी-पाजारी आपल्याविषयी काय बोलतात, याविषयीची तमाही ही तरुणाई बाळगेनाशी झाली. आजीच्या मतानुसार, वागण्यातली सुसंस्कृतता लयाला गेली होती अन् हे बदल केवळ तरुण पिढीतच होत नव्हते, तर १९६० च्या दशकात सरकारनंही काही असे नवे कायदे केले किंवा जुन्या कायद्यांमध्ये बदल केले की, जे आजीच्या पचनी पडणं कधीच शक्य नव्हतं. उदा. सरकारनं गर्भपाताला कायदेशीर संमती दिली, समलिंगी नातेसंबंधांना मान्यता दिली वगैरे वगैरे. या नव्या विचारसरणीमुळे, कायद्यातील बदलांमुळे जे काही सकारात्मक बदल घडले (उदा. खोटेपणाचा मुखवटा न घालणं), ते तिच्या आकलनापलीकडे होते.

माझ्या आजी-आजोबांनी उघडपणे कधीच आपल्या प्रेमभावना व्यक्त केल्या नाहीत किंवा दाखवल्याही नाहीत. त्यामुळे एल्व्हाचं बालपण अशा घरात गेलं की, जिथे 'कसं' वागावं अन् कसं वागू नये, याबद्दल तिला केवळ अंदाजच बांधावे लागले. आपल्या आई-वडिलांच्या आपल्याकडून काय अपेक्षा आहेत, हे प्रत्यक्ष त्यांच्या तोंडून तिला कधीच ऐकायला मिळालं नाही. अशा प्रकारे कायम कसल्यातरी दडपणाखाली जगायचं, हे तिला कधीच सोपं वाटलं नसणार. साहजिकच, तिच्या मनातल्या बालपणाच्या रम्य आठवणी तिनं तिच्या कुत्र्याबरोबर

घालवलेल्या क्षणांच्या आहेत. या कुत्र्याला ती सगळीकडे आपल्याबरोबर घेऊन जायची. जसजशी ती मोठी होऊ लागली तसतसे बापलेकीमधले तणाव उघड होऊ लागले, कारण दोघांचे स्वभाव पूर्णपणे भिन्न होते. आयुष्य भरभरून जगावं, असं तिला नेहमी वाटायचं. तिचे गडद लाल केस – मला वाटतं, तिच्या अंगातल्या सळसळत्या उत्साहाचं प्रतीक होते. तो रंग नेहमी आढळणाऱ्या तपकिरी रंगाहून खूपच वेगळा होता. लहानपणी तिला या जगावेगळ्या केसांचा तिटकारा वाटत असे, पण ती वयात आली तसा तिच्या केसांचा रंग थोडा गडद झाला. रेशमाच्या लड्यांसारखे दाट मऊ अन् सरळ केस ही खरंतर नैसर्गिक देणगीच होती तिला मिळालेली. हल्ली केस असे सरळसोट करण्यासाठी स्त्रिया वारेमाप पैसे मोजतात; जीव टाकतात.

मी मोठी होत होते तशी ममा खूप लठ्ठ झाली होती अन् त्या गोष्टीची तिला चांगलीच जाणीव होती. त्यामुळेच आरसे आणि फोटो या दोन्हींचा तिला मनापासून तिटकारा वाटायचा. डॅडींनी अनेक वेळा आम्हाला तिच्या लाजाळू स्वभावाबद्दल सांगितलं होतं. मी तुमच्या आईला धीटपणा शिकवला, असं ते फुशारकीनं म्हणायचे. सुरुवातीला बरीच वर्षं मला ठाऊकच नव्हतं की, ते धादांत खोटं सांगत होते. वस्तुस्थिती अशी होती की, तरुणपणी ममा उत्साहानं सळसळणारी; पण काहीशी बंडखोर स्वभावाची स्त्री होती. तिला पुष्कळ मित्र-मैत्रिणी होत्या अन् सगळ्यांनाच आयुष्य भरभरून जगायचं होतं. डॅडींनी रंगवलेलं 'लाजरीबुजरी तरुणी' हे चित्र मुळीच खरं नव्हतं; पण तिनं कधी त्यांना उघड विरोधही केला नाही. त्यामागचं कारण मला समजेपर्यंत पुष्कळ वर्षं निघून गेली होती. मात्र तिच्याविषयीचं असं मत बनवणं, हे त्या दोघांनाही महत्त्वाचं वाटत होतं, हेही तितकंच खरं!

ममा अगदी सुरुवातीला थॉर्नटन कर्टिस प्राथमिक शाळेत शिकली अन् त्यानंतरचं माध्यमिक शिक्षण तिनं बेजगार्थ सेकंडरी मॉडर्न (Baysgarth Secondary Modern) या शाळेत घेतलं. त्या काळी शालान्त परीक्षा अकरावीनंतर असायची. तोपर्यंत मुला-मुलींमध्ये इतके बदल व्हायचे की, तुम्ही कुठल्या गावातून आलात, हे कुणाला समजणं अशक्य व्हायचं. ममानं शाळेत उज्ज्वल कामगिरी करावी, अशी तिच्याकडून कुणाचीच अपेक्षा नसावी, कारण तिला अधूनमधून आकड्या यायच्या. याच कारणामुळे तिच्या आई-वडिलांनी तिला शालान्त परीक्षेलाही बसवलं नव्हतं. जी मुलं ही परीक्षा उत्तीर्ण व्हायची, त्यांना स्थानिक ग्रामर स्कूलमध्ये प्रवेश मिळायचा आणि तिथे नोकरीच्या दृष्टीनं आवश्यक असं प्रशिक्षणही मिळायचं. बहुतेक वेळा शाळेतील शिक्षकाची किंवा एखाद्या कचेरीमध्ये कारकुनाची नोकरी असायची. या परीक्षेत अनुत्तीर्ण होणाऱ्यांच्या

नशिबी घरगुती वाटणारी कामं शिकणं येत असे. उदा. स्पंज केक बनवायला शिकणं, बटणं लावायला शिकवणं, फार फार तर घरखर्चाची तोंडमिळवणी कशी करावी, याविषयी प्रशिक्षण मिळत असे. एल्व्हामध्ये ज्या प्रकारचं दौर्बल्य होतं अशासारख्यांना कुठलंच साह्य मिळत नसे. त्यामुळे पुढील शिक्षणाची संधी तिला सहजप्राप्य नव्हती. ज्या मुली सेकंडरी मॉडर्नची परीक्षा उत्तीर्ण होत असत, त्यांना १५ वी किंवा १६ वी पर्यंत शिक्षण घेता येत असे. शिक्षण संपल्यानंतर त्यांना एखाद्या उपाहारगृहात किंवा दुकानात नोकरी करता येत असे अन् त्यानंतर ओघानंच येणारं लग्न, मुलं वगैरे! मुलं झाल्यानंतर अशा स्त्रिया नोकरीला 'रामराम' ठोकत. काही जणी वरखर्चासाठी उपयोगी पडतील इतपत पैसे अर्धवेळ नोकरी करून मिळवत असत. स्त्रियांना १९६० ते ६५ या काळात अशा अनेक नोकऱ्या उपलब्ध होत्या. तरुण मुलं-मुली काम करून पैसे कमवत, त्यातला काही हिस्सा आई-वडिलांना घरखर्चासाठी हातभार म्हणून देत आणि उरलेल्या पैशातून थोडीफार हौसमजा करत असत.

काही म्हणा, विसाव्या शतकातलं सहावं दशक आधीच्या दशकाच्या तुलनेत सुखा-समाधानाचंच होतं. युद्धसमाप्तीनंतरच्या दशकात देशाला काटकसरीचं धोरण अवलंबावं लागलं होतं. सरकारी तिजोरीतल्या खडखडाटामुळे लोकांच्या नशिबी कष्टाचं जिणं आलं होतं. बहुतेक सगळ्या गोष्टी नियंत्रणाखाली आल्या होत्या आणि त्यांचं वाटप मर्यादित प्रमाणात होत होतं. त्या तुलनेत साठीच्या दशकात अनेक चांगले बदल घडून आले. बाजारात वस्तूंची मुबलकता दिसू लागली. चांगल्या संगीताची निर्मिती होऊ लागली, ते सहजपणे उपलब्ध होऊ लागलं. माझ्या आजोबांना हे संगीत अजिबात आवडत नसे; पण तरुण-तरुणींना मात्र ते अतिशय आवडायचं. कपडे, केशरचना, मेकअप यामध्ये भराभर बदल घडू लागले. तरुण स्त्रिया आता आधुनिक कपडे वापरण्याचं स्वातंत्र्य उपभोगू लागल्या. आई घालते तसलेच कपडे घातले पाहिजेत, असली बंधनं त्या जुमानेशा झाल्या. ममादेखील लांडे स्कर्ट्स मोठ्या आत्मविश्वासानं वापरू लागली. तिच्या वडिलांचा विरोध सहन करण्याइतपत सळसळतं रक्त तिच्या शरीरात नक्कीच होतं. खरं सांगायचं तर त्यामुळेच या वयात तिचे आणि तिच्या वडिलांचे कायम खटके उडू लागले. त्यांची कडक शिस्त टाळण्यासाठी ती दिवसाचा बराच वेळ घराबाहेरच काढू लागली. ही दोन पिढ्यांमधली तफावत घरोघरी दिसून यायची. तरीपण असं म्हणता येईल, की आता पूर्वीपेक्षा चांगले दिवस नक्कीच दिसू लागले होते. 'आपल्या आई-वडिलांना त्यांच्या तरुणपणी काही गोष्टी उपभोगायला नाही मिळाल्या, कबूल आहे; पण म्हणून आम्हीही त्या उपभोगू नयेत हा कुठला न्याय?' असा त्यांचा सवाल असे. त्यांच्या आईवडिलांनी

आपल्या तरुणपणी युद्ध आणि आर्थिक मंदीला तोंड दिलं होतं. खूप खडतर आयुष्य जगले होते ते. त्यांना नवीन पिढीचं वागणं बेबंद वाटत असणार, हे उघड होतं. तरुणांच्या मनात आई-वडिलांविषयी आदरभावना नाही; त्यांना स्वच्छंद जगायचंय, आयुष्य भरभरून लुटायचंय, हे एवढंच त्यांचं तत्त्वज्ञान आहे, अशी जुन्या पिढीची समजूत झाली.

शाळा सोडल्यानंतर ममानं प्रथम ग्रिम्स्बी मधल्या (Grimsby) एका बिस्किट कारखान्यात नोकरी केली अन् त्यानंतर ती एका बेकरीमध्ये नोकरी करू लागली. त्या वेळी तिचं वय होतं फक्त सोळा वर्षांचं! समवयस्क मुलींबरोबर आपणही आता पैसे कमावतोय, ही भावना तिच्या मनाला सुखवायची. ९ ते ५ नोकरी करणाऱ्या या मुलींनाही मौजमजा करायची होती. याचाच दुसरा अर्थ असा होता की, त्यांना तरुण पुरुषांना भेटायचं असे; मग ते कारखान्यात काम करणारे मजूर असोत वा कचेरीत नोकरी करणारे कारकून असोत. ममा जिथे काम करायची त्या बेकरीत दुपारच्या जेवणासाठी असे तरुण येत असत. त्यांच्याबरोबर गप्पा, थट्टा-मस्करी, चेष्टा-विनोद करणं ओघानंच यायचं. अर्धा-पाऊण तासाच्या या हव्याहव्याशा वाटणाऱ्या थट्टा-मस्करीमुळे दिवसभराच्या कामाचा शीण भुर्रकन् उडून जात असे. एकूण काय, आयुष्य फुलपंखी होतं, हेच खरं!

माझ्या डॅडींची पार्श्वभूमी त्यामानानं खूपच वेगळी होती. १९५०च्या दशकापासून अर्थार्जनाच्या हेतूनं अनेक इटालियन तरुण पुरुष स्कन्थॉर्प (Scunthorpe), तसंच उत्तर इंग्लंडमधील अन्य पोलाद कारखान्यांत काम करण्यासाठी येऊ लागले. मायदेशीचं निरभ्र निळं आकाश आणि उबदार हवा सोडून इंग्लंडमधल्या कळाहीन औद्योगिक शहरांमध्ये काम करायला येणाऱ्या या तरुणांच्या मनात केवळ एकच हेतू होता– पगारातला काही पैसा आपल्या कुटुंबाच्या उदरनिर्वाहासाठी पाठवायचा. आजकाल जिकडे पाहावं तिकडे अशा स्थलांतरितांविषयी स्थानिक लोक तक्रार करताना दिसतात. त्यांचा तक्रारीचा सूर ऐकला की, मला माझ्या डॅडींच्या पिढीची आठवण येते. त्या बिचाऱ्यांनी आपला मायदेश सोडला तो केवळ कुटुंबाच्या उज्ज्वल भवितव्यासाठी. ही कुटुंबासाठी त्याग करायची भावना जगात सर्वत्र दिसून येते आणि मला खात्री आहे की, आज माझे डॅडी तरुण असते, तर आजही त्यांनी तेच केलं असतं.

डॅडींच्या आधी बरीच वर्षं त्यांचा सगळ्यात थोरला भाऊ इंग्लंडला आला. त्यानं याच विभागात काम केल्यानंतर ब्रुनोसाठी– माझ्या डॅडींसाठी– काम शोधलं आणि त्यांना बोलावून घेतलं. दोघंही ब्रिटिश स्टील या कारखान्यात काम करू लागले. ते वर्ष होतं १९६६. डॅडींचं मूळ गाव ब्रिंडिसी (Brindisi) हे इटलीच्या दक्षिण किनाऱ्यावर वसलेलं होतं. खूप प्राचीन इतिहास असलेलं हे

बंदर काबीज करण्यासाठी अनेक लढाया झाल्या. युद्धामुळे बेचिराख व्हायचे प्रसंगही त्याच्यावर अनेक वेळा कोसळले होते. पण दर वेळी हे गाव नव्यानं वसवलं गेलं, कारण ते एक महत्त्वाचं नैसर्गिक बंदर होतं. सुएझचा कालवा बांधून झाल्यानंतर त्यामार्गे जहाजांची ये-जा सुरू झाली. त्यानंतर ब्रिटिशांनी ब्रिंडिसीबरोबर कायमस्वरूपी संबंध जोडले होते, पण दुसऱ्या महायुद्धाच्या अखेरीस जणू हे गाव शेवटच्या पंथाला लागल्यासारखं झालं. नोकरी धंद्याच्या शक्यता दिवसेंदिवस कमी व्हायला लागल्या, लोकांचं राहणीमान खालावू लागलं, गावातलं दारिद्र्य वाढू लागलं; तसतसा तरुणांनी पोटापाण्यासाठी गावाबाहेरचा रस्ता धरला. अनेकांनी गावाचा कायमचाच निरोप घेतला.

डॅडींच्या मनात गाव सोडताना नक्की काय विचार होता, त्याची मला कल्पना नाही. कदाचित पैसे कमावणं, एवढंच उद्दिष्ट असेल मनात. एवढं मात्र निश्चित म्हणता येईल की, त्या वेळी त्यांना स्वप्नातही वाटलं नसेल की, ज्या देशात आपण आता जाणार आहोत, त्या ठिकाणी आपण आपल्या प्रियतम व्यक्तीचा खून करून आपल्या आयुष्याची अखेर तुरुंगात काढू. पण घरातली परिस्थितीच अशी होती, की घर सोडून जाण्यातच त्यांचं सार्थक होणार होतं. घरामध्ये थोडीथोडकी नाही, दहा-अकरा माणसं होती. एकूण नऊ भावंडांमध्ये (त्यातली दोन अर्भकावस्थेतच गेली होती!) डॅडींचा क्रमांक चौथा. ही सगळी मुलं अन् त्यांचे आई-वडील एका लहानशा घरात राहायचे. हातावर पोट असलेले आई-वडील मुलांना कसलं सुख-समाधान देऊ शकणार? आला दिवस कसातरी ढकलायचा, अशी परिस्थिती होती. बुनोचं आयुष्य त्याच्या वडिलांच्या मृत्यूनंतर अधिकच कष्टाचं झालं. तो बारा वर्षांचा असताना वडील गेले. त्यानंतर त्यानं शाळेचा निरोप घेतला, कारण घर चालवण्याची जबाबदारी त्याच्या खांद्यावर येऊन पडली. सुरुवातीची काही वर्षं त्यानं बंदरात हलकीसलकी कामं करून पैसा कमावला.

त्याचं कुटुंब सर्वसाधारण इटालियन कुटुंबांप्रमाणे जुन्या परंपरांना चिकटून राहणारं होतं. त्यानुसार स्त्रियांनी 'चूल अन् मूल' एवढ्याच जबाबदाऱ्या उचलायच्या; घराबाहेर पडायचं नाही, अशी पद्धत होती. आणखी एक परंपरावादी दृष्टिकोन होता– स्त्रीनं नेहमी पतीची आज्ञा पाळायची. माझ्या डॅडींनी त्यांच्या लहानपणी हेच दृश्य पाहिलेलं होतं. अर्थार्जनानिमित्त त्यांचे वडील कायम घराबाहेरच असायचे. काही वर्षं तर ते अमेरिकेसारख्या दूरदेशीही गेले होते. माझ्या या आजोबांची अशी महत्त्वाकांक्षा होती की, त्यांनी पैसे पाठवावेत अन् त्या आर्थिक पाठबळावर मायदेशी आपलं घर चालावं. त्यांना हे काही जमलं नाही, कारण एकतर त्यांना कायमस्वरूपी नोकरी नव्हती अन् दुसरी गोष्ट म्हणजे, त्यांचं केवळ एकच कुटुंब

नव्हतं. (अशी एक वदंता होती!) याविषयी उघड चर्चा किंवा बोलणं कधी झालं नसावं; पण खूप वर्षांनंतर ममानं मला सांगितलं की, आजोबा बऱ्यापैकी छंदीफंदी होते; शिवाय त्यांना दारूचंही प्रचंड व्यसन होतं!

आता या अफवा खऱ्या होत्या की खोट्या, एक देवच जाणे! अन् समजा, त्या खऱ्या असल्या तरी बिचारी माझी आजी काय करू शकणार होती? सगळीकडे थोड्याफार फरकानं हीच परिस्थिती होती. नवरा कसाही वागो; त्याच्या बायकोनं खालच्या मानेनंच राहायला हवं, असाच शिरस्ता होता त्या काळात. (अर्थात घरात यावरून भरपूर भांडणं व्हायची, हे सांगायला नकोच!) पण कितीही भांडणं झाली तरी घटस्फोटाचा विचार मात्र कुणीही करायचं नाही. दक्षिण इटलीत या शब्दाचा उच्चारही व्हायचा नाही, असं म्हटलं तर ती अतिशयोक्ती ठरू नये. सामाजिक सुधारणांच्या बाबतीतही हे लोक फारच मागासलेले होते. पारंपरिक रुढीवाछी दृष्टिकोनाचे होते. वर्षानुवर्षं ब्रिंडिसीच्या जीवनक्रमात काडीचाही बदल झालेला नव्हता. एकूण समाजजीवनात चर्चला अतिशय महत्त्वाचं स्थान होतं. गावाच्या मध्यभागी असलेल्या प्रमुख चर्चव्यतिरिक्त (Cathedral) या छोट्याशा गावात आणखी १५/२० चर्च तरी नक्कीच होती. धार्मिक शिकवणुकीइतकंच वेगवेगळ्या धार्मिक रीतिरिवाजांनाही महत्त्व होतं. दैनंदिन जीवनावरील प्रभावाव्यतिरिक्त तर काही बाबतींत– नामकरणविधी, विवाह आणि अंतिम संस्कार या प्रसंगीदेखील – चर्चचंच वर्चस्व असे. रोजचं आयुष्य कितीही खडतर, कष्टप्रद असलं तरी लोक चर्चकडे कानाडोळा करू शकत नसत, हे एक चिरंतन सत्य होतं.

डॅडी अशाच परंपरावादी घरात लहानाचे मोठे झाले; पण गंमत अशी की, त्यांची इतर भावंडं मात्र त्यांच्याइतकी धर्मपरायण किंवा देवभोळी नव्हती. डॅडींची गावातील धर्मगुरूंवर पित्यासमान निष्ठा किंवा भक्ती होती. त्यामुळे तरुणपणी माझे काका दारू प्यायला लागले तरी डॅडींनी कधीच मदिराप्राशन केलं नाही. आपल्या धर्मगुरूंबरोबर ते गावातल्या युवक मंडळात समाजकार्य करण्यात आनंद मानत. कदाचित त्यामुळेच त्यांची धर्मनिष्ठा अतिशय प्रबळ झाली असावी. सगळी धार्मिक शिकवणूक त्यांनी श्रद्धापूर्वक अंगीकारली. तरुण वयात मी जशी बंडखोरी करण्याच्या हेतूनं धर्माला सोडचिठ्ठी दिली, तशी तेही देऊ शकले असते; पण तसं झालं नाही. कारण धर्माविषयीचा त्यांचा दृष्टिकोन अत्यंत आदर्शवादी होता. लोकांनी धर्माचं काटेकोर पालन केल्यानंतर आदर्श जग कशा प्रकारचं असेल, या कल्पनेतच ते कायम रममाण असत. चर्च, आपली आई आणि आपली भावंडं एवढ्यापुरतंच त्यांचं विश्व मर्यादित होतं. एकीकडे त्यांचे छंदीफंदी, व्यसनासक्त वडील अन् दुसरीकडे हे धर्मवेडे (धर्मांधच म्हणणं जास्त

योग्य ठरेल!) चिरंजीव! कदाचित त्या काळातच त्यांच्या मनात या कल्पनेचं बीज रुजलं, अंकुरलं असावं की, घराचा पालनकर्ता या नात्यानं त्यांना कायम एक ठराविक प्रकारचा मान दिला जाईल, त्यांचा आदर केला जाईल. मग त्यांचं वागणं कितीही मुजोर किंवा बेबंद असलं तरी! अन् त्यांच्या या तत्त्वज्ञानाला खतपाणी घातलं गेलं ते इटलीतल्या– त्यांच्या गावातल्या– धार्मिक शिकवणुकीमुळे. 'पत्नीनं नेहमी आपल्या पतीच्या अर्ध्या वचनात राहिलं पाहिजे. पती हाच तिचा सर्वेसर्वा– तिचा मालक असतो. ज्याप्रमाणे येशू ख्रिस्त आपल्या अनुयायांचा तारणहार असतो, त्याप्रमाणे स्त्रीचा तारणहार तिचा पतीच असतो. म्हणूनच तिच्या मनात आपल्या पतीसाठी परम आदराची भावना असायला हवी.'

एखाद्याच्या पत्नीनं त्याला अशा प्रकारचा मान, आदर दिला नाही तर त्यानं कसं वागावं याचा विचार डॅडींनी तेव्हा केला नसेल किंवा त्याविषयी काही विशिष्ट शिकवण त्यांना तेव्हा मिळालीही नसेल; पण तसे प्रसंग त्यांच्या आयुष्यात उशिरा आले. १९६७ मध्ये तरी माझ्या आई-वडिलांच्या मनात आशावादी विचारच असावेत. संसाराविषयी, आयुष्याविषयी गुलाबी स्वप्नंही असतील त्यांच्या डोळ्यांत अन् ते अगदी स्वाभाविकही होतं. त्या काळी इंग्लंडमध्ये बऱ्यापैकी सुबत्ता होती. डॅडींचं उत्पन्न समाधानकारक होतं आणि त्यांचं उभं आयुष्य त्यांच्यापुढे होतं. त्यांच्या प्रेमप्रकरणाविषयी – ते ज्या पद्धतीनं भेटले वगैरेबद्दल – त्या दोघांनी जे काही मला सांगितलं, त्यावरून मला वाटलं, त्यांच्याइतकं भावुक (romantic) प्रेम कुणीच केलं नसेल. माझ्या लहानपणी मी ममाला पुष्कळ वेळा त्याविषयी विचारायची. तेव्हा एकदा तिनं सांगितलं, ''एकदा आमच्या बेकरीतल्या मुली संध्याकाळी एका शरीरसौष्ठव स्पर्धेला जाणार होत्या. ही स्पर्धा गावातल्या सार्वजनिक सभागृहात होणार होती. त्या वेळी मी फक्त १७ वर्षांची होते आणि फारशी बाहेर जात नसे. त्यामुळे त्या दिवशी जायचं की नाही, हा निर्णय मला घेता येईना. मैत्रिणींनी दिवसभर फारच आग्रह केला, तेव्हा मी त्यांना त्या केंद्रातच भेटायचं शेवटी ठरवलं. संध्याकाळी दोलायमान अवस्थेत मी केंद्रावर पोहोचले अन् तिथेच ब्रुनोला पहिल्यांदा बघितलं. तेव्हा मला आश्चर्याचा धक्का बसला, तसाच खूप आनंदही झाला.''

माझे डॅडी खूप उंच, धिप्पाड नसले, तरी दिसायला छान होते. सर्वसाधारण इटालियन लोकांप्रमाणे त्यांची कांती तांबूस होती, केस काळेभोर होते आणि डोळ्यांचा रंग तपकिरी होता. लोभस रूपाच्या डॅडींना कुणी पाहिलं की, त्याच्या नजरेत भरे ती त्यांची भरदार शरीरयष्टी! अन् ते साहजिकच होतं. डॅडी वेटलिफ्टर होते अन् त्यांना सायकल चालवण्याचाही अतोनात शौक होता. पुढे आयुष्यभर त्यांनी हा छंद हौसेने जोपासला. संधी मिळताच ते मैलोन्मैल अंतर सायकलवरून

पार करायचे. आपल्या पीळदार देहाचा अन् देखण्या-गोंडस रूपाचा त्यांना सार्थ अभिमान होता आणि त्यांच्या आत्मविश्वासामुळे त्यांची समोरच्या माणसावर फार पटकन छाप पडत असे.

त्यांच्या मर्दानी सौंदर्यानं ममा इतकी प्रभावित झाली की, त्यांच्याकडे नजर वर करून पाहायचं धैर्य तिला कितीतरी वेळ झालं नाही अन् एवढा देखणा तरुण आपल्याकडे बघेल, याचा तर तिनं स्वप्नातही विचार केला नसेल. आपल्या मैत्रिणी आपल्यापेक्षा सुंदर, मोहक, बांधेसूद आहेत; त्यांना सोडून ब्रुनो आपल्याकडे कशाला बघेल, या विचारानं तर ती अधिकच अबोल झाल्यासारखी गप्प बसून राहिली. जेव्हा सगळ्या मुलींना सोडून ब्रुनो तिच्याजवळ आला अन् त्यानं तिच्याशी बोलायला सुरुवात केली, तेव्हा तिचा स्वत:वरच विश्वास बसेना. माझ्या लहानपणी ममा मला नेहमी हीच गोष्ट ऐकवायची. माझ्या शांत स्वभावाच्या आईला बाबांनी पुरतं मोहून टाकलं. एका देखण्या परकीय तरुणाच्या पाशात ती अडकली, यावर माझा पूर्ण विश्वास बसला. डॅडींचे इंग्रजी उच्चार ब्रिटिश उच्चारांपेक्षा वेगळे, अधिक ठासून असे असत. त्यात कधीच फरक पडला नाही. पण ते अतिशय आत्मविश्वासानं ही भाषा लिहू-वाचू शकत आणि त्यांचं इंग्रजी बोलणंही नेहमी ओघवतं असायचं. पण मला तरी त्यामध्ये कधी फाजील आत्मविश्वास किंवा उद्धटपणा जाणवला नाही. माझ्या मते, त्यांच्यात एक दृढ आत्मविश्वास होता. गोष्ट सांगायची त्यांची शैली खूप आकर्षक असायची. त्यामुळे ते बोलायला लागले की, लोक त्यांच्याकडे आकृष्ट तर होतच; पण ऐकताना तल्लीन होऊन जात. अशा या तरुणाकडे माझी आई आकृष्ट झाली नसती तरच नवल होतं. आपल्यापेक्षा वयानं मोठा – डॅडी तिच्यापेक्षा जवळजवळ १० वर्षांनी मोठे होते – देखणा, आकर्षक पुरुष आपल्या प्रेमात पडलाय, या विचारानं ती जणू हवेत तरंगायला लागली. मी स्वत: वयाची तिशी गाठत असताना आता तिच्या मनाची त्या वेळची अवस्था आता मला समजू शकते.

मी लहान होते तेव्हा डॅडी मला नेहमी सांगायचे, ''नतालिया, नेहमी तुझ्यापेक्षा वयानं मोठ्या असलेल्या पुरुषाशी मैत्री कर. स्त्रियांच्या दृष्टीनं तेच योग्य असतं.'' अन् मलाही त्या काळी त्यांचं म्हणणं पटायचं. खरं म्हणजे, मी त्यावर फारसा विचार कधी केलेलाच नव्हता. पण आता वाटतं, सतरा वर्षांची कोवळी तरुणी आणि २६ वर्षांचा पुरुष हे वयातलं अंतर थोडं नव्हे, खूपच जास्त आहे. कदाचित त्याचमुळे ममा त्यांच्या प्रभावाखाली आली असेल. एका देखण्या पुरुषानं तिला आपलं सर्वस्व, आपल्या आयुष्याचा केंद्रबिंदू मानलं होतं, ही जाणीव तिचं आयुष्य पूर्णपणे बदलवून टाकणारी ठरली.

ममाच्या मतानुसार, त्या दोघांची पहिली भेट हा एक दैवयोग होता. मला

वाटतं, तिनं त्या दिवशी आपल्या मैत्रिणींचा आग्रह जुमानला नसता, कोणते कपडे घालावेत हा निर्णय घेता न आल्यामुळे त्या दिवशी ती घरीच थांबली असती; तर तिच्या संपूर्ण आयुष्याला एक वेगळंच वळण लागलं असतं. कोणत्या मार्गानं गेली असती ती? दुसऱ्या एखाद्या पुरुषाबरोबर तिनं संसार केला असता, तर ती सुखी झाली असती का? कदाचित आज ती जिवंतही असती. तिच्या जेमतेम ४७ वर्षांच्या आयुष्यात अशी एखादी गोष्ट होती का, ज्यामुळे ती कायम डॅडींच्या कह्यात राहिली? त्या एखाद्या घटनेमुळे तर ती डॅडींकडे ओढली गेली नसेल ना? ज्या माणसानं तिचा आयुष्यभर केवळ छळच केला, अशा पुरुषाबरोबर तिनं आपलं सगळं आयुष्य का घालवलं असेल?

पुढे अनेक वर्षांनंतर या सगळ्या कोड्यांची उत्तरं मला सापडली. त्या सत्यानं माझं मन विलक्षण हादरून गेलं. आता इतक्या वर्षांनंतर मी जेव्हा १९६० च्या क्लीथॉर्प्सच्या सचित्र पोस्टकार्डांकडे बघते, तेव्हा ती आकर्षक चित्रं माझं मन मोहून टाकत नाहीत. समुद्रकाठच्या या देखण्या गावानंच ममाचं कोवळं वय– तिचं कोवळं आयुष्य कुस्करून टाकलं... त्या काळच्या एका भयानक घटनेमुळे, आईचं आयुष्य दुभंग करणाऱ्या गौप्यस्फोटामुळेच माझे डॅडी आपल्या दुष्ट हातांचा विळखा तिच्याभोवती घालू शकले.

इटालियन नववधू

ममा अन् डॅडींचं प्रेमप्रकरण 'झंझावात', 'वादळवारा' अशा शब्दांनीच वर्णन करण्यासारखं असणार. म्हणजे माझी तशी समजूत होती, कारण तसंच त्याबद्दल मला तसंच सांगण्यात आलं होतं. ममाला डॅडींनी पुरतं झपाटून टाकलं. डॅडी तिच्याबरोबर लग्न करायला तयार होते, तिच्या सहवासात त्यांना एका वेगळ्या परिपूर्ण जीवनाचा आनंद लुटायचा होता.

आपल्याला मुलंबाळं असावीत, अशी डॅडींची इच्छा होती अन् त्यांच्या वडिलांना जे कधी जमलं नव्हतं– मुलांचं व्यवस्थित संगोपन वगैरे – ते त्यांना आपल्या मुलांना द्यायचं होतं. आपल्या नववधूसह त्यांना मायदेशी परत जायचं होतं. तिथे छोट्या गावी संसार थाटायचा होता आणि साधं, सुखी-समाधानी, निकोप आयुष्य जगायचं होतं. इंग्लंडमधल्या हम्बरसाइड (Humberside) या गावातल्या ढगाळ, कोंदट आकाशाचा त्यांना तिटकारा वाटायचा. आपल्या जन्मभूमीतला प्रसन्न सूर्यप्रकाश जणू त्यांना खुणावत असावा. माझ्या आईच्या आई-वडिलांचे याबाबत काय विचार होते, ते मला बऱ्याच वर्षांनंतर तुकड्या-तुकड्यांनी समजले. या लग्नाबाबत आजोबा मुळीच खूश नव्हते. त्याला अनेक कारणं होती. एकतर, त्यांचा भावी जावई इटालियन होता. त्यातच तो कॅथॉलिक पंथाचा होता आणि त्याहून वाईट गोष्ट म्हणजे तो त्यांच्या मुलीपेक्षा वयानं बराच मोठा होता. माझ्या आजोबांनी आपल्या लेकीला कधी फार प्रेम वगैरे दिलं नाही की, तिचं पालनपोषण कौतुकानं केलं नाही. पण 'इटालियन' जावई केल्यामुळे गावात त्यांची छी:थू झाली असती अन् ते त्यांना नको होतं. त्यांनी कडक शब्दांत या लग्नाला विरोध केला. ते स्पष्ट म्हणाले, "एल्व्हा अजून किती लहान आहे. हे काही तिचं लग्नाचं वय नाही आणि या

इटालियन माणसाबरोबर लग्न करणं म्हणजे तर शुद्ध वेडाचार ठरेल.'' तरीही त्यांच्या विरोधाला न जुमानता हे लग्न झालंच!

पुढे ममाच्या मृत्यूनंतर म्हणजे अनेक वर्षांनी मी या सगळ्याचा हिशेब मांडला तेव्हा माझ्या लक्षात आलं, लग्नाच्या वेळी, १९६८ च्या जुलै महिन्यात ममा फक्त १८ वर्षांची होती आणि तिला दिवस गेलेले होते. लग्नानंतर केवळ सहा महिन्यांनी त्यांच्या पहिल्या अपत्याचा– माझ्या थोरल्या बहिणीचा डायानाचा (Daiana) जन्म झाला. त्याहून उल्लेखनीय बाब म्हणजे, हा विवाहसमारंभ ब्रिंडिसीत झाला. आपल्या गावातल्या चर्चमध्ये आपल्या धर्मगुरूच्या हस्ते विवाहाची शपथ घ्यायची, हेच डॅडींचं स्वप्न होतं अन् ते साध्यही झालं. ममाचं गर्भवती असणं हे एकमेव कारण आजोबांचा विरोध गळून पडायला पुरेसं होतं. या काळात बरीच लग्नं याच कारणास्तव झटपट उरकली जात. जेव्हा एखाद्या मुलीच्या लक्षात येई की, आपल्याला दिवस गेले आहेत तेव्हा झटपट विवाह करून ती व तिचा प्रियकर या विवाहबाह्य संबंधावर धार्मिक शिक्कामोर्तब करून घेत. त्यामुळे अफवा-चर्चा आपोआप बंद होण्याचा तो उत्तम उपाय असे. त्या कुटुंबालाही समाजात योग्यतो आदर मिळे.

माझ्या आजीचं– ममाच्या आईचं– या लग्नाबद्दल काय मत होतं, ते मला ठाऊक नाही. तिला आनंद वगैरे नक्कीच झाला नसणार, पण तिचा हिशेब रोखठोक होता. 'बिछाना घातलाय ना, मग त्यावर झोपलंच पाहिजे!' तिचं बरोबर होतं, कारण तिनं स्वत: तरी याहून वेगळं काय केलं होतं? लेकीनं लग्नाआधी ही 'घोडचूक' केलीय ना, मग तिनं तिचे परिणामही भोगले पाहिजेत. त्यासाठी काय करायचं, आपला संसार कसा चालवायचा, या सगळ्यांची जबाबदारी आता पूर्णपणे तिचीच होती. आपल्या नव्या कुटुंबाशी कसं जुळवून घ्यायचं आणि त्याला हातभार लावायचा, हा मार्ग तिलाच शोधायचा होता. माझी ममा ब्रिंडिसीला जायला निघाली, तेव्हा तिच्या मनात काय विचार आले असतील, याविषयी कल्पना करायचा मी अनेक वेळा प्रयत्न केलाय. आपलं सगळं पूर्वायुष्य– घरदार, आईवडील, मित्रमैत्रिणी– विशेषत: डायाना– विसरून ती एका नव्या देशात नव्यानं आयुष्य जगायला निघाली होती. लग्नाच्या वेळी तिला आपला पंथही सोडावा लागला. ती कॅथॉलिकपंथीय बनली. आयुष्याच्या त्या वळणावर तिच्या दृष्टीनं चर्चला फार मोठं स्थान नव्हतं, तरीदेखील पूर्वायुष्याची नाळ पूर्णपणे तोडण्यात या गोष्टीचाही समावेश होता.

पंथ बदलण्यासाठी ममाला साहचर्य (communion) नावाच्या एका धार्मिक विधीला सामोरं जावं लागलं. धर्मगुरूंनी तिच्या जिभेवर वेफरसारखा एक पदार्थ ठेवला. त्या वेळचा एक फोटो मी पाहिला होता तेव्हा माझ्या मनाचा बराच

गोंधळही उडाला होता. त्यामागचा सांकेतिक अर्थ असा होता की, येशू ख्रिस्तानं मानवजातीसाठी जो महान त्याग केला होता, त्याबद्दलची कृतज्ञता प्रत्येक ख्रिश्चन व्यक्तीनं मनात बाळगायला हवी होती. तो वेफर म्हणजे ख्रिस्ताचं शरीर, असं कॅथॉलिक लोक मानतात. हा संपूर्ण समारंभ एका देखण्या चर्चमध्ये पार पडला, हेही ममासाठी एक वैशिष्ट्य होतं. लग्नापूर्वी इंग्लंडमध्ये ती ज्या चर्चमध्ये रविवारी जायची, ते एक साधंसं चर्च होतं. 'All Things Bright And Beautiful' सारखी प्रार्थनागीतं तिनं त्या वेळी म्हटली असतील. धर्मगुरूंची प्रवचनं शांतपणे ऐकायची असतात वगैरे गोष्टीही ती शिकली असेल, पण आता लग्नानंतर तिनं एका अशा नव्या विश्वात प्रवेश केला – तिला त्यात ढकललं गेलं, असं म्हणणं अधिक योग्य होईल – जिथे तिला उत्तम अर्थ व्यक्त करणारी गीतं इतर भक्तांबरोबर म्हणावी लागायची, जिथे तिला आपल्या पापांची कबुली धर्मगुरूंजवळ द्यावी लागायची. इथेच तिला हेही सत्य स्वीकारायला लागलं की, देवापर्यंत पोहोचायचं असेल तर धर्मगुरूचा हात धरूनच! आता लॅटिन भाषा तिच्या कानावर पडू लागली. त्यातले एव्ह मरिया (Ave Maria) सारखे शब्द कानाला गोड वाटणारे होते. चर्चमध्ये जेवढा वेळ ती आपल्या पतीबरोबर आणि त्याच्या कुटुंबीयांबरोबर घालवायची, तेव्हा तर तिला आपण मागे टाकलेल्या विश्वाची प्रकर्षानं आठवण येत असे. बाकी, इतर वेळीदेखील तिला किती नव्या गोष्टींशी जुळवून घ्यावं लागलं असेल, याची कल्पनाच केलेली बरी! वानगीदाखल सांगायचं, तर या गावात कुणीही इंग्रजी भाषा बोलायचं नाही. तसे डॅडींनी तिला त्यांच्या भाषेतले काही शब्द, वाक्यं शिकवली होती; पण ती अगदी जुजबी. 'काय कसं काय?', 'मी मजेत आहे' एवढ्यापुरतीच मर्यादित होती. मला वाटतं, या सगळ्या बदलांची नांदी चर्चमधल्या साहचर्य विधीच्या प्रसंगानं झाली असेल. एका अपरिचित देशात, अनोळखी लोकांच्या संगतीत तिला राहायचं होतं, आपल्या पहिल्या अपत्यजन्माचा अनुभव घ्यायचा होता अन् त्या वेळी ती एकटी होती अन् अवलंबून होती. तिचा नवरा आणि त्याच्या कुटुंबीयांवर!

पण हे सगळं करत असताना तिला नक्की वाटलं असेल की, ती जे काही करत होती, ते योग्यच होतं. डॅडींनाही पूर्ण आत्मविश्वास होता की, हेच त्यांच्या भल्यासाठी होतं. अर्थात या विषयासंदर्भात ते दोघं क्लीथॉर्प्समध्ये असताना काही अस्वस्थ करणारे प्रसंग घडले होते; पण डॅडींनी ममाला पटवलं होतं की, त्यांचं तिच्यावर मनस्वी प्रेम होतं, म्हणूनच इतर कुणा पुरुषानं तिच्याशी बोललेलं त्यांना मुळीच खपत नसे. अन् त्यांनी ते का खपवून घ्यावं, असा बहुतेक त्यांचा सवाल असावा. त्यांना त्यांच्या प्रेमात कुणी भागीदार नको होता आणि त्यांना खूश करायचं असेल तर ही गोष्ट तिनं समजून घ्यायलाच हवी. अशा वेळी ममानं

त्यांना समजावयाचा, पटवण्याचा प्रयत्न केला की, हे पुरुष दुसरे-तिसरे कुणी नसून तिचे शाळासोबती होते. त्यामुळे त्यांच्या गप्पा अगदी साध्या विषयांवरच्या असत. पण लवकरच तिला उमजलं की, नुकतंच लग्न झालेल्या आपल्या नवऱ्याच्या भावना दुखवायच्या नसतील, तर पूर्वीच्या मित्रांना टाळलेलंच बरं!

तिच्या मित्रांबाबतच नव्हे, तर तिची जिवलग मैत्रीण डायानाबद्दलही त्यांनी असहिष्णुतेचं धोरण अवलंबलं. तिच्या सहवासत वेळ घालवण्याची आवश्यकता नाही, असं बजावलं. "तू काही पूर्वीची लहान मुलगी राहिलेली नाहीस. आता एक तरुण स्त्री आहेस. आपलं दोघांचं वैवाहिक जीवन तुझ्या दृष्टीनं अधिक महत्त्वाचं असायला हवं. तेव्हा शाळकरी मित्र-मैत्रिणींबरोबरची मैत्री इथंच थांबवावी, हे बरं!" असं त्यांनी तिला अगदी स्पष्ट सांगितलं असणार. एकूणच, माझ्या डॅडींच्या भावभावना इतरांपेक्षा अधिक तीव्र स्वरूपाच्या असाव्यात. त्यांच्या बोलण्यात कसला म्हणून आडपडदा नसे. मनात एक अन् ओठावर दुसरं, असा मामला नसायचा. त्यामुळे अगदी हळूहळू, पण पद्धतशीरपणे त्यांनी ममाला पूर्णपणे आपल्या कह्यात आणलं. त्यांच्याविरुद्ध जायची तिची शक्ती मुळातूनच खुडून टाकली. ते तिला सतत बजावत राहायचे, "तुझं माझ्यावर प्रेम असेल, तुला माझ्या मनाची किंमत असेल; तर मी सांगतो तसंच वाग. माझ्याशी भांडणं, उलट उत्तर देणं, यामुळं माझं चित्त थाऱ्यावर राहणार नाही आणि त्यामुळे कदाचित आपलं लग्नच धोक्यात येईल. तेव्हा माझा शब्द पाळायचा, हे धोरण ठेवलंस तर ते सगळ्यांच्याच हिताचं होईल." आपली ही मतं ते तिच्यावर सतत बिंबवत राहायचे. दुसऱ्याला आपलं मत पटवून देण्यात डॅडी इतके हुशार होते की, त्यांच्यासारखी हुशारी मी फारच थोड्या माणसांमध्ये पाहिली आहे. माझ्या ममानं हळूहळू माघार घेण्याचं धोरण पत्करलं. कदाचित तिनं असा विचार केला असेल अन् बहुतेक स्त्रिया असाच विचार करतात की, नवऱ्यानं आपल्या बायकोवर वर्चस्व गाजवलं, स्वत:चाच हेका चालवला तर ते त्यांच्या दृष्टीनं काही गैर नाही. यालाच तर पुरुषार्थ म्हणतात! त्या काळी तर अशी विचारसरणी दृढ होती की, पुरुषांना आपल्याला काय हवं ते चांगलं ठाऊक असतं. म्हणूनच संसारात त्यांना नेहमी वरचष्मा हवा असतो. नवरा म्हणून तो तुमची सर्वतोपरी काळजी घेतो ना, मग स्त्रीनं त्याची अरेरावी सहन केलीच पाहिजे.

ही गोष्ट निर्विवाद सत्य होती की, डॅडींना घरी परतायची विलक्षण ओढ लागली होती आणि ममाही त्यांच्या भावना जाणत होती. मायदेशातली कोरडी, उबदार हवा, तिथलं साधंसुधं जीवन यांची त्यांना सतत ओढ होती. 'आपण माझ्या देशाला परत जाऊ, तिथे आपलं छोटंसं घर घेऊ– भाड्याचंच असेल ते. मागेपुढे अंगण असेल', असं गोंडस चित्र त्यांनी तिच्या डोळ्यांसमोर उभं केलं.

मग कुणीतरी कळवलं की, ब्रिंडिसीमध्ये नोकरीची संधी आहे. तेव्हा तर डॅडींची खात्रीच पटली की, मायदेशी जाण्यातच शहाणपणा आहे. ‘माझ्या, आपल्या माणसांच्या सहवासात राहण्याची संधी, चांगल्या नोकरीची शक्यता आणि आपलं स्वत:चं घर, मुलं वगैरे’ याबाबत त्यांनी स्वप्नं रंगवायला सुरुवात केली. ममाचं मन वळवलं. झालं! ममानं आपल्या कुटुंबीयांचा, मित्रमैत्रिणींचा निरोप घ्यायला सुरुवात केली. तिच्या मनातलं सांगायचं तर तिलाही अशा प्रकारे नव्यानं आयुष्य सुरू करायची इच्छा होतीच. क्लीथॉर्प्सचा निरोप घ्यायची तिनं मनाची तयारी केली. मिसेस अगियानो म्हणून तिला जी नवी संधी मिळणार होती, तेच जणू तिच्या मनाला हवं होतं. पूर्वायुष्याला निरोप देण्यासाठी तीही आता आतुर झाली.

अर्थात ही गोष्ट तितकी सोपी नव्हती. केवढं मोठं आव्हान होतं ते! ब्रिंडिसीच्या बंदरात पहिलं पाऊल ठेवताना तिच्या मनात जे विचार आले, ज्या भावना उचंबळून आल्या, त्याविषयी ती कधी माझ्याजवळ किंवा माझ्या बहिणीजवळ बोलली नाही. पण तो अनुभव तिला फार हेलावून टाकणारा असणार, यात शंकाच नाही. एकतर इतका दूरचा प्रवास तिनं यापूर्वी कधीच केलेला नव्हता. दुसरं म्हणजे, क्लीथॉर्प्सही ब्रिंडिसीसारखं सागरकिनाऱ्यावरलं गाव असलं तरी दोन्हींमध्ये जमीन-अस्मानाचा फरक असणार. क्लीथॉर्प्स कुंद, ढगाळ हवेचं गाव; तर ब्रिंडिसीमध्ये स्वच्छ, निळंभोर आकाश आणि तितकीच कोरडी, गरम हवा! इथला ॲड्रिॲटिक समुद्रही इंग्लंडच्या नॉर्थ सी पेक्षा खूप वेगळा! दक्षिण इटलीला देखण्या सृष्टिसौंदर्याचं वरदान लाभलं आहे. इथली घरं, इमारतीदेखील इंग्लंडमधल्या हम्बरसाइडपेक्षा खूपच वेगळ्या होत्या. ब्रिंडिसी गावातील बंदराला फार महत्त्व आहे आणि इथलं मध्ययुगीन चर्चही गावाच्या केंद्रस्थानी आहे. बहुतेक प्राचीन इमारती, स्मारकांची रचना गावातील प्रमुख चौकाभोवती केलेली आहे आणि इथेच एक धर्मशिक्षण देणारं महाविद्यालयही आहे, ज्यामध्ये जुन्या कलात्मक वस्तूंचा संग्रह आहे. त्यामध्ये एक संगमरवरी कलश आहे, ज्याचा उपयोग येशू ख्रिस्तानं पहिल्या चमत्काराच्या वेळी केला होता. कानामधील विवाहप्रसंगी मदिरा कमी पडली तेव्हा कलशातील पाण्याचं मदिरेत रूपांतर करून येशूनं तो अनिष्ट प्रसंग टाळला होता, अशी वदंता आहे.

अर्थात या जुन्या ऐतिहासिक इमारतींच्या जोडीला ब्रिंडिसीमध्ये आधुनिक इमारतीही आहेत. ज्यामध्ये अनेक छोट्या सदनिका आहेत. युद्धसमाप्तीनंतर या इमारती बांधण्यात आल्या. अशाच एका सदनिकेत ब्रुनोचं कुटुंब राहत असे. एका छोट्याशा फ्लॅटमध्ये ब्रुनोच्या आईसह त्याची इतर सर्व भावंडं राहत होती, हेच मुळी ममाच्या कल्पनेबाहेरचं असावं. एका छोट्याशा घरात इतकी माणसं राहतात, हे तिनं इंग्लंडमध्ये कधीच पाहिलेलं नव्हतं. नोनाला– ब्रुनोच्या आईला–

भेटताक्षणीच तिच्या मनातल्या स्वत:च्या स्वीकाराबद्दलच्या सर्व सुखद कल्पनांचा पार चुराडा झाला असणार. कुठल्याही नववधूची इतकी माफक कल्पना असते की, पतिगृही आपलं प्रेमानं स्वागत व्हावं, विशेषकरून ज्या ठिकाणी भाषेचा अडसर असेल अशा घरातल्या माणसांनी कृतीमधून, प्रेमळ मिठीतून आपलं प्रेम व्यक्त करावं; किमानपक्षी स्मितहास्यानं तरी! नोनाच्या रुक्ष, निरुत्साही स्वागतानं ममाचं मन नक्कीच दुखावलं असणार!

ही सगळी हकिगत ममानं मला पुढे बऱ्याच वर्षांनंतर– माझ्या तरुणपणी– सांगितली. नवीन घरानं तिचं मुळीच स्वागत केलं नव्हतं. त्याचं कारण केवळ ती परकीय मुलगी होती म्हणून नव्हतं. त्याचं तिला विशेष वाटलं नव्हतं, पण नोनानं उघड-उघड आपल्या सुनेबद्दल शत्रुत्व दाखवलं. पुढली बरीच वर्षं ममानं नोनाची मर्जी संपादन करण्याचा आटोकाट प्रयत्न केला; पण व्यर्थ! तिचा ममावरला राग यत्किंचितही कमी झाला नाही. तिनं आपल्या या १८ वर्षांच्या कोवळ्या सुनेचा नेहमी तिरस्कारच केला. त्याला दोन कारणं होती– ममा इंग्रजी मुलगी होती आणि कॅथॉलिक पंथीयही नव्हती! आपल्या लेकाच्या मानानं तर एल्व्हा अगदीच सुमार वाटली तिला. सारांश, या नव्या घरानं आपल्याला 'आपलं' म्हणावं, या एल्व्हाच्या इच्छेचा, आशेचा नोनाच्या वागण्यामुळे पार चुराडा झाला आणि त्या अपमानात भर पडली ती डॅडींच्या थंड वागण्याची. त्यांनी आपल्या आईला कधीच एका शब्दानंही तिच्या सुनेविषयीच्या दुस्वासामागचं कारण विचारलं नाही. या सगळ्यामुळे ममाचं मन भयंकर धास्तावलं. आपल्या आईच्या मनातले बायकोविषयीचे गैरसमज दूर करण्याऐवजी डॅडी पूर्णपणे तिच्या कह्यात असल्यासारखे वागू लागले. नोनादेखील आपल्या मनातल्या धुमसत्या रागाला वाट करून देण्यासाठी डॅडींवरच नव्हे, तर इतर मुलांवरही हुकमत गाजवू लागली. मुलांनी आपला आदर केला पाहिजे, मान राखला पाहिजे, हेच तिचं एकमेव ध्येय बनलं. भले, त्यांनी लग्नं केली असतील, त्यांना त्यांचे संसार असतील; परंतु त्यांनी आपली सगळी निष्ठा माझ्याच पायी ठेवली पाहिजे, ही अपेक्षा तिनं अनेक वेळा बोलून दाखवली. मुलांच्या वागण्यावर टीकाटिपण्णी करणं, त्यांच्या घरातल्या प्रत्येक गोष्टीवर, घटनेवर आपलं नियंत्रण ठेवणं – यात तिला काहीही गैर वाटत नसे. आपल्या आईच्या असल्या हुकूमशाही वृत्तीला आव्हान देण्याचं धाडस नोनाच्या एकाही मुलामध्ये नव्हतं, हीच खरी दु:खाची बाब होती.

लहानखुऱ्या चणीच्या या स्त्रीनं घरामध्ये एवढी दडपशाही करावी, हे एल्व्हाच्या आकलनशक्तीपलीकडचं होतं. पण नोना फार धूर्त होती, हेच खरं! त्यामुळेच आपल्या रागाचा, संतापाचा अस्त्र म्हणून उपयोग करण्यात ती फार तरबेज होती.

मुलांना कायम अपराधी वाटायला लावायचं आणि त्यांना आपल्या आज्ञा पाळायला लावायच्या, हे तिला इतक्या वर्षांच्या अनुभवानं सहजसाध्य झालं होतं. त्यामुळेच हे घर सोडून त्यांनी आपले स्वतंत्र संसार थाटू नयेत, या हेतूनं ती त्यांच्या वैयक्तिक आयुष्यात अधिकाधिक लुडबूड करू लागली. जणू त्यातच तिच्या आयुष्याची इतिकर्तव्यता होती. तिचं व्यक्तिमत्त्वही या स्वभावाला साजेसं होतं. आपल्या केसांचा ती मानेजवळ घट्ट अंबाडा बांधायची. तिचे कपडेही अगदी साधे, काळ्या रंगाचे असत. पण तिच्या तोंडाचा पट्टा मात्र कायम सुरू असे. खास करून आपल्या मुलींवर आणि सुनांवर तोंडसुख घेण्यात तिला आसुरी आनंद मिळत असे. घरातली सगळी कामं– स्वच्छता राखणं, स्वयंपाक करणं, मुलांचं संगोपन करणं– त्या करत असूनही तिचं कधीच कोणत्याही गोष्टीनं समाधान म्हणून व्हायचं नाही. तिचा सगळ्यात लाडका लेक ब्रुनोच होता. डॅडी केवळ १२ वर्षांचे होते तेव्हापासून धाकट्या भावंडांवर हुकमत गाजवायचे. जणू सगळे हक्क तिनं त्यांना बहाल केले होते. त्याच सुमारास त्यांचे वडील वारले अन् घरातलं प्रमुखपद डॅडींकडे चालून आलं. डॅडी दिसायला बरेचसे आपल्या आईसारखे होते अन् हेच साम्य दोघांच्या स्वभावातही आढळायचं. आपल्या मुलानं एल्व्हासारख्या मुलीबरोबर लग्न करावं, ही गोष्ट तिच्या कधीच पचनी पडली नाही. उलट तिची खात्री होती की, ममानंच त्यांना आपल्या जाळ्यात ओढलं होतं. ती उघडपणे ममाचा उल्लेख 'ती चवचाल इंग्रजी पोरगी' असा करायची आणि आपल्या बोलण्याचा सुनेला राग येतो, हे पाहून तिला आनंदाच्या उकळ्या फुटायच्या. आपल्याला एल्व्हा आवडत नसल्याचं तिच्यापर्यंत पोहोचल्याची खात्री करायची.

आपल्या घरापासून दूर अंतरावरच्या परक्या देशात येऊन गर्भारपण सोसणं आणि नवऱ्याच्या घरी अशा प्रकारच्या वातावरणाला तोंड देणं किती अवघड होतं, ते केवळ माझी ममाच जाणे. बिचारीला सतत आपल्या सासूचा तिरस्कार सहन करावा लागला. नवऱ्यापासून जे काही सुख तिला मिळालं, तेदेखील त्याची मर्जी राखल्यामुळेच! तो म्हणेल तसं वागायचं, तो सांगेल तसं करायचं; तरच तो खूश असायचा. चुकून कधी तिनं तिच्या होणाऱ्या पाणउताऱ्याचा उल्लेख त्याच्यापाशी केला, तर तो इतका चिडायचा की, तिला गप्प बसणं भाग पडायचं. त्यानंतर त्याच्या वेगळ्याच भडिमाराला तिला सामोरं जायला लागायचं. "तुझं डोकं तर फिरलं नाही ना?" असं तो तिला विचारायचा. आपल्या भावंडांबरोबर मात्र तो अतिशय चांगलं वागायचा. 'खूप हिंडला-फिरलेला, देखणा दादा' अशीच त्याची प्रतिमा होती त्यांच्या मनात. 'आपल्या दादावर मुली फिदा होत असणार', असं त्यांना वाटायचं. एकांतात असताना ममाला अनेक गोष्टी

समजू लागल्या. त्यातली महत्त्वाची गोष्ट अशी होती की, तिच्या मनातल्या चिंता त्यानं कधी समजून घेण्याचा प्रयत्न तर केलाच नाही; उलट त्याच्या दृष्टीनं ती कृतघ्न होती. तिची काय कर्तव्यं आहेत, याचीच त्यांनी तिला सतत जाणीव दिली. मी आणि माझ्या कुटुंबानं तुझ्यासाठी किती अन् काय केलंय याचा ते तिच्याजवळ पाढा सतत वाचत असत. या सगळ्यांचा डॅडींना अपेक्षित होता तोच परिणाम झाला. तिनं तक्रार करणं सोडून दिलं. आपले मुद्दे ते इतक्या ठामपणे मांडत की, शेवटी तिला वाटू लागे, 'इतर कुणाचं काही चुकलेलं नाही; मीच वाईट वागलेय. तेव्हा माफीही मीच मागायला हवी.' डॅडींचा हा स्वभाव इतरांच्या बाबतीतही तसाच होता. समोरच्या माणसाला ते आपल्या बोलण्यानं पूर्णपणे निष्प्रभ करत. एकूण परिस्थितीचा अंदाज आल्यानंतर माझ्या ममानं पडतं धोरण स्वीकारण्याचा निर्णय घेतला त्यात नवल ते काय? घरातली बाकी सगळी माणसं नवखी, परकी असताना तिच्यावर प्रेम करणाऱ्या, तिची काळजी घेणाऱ्या नवऱ्याला नाखूश ठेवण्यातला धोका ती नक्कीच समजू शकत होती. शिवाय तिच्यापुढे दुसरा पर्याय तरी कुठे होता? परक्या देशात एकाकी पडलेल्या ममाची सगळीकडून कोंडी झाली होती, हाच त्याचा अर्थ होता.

एकीकडे माझ्या ममाच्या मनातली भीती वाढू लागली, तर दुसरीकडे मायदेशी परतल्याच्या भावनेनं डॅडी खूश झाले होते. तसं पाहिलं तर नोनाचं आपल्या मुलावरचं प्रेम परकीय मुलीशी त्यानं लग्न करण्याच्या कृत्यानंदेखील कमी झालं नाही. माझ्या आईच्या दृष्टीनं एकच गोष्ट तिच्या बाजूची होती– डॅडींना आपल्या नव्या नवरीबरोबर त्यांच्या आईच्या घरात राहायचं नव्हतं. त्या हेतूनं ते घरही शोधायला लागले होते. त्या दिवसांत, सकाळी उठल्यापासून धास्तावलेल्या अवस्थेत ममा घरात चोरपावलांनी वावरायची. सासूच्या कोपापासून स्वत:ला दूर ठेवायचा आटोकाट प्रयत्न करायची. नोनाचा दिवसाचा बराच वेळ स्वयंपाकघरात जायचा. सतत घासपूस आणि स्वयंपाक करणाऱ्या या बाईच्या मते इतर बायकांनी पण हेच करावं. ते न करणाऱ्या स्त्रीबद्दल तिचं मत कधीच चांगलं नसायचं. सासूच्या तोंडपट्ट्यापासून दूर राहण्यासाठी ममा स्वयंपाकघरापासून चार पावलं दूर राहायची; तेव्हा नोना तिला 'आळशी', 'कामचुकार' अशी दूषणं द्यायची. इटालियन पाककृतींबद्दल एल्व्हा अनभिज्ञ होती यावरूनही तिला शिव्या खाव्या लागत. याहूनही एक महत्त्वाची गोष्ट होतीच– ममाला इटालियन भाषा येत नसल्यामुळे ती काहीही प्रत्युत्तर देऊ शकत नसे आणि या गोष्टीचा पुरेपूर फायदा माझी आजी घेत असे.

मग ममानं इटालियन भाषा शिकायला सुरुवात केली. कुणाशी मैत्री करण्यासाठी, मनाला काहीतरी विरंगुळा मिळवण्यासाठी हे करणं अगदी आवश्यक वाटलं

तिला. नव्या देशात, नवख्या लोकांमध्ये त्यांची भाषा समजत नाही अशा वातावरणात राहावं लागल्यामुळे माणसाला किती एकाकीपणा जाणवत असेल त्याची कल्पनाच केलेली बरी. 'हाय! हॅलो' करणं, साध्या विनंत्या करणं इतपतच भाषा येणं वेगळं आणि लोकांशी खरा संवाद साधणं, त्यांना आपली ओळख-व्यक्तित्व पटवणं वेगळं! गप्पा मारणं, हास्यविनोद करणं या गोष्टी भाषेवर प्रभुत्व असल्याशिवाय जमत नाहीत. डॅडी घरी असले की, ते ममाबरोबर इटालियन भाषेत बोलायचे. नशीबच म्हणायचं की, त्यांची एक बहीणही तिच्याबरोबर त्यांच्याच भाषेत बोलायची आणि ममाच्या चुका शांतपणे सुधारायचीदेखील! तरीदेखील नवी भाषा शिकणं सोपं निश्चितच नव्हतं. त्यासाठी ममाला एकटीनंच खूप कष्ट घ्यावे लागले, तेही बाळंतपण तोंडावर आलं असताना! १५ डिसेंबर, १९६९ या दिवशी तिला स्थानिक रुग्णालयात नेण्यात आलं आणि १६ डिसेंबरला माझ्या बहिणीचा जन्म झाला. आपल्या जिवलग मैत्रिणीचं डायानाचं नावच आपल्या मुलीला ठेवायचं, असा तिचा निश्चय होता. पण डॅडींनी त्यात एक खोट काढली. ते म्हणाले, "या नावाचा इथे इटलीत नेहमीच चुकीचा उच्चार डी-ॲना (Dee-anna) होईल. तेव्हा आपण आणखी एकदा 'ए' हे अक्षर घालू व ते Daiana असं लिहू, तरच इटालियन लोक त्याचा उच्चार इंग्रजी लोकांप्रमाणे डायाना असा करतील." ममानं त्यांचं म्हणणं मानलं, हे वेगळं सांगायला नकोच!

आई झाल्याचा ममाला आनंद झालाच, पण तो क्षणभंगूर ठरला. पुन्हा नोनाच्या घरी जायचं, या विचारानं ती झाकोळूनही गेली आणि तिच्या मनातली भीती खरीच ठरली. आता माझी आजी ममावर आणखी एका टीकेचा भडिमार करू लागली. 'मुलांना कसं वाढवावं, ते तुला कळत नाही!' खरं म्हणजे, या तक्रारीत काहीही अर्थ नव्हता. पण सततच्या टीकेमुळे ममाला अतिशय उदास वाटायला लागलं. तिच्या शारीरिक आणि मानसिक थकव्यात नवी भर पडली. पण लवकरच हे नष्टचर्य संपणार, अशी चिन्हं दिसू लागली. ब्रिटिश पेट्रोलियम या कंपनीचा तुरिन या गावी एक तेलशुद्धीकरण कारखाना होता. तिथे डॅडींना नोकरी मिळाल्यामुळे पुन्हा एकदा स्थलांतराचा योग आला. हे स्थलांतरही मोठं– १००० कि.मी. अंतरावर इटलीच्या पश्चिमोत्तर (वायव्य) दिशेला– होतं. तुरिन हे गाव आल्प्स पर्वतरांगांच्या मध्यभागी वसलेलं असल्यामुळे डॅडींच्या सवयीचा समुद्रकिनारा इथे असणार नव्हता. हवामानातही मोठा बदल– कडक थंडीचा हिवाळा आणि सौम्य गारव्याचा उन्हाळा– अनुभवायला मिळणार होता. तुरिनमध्ये अनेक मोठमोठे कारखाने, उद्योगधंदे आहेत. फियाट हा मोटार कारखानाही याच गावी आहे. लांब-रुंद पसरलेल्या तुरिनची लोकसंख्या २० लाखांहून जास्त

आहे. तात्पर्य, ब्रिंडिसीहून हे गाव पूर्णपणे वेगळं होतं.

डॅडींनी प्रत्यक्ष शहराबाहेर राहण्याचा निर्णय घेतला. त्यांनी तुरिनपासून वीस किलोमीटर अंतरावरील शिव्हासो या गावाच्या सरहद्दीवर एक छोटी जागा घेतली. तशी ही जागा म्हणजे खऱ्या अर्थानं मळा वगैरेसारखी नव्हती. ग्रामीण भागातली घरं ज्या पद्धतीची– मागेपुढे मोकळी जागा असलेली– असतात, तशी होती. घरातल्या गरजेपुरती थोडीफार जनावरं बाळगण्याइतपत सोय इथे होऊ शकली असती. इथे लोक शेती करायचे नाहीत; पण जनावरं मात्र अवश्य पाळायचे. थोडी डुकरं, काही कोंबड्या, बदकं वगैरे बहुतेक घरांमध्ये असायचीच. जनावरं पाळायची, त्यांना खाऊ-पिऊ घालायचं आणि घरातल्या सणवाराला, समारंभाला त्यातलंच एखादं कापायचं– अशी प्रथा होती.

कजाग सासूपासून दूर राहण्याची संधी मिळणार, नव्यानं सुरुवात करता येणार, या विचारानंच ममाचा जीव भांड्यात पडला असणार. पण आता एक वेगळीच चिंता तिच्या मनाला भेडसावू लागली. लहान-सहान चुकांवरून अलीकडे डॅडी तिची खरडपट्टी काढू लागले आणि दर वेळी तिनं कितीही क्षमायाचना केली तरी ते आपला कित्येक दिवस अबोला सोडत नसत. खात्री वाटत होती की, तिला त्यांच्या कुटुंबीयांपासून आपण दोघंच स्वतंत्र, तेही ब्रिंडिसीपासून दूर अंतरावर राहिलो तर खऱ्या अर्थानं आपल्या स्वतःच्या संसाराला सुरुवात करता येईल. वैवाहिक सुखाची पहाट आपल्या आयुष्यात उगवेल. डॅडींनाही ग्रामीण जीवनाची जी अपेक्षा होती, त्यात हे घर चपखल बसत होतं. त्यामुळे नव्या ठिकाणी तेही सुरुवातीला आनंदात होते. पण नव्या गावी स्थिरस्थावर झाल्यावर त्यांच्यातला इटालियन नवरा उफाळून आला. एखाद्या पारंपरिक इटालियन पत्नीप्रमाणे एल्व्हानं आपली मर्जी सांभाळावी, असं त्यांना वाटू लागलं. लहान मुलीचं संगोपन करून घर सांभाळताना तिची जी शारीरिक व मानसिक ओढाताण होत होती, त्याची त्यांना कल्पना नव्हती किंवा पर्वाही नव्हती. आपल्या मुलीसंबंधात तिच्या मनात काही काळजी असू शकेल, याविषयी ते पूर्णपणे बेफिकीर असायचे. 'सगळ्याच स्त्रिया ही जबाबदारी पार पाडतात, त्यात तू काय असं विशेष करते आहेस', असं ते तिला म्हणायचे. त्यामुळे ममा कधी थकली, त्यामुळे रडू लागली तर तिकडे डॅडी लक्ष तर देत नसतच; उलट त्यांना त्या सगळ्याचा रागच येत असे.

ममासमोरच्या अडचणी संपत नव्हत्या, हेच खरं. दुसऱ्या कुणाच्याही– तिची आई किंवा तिच्यासारखीच एखादी तरुण आई जिच्याकडे ती आपल्या समस्या बोलू शकली असती– मदतीशिवाय, आधाराशिवाय लहानग्या डायानाचं संगोपन करणं तिला कधी कधी जिकिरीचं वाटायचं. अर्थात याचा अर्थ असा नव्हता की,

ती आपल्या तान्हुलीवर प्रेम करत नव्हती. तिच्या जन्मापासून, तिच्या हातात नवजात मुलीला ठेवलं गेलं तेव्हापासूनच ती डायानावर प्रेम करू लागली होती. पण ती एकटी कुठे कुठे पुरी पडणार? सुरुवातीच्या काही महिन्यांमध्ये मुलांची अनेक आजारपणं– सर्दी-खोकला, वायूमुळे पोट फुगणं, त्यानंतर दात येतानाच्या वेळी पोट बिघडणं– या सगळ्यांमुळे करावी लागणारी जागरणं यामुळे ममा विलक्षण थकून जायची. अशावेळी तिला मदत करणं तर दूरच, पण डॅडींना त्यांच्या आईनं एल्व्हावर केलेली टीकाच जास्त करून आठवायची, असं आता मला वाटतं. कारण दर वेळी ते तिला सतत आठवण करून द्यायचे की, मुलीचं संगोपन करण्याव्यतिरिक्त तिच्या इतरही काही जबाबदाऱ्या आहेत. मुलीपेक्षा अधिक महत्त्वाचा होता तो तिचा नवरा आणि घराकडे लक्ष देणं. घर कसं नेहमी स्वच्छ, लखलखीत, टापटीप असायला हवं. कपडे नुसते धुतलेले नकोत, तर त्यांना तिनं इस्त्रीही केली पाहिजे आणि जेवणही वेळच्या वेळी तयार असलं पाहिजे. त्यांना मात्र यापैकी कुठलीच जबाबदारी घ्यायची नव्हती, अगदी मुलीला सांभाळण्याचीदेखील! कारण ते घरातले कर्तासवरता होते. पतीची सेवा करायची, हे तिचं आद्य कर्तव्य होतं. त्यासाठी अधिक कष्ट करावे लागले, तर तिनं कुरकुरू नये.

'नवीन घरामध्ये सुखाचे दिवस अवतरतील', हे ममाचं स्वप्न फार लवकर भंगलं. 'तू अगदी कुचकामी आहेस', असं डॅडींनी तिला इतक्यांदा सुनावलं की, तिलाही ते खरंच वाटू लागलं. स्वत:मधल्या या सगळ्या कमतरतांच्या जाणिवेनं तिला इतकं वाईट वाटायचं की, ती आपल्या खोलीत जाऊन बंद दाराआड मनातल्या दु:खाला वाट करून द्यायची. आपण काय केलं म्हणजे ब्रुनो समाधानी होईल अन् त्यासाठी आवश्यक ती शक्ती कोठून आणायची, हेच तिला समजत नसे. तिला वाटायचं, ब्रुनो म्हणतो त्यात चूक काहीच नाही. तो तिला सांगत असे की, त्याला नाखूश ठेवणं म्हणजे केवळ गबाळेपणा नव्हता, तर ते एक प्रकारचं पापही होतं. आळशीपणा म्हणजे पापच! इतकंच काय पतीला खूश ठेवण्यात अपयश येणं यासारखं दुसरं मोठं पाप नाही.

ब्रूनो नेहमीच पाप या विषयावर वक्तव्य करत असे. हळूहळू ममाच्या ध्यानी येऊ लागलं की, आपल्या हट्टीपणामुळे, मनमानीपणामुळे ती पतीचीच नव्हे तर देवाचीही आज्ञा मोडत होती. खरंतर, अगदी मनापासून तिला डॅडींना खूश करायचं होतं. त्यांनी तिचं एक चांगली मुलगी म्हणून कौतुक करावं, असं तिला नेहमीच वाटत असणार. कारण ते तिला नेहमी सांगायचे, "माझं तुझ्यावर खूप प्रेम आहे. तुझंही माझ्यावर प्रेम असेल तर ते तू आपल्या कृतीतून दाखवायला नको का?" तिच्याविषयीच्या त्यांच्या सर्व अपेक्षा– तिनं कोणते कपडे घालावेत,

कसं वागावं, इतकंच नव्हे तर तिनं कसा विचार करावा– पुऱ्या करायचा ती आटोकाट प्रयत्न करायची. अर्थात ब्रुनो तिच्यावर नेहमीच चिडलेला असायचा, हे खरं नव्हतं. तिच्यावर खूश असला की, ब्रुनो खूप प्रेमानं वागायचा आणि तिला जाणीव करून द्यायचा की, तिच्याशिवाय त्याला दुसऱ्या कुणाचीही पर्वा नव्हती. अशा वेळी तो लाडात येऊन तिला आंजारायचा, गोंजारायचा, तिच्या सौंदर्याचं कौतुक करायचा अन् मग काहीतरी घडायचं– एखादं क्षुल्लक कारणही त्याला संतापायला पुरायचं. तिनं जेवणच पुरेसं गरम केलेलं नसायचं किंवा असंच काहीतरी. पण तेवढ्यावरून त्याचं इतकं बिनसायचं की, घरातलं सगळं वातावरणच दूषित होऊन जायचं. 'ये रे माझ्या मागल्या' या न्यायानं तो तिला दूषण देऊ लागायचा. 'तू मूर्ख आहेस', 'निर्लज्ज आहेस', 'बावळट आहेस' वगैरे वगैरे. हळूहळू हे सगळं नित्यनेमाचं झालं. याचा परिणाम असा झाला की, ममा आमूलाग्र बदलून गेली. आपल्या घरादारापासून, कुटुंबापासून, मित्रमैत्रिणींपासून दुरावलेली ही तरुण मुलगी पूर्णपणे एकाकी पडली. त्यातच नवऱ्याच्या अशा विक्षिप्त वागण्याची भर पडल्यामुळे तिचं व्यक्तिमत्त्व दुभंगत गेलं, तिच्याही नकळत! आता तिनं स्वत:ला डॅडींच्या अपेक्षांच्या साच्यात बंदिस्त करायला सुरुवात केली. त्यांचा पारा चढू नये यासाठी ती पदोपदी काळजी घेऊ लागली. हे अगदी हळूहळू घडत होतं, पण डॅडींच्या नाराजीची भीती तिच्या संपूर्ण मनाचा ताबा घेऊ लागली. त्या भीतीच्या दडपणाखाली ती दिवस काढू लागली, असं म्हणणं अधिक योग्य ठरलं असतं आणि ही भीती किती वेगवेगळ्या प्रकारची होती, हे एक तीच जाणू शकत होती. त्यामुळे चुकून काही आगळीक घडलीच तर ती आपण होऊन त्याविषयी कबुली देऊन टाकायची. ब्रुनो तिला म्हणाला, ''तू मला नाराज केलंस'' की, ती लगेच त्याची माफी मागायची. ''पुन्हा अशी चूक होणार नाही. मीच मूर्ख म्हणून अशा चुका माझ्या हातून नेहमी घडतात,'' असा काहीतरी कबुलीजबाब देऊन टाकायची. हे सगळं करण्यासाठी तिला सतत जागरूक राहावं लागे. दिवसभर कष्टाचे डोंगर उपसावे लागत. निदान तेव्हा तरी तो खूश होईल, तिच्यावर प्रेम करेल, एवढीच माफक अपेक्षा ती ठेवू लागली.

या खडतर वाटचालीत केवळ एकाच जीवनरेखेचा दिलासा तिला वाटायचा. तिला आता इटालियन भाषा चांगल्या प्रकारे बोलता येऊ लागली. घरी आता ती फक्त त्याच भाषेत बोलू लागली. डायानाशी बोलतानाही ती त्याच भाषेचा वापर करू लागली. भाषेचा अडसर दूर झाला की, शेजाऱ्या-पाजाऱ्यांबरोबर ओळखी होतील, ही आशा तिच्या मनात होती. या सगळ्या जीवघेण्या कसरतींना जमेल तितक्या धैर्यानं तोंड देत असताना, मनामध्ये भविष्यात काय वाढून ठेवलंय याविषयीच्या शंकांचं उत्तर शोधत असताना तिच्या लक्षात आलं की, पुन्हा एकदा

तिला दिवस राहिले होते. त्या वेळी डायाना फक्त पाच महिन्यांची होती. डायानाच्या पहिल्या वाढदिवसापर्यंत लगेचच दुसऱ्या बाळंतपणाला सामोरं जायची वेळ आली. २१ जानेवारी १९७० या दिवशी इमॅन्युएलचा जन्म झाला.

'मुलगा झाला', 'वंशाला दिवा मिळाला' या विचारानं डॅडी खूश झाले. ममाचं काम दुपटीनं वाढलं; पण त्यांना कुठे त्याची पर्वा होती? घर व्यवस्थित चालवायला हवं, ही त्यांची अपेक्षा तसूभरही कमी झाली नाही. एक वर्षाचं, घरभर रांगणारं, नाना उपद्व्याप करणारं मूल सांभाळणं, हे काम किती कठीण असतं, हे त्या मुलाची आईच समजू शकते. त्यातच आणखी एका मुलाची भर! दिवसाअखेरीला ममा इतकी थकून जायची की, उभं राहण्याचे त्राणही तिच्या शरीरात नसायचे. नवरा घरी नसायचा त्या वेळी तिच्या मनावर दडपण तरी नसायचं. मुलांबरोबर ती आनंदात वेळ घालवू शकायची. धाकटा इमॅन्युएल झोपला की, ती डायानाबरोबर बागेत जायची. ती फुलं तोडत असताना डायाना तिच्या पायात घोटाळायची. उन्हात बसून तिला पुस्तक वाचून दाखवतानाही ममाला मनापासून आनंद वाटायचा. दोघाही मुलांवर ती खूप माया करायची. पण आयुष्यातला विरोधाभास पचवणं तिला फार कठीण जायचं. डॅडी चांगल्या मूडमध्ये असले की, तिच्यावर प्रेमाचा वर्षाव करायचे. 'तूच माझं सर्वस्व आहेस. दुसरी कुठलीही स्त्री मला तुझ्याइतकी सुंदर वाटत नाही', असं म्हणून तिला प्रेमवर्षावात गुदमरवून टाकायचे. बिचारी तेवढ्यावरच खूश व्हायची. तिला वाटायचं, सोन्यासारखी दोन गोंडस मुलं आहेत, मायदेशीचं कुंद, ढगाळ वातावरण नाहीये... नवरा जिवापाड प्रेम करतोय... आणखी काय हवं आपल्याला? पुढल्या क्षणी डॅडी तिच्यावर टीकास्त्र सोडायचे की, तिला वाटायचं, 'आपण खरोखरच सुखी आहोत की, सुखाचा निव्वळ आभासच आपल्याला आनंदित करतो?' त्या वेळी आणखी एक गोष्ट तिला आठवायची. ब्रुनोनं तिचा पासपोर्ट लपवून ठेवला होता. मायभूमीहून शेकडो मैल दूर, पूर्णपणे असहाय, दिवसरात्र नवऱ्याची मर्जी सांभाळायची– आपलं आयुष्य नवऱ्यानं बंदिस्त केलेल्या कैद्याच्या आयुष्याहून वेगळं आहे का? वास्तव नक्की काय आहे? हे प्रश्न तिच्या मेंदूचा भुगा करायचे. त्यांची उत्तरं सापडली नाहीत की, हताश होऊन ती मुलांना कवटाळायची अन् अंथरुणावर पडून डोळ्यांतल्या अश्रूंना वाट करून द्यायची. तेवढंच तिच्या हाती होतं. थोड्या दिवसांसाठी का होईना, पण घरी जावं, आईला भेटावं– हा विचारही ती करू शकत नव्हती. कारण तेवढा पैसा शिल्लक राहतच नव्हता. ब्रुनो खूप कष्ट करत होता, पण त्याचा पगार तेवढा उत्तम नव्हता. प्राप्त परिस्थितीला तोंड द्यायचं, मुलांचं संगोपन करायचं आणि नवऱ्याच्या संतापापासून त्यांना दूर ठेवायचं, यातच ती आयुष्याची इतिकर्तव्यता मानू लागली.

आपल्या लाडक्या लेकावरचा हक्क सुटू नये याची खबरदारी घेण्याच्या हेतूनं नोना मुलाच्या घरी आली. गेल्या काही महिन्यांत एल्व्हानं इटालियन पद्धतीचं जेवण बनवण्यात लक्षणीय प्रगती केली होती. या गोष्टीचा नोनाला अभिमान वाटायला हवा होता, आश्चर्य वाटायला हवं होतं. नाहीतरी ब्रुनोची तिच्याकडून तीच अपेक्षा होती. तिनं त्याची अपेक्षा तर पुरी केलीच, पण तिचा स्वयंपाक चविष्टही होऊ लागला. इटालियन जेवणातले महत्त्वाचे पदार्थ– पिझ्झा, पास्ता ती उत्तम बनवत असे. त्या-त्या मोसमात मिळणाऱ्या भाज्या आणि नेहमीच्या वापरातले साधे मसाले– तुळशीची पानं (Basil), पार्स्ले, लसूण आणि ऑलिव्हचं तेल वापरून केलेलं जेवण ब्रुनोला आणि मुलांनाही आवडायचं. पण नोनानं तिचं कधीही कौतुक केलं नाही. घरी आल्या-आल्या तिनं स्वयंपाकघराचा ताबा आपल्याकडे घेतला. 'एका मोठ्या कामातून तात्पुरती सुटका' – अशीच कुठल्याही तरुण सुनेची अशा वेळी प्रतिक्रिया झाली असती; पण हेही समाधान ममाला तिच्या सासूनं मिळू दिलं नाही. 'तुला काही धड जमत नाही करायला' या टीकास्त्रामुळे घरातलं वातावरण गढूळलेलंच राहायचं.

जेवताना लाल मदिरा प्यायची पद्धत इटलीत घरोघरी दिसून येते. पण डॅडींना दारू मनापासून आवडत नसल्यामुळे ते क्वचितच घेत. अगदी नाताळच्या सणादिवशीदेखील ते मदिराप्राशन करत नसत. त्यांचं बालपण दक्षिण इटलीत गेलेलं होतं. या प्रांतात ख्रिसमसला धार्मिक महत्त्व असल्यामुळे तो दिवस धार्मिक सुट्टीचा म्हणूनच मानण्यात येई. सर्वसाधारणपणे ख्रिसमस म्हणजे पैशाची लयलूट, असा समज असतो! डिसेंबरमध्येही इटलीतील हवा फारशी थंड झालेली नसते. असे किती ख्रिसमसचे सण आले अन् गेलेही. दिवसभराच्या कामाच्या रामरगाड्यात ममाचे दिवस कधी उगवायचे अन् कधी मावळायचे, ते तिला कळायचंच नाही. कधी कधी तिला या सगळ्याचा वैताग यायचा. काम कधी संपणार की नाही, या विचारानं डोळ्यांत अश्रूंचे कढ दाटायचे. बघता-बघता दिवस, महिने, वर्षं सरली अन् डायानाची शाळेत जायची वेळ जवळ येऊन ठेपली.

गावातली शाळा घरापासून फार दूर नव्हती. शेजारी राहणारं एक कुटुंब डायानाला आणि पुढे इमॅन्युएललाही आपल्या बैलगाडीतून शाळेत सोडायचे. शाळा काही खास नव्हती. ममाला नेहमी वाटायचं, या देशात, विशेषतः या छोट्या गावात कित्येक वर्षांत काही म्हणता काही फरक झालेला नसावा. डायाना हुशार होती. सर्वसाधारण इटालियन मुलींसारखीच ती दिसायची अन् बोलायची. त्यामुळे मुलींशी मैत्री करायला तिला वेळ लागला नाही. शाळेत जायलाही तिला मनापासून आवडायचं. एल्व्हाला तिच्या अभ्यासातली प्रगती पाहून खूप आनंद व्हायचा. कारण डायानाला पुस्तक वाचायची आवड होती आणि ती आजूबाजूच्या

जगाबद्दल चौकस बुद्धीचीही होती.

इमॅन्युएलची गोष्ट मात्र वेगळी होती. तो फार दंगेखोर, आरडाओरडा करणारा मुलगा होता. इतरांशी मैत्री करणं त्याला जमायचं नाही आणि खेळताना त्यांच्याशी जमवून घेता न आल्यामुळे बऱ्याच वेळा तो एकटा पडायचा. ममाला मात्र खात्री होती की, हळूहळू तो रुळेल. तिनं तर विचार करायला सुरुवात केली की, आपणही आता कॉलेजशिक्षण घ्यावं किंवा अर्धवेळ नोकरी करावी. पण तिला आपलं मन मारावं लागलं. डॅडींनी अगदी ठामपणे तिला बजावलं, "तुझी जागा घरात. चूल अन् मूल या जबाबदाऱ्या सांभाळ म्हणजे झालं." त्या नकारामागे आणखीही एक कारण होतं. ते पुन्हा एकदा नोकरी बदलण्याचा विचार करत होते. या वेळी त्यांनी थ्री एम (3M) या नावाचं चिकट द्रावण बनवण्याच्या गावात नोकरी धरली. हा कारखाना नेपल्सजवळील कॅसर्टा गावाजवळील एका खेडेगावात होता. त्याचं नाव होतं कॅट्युरानो. तुरिनपासून ८०० कि.मी. अंतरावर. पण दक्षिणेकडच्या भागात ममाच्या दृष्टीनं पाहिलं तर पुन्हा एकदा नवं गाव, नवे लोक, नवा परिसर. बाकी घरातली परिस्थिती तीच– घरकाम एके घरकाम आणि नवऱ्याची मर्जी सांभाळणं!

याच सुमारास ब्रुनोमध्ये एक बदल घडला. आता त्याला धर्मामध्ये अधिक रस वाटू लागला. हा बदल म्हणजे एक प्रकारचं अनिष्ट वळण आहे, हे ममाच्या लक्षात आलं. खरं पाहिलं तर डॅडी अतिशय बुद्धिमान होते. त्यांचं वाचनही पुष्कळ होतं. पण त्यांचा कल एका विशिष्ट प्रकारच्या वाचनाकडे होता. त्यांना बायबलवरील भाष्यं वाचायला आवडायची. खास करून अशी भाष्यं – जी बायबलमधल्या गुप्त सांकेतिक कोड्यांविषयी अंदाज वर्तवायची. त्यांचा बायबलचा अभ्यास बऱ्यापैकी गाढा होता. त्यातले अनेक उतारे त्यांना तोंडपाठ होते आणि आपला एखादा मुद्दा पटवून देण्यासाठी ते अशा उताऱ्यांचा हुशारीने उपयोग करत असत. पण का कुणास ठाऊक, कॅथॉलिक पंथाची शिकवण त्यांचं पुरेसं मानसिक, आध्यात्मिक समाधान करू शकत नव्हती. म्हणूनही असेल, त्यांनी इतर धर्मांचा, विशेषत: प्राचीन गूढवादाचा (ancient mysticism) अभ्यास सुरू केला. त्या अनुषंगानं त्यांचं लक्ष गूढविद्येकडे (occult) गेलं. या सगळ्याचा ममाच्या मनाला प्रचंड धक्का बसला. पण ती त्यांना विरोध करू शकत नव्हती. क्वचित कधी तिनं त्याविषयी बोलायला सुरुवात केली तर ते तिला उडवून लावत, कुचेष्टेनं हसत किंवा आपल्या ज्ञानाच्या भडिमारानं गारद करत.

दिवसेंदिवस त्यांची खात्री पटत गेली की, वेगवेगळ्या धार्मिक पुस्तकांच्या वाचनानं, तसंच गूढविद्येच्या साह्यानं त्यांना त्यांचं ईप्सित साध्य करता येईल. घरात त्यांनी चर्चमध्ये असते तशी प्रार्थनावेदी (altar) तयार केली व तिच्यावर

उभे राहून ते मंत्रपठण करू लागले. टॅरो तत्त्वज्ञान वाचू लागले आणि काही काही वस्तूंची मंत्राहुती देऊ लागले. ममा या सगळ्या प्रकारामुळे हादरली असली तर नवल नव्हतं. घरामध्ये ऊदधुपादी वस्तू जाळल्यामुळे एक प्रकारचा विचित्र वास भरून राहू लागला. तिनं परोपरीनं त्यांचं मन वळवायचा प्रयत्न केला, पण व्यर्थ! मुलांसाठी तरी असले प्रकार थांबवले पाहिजेत, अशा विनवण्या केल्या; पण त्यांच्यात काही बदल झाला नाही. उलट आता ते तिला सांगू लागले, "या सगळ्यामुळे माझ्यामध्ये एक अंतर्दृष्टी निर्माण झाली आहे. त्यामुळे मला जे दिसू शकतं, ते तुम्हा सामान्यांना दिसणार नाही अन् कळणार तर मुळीचच नाही. माझ्यावर खास दैवी कृपा झाली असल्यामुळे अनेक नवी गूढं मला उकलल्यासारखी वाटताहेत. देवानंच माझी त्यासाठी योजना केली आहे." – एक ना दोन. वरून पाहिलं तर माझे डॅडी पूर्वीसारखेच होते, त्यांच्यात काही फरक दिसायचा नाही. कारखान्यात ते नेहमीप्रमाणेच भरपूर काम करायचे. मित्रमंडळींमध्ये हास्यविनोद करायचे. काही बदल मात्र नक्कीच घडले. आता ते काम संपल्यानंतर मित्रांबरोबर पेयपान करत नसत किंवा कुणाला आपल्या घरीही बोलवत नसत. मित्रांपैकी कुणाला ममानं विचारलं असतं, "तुम्हाला काही फरक दिसतोय का ब्रुनोमध्ये?" तर ते म्हणाले असते, "छे: छे! ब्रुनो अगदी पूर्वीसारखाच वागतो, पहिल्यासारखाच आनंदी अन् खेळकर आहे." प्रामाणिकपणे सांगायचं तर हे धर्मकांडाचे प्रकार सोडल्यास एरवी घरामध्ये काही फरक पडले नाहीत. दैनंदिन जीवन 'मागील पानावरून पुढे चालू' असंच राहिलं. डायाना आणि इमॅन्युएल तसे लहान होते वयानं. पण बालवयातही त्यांना इतपत समज नक्कीच होती की, डॅडींना खूश ठेवायचं असेल तर ते सांगतील ते काम ताबडतोब करायचं. त्यांच्यासमोर दंगामस्ती केली की, आपल्या मुस्कटात बसणार, हेही ते अनुभवानं शिकले. ममाला त्याचं काही विशेष वाटलं नसावं, कारण त्या काळी म्हणजे सत्तरीच्या दशकात बहुतेक घरांमध्ये शिस्त लावण्यासाठी बडगा वापरावा हाच समज होता.

'मुलं मोठी होताहेत, आपल्यापासून खेळाच्या, अभ्यासाच्या निमित्तानं का होईना पण थोडी दूर राहताहेत, थोडा मोकळा वेळ आपल्याला मिळण्याची चिन्हं दिसताहेत,' या विचारानं ममाला हायसं वाटू लागलं असेल-नसेल तोवर तिच्या या अपेक्षांना पुन्हा एकदा सुरुंग लागण्याची लक्षणं दिसू लागली. १९७७ च्या उन्हाळ्याच्या सुरुवातीला ममाला तिसऱ्या अपत्याची चाहूल लागली. १८ जानेवारी १९७८ ला माझा जन्म झाला. माझं नाव नतालिया कॉसिमा अगियानो (Natalia Cosima Aggiano) असं ठेवण्यात आलं. राहतं घर लहान पडू लागल्याने डॅडींनी मोठं घर पाहिलं. हे घर सॅन मार्को इव्हॅन्जेलिस्टा (San Marco Evangelista) या जवळच्या खेड्यात होतं. आधीच्या दोन मुलांपेक्षा ही मुलगी

जास्त चळवळी आहे, हे ममाच्या लवकर लक्षात आलं. माझ्या आवडीचा खेळ मला मिळाला की, मी बराच वेळ त्यात रमायची. पण मला एकदा कशाचा कंटाळा आला की, मग मात्र मी सगळ्यांना पुरून उरायची. डायाना आता नऊ वर्षांची झाली होती. ममाला तिनं घरकामात हातभार लावावा, अशी तिच्याकडून अपेक्षा केली जायची. साहजिकच, ममा स्वयंपाकघरात असली की, मला सांभाळायची जबाबदारी डायानावरच पडायची.

बिचाऱ्या डायानाला हे जडच जायचं, पण कडक स्वभावाच्या डॅडींनी तिला व्यवस्थित समज दिली, "मुलींनी घरकामात आईला मदत करायलाच हवी. नुसती घरकामातच मदत नाही तर घरातल्या पुरुषांची त्यांनी सेवाही करायला हवी. लक्षात ठेव." हल्लीच्या काळातल्या मुलींना हे पटणार नाही, पण त्या काळी मुलींना वडिलांबरोबर आपल्या भावांचीदेखील सेवा करावी लागत असे. डॅडींच्या लहानपणी त्यांनी जे पाहिलं, अनुभवलं होतं; त्याचीच अपेक्षा ते आता डायानाकडूनही करत होते. हे सगळं इटलीत घडलं; पण मी मोठी होत असताना आम्ही इंग्लंडमध्ये होतो तरी माझ्या बाबतीतही हेच नियम त्यांनी लावले. त्यात काडीचाही बदल झाला नाही. या वेळेपर्यंत डायानाला हे कळण्याइतकी समज आली होती की, वरकरणी सगळं आलबेल दिसत असलं तरी घरात एक निद्रिस्त ज्वालामुखी खदखदतो आहे. दडपशाहीच्या धोरणामुळे व त्याची व्यवस्थित अंमलबजावणी होत असल्यामुळे डॅडी शांत होते. पण ममाचं बंद दाराआडचं वारंवार रडणं तिला नक्कीच दिसत होतं. मात्र, डॅडींना विरोध करण्याइतकी ती मोठी नव्हती. त्यांच्या संतापाची झलक तिनेही अनुभवली होतीच. शिवाय तिलाही ते अनेक वेळा दर्शवत असत की, ती अपयशी आहे. त्यामुळे न्यूनगंडाची भावना तिच्याही मनात रुजलेली होती. "तू माझ्याइतकी हुशार नाहीस, दिसायला चांगली नाहीस, आदराला पात्र नाहीस," अशी दूषणं देण्यात त्यांना कसला आनंद मिळायचा, ते एक तेच जाणे! तिनं शाळेत काही उत्तम कामगिरी केली तर त्याचं कौतुक करण्याऐवजी ते तिकडे दुर्लक्षच करत. तिला तीन विषयांत 'ए' असा शेरा मिळाला की त्यांनी म्हणावं, 'चार विषयांत का नाही मिळाला?' या सगळ्यांमुळे तिचं खच्चीकरण होत होतं. बिचारी आत्मविश्वास जागवायचा आटोकाट प्रयत्न करायची, पण प्रत्येक वेळी डॅडी त्याच्यावर पाणी ओतायचे.

मी दोन वर्षांची असताना नोना आमच्या घरी आली. घरात पाऊल टाकताक्षणी तिनं ममावर टीकास्त्र सुरू केलं, "घर नीट ठेवायला नको तुला. सारखं मुलांबरोबर कोचावर बसायचं आणि त्यांना पुस्तकं वाचून दाखवण्यात वेळ दवडायचा. हे काय शोभतं का बाईच्या जातीला?" त्या वेळी कसा कोण जाणे, पण ममाने धीर एकवटला आणि ती आजीला म्हणाली, "माझी मुलं मोठेपणी हीच गोष्ट लक्षात

ठेवतील की, मी त्यांना पुस्तकं वाचून दाखवायची, दिवसभरात किती वेळा फरशी पुसली हे नाही.'' ममाचं खरंच काही चुकलं नव्हतं, पण नोनानं त्याचा विपरीत अर्थ काढला. ममावर अविश्वास दाखवण्यासाठी एवढं कारण तिला पुरेसं होतं. घरातलं वातावरण बिघडवण्यासाठी तिला जणू निमित्तच मिळालं. ममाविरुद्ध आगपाखड करण्याची ही संधी ती थोडीच सोडणार? त्या काळी आमच्याकडे एक छोटी फियाट गाडी होती. एक दिवस खिडकीजवळ उभी राहून मी बाहेर बघत होते अन् माझ्यावर लक्ष ठेवण्यासाठी शेजारीच डायाना उभी होती. डॅडींची गाडी दिसताच मी आनंदून मोठ्याने ओरडले, ''पिवळी गाडी... पिवळी गाडी आली, डॅडी आले!''

नोनानं कुचकटपणे शेरा मारला, ''असतील बाई कदाचित तुझे डॅडी!''

तिला असं सुचवायचं होतं की, आमची ममा वाईट चालीची बाई होती अन् तिनं डॅडींना आपल्या जाळ्यात ओढलं होतं अन् आम्ही सगळी मुलं तिच्या अनैतिक संबंधांतून जन्माला आलो होतो. डायाना तेव्हा फक्त ११ वर्षांची होती, पण तिला नोनाच्या शेऱ्यातला वाईट अर्थ समजला. डायानाचं आयुष्य एवढ्या लहान वयातही खडतरच होतं. एकतर शाळेत तिला ऐकावं लागे की, तिची आई शंभर टक्के इटालियन नव्हती, इंग्रज होती. त्यामुळे आपण परकीय आहोत, ही भावना तिच्या मनाला कुरतडत असे. बाहेरच्या जगातले हे वार पचवणं तितकं अवघड नव्हतं तिच्या दृष्टीनं; पण प्रत्यक्ष आजीनं आपल्या आईविषयी असे जळजळीत उद्‌गार काढावेत, याचा तिच्या बालमनावर फार खोल परिणाम झाला असावा.

घरातलं वातावरण अशा प्रकारे तणावपूर्ण होतंच, त्यात आणखी एका घटनेची भर पडली, ज्यामुळे आम्ही सगळे जण एक प्रकारच्या भीतीनं गोठलो, गारद झालो. इमॅन्युएल तेव्हा १० वर्षांचा होता. अचानकपणे एक दिवस त्याला आकडी आली. ते पाहून ममाची तर भीतीनं बोबडीच वळली. कारण एकापाठोपाठ एक अशा अनेक फिट्स त्याला येतच राहिल्या आणि त्याची तीव्रताही भयानक होती. ममाच्या लहानपणी तिलाही हा त्रास व्हायचा, पण तो एका वेळी मिनिट-दीड मिनिट एवढाच असायचा. त्या वेळात मात्र ती बेशुद्ध झाल्यासारखी व्हायची. आजूबाजूला काय चाललंय, हे तिला समजायचं नाही; पण इमॅन्युएलच्या बाबतीत डॉक्टरांनी अपस्मार (epilepsy) असं निदान केलं. हा मेंदूचा विकार असल्यामुळे माझ्या आई-वडिलांना कायमच्याच चिंतेनं घेरलं. 'हा मुलगा लहानाचा मोठा कसा होणार... सतत आकड्या येत राहिल्या तर? समजा, एखादे वेळी तो एकटा असताना आकडी आली तर त्याची जीभ आत ओढली जाईल का? रात्री झोपेत आकडी आली, त्यातच उलटी झाली तर तो गुदमरून जाईल का?' –

एक ना दोन. या सर्व चिंता अशा प्रकारचा आजार असणाऱ्या मुलांच्या आई-वडिलांना भेडसावत असतातच. आमच्या घराविषयी बोलायचं तर आधीच्या अनेक अडचणींमध्ये आणखी एक भर पडली.

एक महत्त्वाची घटना १९८१ च्या उन्हाळ्यात घडली. त्यामुळे आमच्या सगळ्यांच्या आयुष्याला एक प्रकारची कलाटणी मिळाली. या वेळी बऱ्याच वर्षांनंतर ममाला तिच्या आई-वडिलांना भेटायची संधी मिळाली. जुलै महिन्यात आम्ही क्लीथॉर्प्सला आलो. इंग्लंडमध्ये या सुमारास उन्हाळा असल्यामुळे सर्वसाधारणपणे हवा छान प्रसन्न असते. पण त्या वर्षी मात्र हवा ढगाळ अन् कुंदच होती. इटलीच्या मानानं तापमानही कमी होतं. त्यामुळे असेल; इमॅन्युएलच्या तब्येतीत कमालीची सुधारणा झालीय, हे आई-वडिलांच्या लक्षात आलं. त्यांना आठवलं, इटलीतले डॉक्टर्स म्हणाले होते, "थंड हवेच्या ठिकाणी त्याच्या तब्येतीत सुधारणा होईल. उष्ण हवामान त्याला मानवणार नाही." या एकाच कारणास्तव आम्ही अगियानो कुटुंबीय नोव्हेंबरमध्ये पुन्हा एकदा इंग्लंडला गेलो.

एक नवी सुरुवात

इंग्लंडला आम्ही कायमचे राहायला आलो. त्या दिवसातल्या फारशा घटना मला आठवत नाहीत. कारण तेव्हा मी जेमतेम तीन वर्षांची होते. सुरुवातीला काही काळ आम्ही जीनमावशीच्या घरी राहिलो.

अडचणीच्या वेळी सगेसोयरेच मदतीसाठी पुढे येतात. जीनमावशीनं पण आईला आधाराचा हात दिला अन् ममाला त्याबद्दल तिच्याविषयी नक्कीच कृतज्ञता वाटली असणार. पण तीन मुलांना घेऊन कुणाच्या घरी मुक्काम करायचा, ही साधी गोष्ट नव्हती. स्कनथॉर्पमध्ये ममा आणि डॅडी आले ते इटलीतला गाशा गुंडाळूनच. येण्यापूर्वी त्यांनी घराची काही व्यवस्थाही केलेली नव्हती. पण त्यांचाही निरुपाय होता. नातेवाइकांची मदत घेणं भागच होतं, कारण पैशाची तंगी होती. इटलीमध्ये फारशी शिल्लक त्यांना टाकता आली नव्हती. त्यामुळे ब्रुनोला नोकरी मिळेपर्यंत घराचं भाडं देणं त्यांना परवडणारं नव्हतं.

डायाना आणि इमॅन्युएलच्या शाळेचा प्रश्न तातडीनं सोडवायचा होता. पण मी घरी राहण्याच्याच वयाची होते. सगळ्यात आधी डॅडींना नोकरीचा शोध घेणं गरजेचं होतं. आतापर्यंतच्या आयुष्यात त्यांनी भरपूर कष्ट केलेले होते. अनुभव गाठीशी होता. त्यामुळे पोलाद कारखान्यात किंवा उत्पादन क्षेत्रात सहजपणे नोकरी मिळेल, असा आत्मविश्वास त्यांना वाटत होता. त्यांचं इंग्रजी भाषेवरलं प्रभुत्वही उल्लेखनीय होतं. मात्र त्यांचे शब्दोच्चार त्यांना दगा देत. अर्थात तेवढ्यामुळे नोकरी मिळवण्यात अडचण येईल, अशी भीती त्यांना वाटली नाही. या दरम्यान ममानं स्थानिक समितीमध्ये (Local Council) आपल्या कुटुंबाचं

नाव नोंदवलं. त्यामुळे आता भाड्याचं घर मिळण्याची वाट बघणं तेवढं राहिलं. डायाना आणि इमॅन्युएलला इंग्लंडमधील शाळेत प्रवेश घेतल्यानंतर आयुष्यातला पहिला प्रचंड मोठा धक्का बसला. कारण इथे फक्त इंग्रजी भाषाच बोलली-लिहिली जात होती. आज तुम्ही डायानाला इंग्रजी बोलताना ऐकलंत, तर तुमचा विश्वासच बसणार नाही की, हिचं बरंचसं बालपण इटलीत गेलं होतं. इटालियन भाषेची, उच्चारांची छटा तिच्या इंग्रजीवर अजिबात पडलेली नाही. पण ती इटालियनही तितक्याच अस्खलितपणे बोलू शकते. तिच्या बरोबर उलट तऱ्हा इमॅन्युएलची– खऱ्या अर्थानं तो इथेच वाढला, पण त्याच्या इंग्रजी शब्दोच्चारांवर इटालियन भाषेची दाट छाया अजूनही दिसते. माझ्या बाबतीत तर काय, मी इथेच लहानाची मोठी झाले. माझ्या बोलण्यावरून कुणालाही वाटेल की, मी इथे हम्बरसाइडमध्ये जन्मले अन् वाढले अन् ते साहजिकच आहे.

त्या काळासंबंधी मी कधी कधी विचार करते तेव्हा मला एका गोष्टीचं फार नवल वाटतं. ते म्हणजे, मी तीन वर्षांची होईपर्यंत मला इंग्रजी भाषेतला एक शब्दही माहीत नव्हता. इथे आल्यानंतर ममानं माझ्याशी इंग्रजीमध्ये बोलायला सुरुवात केली. कारण ही भाषा बोलता येणं माझ्या दृष्टीनं फार गरजेचं होतं. पण पूर्णपणे इंग्रजीत बोलावं की थोडं इंग्रजी, थोडं इटालियन वापरावं याविषयी तिच्या मनात गोंधळ होता. एका मजेशीर घटनेमुळे तो प्रश्न निकालात निघाला. एकदा काय झालं, राहत्या घराची समस्या सोडवण्यासाठी माझे आई-वडील सकाळीच घराबाहेर पडले. त्यांनी मला ममाच्या एका मैत्रिणीकडे ठेवलं. थोड्या वेळात मला तहान लागली, तेव्हा मी या मावशीकडे पाणी मागितलं; पण ते इटालियन भाषेत. मी सारखी ॲक्वा, ॲक्वा म्हणू लागले, पण तिला तो शब्द माहीत नव्हता. त्यामुळे तिला बिचारीला कळेचना, मला काय हवंय ते. तिनं मला घरातली खेळणी दिली. मग कडेवर घेऊन घरभर हिंडवलं. माझं मन रमवण्याचा प्रयत्न केला; पण माझा आपला एकच धोशा– ॲक्वा, ॲक्वा! माझी तहान वाढली तसं माझं रडणं-ओरडणंही वाढू लागलं. बिच्चारी मावशी– तिला वाटलं, मला ममाची आठवण येतेय. तिच्या सुदैवानं त्याच वेळी माझी ममा घरात शिरली आणि मावशीचा जीव अक्षरश: भांड्यात पडला. मी परत एकदा 'ॲक्वा' असं ओरडले तेव्हा ममानं मावशीला सांगितलं, "अगं, तिला पाणी हवंय. तहान लागलीय तिला." त्या दिवसापासून तिनं माझ्याशी फक्त इंग्रजीमध्ये बोलायला सुरुवात केली.

मला आता माझी पितृभाषा मुळीच येत नाही, याची मला कधी कधी खंत वाटते. ममा आणि डॅडी आपापसात बोलताना कधी इंग्रजी, तर कधी इटालियन भाषा वापरायचे. डॅडी माझ्याशी बोलताना बऱ्याच गोष्टी इटालियन भाषेत बोलायचे.

मला त्यांचं बोलणं समजायचंदेखील. पण जसजसा काळ गेला तसतशी मी जणू माझी पितृभूमी आणि तिथल्या संस्कृतीला कायमची गमावून बसले. अर्थात डॅडींनी इटालियन भाषेत बोलणं सोडलं नाही आणि त्यांच्या आयुष्याच्या अखेरीस तर त्यांची ही सवय वाढतच गेली. मला त्यांच्या भाषेत उत्तर देणं जमत नसे; पण ती भाषा हा आम्हा दोघांमधला एक महत्त्वाचा दुवा होता, हे निश्चित!

बालपणी मी अतिशय दंगेखोर होते. त्यामुळे यातलं काहीच माझ्या लक्षात आलं नाही. त्या वेळी मला महत्त्वाचं वाटत असे ते माझं छोटंसं विश्व – जिथे माझे डॅडी होते, माझी ममा होती आणि माझे भाऊ बहीण होते. शेंडेफळ असल्यामुळे सगळ्यांत जास्ती प्रेम मला मिळावं, अशी माझी अपेक्षा असे. मी खूप हट्टीही होते. मला सतत आई लागायची आणि मी सारखी तिला चिकटून बसायची. तिला स्वयंपाक किंवा इतर कामांसाठीसुद्धा मी सवड द्यायची नाही.

ममा स्वयंपाकघरात शिरायची तेव्हा मला तिचा खूप राग यायचा, कारण आता ती माझ्याशी खेळू शकणार नाही, हे मला कळायचं. डॅडींना आपल्याबरोबर खेळायला सांगावं, हे मला कधी सुचलंच नाही. डॅडी कधी खेळतात का मुलांबरोबर, अशीच माझी समजूत असेल त्या वेळी आणि खरं सांगते, त्यांना मुलांबरोबर खेळता येतच नसावं, असं का वाटतं मला, ते मी निश्चितपणे सांगू नाही शकणार. कदाचित असं असेल की, ही कामं पुरुषांनी करायची असतात, ते त्यांचंही कर्तव्य आहे, याची जाणीव त्यांना कधी झालीच नसेल किंवा त्यांच्याबरोबर त्यांचे वडील कधी खेळले नसतील. कारण काहीही असेल; पण त्यांना ते कधीच जमलं नसतं, असं आपलं मला वाटतं. एक गोष्ट मात्र मला चांगली आठवते. क्वचित कधीतरी आम्ही सगळे जण फिरायला म्हणून बाहेर पडलो, हम्बरब्रिज बघायला गेलो तर ते मला आपल्या खांद्यावर बसवायचे अन् ते मला फार आवडायचं. एक प्रसंग मला चांगला आठवतो. एकदा आम्ही फिरायला गेलो असताना ममा मला एक बोट दाखवायचा प्रयत्न करत होती अन् मी सारखी विचारत होते, "कुठे आहे बोट? मला दिसत नाहीये." मी नदीच्या दिशेनंच पाहत होते. पण ममाचा हात नेमका माझ्या डोळ्यांसमोर येत असल्याने मला समोरचं काही दिसत नव्हतं आणि ही गोष्ट तिला समजत नव्हती. थोड्या वेळानं तिनं खाली बघितलं तेव्हा तिला आपली चूक समजली अन् ती खळखळून हसली. तिचा तो हसतानाचा उत्फुल्ल चेहरा आजही माझ्या डोळ्यांसमोर मला स्पष्ट दिसतो. ममा आणि डॅडींना अशा प्रकारे आनंदात, मजेत वेळ घालवताना बघणं किती दुर्मीळ होतं. म्हणूनच बालपणातला तो प्रसंग माझ्या स्मृतिपटलावर कायमचा कोरला गेलाय.

फार क्वचित आम्ही सगळे जण एकत्रपणे बाहेर जायचो. आमचं आयुष्य

दिवसेंदिवस त्याच रहाटगाडग्यातून फिरत राहायचं. डॅडी कामावरून घरी आले की, सगळं घर त्यांच्याभोवती नाचायचं. त्यांना कॉफी हवी आहे का, की ते सरळ जेवायलाच बसणार आहेत. आमच्याबरोबर बोलायचं आहे, का मुलांनी खोलीबाहेर जावं म्हणजे त्यांना शांतता लाभेल, हे सगळं त्यांच्या त्या दिवसाच्या मन:स्थितीवर अवलंबून असायचं. ते घरात शिरले रे शिरले की, ममाच्या चेहऱ्यावर भीतीचं, काळजीचं सावट यायचं. काहीही होवो; पण त्यांना राग येईल असं काही व्हायला नको, हा एकमेव विचार तिच्या मनात येत असावा. इंग्लंडमधल्या सुरुवातीच्या दिवसांची माझी आठवण आता अंधुकच आहे. पण आम्ही नव्या घरी राहायला गेलो त्यानंतरचं बहुतेक सगळं मला व्यवस्थित आठवतं. स्कनथॉर्पजवळील वेस्टक्लिफ (Westcliffe) या जिल्ह्यात आम्हाला महापालिकेतर्फे भाड्याचं घर मिळालं. घर खूप छान होतं. महत्त्वाचं म्हणजे, आम्ही आता आमच्या स्वत:च्या घरात नव्यानं आयुष्याला सुरुवात करणार होतो. घरामध्ये सामानाच्या पेट्या नेताना, त्या इकडून तिकडे हलवताना माझं मन उत्तेजित झालं होतं, ते मला चांगलं आठवतंय. त्या तीन मजली घराच्या मागच्या बाजूला स्वतंत्र अंगणही होतं.

या घरी राहायला जाताना ममाला खूप हायसं वाटलं असणार. आपल्या बहिणीजवळ तिनं कधी स्वत:च्या संसारगाथेचा उल्लेख केला नाही. त्याबद्दल काही बोलावं, असं तिला वाटलंच नसणार. 'काय सांगू?' असाच प्रश्न तिच्या मनात कायम तरळला असणार. त्यामुळे जीनमावशीच्या घरातले तिचे सगळे दिवस तिनं धास्तावलेल्या मन:स्थितीत काढले असावेत. सुखी संसाराचं नाटक कायम टिकवत... आता आपल्या घरात बंद दरवाजाआड ती मोकळेपणानं डोळ्यांतल्या अश्रूंना वाट तरी करून देऊ शकत होती. तिचं दुर्दैवं असं की, डॅडींनाही त्यांचं स्वत:चं घर हवं होतं, जिथं त्यांचं वर्चस्व चालेल. त्यांच्या सुदैवानं त्यांना स्थानिक बाजारपेठेत एक छोटंसं तयार कपडे विकायचं दुकान मिळालं; पण त्यामुळे आमच्या कुटुंबाचे प्रश्न फारसे सुटले नाहीत. कारण स्कनथॉर्पमधलं राहणीमान इटलीच्या मानानं खर्चिक होतं. त्यामुळे पैशाची तंगी कायमच असायची. ममाला काटकसरीनं संसार करण्याची कला चांगली अवगत होती. पण तिला हेही ठाऊक होतं की, आर्थिक तंगीमुळे घरातलं वातावरण आणखीनच बिघडेल. आपल्या परीनं ती डॅडींना समजावत राहायची, आपण इंग्लंडला कशासाठी आलोय, ते सांगायची आणि खरोखरच इमॅन्युएलची प्रकृती झपाट्यानं सुधारू लागली. आकडी येणं खूप कमी झालं. नियमितपणे शाळेत जाणं शक्य झाल्यामुळे अभ्यासातही त्याची प्रगती दिसू लागली. विशेष म्हणजे डॅडींप्रमाणेच त्यालाही पुस्तकांची आवड होती. थोडक्यात सांगायचं, तर त्याच्या

बाबतीतल्या ममाच्या आणि डॅडींच्या आशा पुन्हा एकदा पालवल्या.

माझा हा भाऊ आणि मी कधीच एकमेकांच्या फार जवळ येऊ शकलो नाही. आमच्यामधल्या वयाच्या अंतरामुळेही हे घडलं असेल; पण त्याला कधीच माझ्याबरोबर खेळायला, वेळ घालवायला आवडायचं नाही. त्यामुळे आम्ही कधी एकमेकांना नीटसं ओळखूही शकलो नाही. आमच्या मनाच्या तारा कधी जुळल्याच नाहीत. पुढे डॅडींच्या पावलावर पाऊल टाकून तोही घरात अरेरावी करू लागला. ममाला अन् डायानाला नाचवू लागला, ते मला लहान वयातही पटलं नाही. त्यामुळे लहान वयातच मी त्याचा तिरस्कार करू लागले.

त्या मानानं माझं डायानाबरोबर छान पटायचं. एक प्रसंग आठवतो. ममाला स्वयंपाक करायचा होता, त्यामुळे मला सांभाळायचं काम डायनावर पडलं होतं. वयानं फार मोठी नसूनही ती आपली जबाबदारी फार प्रामाणिकपणे पार पाडायची. डॅडींनी रागावू नये म्हणून ती खूप मन लावून काम करत असे. कारण त्यांचा पारा कधी वर चढेल याचा नेम नसे. त्यांची आज्ञा पाळली नाही, तर ते सरळ मारहाणच करायचे. फटके मारणं, थोबाडीत लगावणं यात त्यांना काहीही गैर वाटत नसे. पण त्याहून वाईट होती ती त्यांची शिवीगाळ अन् आरडाओरड. आम्ही सगळ्यांनीच त्याचा भयंकर धसका घेतला होता. हे सगळे प्रकार टाळायचे असतील तर त्यांच्या हुकमापुढे मान तुकवायची, हेच धोरण तिनं अवलंबायचं ठरवलं.

बिचारी डायाना! इतक्या कोवळ्या वयातही तिचं आयुष्य किती खडतर होतं! माझ्यापेक्षा ती बरीच मोठी होती, उमलत्या कळीच्या वयात होती. पण तिला मैत्रिणींकडे जायची किंवा त्यांना आपल्या घरी बोलवायची परवानगी नव्हती. शाळेनंतर इतर मुली क्लबमध्ये जात, फॅशनेबल कपडे घालत, वयाला साजेशी चेहऱ्याची रंगरंगोटी करत; पण डायानाला ते स्वातंत्र्य नव्हतं. तिचे कपडे इतके साधे, खरं म्हणजे गबाळे असत की, पाठीमागून पाहणाऱ्याला ती एक मध्यमवयीन बाई आहे, असं वाटायचं. बाकी ममातरी कुठे तिच्या वयाला साजेसे कपडे घालायची? तीसुद्धा तिशीतलीच होती. म्हणजे तारुण्याच्या भरात होती. पण बिचारीला एखाद्या प्रौढ स्त्रीसारखं राहावं लागायचं. डॅडींनी कायम तिला पायघोळ स्कर्ट्स आणि लांब बाह्यांची पोलकी घालायला लावली. त्यामुळे ती गबाळग्रंथीच वाटत असणार.

ममानंही याविरुद्ध कधी आवाज उठवला नाही. कारण आपल्या रूपाची अन् विशेष करून लठ्ठपणाची तिला पुरेपूर कल्पना होती. खरं म्हणजे, हा लठ्ठपणादेखील तिच्या मानसिक समस्येतूनच उद्भवला होता. मनावर दडपण असलं, न सांगण्यासारखं दुःख सहन करावं लागलं की, ममा पुष्कळ खात असे. तेवढा एकच विरंगुळा

होता तिच्या आयुष्यात. वर्षानुवर्षांच्या या सवयीचा परिणाम तिचं वजन अव्वाच्या सव्वा वाढण्यात झाला, तर नवल नव्हतं. आपल्या बेंगरूळ शरीराकडे आरशात बघणंसुद्धा तिला त्रासदायक वाटू लागलं. त्यामुळे ती अधिकच दुःखी होऊ लागली आणि दुःखावर मात करण्यासाठी पुन्हा खाण्याकडे वळली. एक प्रकारचं दुष्टचक्रच सुरू झालं म्हणा ना! खाण्यामुळे मिळणारं मानसिक समाधानदेखील फार अल्पकाळ टिकत असे. अशा वेळी तिचं मन तिला खायला उठत असे. त्यामुळे कधी खादाडपणा, तर कधी अपराधीपणा अशा फेऱ्यात ती अडकल्यासारखी झाली. तिला मनापासून आवडायचे ते तळलेले पदार्थ. चमचमीत पदार्थांवर ती तुटून पडायची. चॉकलेट किंवा गोड पदार्थांचं मात्र तिला तेवढं आकर्षण नव्हतं.

आमच्या घरी सोमवार ते शुक्रवार हे दिवस इटालियन जेवणासाठी राखून ठेवलेले असत. त्यामध्ये तेलाचा वापर कमी असतो. पण ममाला तळलेल्या पदार्थांविषयी इतकं प्रेम होतं की, ती जेव्हा कॅलझोन हा करंजीसारखा दिसणारा पिझ्झा बनवायची, तेव्हा तोदेखील ती शेवटी तळूनच काढायची. तिला आवडणारे आणखी दोन पदार्थ म्हणजे बटाट्याचे काप आणि तळलेली अंडी. इतर पदार्थ तयार असले तरी केव्हाही ती हे दोन पदार्थ करायची. आमच्या घरी त्यांचं प्रमाण इतकं जास्त होतं की, आम्हाला आठवड्याला लहान पोतंभर बटाटे लागायचे. (एक माणूस आठवड्याच्या सुरुवातीला एक मोठी पिशवी भरून बटाटे आणून द्यायचा. ते आठवड्याअखेर संपलेले असायचे!) शनिवारी, रविवारी इंग्रजी पद्धतीचं जेवण– शनिवारी पारंपरिक नाश्ता आणि रविवारी पारंपरिक जेवण– भाजलेलं मांस आणि जोडीला इतर सगळे पदार्थ असायचे.

रविवारी आम्ही चर्चला जायचो, हे सांगण्याची जरुरी नाही. त्यामुळे सकाळी ६ वाजताच ममा स्वयंपाकाला लागायची. आठवड्यातून एकदा चर्चला जाणं, हा तिच्या आयुष्यातला एकमेव विरंगुळा होता. एरवी, 'रांधा, वाढा, उष्टी काढा,' हेच तिचं आयुष्य होतं. डायनाच्या बाबतीतही हीच गोष्ट खरी होती. तिलाही शाळेव्यतिरिक्त फक्त चर्चलाच जाता यायचं किंवा जावं लागायचं, असं म्हणणं अधिक योग्य ठरेल. या सगळ्याचा किती विपरीत परिणाम आमच्या सगळ्यांच्या मनावर झाला असेल, हे कळण्याइतकी तेव्हा मी मोठी नव्हते. इंग्लंडला आल्यापासून डॅडींचा गूढविद्येतला रस कमी झाला असला, तरी 'बायबलमध्ये नक्की काहीतरी गूढ गणिती संकेत आहेत', या विचाराचा त्यांच्या मनाचा इतका पगडा बसला होता की, त्याचा परिणाम जेहोव्हाज विटनेसेस (Jehovah's Witnessess) या पंथावरचा त्यांचा विश्वास वाढण्यात झाला. त्यांची अशी शिकवणूक आहे की, विश्वाच्या अंतसमयी काही ठराविक संख्येइतक्याच – १ लाख ४४ हजार व्यक्ती – येशू ख्रिस्तासह स्वर्गाचं राज्य (Kingdom of Heaven) करण्यासाठी निवडल्या

जातील व त्यांच्यावर ॲनॉइंटमेंट (anointment) – ज्यात सर्वांगाला एक प्रकारचे मलम वा विशिष्ट तेल लावले जाई – हा विशिष्ट संस्कार केला जाईल. तो अंतसमय मोजण्याची प्रक्रिया– उलटगणती (count down) केव्हाच सुरू झाली आहे. त्यासंदर्भात काही महत्त्वाच्या तारखा बायबलमध्ये उद्‌धृत केलेल्या आहेत. डॅडींना वाटलं, आपण हा मार्ग स्वीकारणं हिताचं आहे आणि त्यासाठी 'आपण सगळ्यांनी जेहोव्हाच्या सभांना हजर राहायचं,' असं त्यांनी ममाला फर्मावलं.

या पंथातले लोक काही विशिष्ट तत्त्वं मानत असत. आता माझ्या लक्षात येतंय की, डॅडींचे जगाविषयीचे विचार या गटातील लोकांच्या तत्त्वांशी खूप मिळतेजुळते होते. त्यांच्या मते समलिंगी संबंध एक तिरस्करणीय वर्तन आहे, गर्भपात घडवणे गैर आहे वगैरे... या मंडळींच्या मते, स्त्री-पुरुषांच्या भूमिकाही अगदी काटेकोरपणे आखलेल्या असतात... पत्नीनं पतीची सेवा केली पाहिजे, प्रेमळपणे त्यांची काळजी घेतली पाहिजे आणि त्याचं घरातलं प्रमुखपद सांभाळण्यासाठी त्याला सर्वतोपरी मदतही केली पाहिजे. डॅडींप्रमाणेच हे जेहोव्हापंथीय लोक सैतान व त्याचे दुष्ट साथीदार या कल्पनेवर विश्वास ठेवत. नंदनवनात ईव्हनं ॲडमची प्रतारणा केली, त्या वेळेपासून मानवजातीच्या संकटपरंपरांना सुरुवात झाली आहे. ती रोखायची असेल तर जेहोव्हाची शिकवण आचरणात आणायला हवी; नाहीतर आपल्याला निश्चितपणे आजार, रोगराई वगैरेंना तोंड द्यावं लागणार, इत्यादी इत्यादी. या बैठकांना हजर राहून तुम्ही ख्रिस्तावरची दृढ निष्ठाच सिद्ध करत असता, असाही विश्वास त्या अनुयायांना वाटत असे. आज्ञापालन करणं, ही डॅडींची फार आवडती गोष्ट होती. या अनुयायांच्या मते आणखी एक विचारधारा अशी होती की, येशू ख्रिस्ताच्या बायबलमधील शिकवणीला इतर ख्रिश्चनपंथीय खऱ्या अर्थानं मानत नाहीत. म्हणूनच उत्क्रांतिवादाच्या त्यांच्या विचारसरणीकडे दुर्लक्ष करणंच योग्य होईल. 'मी सांगतो तेच बरोबर', असा एक गोड समज डॅडींनी आयुष्यभर उराशी बाळगला होता. घर कोणत्या तत्त्वांच्या आधारावर चालवायचं, त्याचं मार्गदर्शन त्यांना या पंथामध्ये मिळालं असल्यामुळे आपणच बरोबर, या त्यांच्या विश्वासाला खतपाणीच मिळालं. इतर लोकांना हवं असेल तर त्यांनी द्यावं आपल्या बायकांना पूर्ण स्वातंत्र्य; पण डॅडींना मात्र घरावरचा त्यांचा अंकुश किंचितही कमी करायचा नव्हता आणि ते अशा कठोर पद्धतीनं वागत होते, ते त्यांच्यात काही कमतरता किंवा वैगुण्य होतं म्हणून नव्हे; तर ते फक्त ईश्वरी आज्ञेचं पालन करत होते.

डॅडींचं बायबलवाचन इटालियन आणि इंग्रजी अशा दोन्ही भाषांमधून चालत असे. त्यांना आवडणाऱ्या उताऱ्यांचं वाचन ते करत असताना आम्ही तिथे

बसावं, त्यांच्या वाचनाकडे लक्ष द्यावं, अशी त्यांची अपेक्षा असे. परमेश्वराला त्याद्वारे काहीतरी गूढ संदेश द्यायचा आहे, असं त्यांना वाटत असे. उदा. ३२.८ या सूक्तात असं सांगितलं आहे, 'मी तुला अंतर्दृष्टीची देणगी देईन आणि तू कोणता मार्ग स्वीकारावास, हेही शिकवेन. माझी नजर सदैव तुझ्यावरच असेल आणि मी तुला योग्य असा सल्ला देईन.' आपल्याकडून परमेश्वर काहीतरी विक्षिप्त कार्याची अपेक्षा करत असल्यामुळे तोच आपल्याला खास सूचना देईल, हा डॅडींचा समज हळूहळू दृढ होत गेला. परमेश्वराची नजर डॅडींवर आणि आमच्यावर, पण डॅडींद्वारा असं सर्व चाललं होतं.

डॅडींचं हे पापपुण्याविषयीचं तत्त्वज्ञान– सैतान, पापापासून मुक्ती वगैरे– पचायला फार कठीण होतं; पण त्या लहान वयातदेखील मी बहुधा याच गोष्टींचा विचार करायचे की, हे सगळं योग्यच होतं. आज मला वाईट वाटतं ते डायानाबद्दल. पौंगडावस्थेतल्या या मुलीला असल्या प्रकारांमुळे आपण मित्रमैत्रिणींपासून वेगळे पडत असल्याची भावना सतत बोचत असणार. कारण त्या काळी आमच्या घरी ख्रिसमस, ईस्टरसारखे सण साजरे होत नसत. एवढंच काय, आमचे वाढदिवसदेखील कसल्याही उत्साहात, आनंदात साजरे होत नसत. हे असलं वेगळेपण फार वाईट असतं. लहानपणी मुलांना इतर मुलं जे करतात, तेच करावंसं वाटतं.

शाळेत जाईपर्यंत आमच्या वेगळेपणाची खरी कल्पना मला कधीच आली नाही. त्यामुळेही असेल कदाचित; पण शाळेच्या पहिल्या दिवशी माझ्या मनात कसलीच भीतीची भावना नव्हती. माझं मन उत्साहानं ओसंडून वाहत होतं. कधी एकदा मी शाळेत जातेय, असं मला झालं होतं. माझी आई मात्र बरीच रडली त्या दिवशी. आपली सगळ्यात धाकटी मुलगीसुद्धा आता आपल्यापासून दूर जाणार, या विचारानं तिचं काळीज दाटून आलं असावं; अर्थात तिला आनंदही झालाच, कारण आता तिला थोडा मोकळा वेळ मिळणार होता.

सुरुवातीपासूनच मला शाळेत जायला आवडू लागलं. वर्गातल्या मुलींबरोबर माझी मैत्री जमली. त्यांपैकी काही मुली आमच्या घरापासून जवळच राहायच्या. आमचा शाळेतून घरी जायचा रस्ता एकच होता. ममा बरोबर येणार असली तरी कधी कधी मला त्यांच्या घरीही जाता यायचं. ममाला डॅडींचा चहा करायचा असे, त्यापूर्वी आम्ही दोघी परत येत असू. कधी कधी माझ्या मैत्रिणींना मी घरी बोलावू शकत असे. खेळताना जिन्यावरून खाली-वर धावायला मला खूप आवडायचं. कारण या घरात चिक्कार पायऱ्या होत्या. सगळ्यात वरच्या मजल्यावर खेळायला खूप मजा यायची. कारण इथे ममा-डॅडींच्या खोलीशिवाय आणखी एक खोली होती. तिथे डॅडी जे तयार कपडे विकायचे, ते दांड्यांवरील हँगरला लटकवलेले असायचे. त्यांच्यावरून हात फिरवायला मला नेहमीच खूप आवडत असे.

आयुष्य मजेत चाललंय, असं बालपणी मला नेहमी वाटायचं. पण त्याचं कारण मला बरंच नंतर समजलं. डॅडींपासून ममा मला नेहमी दूरच ठेवायची. त्यांच्या रागाचे वार तिनं स्वत: ढाल बनून झेलले. तरुण वयातल्या डायानाला इतपत समज आली होती की, तिनं डॅडींना दुखावलं तर त्यांचा रागदेखील ते ममावरच काढतील. पण हे सगळं लहान वयात मला कसं कळणार? मी खोड्या काढल्या असत्या, त्यांना राग येईल अशी वागले असते; तर मला मार मिळालाच असता, शिवाय ममालाही शाब्दिक फटके सहन करावे लागले असते. "असली कसली आई तू? मुलीला वळण लावता येत नाही तुला? मुलगी वडिलांचा अनादर करते, याचा अर्थ तू पापी आहेस, म्हणूनच तुझी मुलगी दुष्टपणाने वागते." – एक ना दोन. खरं सांगायचं तर मी त्यांच्या माराची विशेष पर्वा करत नसे. मी आपली माझ्या खोलीत जाऊन रडत बसायचे, पायावरल्या फटक्यांचे वळ अधिकाधिक लाल होत जायचे... पण आम्हाला एकदाही त्यांना हे विचारण्याचा धीर झाला नाही की, शिस्त लावण्यासाठी त्यांनी आम्हाला मारहाण करावी, हे योग्य होतं का? थोड्या वेळानं ममा वर माझ्या खोलीत यायची, हळूच माझ्या हाताला धरून खाली स्वयंपाकघरात घेऊन जायची. हातात कसला तरी खाऊ ठेवून म्हणायची, "खा बाळ, बरं वाटेल. भूक लागली असेल ना तुला?"

किती दु:ख, किती त्रास तिनं सहन केला असेल, हे फक्त तिचं तिलाच ठाऊक! बिचारी आमच्यापासून सगळं लपवून ठेवायचा प्रयत्न करायची, बायबलमधली शिकवण आत्मसात करायचा तिच्यापरीनं पुन:पुन्हा प्रयत्न करायची. तसं करताना आपलं दु:ख अन् यातना विसरू पाहायची. हातातलं आयुष्य पाऱ्यासारखं निसटून जातंय, हे तिला दिसत होतं; पण ती काहीही करू शकत नव्हती. तिच्यापुढे एकच ध्येय होतं– परमेश्वराच्या आज्ञेचं पालन करायचं आणि आयुष्य आनंदात कंठायचा प्रयत्न करायचा. हे करत असताना ती इतर सर्वसामान्य माणसांप्रमाणेच जगायची. माझ्या शाळेच्या फाटकापाशी मी शाळेतून बाहेर यायची वाट पाहत ती उभी असायची, तेव्हा मला तरी ती इतर आयांप्रमाणेच भासायची. मात्र, देवावरली तिची श्रद्धा तिच्यासाठी फार महत्त्वाची होती. कारण सांसारिक हाल-अपेष्टांना सामोरं जाण्याची शक्ती तिला या श्रद्धेमुळेच मिळत होती, असं मला मनापासून वाटतं. आम्हा भावंडांना वडिलांच्या रागापासून दूर ठेवण्यात तिची फार मोठी शक्ती खर्च होत असावी. तिच्या श्रद्धेचं तिनं कधी प्रदर्शन मांडलं नाही. डॅडींच्या तुलनेत याबाबतीत ती काहीशी उदासीनच होती, असंही म्हणता येईल. म्हणजे असं की, जेहोव्हाचा साक्षीदार म्हणून ती जे काही ऐकायची, शिकायची; त्याचा इतरांमध्ये प्रचार करायचा, त्यांना आपल्याप्रमाणे पंथ बदलायला लावायचा, या गोष्टीत तिला रस नव्हता. ज्या लोकांना ही विचारसरणी पटत नसे, त्यांचा ती

तिरस्कार करत नसे किंवा निंदानालस्तीही! पण तिनं कुणाशी बोलावं यावर डॅडी मात्र कायमच अंकुश ठेवत. त्यांचा अट्टहास असे की, तिनं चर्चशी संबंधित लोकांबरोबरचं बोलावं. चर्चला जाण्याशिवाय तिला गत्यंतरच नव्हतं. कारण मग डॅडींनी तिला घरातल्या माणसांशिवाय इतर कुणाशी बोलूच दिलं नसतं.

ममानं नेहमीच धोपटमार्गावरून चालणं पसंत केलं. एक तर, दैनंदिन रामरगाड्यातच ती गुरफटलेली असायची आणि दुसरं म्हणजे, तिला फार मोठ्या आशा-आकांक्षा कधीच नव्हत्या. जी काही थोडी स्वप्नं तिनं उराशी बाळगली असतील, त्यातलं एक होतं आपलं स्वत:चं असं एक घर असावं. आता डॅडींनी एका प्लॅस्टिकच्या पिशव्या तयार करण्याच्या कारखान्यात नोकरी धरली होती. महिन्याला एक ठराविक उत्पन्न हातात येत होतं. कपडे विकण्याच्या धंद्यापेक्षा हे निश्चितपणे खात्रीशीर उत्पन्न होतं. पूर्णवेळच्या नोकरीमुळे त्यांना आता घरासाठी कर्ज घेणंही शक्य होणार होतं. डॅडींनाही हेच वाटत असावं, नाहीतर ममाची इच्छा पुरी होणं शक्य नव्हतं. त्यांनी घरं पाहायला सुरुवात केली. त्यांनी १९८५ मध्ये एक घर पसंत केलं आणि त्यासाठी काही रक्कम अनामत म्हणून भरली. स्कनथॉर्प उपनगरातील ओल्ड क्रॉसबीमधील या घरात, झोपण्याच्या तीन खोल्या होत्या आणि गच्चीपण होती. आपल्या हक्काच्या घरात प्रवेश करताना ममाला फार आनंद झाला. तसं आमचं घर साधंसंच होतं. मागच्या बाजूला एक छोटं अंगण होतं आणि त्यामागे एक दहा फुटी रुंद अशी छोटी गल्ली होती. इथे लहान मुलं बिनधास्तपणे खेळू शकत. कारण मुख्य रस्त्यांसारखी इथे वाहनांची रहदारी नसायची. माझ्या दृष्टीनं पाहता आता वेगळ्या शाळेत जाणं आलं. तरीही हे घर मला आवडलं. उन्हाळ्याच्या सुट्टीत आम्ही नवीन घरात प्रवेश केला. त्यामुळे शाळा सुरू होण्याआधी मित्रमैत्रिणी जमवायला पुरेसा वेळ होता.

घरापासून माझी शाळा पायी जाण्याइतकी जवळ होती. सगळं काही छान होतं, आत्तपर्यंत असं सुखी आयुष्य नव्हतं, अशी परिस्थिती होती. पण याच वेळी डॅडींची मानसिक स्थिती घसरणीला लागली. परिणामी, याच घरात पुढल्या दहा वर्षांत मी अपार दु:ख भोगलं. इथेच माझ्या ममानं आपल्या आयुष्याची भयानक अखेर पाहिली. त्या दहा वर्षांत घरात काढलेले फोटो मला आता डोळ्यांसमोर नको वाटतात. त्यातल्या एकामध्ये आमच्या घरातला तपकिरी रंगाचा सोफा दिसतो. दुसऱ्यामध्ये कळाहीन निळ्या रंगाचं डिझाईन असलेला वॉलपेपर दिसतो. हे सगळे फोटो मला माझ्या बालपणी, मी सोसलेल्या दु:खांची आठवण करून देतात. 'तुझ्या दु:खाचं कारण तूच आहेस', असं डॅडी मला येता-जाता ऐकवत असत. मी जसजशी मोठी होऊ लागले, तसतशी त्यांची अरेरावी सहन करणं मला कठीण वाटू लागलं. आम्ही या घरात राहायला

आलो, तेव्हा मी फक्त सात वर्षांची होते. त्या वेळी माझ्या आडमुठेपणासाठी मला पायांवर फटके मारले जात. त्यानंतर मी त्यांचं म्हणणं ऐकत असे. पण हळूहळू माझाही हेकटपणा वाढत गेला. त्यांच्या अरेरावीला मी बंडखोरपणानं प्रत्युत्तर देऊ लागले तसतसं मला बसणाऱ्या माराचं प्रमाणही वाढत गेलं. त्यांना उलट उत्तर देणारी आमच्या घरात मी एकटीच होते. डॅडींना अशा प्रकारच्या अपमानाची यापूर्वी कधीच सवय नव्हती. नुसत्या ओरडण्यानं मी बधत नाही, हे त्यांच्या लक्षात आलं तेव्हा प्रथम थपडांनी आणि मग गुद्दे व ठोश्यांनी त्यांनी मला सरळ करायचा प्रयत्न केला. घरातलं वातावरण अधिकच तणावपूर्ण होत गेलं. माझ्यावर नियंत्रण ठेवण्यासाठी डॅडी केव्हाही मला बदडून काढायला कमी करायचे नाहीत. या सगळ्या घटनांनी माझ्या बालपणावर कायमचे ओरखडे उमटले. एक प्रसंग तर काळजावर कायमचा कोरला गेलाय. त्या दिवशी दुपारी मी शाळेतून परत आले नाही तोच डॅडींनी त्यांच्या नेहमीच्या पद्धतीनं हुकूम सोडला, ''माझ्यासाठी एक कप कॉफी करून आण.'' त्यांच्या दृष्टीनं त्यात नवीन काहीच नव्हतं; पण माझा डोक्यात मात्र संतापाची तिडीक गेली. मी त्यांना म्हटलं, ''तुम्ही जा की. तुम्हाला काय पाय नाहीत का चालायला?'' झालं. डॅडींचा स्वत:वरचा ताबा सुटला अन् पुढे जे काय घडलं, ते शब्दांमध्ये नीट सांगता येणार नाही मला!

माझ्यावर ते तिरीमिरीनं धावून आले. त्यांनी मला खोलीच्या बाहेर ढकललं तशी मी खाली पडले. स्वत:ला वाचवण्यासाठी मी जिन्याच्या दिशेनं गुडघ्यावर रांगू लागले. त्यांचं मारणं, लाथा हाणणं सुरूच होतं. एवढंच नव्हे, तर त्यांनी मला बरगड्यांमध्येही ठोसे लगावले. त्याबरोबर मी कळवळून खाली वाकले. इतका मार खाऊनदेखील मी माझ्या खोलीत शिरले आणि अंथरुणावर पडून हुंदके देऊ लागले. आश्चर्याची गोष्ट म्हणजे, त्या तशा अवस्थेतदेखील माझ्या मनाला एक समाधान वाटलं– आता त्यांना दुसऱ्या कुणाकडून तरी कॉफी करून घ्यावी लागेल. डायानाला हवं असेल तर तिनं करावी, पण मी नाहीच करणार! त्या प्रसंगानंतर अनेक वेळा मला त्यांच्या रागाचा प्रसाद खावा लागला. अर्थात डॅडी तसे फार धूर्त होते. त्यांनी जी काही शिक्षा मला दिली, ती बहुतेक वेळा माझ्या पायांवर दिली, माझ्या चेहऱ्यावर त्यांनी फारसे फटके लगावले नाहीत. ''कशाला त्यांना रागावण्याची संधी देतेस गं?'' ममा मला कळवळून विचारायची. आम्हा दोघांमधला ताणतणाव वाढू लागला तेव्हा एखादी बारीकशी ठिणगीदेखील वणवा पेटवू शकेल, अशी भीती तिला वाटू लागली. ''मुकाट्यानं ते सांगतील तसं करत जा पोरी'', असं ती म्हणाली की, मी तिलाही फटकन म्हणायची, ''मला त्यांची मुळीच पर्वा नाही. मी त्यांचा तिरस्कार करते. ते मेले तरी मला दुःख होणार नाही.'' माझ्या मनातल्या या धुमसत्या रागामुळे कित्येकदा मी माझ्या

ममाच्या मनाची पण बूज राखली नाही. मला तिचाही संताप यायचा. मला प्रश्न पडायचा – 'काय म्हणून ती हा अन्याय सहन करते?'

पण डॅडींपासून माझी सुटका नव्हती, हेच खरं! आणि ते मला पुरेपूर ठाऊक होतं. कधी कधी मी कल्पनासाम्राज्यात रममाण व्हायची. मला वाटायचं, माझे खरे आई-वडील कुणी वेगळेच आहेत अन् या दोघांनी मला दत्तक घेतलंय. एक दिवस ते येतील अन् मला आपल्या घरी घेऊन जातील. डॅडींपासून माझी कायमची सुटका करतील. पण ते केवळ स्वप्नरंजन होतं. प्राप्त परिस्थितीत माझ्या सुटकेचा एकमेव, तोही तात्पुरता मार्ग होता. तो म्हणजे, मी शाळेत असायचे तो वेळ! शाळेतही माझ्या मैत्रिणी मला कधी कधी घरच्या त्रासाची आठवण करून देत. ''पायांवर कसल्या खुणा आहेत या? धडपडली होतीस की काय कुठे?'' असे प्रश्न त्या विचारायच्या. पण मी काय उत्तर देणार त्यांच्या प्रश्नांना? माझं मन शरमेनं काळवंडून जायचं अशा वेळी. 'माझे डॅडी माझे केस ओढत मला फरफटतात, मला शिवीगाळ करतात, मारहाण करतात,'' हे मी कसं सांगणार माझ्या मैत्रिणींना?

त्यानंतर अशी एक घटना घडली की, ज्यामुळे आम्ही पुन्हा एकदा एका वेगळ्याच संकटात सापडलो. ज्या कारखान्यात डॅडी काम करायचे, तिथे त्यांना एकदा दुखापत झाली. दोन माणसांनी उचलायची प्लॅस्टिकची एक जड गुंडाळी त्यांनी एकट्यानं उचलायचा प्रयत्न केला. खरं म्हणजे, आणखी एक कामगार त्यांच्या बरोबरीनं ती उचलायचा प्रयत्न करत होता. पण डॅडींना वाटलं, तो फार चेंगटपणा करतोय, म्हणून त्यांनी एकट्यानंच ती उचलली. त्यामुळे त्यांच्या पाठीला जबर दुखापत झाली. वेदना होऊ लागल्या. त्या थांबण्याचं लक्षण दिसेना, तेव्हा 'आजारी' असा शेरा मारून त्यांना कामावरून कमी करण्यात आलं. घरावर एक मोठं संकटच कोसळलं. त्यांचं महिन्याकाठी मिळणारं उत्पन्न थांबलं आणि त्याहून वाईट गोष्ट म्हणजे, आता ते चोवीस तास घरात बसून राहू लागले. आमच्यावरील दडपशाहीत त्यामुळे भरच पडली. 'आपण आता कमावते राहिलो नाही,' या विचारानं त्यांना अपराधी वाटत असेलही कदाचित, पण त्यामुळेच त्यांचा चिडचिडेपणा खूपच वाढला.

याच घटनेच्या मागेपुढे केव्हातरी आमच्या शाळेत एक पोलीस अधिकारी आला. मला शाळेत कुणी पाहुणे आले की आनंद व्हायचा. कारण तेवढा वेळ अभ्यासातून सुटका व्हायची. त्याच्या भाषणात नवीन असं काही नव्हतं. घरामध्ये आणि घराबाहेरही सुरक्षिततेसंबंधी काय खबरदारी घ्यावी, याविषयीच्या सूचना त्यांनी आम्हाला दिल्या. त्यानंतर विद्यार्थ्यांच्या प्रश्नांना उत्तरं देताना त्यांनी मारहाण करण्याविषयी बोलायला सुरुवात केली. ते म्हणाले, ''आई-वडिलांनी

आपल्या मुलांना बरं आणि वाईटातला फरक समजावून सांगितला पाहिजे; पण त्यासाठी मारहाण करणं योग्य नाही.''

''माझ्या ममानं मला लाकडी चमच्यानं बदडलं,'' मागचा-पुढचा विचार न करता मी म्हणाले. खरं म्हणजे, मी असं सांगणं मूर्खपणाचं होतं. कारण फक्त एकदाच माझ्या आईनं माझ्यावर हात उगारला होता अन् त्यात तिची विशेष चूक नव्हती. त्या दिवशी ती स्वयंपाक करण्याच्या गडबडीत होती. संध्याकाळी पाच वाजता डॅडी घरी यायचे तेव्हा त्यांना जेवण तयार हवं असायचं. माझा काहीतरी हट्ट सुरू होता. कसा कोण जाणे, पण त्या दिवशी तिचा स्वत:वरचा ताबा सुटला. तिनं जवळच असलेला एक डाववजा चमचा उचलला आणि त्यानं माझ्या पोटरीवर फटका लगावला. मला विशेष लागलंही नाही त्यामुळे. मात्र ममानं मला मारावं, ही गोष्ट त्या वेळीही मला अतिशय मनाला लागली होती अन् म्हणूनच मी ती विसरू शकले नव्हते. आता माझे शब्द मागे घेणंही शक्य नव्हतं. त्या अधिकाऱ्यानं मला वर्गाबाहेरच्या मार्गिकेत नेलं तेव्हा आपल्या मूर्खपणानं बोलण्याची मला काळजी वाटू लागली. त्यांनी पुन्हा मला त्याविषयी विचारलं, तेव्हा मी म्हणाले, ''ममानं फक्त एकदाच मला मारलं होतं.''

''आणि तुझे डॅडी? त्यांचं काय?'' – त्यांचा पुढचा प्रश्न.

''ते खूप वेळा बदडतात. कधी कधी गुद्देदेखील मारतात.'' मी खरं ते सांगितलं.

''ठीक आहे.''

आम्ही परत वर्गात गेलो. त्या दिवशी शाळा सुटल्यानंतर एक शिक्षिका माझ्याबरोबर घरी आली. मी मनातून खूप घाबरले होते. माझी भीती खरी ठरली. त्याच दिवशी पोलिसांचा घरी फोन येऊन गेला होता. आता मला डॅडींच्या रागाची भीती वाटू लागली. पण ममानं शाळेतल्या बाईंना सांगितलं, ''ही जे सांगतेय, त्यात तथ्य नाही. उगीच वेळ गेला तुमचा. काहीतरी कल्पना येत असतात हिच्या डोक्यात.''

शिक्षिका निघून जाताच ममानं विचारलं, ''काय गरज होती हे सगळं शाळेत सांगायची?''

मलाही ममाचा राग आला होता. डॅडींची बाजू घ्यायचं काय कारण होतं हिला? मी ताडकन उत्तर दिलं, ''खोटं कधी बोलायचं नाही, असं तूच नेहमी सांगत असतेस ना?'' ममानं डॅडींकडे एक जळजळीत कटाक्ष टाकलेला मी पाहिला. ममा अशा प्रकारे कधीच वागली नव्हती यापूर्वी. त्यामुळे मला आश्चर्याचा धक्काच बसला. आणखी एक धक्काही मला त्याच दिवशी बसायचा होता. त्या वेळी डॅडी गप्प बसले. मी माझ्या खोलीत झोपण्यासाठी गेले तरी ते बसूनच

होते. शिक्षा टळली म्हणून मी एक नि:श्वास टाकला.

मात्र, त्या प्रसंगाचे पडसाद पुढेही बराच काळ उमटत राहिले. आमच्या घरी एक समाजसेविका आली आणि तिनं ममाला सांगितलं, "तुम्ही हिला एका बालमानसोपचारतज्ज्ञाला दाखवा. महिनाभर त्यांच्याकडून उपाय करून घ्यावे लागतील हिच्यावर." एवढंच नव्हे, तर आमच्या संपूर्ण कुटुंबालाही त्यांनी एकदा बोलावलं. केवढा मोठा तमाशा होता तो! आम्ही सगळे आमच्या चर्चला जातेवेळी घालावयाच्या खास कपड्यांत तिथे बसलेलो. पण माझ्या तोंडून एक शब्द फुटेल तर शप्पथ! मग मला एकटीलाच कुणीतरी दुसऱ्या एका खोलीत घेऊन गेलं अन् तिथे एक चित्र काढायला सांगितलं.

"कसलं चित्र?" मी गोंधळून जात विचारलं.

"कसलंही काढ, बाळ. तुला आवडेल त्या विषयाचं." ती बाई प्रेमळपणे म्हणाली.

मी एक साधंसं चित्र काढलं. त्यात लहान मुलं काढतात तशी काटकुळी माणसं होती आणि एक घर होतं. त्यानंतरच्या बैठकीत तिनं मला दोन बाहुल्यांबरोबर खेळायला सांगितलं. काही कार्डांकडे बघायला सांगितलं. त्यावर काही वळसेदार रेघोट्या काढलेल्या होत्या.

मला त्यांनी विचारलं, "हे कसलं चित्र आहे?"

"वळसेदार रेघोट्यांचं." मी उत्तर दिलं.

या उपचारपद्धतीचा मला तरी काही उपयोग झाला नाही. कारण कुणातरी अनोळखी माणसाबरोबर आपल्या घरच्या भानगडींविषयी बोलण्याइतका मोकळेपणा मला कधीच वाटला नाही. डॅडींच्या दुष्टपणामुळे माझ्या आयुष्यात जी प्रचंड उलथापालथ होत होती, त्यामुळे मला शरमेनं मान खाली घालावीशी वाटत असे; त्याबद्दल मी काय सांगणार? शिवाय मला खूप भीती वाटायची की, घरातल्या प्रकाराबद्दल काही बोलले तर माझ्या ममालाच त्याचे परिणाम भोगावे लागतील. समाजसेविकांच्या घरी येण्यामुळे ममा अगोदरच इतकी घाबरलेली होती की, तिनं माझी अगदी मनधरणी केली, "बाळ, घरात जे काही घडतंय त्याबद्दल एक अक्षरही काढू नकोस बाहेर. त्यामुळे तुझे डॅडी संकटात येतील आणि आपलं पुरं घरच विस्कटून जाईल." मी ममाचं म्हणणं ऐकलं. पण डॅडींच्या वागण्यात काडीचाही बदल घडला नाही. एखादे वेळी मी काहीतरी बोलून जायची की, डॅडी आपल्या मनातल्या वैफल्यभावनेला वाट करून देण्यासाठी मला मारहाण करत. मी जोपर्यंत रडत नाही तोपर्यंत ते मला मारत. जणू काही माझ्या डोळ्यांतील अश्रू पाहिल्यानंतरच त्यांच्या मनाचं समाधान होत असे. त्यामुळेच मानसोपचारतज्ज्ञांबरोबरच्या बैठकीत मी तोंडातून एक अक्षरदेखील

उच्चारत नसे. माझं मन शरमेनं आतल्या आत काळवंडून जात असे. या उपचारांमुळे आपल्याला काही फायदा होईल, आपल्या आयुष्यात काही बदल होईल, असं मला कधीच वाटलं नाही. उलट आपल्या घरात जे घडतंय, ते योग्य नाही, याचीच मला खात्री पटत गेली. उपचारांसाठी मलाच वेठीला धरलंय, या विचाराचाही मला संताप येऊ लागला. माझ्यावर घेत असलेल्या चाचण्या, चर्चा म्हणजे एक प्रकारचा मूर्खपणा आहे, वेळेचा अपव्यय आहे, ही भावना माझ्या मनात दृढ होत गेली. ही मोठी माणसं मलाच काहीतरी करून छळायचा प्रयत्न करत आहेत, या चुकीच्या भावनेनं मी आतल्या आत मिटून गेले. ज्यांच्यावर माझा मुळीच विश्वास नव्हता, अशा लोकांनी मला प्रश्न विचारावेत, माझ्यावर उपचार करण्याचा प्रयत्न करावा, हे मला सहन होत नसे. त्यामुळे मीच माझ्यावर होणारा अन्याय दडपून टाकायचा विफल प्रयत्न केला. खूप वर्षांनी केव्हातरी मला कागदाचा एक छोटासा तुकडा सापडला. तो माझ्या वहीतलाच असावा. त्यावर मी कुणाची तरी एक कविता लिहिलेली होती. पुन्हा एकदा ती कविता वाचताना माझ्या डोळ्यांतून घळाघळा अश्रुधारा वाहू लागल्या. वाटलं, ज्या कुणा मुलीनं ही कविता लिहिली होती, तिनं माझ्याच भावनांना बाह्यरूप दिलं होतं. त्यातल्या काही ओळी अशा होत्या–

डॅडी नेहमी चिडलेलेच का असतात?
आजचा दिवस त्यांना खूश करण्यासाठी
मी जिवाचा आटापिटा केला अन्
त्यांच्या रागापासून दूर राहायचा प्रयत्न केला, पण...
मला खूप वाईट वाटतं,
देवानं डॅडींना माझ्यासारखी मुलगी दिली
जिचा अभिमान वाटेल, असं मूल त्यांना हवं होतं;
माझ्यासारखं नाही, हे कळलंय मला
एक गोष्ट मात्र मला कधीच कळली नाही
ममा म्हणते, "बाळ, माझं तुझ्यावर खूप प्रेम आहे."
पण,
जेव्हा डॅडी मला मारहाण करतात तेव्हा ती म्हणते,
"मी काय करू गं? माझ्या हातात काही नाही."

ही कविता कुणी लिहिली, ते मला ठाऊक नाही. पण अनेक वेळा मला त्या व्यक्तीबद्दल कुतूहल वाटायचं, कोण असतील ही माणसं? कशी असतील त्यांची आयुष्यं? माझ्यासारखंच की अधिकच वाईट? एका दृष्टीनं विचार केला तर मला वाटायचं, म्हणजे फक्त आपल्याच आयुष्यात असे प्रसंग येत नाहीत.

दुसरीकडे वाटायचं, डॅडींनी माझा इतका राग, तिरस्कार का करावा? माझे वडील आहेत ते. वडिलांनी मुलांवर प्रेम करायचं असतं ना? मग माझे डॅडी मला का इतकं छळतात? मी माझ्या मैत्रिणींचे प्रेमळ डॅडी पाहिले होते. आपल्या डॅडींनीही तसंच वागावं, एवढीच माझी इच्छा होती. मला इतर मुलांसारखं साधं, सरळ आयुष्य जगायचं होतं. बस्स!

''डॅडींना सोडून दे, आपण वेगळे राहू,'' असं अनेक वेळा मी ममाला म्हणत असे. पण प्रत्येक वेळी ती म्हणायची, ''नाही गं, ते शक्य नाही.'' पुढे मला केव्हातरी कळलं की, तिनं एकदा आपल्या डॉक्टरांचा सल्ला घेतला होता. कारण तिलाही नेहमी वाटायचं की, माझ्याहीपेक्षा मानसोपचारांची खरी गरज डॅडींनाच आहे. ती त्यांना म्हणालीदेखील, ''ब्रुनोच्या संतापाचं मूळ कारण त्याच्या कसल्यातरी दु:खात किंवा एखाद्या विकृत इच्छेत असणार. म्हणूनच तो इतरांवर नेहमी इतकी अरेरावी करतो.'' पण डॉक्टरांनी तिचं म्हणणं मनावर घेतलं नाही. ते म्हणाले, ''ब्रुनोला मानसोपचाराची गरज असेल तर त्यानं स्वत: माझ्याकडे येऊन तसं सांगायला हवं.'' ही गोष्ट तर केवळ अशक्य होती. आपल्याबद्दल एल्व्हा डॉक्टरांशी बोलली, हे त्यांना कळलं असतं, तर त्यांनी तिचं काय केलं असतं, देव जाणे! त्यांना नेहमी आपलं वागणं योग्यच वाटायचं. मला आणि ममाला आपल्या कह्यात ठेवणं, हा त्यांचा अधिकारच होता.

घरात नियमित येणारी मिळकत थांबल्यावर पैशाची तंगी वाढली. त्यामुळे आयुष्य अधिकच खडतर बनलं. लहान वयात मी दुहेरी दु:ख, ताण सोसत होते. एकतर घरातलं वातावरण कायम धुमसतं असायचं. भीतीच्या छायेत आम्ही सगळे वावरत असायचो. दुसरी गोष्ट म्हणजे बालपणातल्या सगळ्या सुखांना, मौजमजांनाही मी आता पारखी झाले होते. माझ्या मैत्रिणींकडे किती प्रकारची खेळणी असायची. त्यांच्या खोल्या नुसत्या खचाखच भरलेल्या असायच्या अन् माझ्याकडे मात्र काहीच खेळणी नसायची. या गोष्टीचीही मला फार चीड यायची. कॅबेज पॅच डॉल (Cabbage Patch doll), चमकणारा किडा (Glow Worm), बार्बी बाहुली आपल्याकडेही असावी, असं मला वाटायचं. पण ती मिळण्याची शक्यता नव्हतीच. क्वचितच कधीतरी ममा आम्हाला एखाद्या सेलला घेऊन जायची. तेव्हा माझ्यासाठी स्वस्तातले पुष्कळ कपडे विकत घ्यायची. (ममाला शिवणकाम, विणकाम छान यायचं. त्यामुळे बहुतेक कपडे तिनंच शिवलेले असायचे.) एका 'रस्ते का माल सस्ते मे' सेलमध्ये डॅडींनी माझ्यासाठी ५० सेंटना एक बाहुल्यांचं घर विकत घेतल्याचंही आठवतं. पण माझ्याकडे त्यात ठेवण्यासाठी बाहुल्याच नव्हत्या. मी स्वत:च कधीतरी कागदाच्या बाहुल्या करायची किंवा बाहुल्यांऐवजी बोटांचा वापर करायची. त्यांना खऱ्या बाहुल्यांची सर कशी

येणार? पण तक्रार करायचीही सोय नव्हती. 'तू स्वार्थी आहेस, अप्पलपोटी आहेस, दुष्ट आहेस', अशा विशेषणांचा माझ्यावर सतत भडिमार होतच असायचा. आमच्या घरात वाढदिवस किंवा नाताळ साजरा करण्यावर आमच्या पंथानुसार बंदी होती. त्यामुळे त्यानिमित्त होणारी मुलांची हौसमौजही माझ्या वाट्याला कधीच आली नाही.

एकदा ममानं डॅडींना सुचवलं, ''मी एखादं काम बघू का? प्रयत्न केला तर मिळेल एखादी नोकरी.'' झालं, घरातलं वातावरण अधिकच तंग झालं. खरंतर कॉलेजातून परिचारिका प्रशिक्षणाची पदवी मिळवावी, असं तिचं खूप दिवसांपासूनचं स्वप्न होतं. पण नेहमीप्रमाणे डॅडींनी तिच्या स्वप्नांवर बोळा फिरवला. ''तुझी जागा या चार भिंतींच्या आत. काही कुठे जायची गरज नाही.'' ममानं त्यांना समजावयाचा खूप प्रयत्न केला, ''माझ्या अभ्यासामुळे घरातल्या कामावर काहीही परिणाम होणार नाही. स्वयंपाक, इतर कामं, इस्त्री करणं वगैरे सगळं मी वेळच्यावेळी करेन. शिवाय मुलं आता मोठी झालीयत. त्यांना माझी सतत गरज भासत नाही आणि नतालिया शाळेतून घरी येण्यापूर्वी मी घरी येईन ना–'' तिच्या या सांगण्याचा त्यांच्यावर उलटाच परिणाम झाला. ते आणखीन चिडले. ''बाहेर जाऊन इतर पुरुषांवर छाप मारायची असेल?'' असं कुचकट काहीतरी ते तिला बोलले. ममा रडू लागली. मला अजूनही आठवतंय अन् मी केलेला दुष्टपणाही! मी जेमतेम नऊ वर्षांची होते, तरी मी नाक खुपसलंच, ''ममा, डॅडींनाच सोडून दे ना तू. आपल्याला सगळ्यांनाच नाहीतरी त्यांचा राग येतो.'' तरी ती बिचारी काहीच बोलली नाही.

डॅडी मला मारहाण करत तेव्हाच फक्त ममाची सहनशक्ती संपुष्टात येत असे. अशा वेळी मी घर सोडण्याचा विषय काढला तर ती त्यावर काहीतरी बोलत असे. एरवी तो विषय ती टाळतच असे. मी रडत असताना ती माझ्या खोलीत यायची, माझी समजूत काढायचा प्रयत्न करायची. त्या वेळी मी तिच्या विनवण्या करायची, ''ममा, आपण खरंच कुठेतरी निघून जाऊ या गं!'' माझ्या केसांवरून मायेनं हात फिरवत ती म्हणायची, ''तू अठरा वर्षांची झालीस की जाऊ आपण.'' या तिच्या उत्तरात कधीही फरक पडला नाही. डॅडींचा विरोध असूनही, कसं कोण जाणे, पण तिनं परिचारिका शिक्षणक्रमासाठी नाव नोंदवलं आणि तिचं शिक्षण सुरू झालं. अनेक वेळा जेवणाच्या टेबलावर तिच्या वह्या अन् पुस्तकं पसरलेली असायची, ते मला आजही आठवतंय. पण एकही दिवस असा आला नाही की, ज्या दिवशी आम्ही मुलं घरी आलो अन् ती घरी नव्हती. तिनं अभ्यासात छान प्रगती दाखवली. प्रत्येक परीक्षेत तिला उत्तम गुण मिळायचे. आपल्या बुद्धीचा वापर करायची संधी मिळतेय, या विचारानं तिला खूप आनंद

होत होता, हे आम्हा भावंडांना जाणवत होतं. पण तिच्याबाबतीत कोणतीच गोष्ट सुरळीत होऊ नये, अशी दैवगती होती की काय, कोण जाणे! एक दिवस ममा आम्हाला म्हणाली, "मी पुन्हा एकदा आई होणार आहे." ती दैवगती नव्हती, हे पुढे केव्हातरी डॅडींनीच मला सांगितलं. ममाला आपल्या आयुष्यातलं एक स्वप्न पुरं करायला मिळणार, अशी संधी तिच्यासमोर उभी असतानाच, ती अशा प्रकारे हुकली जावी, हा काही योगायोग नव्हता. ते माझ्या डॅडींचंच कर्तृत्व होतं! "मी मुद्दामच ते घडवून आणलं." खरं खोटं देव जाणे, पण त्या काळी तरी कुणाला तशी शंका यायचं कारण नव्हतं. मात्र, ममाला तसा संशय आला असणार, असं आज मला खात्रीपूर्वक वाटतं.

बालवयातल्या मला आपल्याला धाकटं भावंडं येणार, या विचारानं खूप आनंद वाटला. आणखी एक मूल म्हणजे वाढलेलं काम, शिवाय डॅडींच्या पूर्णपणे कह्यात जाणं, या गोष्टी बिचाऱ्या ममाच्या ध्यानात यायला वेळ लागला नसणार. आम्ही सगळे जण आता बाळाच्या आगमनाची वाट पाहू लागलो. डॅडींच्या रागाचा पारा वर चढणार नाही, याची दक्षता ममा डोळ्यांत तेल घालून घेऊ लागली. आपण त्यांना त्रास द्यायचा नाही, असा निश्चय मीही केला. १९८७ च्या सप्टेंबरमध्ये डॅनियलचा जन्म झाला. आमचं घर बऱ्याच दिवसांनंतर आनंदानं उजळलं. या माझ्या लाडक्या भावाला जसं माझं प्रेम आणि वात्सल्य मिळालं, तसा त्याला लहान वयातच त्रासही भोगावा लागला. आमचं घर आधीपासूनच दुभंगलेलं होतं. डॅनियलला तर तो दहा वर्षांचा व्हायच्या आतच मातृसुखालाही पारखं व्हावं लागलं.

पौगंडावस्थेतला बंडखोरपणा

एल्व्हाबद्दलच्या अनेक सुखद आठवणी मी माझ्या मनात साठवून ठेवल्या आहेत. पण आश्चर्याची बाब म्हणजे त्यातली सर्वांत गोड आठवण एका वादळी रात्रीची आहे. मी १० वर्षांची होते तेव्हा. एका रात्री मी दचकून जागी झाले. पावसाच्या धारा खिडकीच्या तावदानांवर जोरात आदळत होत्या. तो आवाज ऐकत मी अंथरुणात पडून होते. मग मी पलंगावरून उठले आणि जिन्यावरून खाली उतरू लागले. क्षण-दोन क्षणच वीज चमकली असावी, पण तेवढ्यामुळेही जिन्याचा सगळा भाग वेगवेगळ्या रंगांनी उजळून निघाला. पुढल्याक्षणी पुन्हा काळोख झाला. मी कठड्याला धरून सावकाशपणे एकेक पायरी उतरू लागले.

का कुणास ठाऊक, पण मला वाटलं, माझी ममा जागी आहे आणि खरोखरच ती जागी होती. गर्भारपणामुळे अवघडलेल्या स्थितीत ती आरामखुर्चीत बसून बाहेरचं वादळ पाहत होती. मला पाहताच तिनं मला जवळ बोलावलं. मी तिच्याजवळ गेले अन् तिच्या शेजारी बसले. तिनं माझे हात आपल्या पोटावर ठेवले. वीज कडाडली की, बाळ तिला ढुशा द्यायचं. "हा तुझा छोटा भाऊ आहे," ती प्रेमानं म्हणाली. ममाजवळ बसून राहायला मला इतकं बरं वाटत होतं म्हणून सांगू! पण त्याही स्थितीत मी तिला ठामपणे म्हटलं, "नाही, ती माझी छोटुली बहीण आहे. मुलगा असला तर मी पळून जाईन हं!" ती नुसतीच हसली आणि तिनं माझ्या केसांमधून हात फिरवला. वादळ शमण्याची वाट पाहत आम्ही दोघी तशाच बसून राहिलो...

काही दिवस गेले. एका सकाळी डॅडींनी मला उठवलं अन् म्हणाले, "ममा हॉस्पिटलमध्ये गेलीय. तिला बाळ झालंय." त्यांचे शब्द ऐकून मला गोंधळल्यासारखं

झालं. "असं कसं होईल? काल रात्री तर तिनं मला झोपवलं होतं. ती नक्की घरातच असणार." डॅडी काहीतरी चूक करत असावेत, असं मला वाटलं. पण ते बरोबरच होते. त्या दिवशी शाळा सुटल्यावर मी डॅडींबरोबर हॉस्पिटलमध्ये ममाला भेटायला गेले. पण सकाळपासून मी धुसफुसत होते. मला ममाचा खूप राग आला होता. एकटीच मला न सांगता हॉस्पिटलमध्ये गेली होती आणि मी नको म्हटलं असतानाही तिनं मुलालाच जन्म दिला होता. पण हॉस्पिटलमध्ये जेव्हा ममानं माझ्या हातांमध्ये डॅनियलला दिलं तेव्हा माझा राग कुठल्याकुठे पळून गेला. इतकंच नव्हे, तर सगळंच जणू काही बदलून गेलं. मला माझा छोटा भाऊ इतका आवडला की, बस्स! पुन्हा एकदा डायानाला छोट्या बाळाची देखभाल, तसंच घरातल्या बऱ्याचशा कामांची जबाबदारी उचलावी लागली. मी काय, लहर आली तर माझ्या छोट्या भावाबरोबर खेळत असे. हा माझा छोटा भाऊ आम्हा सगळ्यांना किती आनंद देत असे! लवकरच त्याच्या डोक्यावर कुरळे-कुरळे केस आले. त्याचं हसू तर इतकं गोड होतं! मी त्याच्याबरोबर खेळायची, त्याला वेगवेगळे कपडे घालायची, कधी-कधी माझ्या खोलीत लपवून ठेवायची. त्याला कुठे ठेवू न् काय करू, असं व्हायचं मला. पण एक वेगळी गोष्टही मला जाणवू लागली. आमच्या घरात कुणावरही आपला अधिकार गाजवायचा, त्याला आपल्या कह्यात ठेवायचं; तर जरूर पडेल तेव्हा त्या माणसाला मारहाण करण्यात काही चूक वाटत नसे, तीच सवय मलाही लागली. मला आठवतंय, कधीतरी डॅनियलनं माझ्या एखाद्या वस्तूला हात लावला किंवा मी खेळत असलेलं खेळणं माझ्या हातातून ओढून घेतलं तर मी त्याला सरळ एक फटका लगावत असे, नाहीतर ढकलून देत असे. मला त्यात काहीच गैर वाटायचं नाही. पण ममा मात्र मला प्रत्येक वेळी दटावत असे, "कधीही त्याच्या चेहऱ्यावर हात उगारायचा नाहीस, हे लक्षात ठेव. मारायचंच असलं तर त्याच्या पायावर चापटी देत जा." आज हे सगळं आठवलं की, माझा मलाच तिरस्कार वाटतो.

काही काही वेळा खेळताना मी इतके अघोरी प्रकार करायची की, नुसत्या आठवणींनीदेखील माझ्या अंगावर काटा उभा राहतो. मी डॅनियलला माझ्या खोलीत घेऊन जायची, त्याला माझ्या पलंगावर झोपवायची अन् त्याच्या तोंडावर एक उशी ठेवायची आणि इतके चित्रविचित्र, खिदळल्यासारखे आवाज काढायची की, बिचारा भीतीनं अर्धमेला व्हायचा. तो रडू लागला की, मला समाधान वाटायचं. मग मी त्याच्याजवळ जाऊन त्याला उचलून घ्यायची अन् म्हणायची, "रडू नकोस, चेटकीण आता निघून गेलीय. घाबरू नकोस, आता काही नाही होणार तुला." त्याला चुचकारण्यात, 'सगळं काही ठीक होणार आहे', असं सांगण्यातही मला समाधान वाटत असे. डॅनियल अगदी लहान होता तेव्हाही, तो

झोपलेला असला की कधी कधी मी त्याला बोटानं ढोसल्यासारखं करायची. हेतू हा की, त्याची झोप चाळवावी अन् मी त्याला पुन्हा जोजवून झोपवावं.

काय एकेक विचित्र प्रकार करायची मी! बिचाऱ्या त्या पोराला मी कधी सोडलंच नाही. कधी कधी मी त्याला डायानाचे कपडे, बूट चढवायची अन् त्याच्याशी खेळत बसायची. माझ्या दृष्टीने तो एक खेळणंच होता. ॲनी (Annie) या फिल्मची कॉपी व्हिडिओवर बघणं, हाही माझा आवडीचा उद्योग होता. बहुतेक वेळा डॅनियलही माझ्या शेजारी बसलेला असायचा. लवकरच तोही इट्स ए हार्ड नॉक लाइफ (It's a Hard Knock Life) हे गाणं माझ्याबरोबर म्हणायला शिकला. ॲनी या गरीब, अनाथ मुलीच्या आयुष्यात जे एकाहून एक कठीण प्रसंग येतात त्याविषयीची ती फिल्म होती. 'आपण ॲनीसारखे पोरके-अनाथ आहोत, आपल्यावरच ते सगळे दुःखाचे प्रसंग कोसळलेत,' अशी माझी खात्री पटत असे त्या वेळी. शाळेतही मी अशाच कल्पना माझ्या सुपीक मेंदूतून काढत असे. कधी मी ठासून सांगायची की, मला दत्तक घेतलेलं होतं; तर कधी सांगायची की, लवकरच मी हे गाव, हे घर सोडून दुसरीकडे राहायला जाणार आहे. शाळेतली माझी सगळ्यात आवडती गोष्ट म्हणजे नाटक. त्या वेळीं मी माझ्या मनातल्या सगळ्या कोंडलेल्या भावनांना वाट करून द्यायची. नाटकात कुठलीही भूमिका वठवताना मला खूप आनंद वाटायचा. कारण तेवढ्या वेळेपुरतं तरी मी माझं खरं अस्तित्व विसरू शकत असे.

खरंच, घरात माझं जे काही आयुष्य होतं, त्याचा मला खूप राग यायचा. माझं बालमन अनेकदा गोंधळून जायचं. शाळेत असतानाचा वेळ म्हणजे माझ्या दृष्टीनं 'या सगळ्या कटकटींपासून सुटका', असा असायचा. तेव्हा मी माझ्या मैत्रिणींसमवेत असायची. त्यांना, माझ्या आईवडिलांसमवेत मी कसं आयुष्य व्यतीत करतेय, याची सुतराम कल्पना नव्हती. त्यामुळे तेवढाच वेळ मी सुखात असायची. मैत्री करणं हा माझा छंद होता ते मला सहज जमायचं. मी मैत्रिणींच्या घरीदेखील जात असे. त्यांना मात्र मी क्वचितच माझ्या घरी नेत असे. मला सतत हे दडपण असे की, आमच्या घरातलं वातावरण पाहूनच त्यांना कळेल की, इथे काहीतरी विचित्र आहे. मग त्या माझा तिरस्कार करतील, आपल्याला त्यांच्यापुढे लाजल्यासारखं होईल, यामुळे मी त्यांना माझ्या घरापासून दूरच ठेवत असे.

हेलन नावाच्या एका मुलीबरोबर माझी दाट मैत्री झाली. आम्ही दोघी एकत्र बसून कुठल्याही क्षुल्लक कारणांवरून खिदळत राहायचो. वर्गात करायला सांगितलेला अभ्यास टाळण्यात आम्ही दोघी चांगल्याच तरबेज होतो. मी नेहमीच इतर मुलींची चेष्टामस्करी करत असे. डायाना माझ्याहून किती वेगळी होती; चंट होती. तिनं शाळेत शिक्षकांकडून नेहमीच शाबासकी मिळवलेली होती अन् अलीकडेच

तिला एक चांगली नोकरीही मिळालेली होती. एक 'गुणी मुलगी' (Golden girl) असं इतरांनी आपल्याला म्हणावं, असं तिला नेहमी वाटत असे. केवळ डॅडींना खूश करण्यासाठी माझी मात्र 'पुस्तकी किडा' व्हायची अजिबात तयारी नव्हती. इतकंच कशाला, डायानापासून दूर राहण्याच्या हेतूनं मी वेगळ्याच माध्यमिक शाळेत प्रवेश घेतला. ही शाळा फॉक्सहिल्स या भागात होती. ती माझ्या सोईची असूनही अभ्यासावर लक्ष केंद्रित करणं मला जमलं नाहीच. गणित हा माझा नावडता विषय, तर डॅडींना या विषयात चांगलीच गती. विशेषत: ज्यांचा आकड्यांशी संबंध असेल, अशा कोणत्याही प्रकारच्या गणितात त्यांना खूप रस वाटायचा. ते मला शिकवू पाहायचे, सूचना करायचे अन् मी माझ्या वयाला साजेशा कंटाळवाण्या चेहऱ्यानं त्यांना म्हणायची, "मला नाही समजत तुम्ही काय सांगताय ते." माझ्या या टाळाटाळीमुळे अर्थातच ते खूप चिडायचे. पण मला त्यांच्या रागाची पर्वा नसायची. मला त्यांच्याकडून कशाचीही अपेक्षा नव्हती अन् त्यांच्याशी जराही संबंध ठेवायचा नसे. निदान तसा माझा समज होता. त्या काळात मला त्यांचा इतका तिरस्कार वाटायचा की, ते मला डोळ्यांसमोरही नकोसे वाटत. कधी कधी तर, म्हणजे त्यांनी मला मारल्यानंतर मला त्यांचा इतका संताप यायचा की, मनातल्या मनात मी विचार करायची– या माणसाला कसं ठार मारता येईल! आम्हा सगळ्यांची सुटका तरी होईल त्यांच्यापासून!

माझे आजोबा– आईचे वडील– वारले त्या वेळेपासूनच मृत्यूविषयीच्या कल्पनांनी माझ्या मनात घर केलं. त्या वेळी डॅनियलचा जन्मदेखील झाला नव्हता. त्यांच्या अंत्यदर्शनासाठी डॅडी मला शाळा सुटल्यानंतर आजीच्या घरी घेऊन गेले. आजोबांचं शव एका पेटीत ठेवलेलं होतं. मी त्यांच्याकडे बघितलं. कसं कुणास ठाऊक, पण माझं लक्ष सारखं त्यांच्या नाकातील केसांकडेच जाऊ लागलं. मी हळूच डॅडींना म्हणाले, "तुम्ही सावध राहा बरं, ते आता जागे होऊन उठणार आहेत."

"गप्प बस." डॅडींनी समजावलं, "आजोबा मेले आहेत. ते कधीच उठणार नाहीत. माणूस एकदा मेला की, तो कायमचाच मरतो. काहीही झालं तरी तो परत येऊ शकत नाही." ते शब्द माझ्या मनात कायमचे घर करून राहिले. त्यानंतर अनेकदा मी एक स्वप्न पाहिलं– डॅडी मरतील, मग त्यांना पुन्हा कधीही उठता येणार नाही!

एकदा ती संधी अकल्पितपणे माझ्यासमोर उभी ठाकली. आमच्या घरामागील अंगणात डॅडींनी काही भाज्या लावलेल्या होत्या. या ठिकाणी काम करणं, हा त्यांचा आवडता छंद होता. तिथे मशागत, खुरपणी करण्यात ते तासन्‌तास घालवत. याच भागात एक छोटीशी पत्र्याची खोली होती. तिथे उंदीर आहेत, हे

त्यांना समजलं तेव्हा त्यांनी उंदरांवरील विषाच्या गोळ्या तिथे पसरून ठेवल्या अन् उरलेल्या गोळ्यांची पिशवी बेसिनखाली ठेवून दिली. तिच्यावरचं लेबल मी वाचलं अन् माझ्या लक्षात आलं की, ते फार जालीम विष होतं. एका शनिवारी दुपारी त्यांनी मला नेहमीप्रमाणे कॉफी करायला सांगितली. मी कॉफी बनवली, गुपचूपपणे त्यात विषाच्या गोळ्या टाकल्या अन् त्या विरघळेपर्यंत कॉफी ढवळली. धडधडत्या छातीनं मी बाहेरच्या खोलीत गेले आणि कॉफीचा मग त्यांच्या हातात ठेवला. त्यांनी एक घोट घेतला मात्र... ते माझ्यावर ओरडले, ''कसली घाणेरडी कॉफी केलीयस. दूध नासलेलं आहे बहुतेक-'' असं म्हणून त्यांनी ती थुंकून टाकली. ''नवीन बाटली उघड दुधाची आणि पुन्हा एकदा चांगली कॉफी करून आण.'' त्यांनी हुकूम केला. त्यांना ठार मारायचा तो माझा पहिला प्रयत्न होता, हे त्यांच्या लक्षातच आलं नाही.

जसजसं माझं वय वाढू लागलं तसतसे आम्हा दोघांमधल्या संघर्षाचे मुद्देही वाढू लागले. आता मी एक पट्टीची खोटारडी मुलगी झाले होते. अर्थात त्यामागचं कारण एकच होतं- डॅडींपासून सुटका! कधी कधी माझे हे प्रयत्न माझ्यावरच उलटायचे. माझी एम्मा नावाची एक मैत्रीण होती. आम्ही राहायचो त्याच रस्त्यावर ती राहायची. आमचं दोघींचं मस्त जमायचं. तिच्या आईनं घटस्फोट घेतला असल्यामुळे डॅडींच्या दृष्टीनं ती एक अध:पतित स्त्री होती. ते मला म्हणाले, ''एम्माबरोबर खेळलीस तर खबरदार! तिच्या आईच्या वर्तणुकीनं एम्मा आणि तूदेखील बिघडशील.'' मी त्यांना शपथेवर सांगितलं की, मी तिची संगत सोडून देईन. पण मी तिच्या घरी गुपचूप जायची अन् डॅडींना त्याबद्दल कुणकुण लागणार नाही, याची खबरदारीही घ्यायची. माझ्याकडे खेळणी अशी फारशी नसायची, पण डॅडींना स्वत:लाच सायकल चालवायची आवड असल्यामुळे त्यांनी मलाही एक सायकल आणून दिली होती. इतर बाबतीत बंधनं घालणारे डॅडी सायकल चालवण्यासाठी मात्र पूर्ण संमती देत असत. एक दिवस दुसऱ्या कोणाकडे जातेय, असं त्यांना खोटंच सांगून मी एम्माकडे गेले. आम्ही दोघी सायकलवरून बाहेर गेलो. डॅडी बाहेर गेलेत, ही गोष्ट मला ठाऊक नव्हती. ते परत येत होते तेव्हा त्यांनी मला आणि एम्माला सायकल चालवताना पाहिलं. मी घरी आले तेव्हा त्यांनी मला बाहेरच्या खोलीतून ओरडून विचारलं, ''कुठे गेली होतीस?'' मनात अगोदरच रचलेली गोष्ट मी त्यांना सांगितली आणि त्यांच्या तळपायाची आग मस्तकाला गेली. क्षणार्धात ते धावत स्वयंपाकघरात आले, माझी तेव्हा त्यांच्याकडे पाठ होती. त्यांनी माझे केस पकडले आणि मला फरफटवायला सुरुवात केली. मी जोरात किंचाळले, पण कुणी माझ्या मदतीला आलं नाही. ''खोटं बोलतेस बापाशी! जीव घेईन तुझा मी.'' त्या दिवशी त्यांनी

माझ्या पाठीत, बरगड्यांमध्ये जोरजोरात गुद्दे लगावले.

मला आठवतंय, रडत-रडत मी नंतर माझ्या पलंगावर पाय पोटाशी घेऊन, पडून राहिले. लहानसा डॅनियल माझ्याजवळ आला, आपल्या चिमुकल्या हातांनी त्यानं माझे डोळे पुसले अन् आपल्या बोबड्या आवाजात म्हणाला, "ललू नकोस गं! आपण दोघं पलून जाऊ." त्याच्या शब्दांनी मला दिलासा वाटला की, अधिकच रडू आलं ते आठवत नाही मला; पण आम्ही काही करू शकत नव्हतो, हेच खरं. ममा घर सोडायला तयार नव्हती. "डॅनियल अठरा वर्षांचा होऊ दे एकदा, मग बघू," असं ती अलीकडे म्हणू लागली होती. तिच्या या दुबळेपणाचाच आता मला संताप येऊ लागला. मी तिला तोंडावर म्हणू लागले, "मला जन्माला तरी कशाला घातलंस तू? तुझ्या स्वार्थासाठी मला जन्म दिलास. दुष्ट बाई आहेस तू. म्हणूनच या घरात मला जन्म दिलास. मला जगायचासुद्धा वीट आलाय आता." माझ्या शब्दांनी तिचं आईचं मन घायाळ झालं असणार. पण बिचारी एक अक्षरदेखील बोलली नाही त्यावर की, मला तिनं विरोधही केला नाही. त्याच सुमारास मी तिच्या पर्समधले पैसे चोरायला सुरुवात केली. आधीच घरात पैशाची तंगी होती. पण त्याविषयी जराही पर्वा न करता मी कधी सुटे पैसे–नाणी, तर कधी पौंडांच्या नोटाही पळवू लागले. गमतीचा भाग म्हणजे, यातले थोडेसुद्धा पैसे मी स्वत:वर खर्च केले नाहीत. खरंतर कितीतरी वस्तू मला विकत घेता आल्या असत्या. त्याऐवजी मी माझ्या मैत्रिणींनाच पैसे किंवा काहीतरी गोडधोड घेऊन द्यायची. कधी कधी स्वयंपाकघरात बोलावून ममा मला विचारायची, "माझ्या पर्समधले पैसे घेतलेस का?" अशा वेळी तिच्या नजरेला नजर भिडवत, अतिशय साळसूदपणे मी उत्तर द्यायची, "छे गं, असं कसं करेन मी, ममा? तुझी शप्पथ, मी तुझ्या पर्सला हातपण नाही लावला." बेमालूमपणे खोटं बोलत असतानादेखील मला तिला जाणवून द्यायचं असे की, बोलतेय मी तुझ्याशी खोटं; काय म्हणणं आहे तुझं? मला हवं तसं वागेन मी, पण तू काही वाकडं करू शकत नाहीस माझं.

डायनानं घर सोडलं तेव्हा मी १४ वर्षांची होते. ज्या कुणा पहिल्या तरुणानं तिला लग्नाविषयी विचारलं असेल, त्याला तिनं होकार देऊन टाकला असणार, हे मला त्या वयातही कळलं अन् त्यात तिची काही चूकही नव्हती. ज्या दिवशी ती आपल्या प्रियकराला घरी घेऊन आली, त्या दिवशी एका नजरेत मी त्याचं पाणी जोखलं. तशा आम्ही दोघी बहिणी कधीच एकमेकींना फार जवळच्या नव्हतो. पण त्या दिवशी जिन्याच्या पायरीवर बसलेले असताना मी तिला म्हणाले, "याच्याबरोबर लग्न नको करूस, डायाना. मला तरी हा चांगला माणूस वाटत नाही." मी केलेल्या विनवण्या तिच्या कानात शिरणार नाहीत, हे उघड होतं. पण शेवटी तिनं घर सोडलंच त्यानंतर आमची क्वचितच भेट व्हायची.

नुकत्याच तारुण्यात पदार्पण केलेल्या मला तरी तिची काळजी करत बसायला कुठे वेळ होता? माझं आयुष्य खूपच आत्मकेंद्रित होतं त्या वेळी. फार फार तर डॅनियलविषयी मी विचार करू शकत होते. व्यवहारी दृष्टिकोनातून विचार केला तर डायाना घराबाहेर पडल्यामुळे माझा फायदाच होणार होता. आता माझ्या खोलीत मी एकटीच झोपणार, उठणार होते. निदान या ठिकाणी तरी कुणी माझ्या स्वातंत्र्यावर गदा आणणार नव्हतं. डायानानं या खोलीत एक इलेक्ट्रिकची किटली– चहा-कॉफीचं पाणी उकळण्यासाठी– ठेवलेली होती. ती गोष्टही माझ्या पथ्यावर पडली. त्यासाठीसुद्धा खाली स्वयंपाकघरात जायला नको, या विचारानं मी खूश झाले. माझा घरातला बहुतेक वेळ मी माझ्या खोलीत घालवू लागले. "घर म्हणजे काय हॉटेल आहे का? अशी काय वागतेस– कायम स्वतःला आपल्या खोलीत बंद करून घेतेस?" ममा वैतागून म्हणायची. पण मी तिच्याकडे पूर्णपणे दुर्लक्ष करायची. 'खड्ड्यात गेलात तुम्ही सगळे' या विचारापर्यंत पोहोचले होते मी तोपर्यंत!

माझ्या वयाला साजेशा सगळ्या गोष्टी मी करत होते. तेव्हा सिगारेट ओढायला सुरुवात करणं, हेही ओघानंच आलं. ममा मला रोज एक पौंड दुपारच्या जेवणासाठी म्हणून देत असे. ते बहुतेक सगळे पैसे मी सिगारेटवर खर्च करत असे. माझे ममा-डॅडी दोघंही या व्यसनापासून स्वतःला दूर ठेवत. त्यामुळे डॅडींना माझ्या धूम्रपानाविषयी कळलं तर ते माझा तिरस्कार करणार, यात मुळीच शंका नव्हती. या काळात मी एक प्रकारच्या कल्पनाविश्वात रममाण होऊ लागले. माझ्या मनात एक संवादमालिका उमटत असे. त्याची सुरुवात नेहमी मीच करायची. तीही एका ठराविक प्रश्नानं– "मी सिगारेट ओढते, असं तुम्हाला कळलं तर तुम्ही काय कराल, डॅडी?"

त्यावर ते म्हणतील, "मी तुला सिगारेटचं एक अख्खं पाकीट ओढायला लावेन. मग तुला उलटी येईल, तेव्हाच थांबवेन मी तो प्रकार."

हा बोलाचालींचा खेळ, कसा कोण जाणे, मला आवडायला लागला म्हणून मी 'जर-तर'च्या मोठमोठ्या गोष्टी करू लागले.

"समजा, तुम्हाला कळलं की, मी गरोदर आहे, तर काय कराल तुम्ही?"

त्यावर ते म्हणतील, "तू ते पोर तर जन्माला घालशीलच. पण त्याच्या बापाचं मात्र काही खरं नाही. असा बदडेन मी त्याला, की ज्याचं नाव ते!"

"समजा, कुणी माझ्यावर बलात्कार केला, तर तुम्ही काय कराल?"

"त्या नराधमाला शोधून काढेन मी आणि या माझ्या हातांनी जीव घेईन त्याचा!"

हा खेळ सुरूच राहायचा. मी या माझ्या 'रक्तपिपासू' बापरूपी लांडग्याला

एकेक प्रश्न विचारायची अन् माझ्या प्रत्येक पापासाठी किती रक्त सांडलं जाईल, याचा हिशेब ते मांडत राहायचे. जगात जिकडे-तिकडे पाप भरून राहिलंय, याची जाणीव डॅडी मला अन् माझ्या भावंडांना पदोपदी करून देत. आमच्या रक्षणासाठी ते डोळ्यांत तेल घालून जगत आहेत, याचा आम्हाला आनंद वाटला पाहिजे, अशी त्यांची अपेक्षा असे. मला त्यांच्या दुटप्पीपणाचं कधी कधी खूप आश्चर्य वाटायचं. मी हा शब्द वापरतेय, कारण त्यांना स्वत:ला ज्या धार्मिक शिकवणुकींवर विश्वास ठेवावासा वाटे, तेवढ्याच गोष्टी ते कटाक्षानं पाळत अन् काही धर्माज्ञांकडे सोयीस्करपणे दुर्लक्ष करत. उदाहरणार्थ– त्यांचा धार्मिक पंथ तरुण मुलामुलींनी वडीलधाऱ्यांच्या अनुपस्थितीत भेटू नये, असं सांगतो. ती आज्ञा ते तंतोतंत पाळत. पण हाच पंथ 'राग-संताप', 'मारहाण' याच्याही विरुद्ध होता. तर, त्या आज्ञेकडे मात्र ते कानाडोळा करत. वर सांगितलेले 'प्रक्षोभक' प्रश्न मी मनातल्या मनात त्यांना विचारत असे. कारण डॅडींच्या उत्तरामधली एक गोष्ट मला ऐकायला आवडायची– माझ्यावर अन्याय किंवा अत्याचार करणाऱ्या माझ्या मित्राला डॅडी शिक्षा करतील, माझ्यावरील अन्यायाचा सूड घेतील. म्हणजे जरी मी डायानासारखी शहाणी मुलगी नसले आणि वेडेपणा करत असले तरी ते माझं संरक्षण करतील. थोडक्यात सांगायचं, तर त्यांना आपल्या मुलीबद्दल प्रेम, काळजी वाटते याविषयीचं स्वप्नरंजन मला खूप आवडत असे. त्या अजाण वयात एक गोष्ट मला कळली नव्हती, डॅडींना आपल्या मुलींची नव्हे तर स्वत:च्या नावलौकिकाची पर्वा होती. माझ्या वागण्यामुळे त्यांच्या नावाला मी काळिमा फासणार नाही, यासाठीच ते माझ्यावर नजर ठेवणार होते. नजर ठेवणं म्हणजे प्रेम नव्हे, नजर ठेवणं म्हणजे नियंत्रण– इतकं साधं समीकरण होतं ते!

मला काबूत ठेवण्याच्या त्यांच्या इच्छेनं आता इतकं अक्राळविक्राळ रूप धारण केलं की, मला मोकळा श्वास घेणंदेखील शक्य होईना. बिनबाह्यांचे, मोठ्या गळ्यांचे ब्लाऊज (Tops) घालायला त्यांनी बंदी केली. कारण, त्यांच्या मते असे कपडे घालणं म्हणजे तरुणांना 'खुलं आमंत्रण' दिल्यासारखं होतं. हेदेखील मला तितकंसं जाचक वाटलं नसतं; पण काही बाबतीत तर त्यांनी अगदी कहर केला. मुलीच्या खासगी, वैयक्तिक आयुष्यात किती लुडबुड करावी याची मर्यादाही त्यांनी ठेवली नाही. माझ्या तरुणपणी– मी शिकत असताना– मासिक पाळीच्या दिवसांत मुली एक विशिष्ट प्रकारचं पॅड वापरत असत, जे योनिमार्गाच्या आत ठेवलं जात असे. मला ते अजिबात आवडत नसत. माझ्या मैत्रिणी वापरतात तसं साधन (टॅम्पून) मला वापरायचं होतं. माझ्या डॅडींनी त्यालाही विरोध केला. कारण त्यांच्या मते या साधनामुळे (tampon) माझा कौमार्यभंग झाला असता! शनिवार-रविवारच्या सुट्टीत ते मला माझ्या मैत्रिणीच्या

घरी जाऊ देत नसत. का तर मैत्रिणींच्या वडिलांनी माझ्यावर बलात्कार केला तर? थोडक्यात, इतर कोणत्याही ठिकाणी वा माणसाच्या संपर्कात नाही, तर त्यांच्या नजरेच्या धाकातच मी सुरक्षित होते. असं होतं तरी मी धूम्रपान करण्याचं धाडस केलंच. कारण डॅडींना त्याविषयी कळलं असतं तर काय झालं असतं? त्यांनी मला उलटी करायला लावली असती किंवा खोलीत कोंडून ठेवलं असतं. तो धोका पत्करायची माझी तयारी होती, म्हणूनच मी सिगारेट ओढायची. पण फक्त माझ्या खोलीत, चार भिंतींच्या आत. पण कधी कधी खिडकीबाहेर धूर सोडत! एका पावसाळी, वादळी हवेच्या दिवशी मी माझ्या कपड्यांच्या कपाटाच्या आत शिरले आणि तिथेच बसून सिगारेट फुंकू लागले. हातात एक छोटा पत्र्याचा डबा होता, थोटकं टाकण्यासाठी. जिन्यावर पावलं वाजली. ममा माझ्या खोलीकडे येत असल्याचं माझ्या ध्यानात आलं. कपाटाच्या दाराच्या फटीतून धूर येताना तिला स्पष्ट दिसला. तेव्हा घाबरून तिनं दार खेचून उघडलं, तर आत मी अगदी निष्पाप चेहऱ्यानं उभी!

"सिगारेट ओढत होतीस की नाही; सांग?" तिनं जोरात विचारलं.

"छे गं! मुळीच नाही." मी तितक्याच थंडपणे उत्तर दिलं.

ममानं तिची नजर माझ्यावर रोखली. मला घाबरवण्याच्या हेतूनं. पण मी इतकी बनेल झाले होते आत्तापर्यंतच्या अनुभवामुळे की, मी कसली माघार घेतेय? मीही एकटक बघत राहिले तिच्या नजरेला नजर देत. शेवटी बिचारीला माझ्या चेहऱ्यावरून नजर हटवावी लागली. माझी सुटका झाली, हे सांगायला नकोच!

त्या दिवशीचा तो प्रसंग मी यशस्वीपणे निभावून नेला. पण ममाला आपल्याबद्दल संशय घेतेय, या विचाराचाही मला राग येऊ लागला. 'आता यापुढे ही पोरगी काय करणार आहे?' अशा प्रकारच्या संशयपूर्ण, तिरक्या नजरेनं ती माझ्याकडे पाहत असे. तिचा हेतू नेहमी चांगला असायचा. मी वेडंवाकडं वागून, डॅडींचा राग ओढावून घरातल्या शांततेचा भंग करू नये अन् तशी शक्यता असेल तर मध्यस्थी करायला तिला सवड मिळावी. मी किती हट्टी आहे; मनात आणलं तर किती आडमुठेपणानं वागू शकते, या गोष्टीचा तिला यापूर्वी अनुभव आलेला असल्यामुळे तिनं माझ्या स्वभावाचा धसकाच घेतला होता. मी फक्त आठ वर्षांची होते तेव्हा तो प्रसंग घडला. लांब केसांचा त्या वेळी मला कंटाळा आला होता म्हणून मी तिला म्हटलं, "माझे केस कापून लहान कर. मला आता कंटाळा आलाय लांब केसांचा." तिनं केस कापायला नकार दिला, तेव्हा मी म्हणाले, "तुला नसतील कापायचे माझे केस, तर मला सलूनमध्ये घेऊन चल." तरीही ती 'नाही' म्हणाली. "मग मीच माझे केस कात्रीनं कापेन बघ –" मी तिला

धमकी दिली. माझ्याकडे बघताक्षणी तिला कळून चुकलं की, मी खरोखरच मागेपुढे पाहणार नाही केस कापायला. तेव्हा नाइलाजानं ती तयार झाली. मात्र, तिनं माझे केस खूपच लहान केले. मी एकदम एखाद्या मुलासारखी दिसू लागले, पण त्याचं मला विशेष वाईट वाटलं नाही. नाहीतरी, माझं वागणं-बोलणं एखाद्या मुलासारखंच होतं. डॅनियलला मात्र मी अगदी बाहुलीप्रमाणे नटवायची; मला स्वत:ला मात्र मुलीप्रमाणे राहणं आवडायचं नाही. हे माझी पुरुषी वागण्याची आवड मी तारुण्यात पदार्पण करताच गळून पडली. पण माझा हट्टी स्वभाव बदलणार नाही, हे ममाला कळून चुकलं.

डॅडींविषयी तिला नेहमीच चिंता वाटत असे; पण त्यातूनच तिला एक संधी मिळाली. त्याचं काय झालं, डॅडींना नोकरी नसल्यामुळे अलीकडे घरातली आर्थिक परिस्थिती इतकी बिकट झाली होती की, जेव्हा ममाला जवळच्या एका कारखान्यात स्वागतिकेची नोकरी मिळाली तेव्हा ते 'नाही' म्हणू शकले नाहीत. अर्थात, त्यांनी तिच्यावर जाचक बंधनं घातलीच. तो सगळा प्रकार अत्यंत हास्यास्पद होता. रोज सकाळ-संध्याकाळ ते तिला कामावर सोडायला अन् आणायला तर जायचेच; पण दुपारच्या तिच्या जेवणापर्यंत थांबूनही राहायचे. का, तर म्हणे तिनं इतर पुरुष कामगारांपासून दूर राहावं म्हणून! दुसऱ्या कुठल्याही स्त्रीनं नवऱ्याच्या या जेलरसारख्या वागण्याची टर उडवली असती. पण ममानं तेही मुकाट्यानं सहन केलं. कारण नोकरीच्या निमित्तानं का होईना; पण तिला घराबाहेर पडण्याची संधी तरी मिळत होती. ममाला थोडं स्वातंत्र्य मिळालं; पण मी मात्र काहीशी अडकल्यासारखी झाले. डॅडींचा दुपारचा चहा करण्यासाठी मला पाच वाजायच्या आत घरी परतावंच लागे. कारण आता ही कामं करायला घरात डायाना नव्हती, तेव्हा मीच ती करायची, हे ओघानंच आलं.

आमच्या दोघांमधल्या भांडणाच्या मुद्द्यात आणखी एकाची भर पडली. एक दिवस त्यांचं संध्याकाळचं जेवण मी मुद्दामच थोडं करपवलं. डॅडींच्या ते लगेच लक्षात आलं आणि ते माझ्या अंगावर धावून आले. या वेळी तोंडावर न मारण्याच्या नियमाचा त्यांना विसर पडला. त्यांनी माझ्या बरगड्यांमध्ये तर ठोसे लगावलेच; पण माझ्या चेहऱ्यावरही इतक्या जोरात थप्पड मारली की, ममाच्या तोंडचं पाणी पळालं. दोन दिवस तिनं मला शाळेत पाठवलं नाही. तिसऱ्या दिवशी मला शाळेत जावंच लागलं. "जिन्यावरून पडल्यामुळे चेहऱ्याला लागलं..." मी मैत्रिणींना खोटंच सांगितलं.

एक दिवस हा सगळा त्रास, कोंडमारा मला इतका असह्य झाला की, मी शाळेतील बाथरूममध्ये गेले असताना ओक्साबोक्शी रडू लागले. ते माझ्या मैत्रिणीनं पाहिलं. "नतालिया, किती दिवस हे सगळं तू आतल्या आत सहन

करून कुढत बसणार आहेस? त्यापेक्षा मिसना सांगून टाक ना!'' तिनं माझी विनवणी केली. मी तिचं म्हणणं ऐकलं. पण शाळेतल्या शिक्षिकांनी माझं म्हणणं ऐकल्यानंतर काहीशा अलिप्तपणे त्या म्हणाल्या, ''हं, पण आता थोडा उशीरच झालाय यावर उपाय करायला!'' त्यांचे शब्द ऐकून मी तर उन्मळून गेल्यासारखी झाले. 'डॅडी माझ्याशी वाट्टेल तसं वागणार; पण मला मदत करणारं कुणीच नाही,' या विचारानं माझ्या मनाचा ताबा घेतल्यासारखा झाला. पण हे प्रकरण तिथेच संपलं नाही. शाळेतून घरी फोन आला. ममानं नेहमीप्रमाणे सांगितलं, ''ते काही खरं नाही. नतालिया खोटं बोलतेय.'' मी घरी आले तेव्हा ममानं मला बाजूला घेतलं अन् म्हणाली, ''पुन्हा असं काही केलंस तर पोलीस डॅडींना नाही नेणार; डॅनियलला घेऊन जातील, एवढं लक्षात ठेव.'' तिला खात्री होती की, डॅनियलचं नाव सांगितलं की, मी गप्प बसेन. आपण घरातल्या शांततेखातर आपल्या पोरीचा बळी देतोय, हे तिला त्या वेळी नक्की जाणवलं असणार, असं आत्ता माझ्या लक्षात येतंय अन् त्या विचारानं माझं मन विदीर्ण होतंय. डॅडींना वाचवण्यासाठी ममानं खोटं बोलण्याची ती पहिलीच वेळ नव्हती. अन् त्यापुढेही किती वेळा ती माझा अन् डॅनियलचा बळी देणार होती? कदाचित काही बदल होईल, अशी आशा तिला वाटत असेल; पण असे आशादायक चांगले बदल कधीच घडत नाहीत, असं मला वाटत असे.

आणखी एकदा डॅडी माझ्यावर चिडले तेव्हा त्यांनी माझ्या मनगटाला धरून मला स्वयंपाकघरातून फरफटत बाहेर नेलं. दुसरं दिवशी सुजल्यामुळे माझ्या मनगटाचा आकार दुप्पट झाला. नेहमीप्रमाणे शाळेत मी खोटं कारण सांगून वेळ निभावून नेली. पण माझ्या मैत्रिणीजवळ– एलिनॉरजवळ मी खरं काय घडलं होतं त्याविषयी बोलले. ''आता हे सगळं माझ्या सहनशक्तीपलीकडे गेलंय गं!'' मी हे सांगत असताना बंद दारापलीकडून तिची आई ऐकतेय, ते मला माहीत नव्हतं. तिनं आपण होऊन समाजसेवा विभागाला त्याबद्दल कळवलं आणि ते लोक आमच्या घरी आले. पुन्हा तोच सगळा प्रकार घडला. ममाचं बेमालूम नाटक, 'मी खोटं बोलते वगैरे.' त्यानंतर या घटनेवर कळस चढवला गेला तो 'एलिनॉरशी यापुढे बोलणं थांबव,' या आदेशानं!

या सगळ्यांचा परिणाम माझ्या अभ्यासावर झाला. शाळेतल्या परीक्षांमध्ये मी नापास होऊ लागले. खूप वर्षांनंतर एकदा मी माझ्या एका शिक्षिकेबरोबर बोलत होते तेव्हा मी तिला विचारलं, ''तुम्हाला मी आठवते ती नक्की कशासाठी?''

''तुझ्याकडे बघितलं की, प्रत्येक वेळी मला वाटायचं, ही मुलगी एखाद्या लहान मुलीसारखी आहे. हरवलेल्या लहान मुलीसारखी, गोंधळलेली, बावरलेली. नेहमी आपल्या मैत्रिणींना खूश ठेवण्याचा प्रयत्न करणाऱ्या मुलीसारखी...''

मॅडमनी उत्तर दिलं. त्यांचं उत्तर ऐकताच मलादेखील माझ्या वागण्याचा अर्थ नव्यानं समजल्यासारखा झाला. मी नेहमी वर्गात मागच्या बाजूला टिवल्याबावल्या करून, नकला करून मैत्रिणींना हसवत असायची. माझ्या प्रश्नाचं एक वेगळं उत्तरही त्यांनी दिलं. ते मला मुळीच अपेक्षित नव्हतं. त्या म्हणाल्या, ''त्याचं काय आहे नतालिया, दु:खी किंवा रागावलेल्या मुलाला तुम्ही काही शिकवू नाही शकत.'' त्यांच्या या वाक्याचा अर्थ मला आता इतक्या वर्षांनंतर उमजतोय. माझा त्या शाळेत प्रवेश झाला होता तेव्हा 'धोकादायक' (at risk) असा शेरा शाळेच्या नोंदवहीत माझ्या नावापुढे लिहिला होता. पण काही अपवाद मानावा, अशी काही मुलगी मी नव्हते. माझ्यासारखी बरीच मुलं होती. माझ्या शिक्षकांपुढे एक पेच उभा राहिला. त्यांनी हा शेरा वाचलेला असल्यामुळे मी 'सुखी कुटुंबातली मुलगी नाही', ही गोष्ट त्यांना समजली तरी मला त्याबद्दल थेट प्रश्न विचारण्याची परवानगी त्यांना देण्यात आलेली नव्हती. त्यामुळे त्या माझ्या समस्या सोडवू शकल्या नाहीत. त्यामुळे शाळेतला बहुतेक सगळा वेळ मी हेलनबरोबर वर्गात दंगामस्ती करण्यातच घालवत असे. वर्गात मागच्या खुर्चीवर बसायचं, खुर्ची मागेपुढे डोलवायची, बडबड करायची – असे उद्योग चालायचे. कित्येक वेळा खुर्ची उलटी होऊन मी खाली पडायची. माझ्या शिक्षकांना माझा राग आला तरी मी त्याची पर्वा करत नसे. मग त्या तक्रारविषयक पत्रं घरी पाठवत; पण त्यातही त्यांचा मूर्खपणाच दिसायचा. हेलनच्या घरी अशी पत्रं एक दिवस आधी पोहोचत. दुसऱ्यादिवशी ती मला शाळेत त्याविषयी सांगत असे. मग मी त्या दिवशी घरी पोहोचायला मुद्दामच उशीर करायची. पोस्टमन येऊन गेला की, मी पेटीतलं पत्र काढायची, फाडून कचऱ्याच्या डब्यात टाकायची अन् मगच घरात शिरायची.

मी तेरा वर्षांची झाले तरी वयाच्या मानानं लहानखुरी दिसायचे अन् बहुतेक वेळा वागायचेदेखील लहान मुलीसारखीच. त्यामुळे एकदा माझ्या ममाच्या मैत्रिणीनं मी एक भयंकर असभ्य उद्‌गार काढताना ऐकलं अन् तिला आश्चर्याचा धक्काच बसला. कारण इतक्या लहान वयातल्या मुलीनं असे शब्द उच्चारणं म्हणजे महापाप, असं तिला वाटलं असावं. ही बाई आमच्या घराशेजारीच राहायची. ती पण जेहोव्हाज विट्नेस या पंथाची सदस्य होती आणि ममाची चर्चमधली मैत्रीण होती. त्या दिवशी मी शाळेला जात असताना माझ्या हातातली काहीतरी वस्तू माझ्या हातातून निसटली अन् खाली पडली. वैतागून काढलेला तो उद्‌गार मावशीनं ऐकला असेल याची मला कल्पना नव्हती. पण तिनं मात्र मला पाहिलं होतं. कडक इस्त्रीचा गणवेष घालून शाळेत जाणारी एक लहान मुलगी असली भाषा बोलते, हे पाहूनच तिचं डोकं गरगरलं असावं. तिनं ही गोष्ट डॅडींच्या कानावर घातली. झालं! त्याचा परिणाम व्हायचा तोच झाला. डॅडींनी मला पुन्हा

एकदा बदडलं! मी काय केलं असेल त्यानंतर? मी नेहमीच्या रस्त्यानं शाळेला न जाता एका सार्वजनिक बागेतून जायला सुरुवात केली. का तर मला तो अर्वाच्य शब्द उच्चारता यावा! ममाच्या मैत्रिणींसारख्या चोंबड्या माणसांची मला पर्वा नव्हती. यामागे एक कारण होतं. त्यांना माझं वाईट वागणं खटकत होतं; पण माझ्या आयुष्यात माझ्या बाबतीत इतर इतक्या वाईट गोष्टी घडत होत्या, त्याची त्यांना चिंता नव्हती!

प्रामाणिकपणे सांगायचं तर मला त्या शेजारणीचा फार राग आलाच नव्हता. माझ्या मनातल्या संतापाचं अन् दुःखाचं खरं कारण होतं हा माणूस, ज्याला माझी ममा आपला नवरा म्हणत होती! आमच्या घरातली आणखी एक विचित्र गोष्ट अशी होती की, आमचे वाढदिवस किंवा नाताळसारखे आनंदाचे सण कधीच साजरे केले जायचे नाहीत. पण आम्ही मात्र त्यांच्या लग्नाचा वाढदिवस साजरा करावा, अशी डॅडींची अपेक्षा असायची. वर्षातल्या फक्त या एकाच दिवशी आम्हाला भेटवस्तू मिळत असत. मी आठ वर्षांची होते, त्या वर्षीचा त्यांच्या लग्नाचा वाढदिवस हा माझ्या आयुष्यातला एक सर्वांत सुखाचा दिवस ठरला. कारण मला त्या दिवशी अशी एक भेट मिळाली, जिची मी अतिशय आतुरतेनं वाट पाहत होते. मला रोलर ब्लेड्स (Rollar Blades) मिळाले. मला इतका आनंद झाला की, त्या वेळी मी ते पायातून काढायचं नावच घेईना. एकदा वेड्यासारखी मी ते पायात घालून झाडावर चढले, खाली पडले अन् मनगटातलं हाड मोडून घेतलं. घरातही मी रोलर ब्लेड्स घालूनच वावरले पहिले काही दिवस. थोडक्यात काय, वैताग आणला सगळ्यांना. पुढे काही दिवस तरी माझ्यासाठी त्यांच्याइतकी मौल्यवान अशी दुसरी कोणतीच वस्तू नव्हती जगात. आतासुद्धा त्या आठवणीनं मला हसू येतंय. किती दिवसांपासून मी ममाच्या मागे लागले होते, 'मला रोलर ब्लेड्स हवेत'; पण ती काही माझा हट्ट पुरवू शकली नव्हती. मग एक दिवस हसऱ्या चेहऱ्यानं ममा मला म्हणाली, "उद्या एका मुलीला काहीतरी छान छान वस्तू मिळणार आहे." मला काही कळेना. तेव्हा ती म्हणाली, "बघ हं, मी तुला काहीतरी सूचक असं सांगते. त्यामध्ये R आणि B ही दोन अक्षरं आहेत." खेळण्याच्या बाबतीत आतापर्यंत मला इतक्या वेळा निराश व्हावं लागलं होतं की, मी रात्रभर डोकं खाजवलं तरी मला काही केल्या ते कोडं सुटेना. मग वाटलं, एखाद्या गोड पदार्थाविषयी ममा बोलली असेल. पण तिला रोलर ब्लेड्सबद्दल सांगायचं होतं. निळ्या रंगाच्या त्या बुटांना छान पिवळ्या रंगांची चाकं होती, पांढऱ्या नाड्या होत्या आणि बुटांच्या दोन्ही बाजूंवर लालपिवळ्या रंगांची नक्षी होती. मस्त होते ते बूट!

त्या सोनेरी आठवणी मी १३ वर्षांची होते तोपर्यंत केव्हाच कुठेतरी खोल

गाडल्या गेल्या होत्या. आता मला तो दर वर्षी येणारा समारंभाचा दिवस म्हणजे एक भयंकर मोठा विनोद (sick joke) वाटू लागला. वर्षातल्या त्या फक्त एका दिवशी माझे आई-वडील अगदी नटून थटून बाहेर जेवायला जात, आम्हा मुलांसाठी भेटवस्तूही आणत. पण माझ्या मनातला राग त्यामुळे कमी व्हायच्याऐवजी वाढतच असे. इतका छळ करणाऱ्या, त्रास देणाऱ्या माणसाबरोबर ती कसा काय हा दिवस अन् पुढचं वर्षही मजेत घालवू शकते? या सगळ्यामुळे माझ्यातली त्रास देण्याची वृत्ती वाढत चालली. त्याचाच एक भाग म्हणून कधी कधी मी त्या दोघांच्या खोलीत गुपचूपपणे शिरत असे अन् त्यांच्या वस्तू उचकटत असे. एकदा मला त्यांच्या कपाटात निरोधची पाकिटं सापडली. ती वस्तू नक्की काय होती, हे मला माहीत नव्हतं. उपद्व्यापी पोरगीच मी– मी ते हवा भरून फुगवले अन् त्यात पाणी भरून बाथरूमच्या खिडकीतून खाली टाकले. ते बघितल्यावर ममा हादरलीच. "अगं, काय चालवलंयस काय तू?" तिनं घाबरून विचारलं. "काही नाही. या फुग्यांमध्ये पाणी भरलं, एवढंच!" मी साळसूदपणे सांगितलं. वाटलं, या वेळीतरी माझ्या वागण्यानं ती चिडेल, रागावेल माझ्यावर; पण तसं काहीच घडलं नाही.

त्यानंतर एकदा मला आणखी एक भयंकर धक्कादायक गोष्ट समजली. डॅडींच्या पलंगाशेजारच्या छोट्या कपाटातल्या खणात मला एक तीक्ष्ण सुरी (hunting knife) आढळली. मी चमकलेच क्षणभर– 'ही सुरी कशाला ठेवलीय डॅडींनी इथे?' मला स्वत:लाच प्रश्न पडला. ती काही नेहमीच्या वापरातल्या सुरीसारखी सुरी नव्हती. जड मुठीची ती सुरी, शिकारी प्राण्याचं शरीर फाडण्यासाठी वापरतात तसली होती. मी ती उचलून हातात घेतली. एवढंच नव्हे, तर तिच्या पात्यावरून माझं बोटही फिरवून पाहिलं. बापरे, इतकं धारदार होतं ते पातं की, माझं बोटच कापलं. बरंच रक्त आलं अन् त्याचा ओघळ मनगटापर्यंत आला. त्यानंतर बऱ्याच वेळा मी त्यांच्या खोलीत शिरायची, खण उघडून सुरी बाहेर काढायची अन् तिच्याकडे बघत बसायची. काही वेळा तर मी ती सुरी माझ्या खोलीतही घेऊन गेले अन् रात्री झोपण्याआधी माझ्या उशीखाली ठेवली. माझ्या त्या वागण्याचं कोडं आजतागायत मला उलगडलेलं नाही. एक गोष्ट मात्र मला पूर्णपणे ठाऊक होती– डॅडी करतात तो आपला छळ थांबवायचा असेल, तर त्यांना ठार मारूनच ते साध्य होईल. पुढे जी भयंकर घटना आमच्या घरात घडली, त्या संदर्भात एक गोष्ट मला अजूनही आठवते अन् माझ्या अंगावर भीतीनं काटा उभा राहतो. रात्रीची वेळ होती, डॅडी आपल्या खोलीत गाढ झोपलेले होते. ममा खालीच होती. मी चोरपावलांनी त्यांच्या खोलीत शिरले. माझ्या हातात ती सुरी होती. त्यांच्याकडे बघत उभी असतानाही मला माझ्या

हातातल्या सुरीचं वजन जाणवत होतं. उताण्या स्थितीत ते शांतपणे झोपले होते. मंदपणे त्यांची छाती वरखाली होत होती. मग ते कुशीवर वळले तशी मी भानावर आले. ते पटकन जागे होतील, अशी भीती मला वाटली अन् घाबरून मी खोलीबाहेर पडले. त्यानंतर परत कधीच मी त्या सुरीला हात लावला नाही.

'त्यांना ठार मारायचं,' ही माझी कल्पना मला अशक्यप्राय वाटू लागली. पण इतर अनेक गोष्टी आता मला डोळ्यांसमोर स्पष्ट दिसू लागल्या. आपण कितीही विनवण्या केल्या, त्रागा केला तरी ममा काही घर सोडणार नाही, हे मला समजून चुकलं. तिच्या दुबळेपणाची मला चीड येऊ लागली. बाकी सर्व प्रकार– डॅडींनी मला मारणं, माझा छळ करणं– चालूच राहिला. शाळेत जाऊन काही फायदा नाही, या विचारापर्यंत मी येऊन पोहोचले. एकदा टीव्हीवर मी एक मालिका पाहिली. तिच्यात एका मुलीच्या मेंदूत मोठी गाठ (brain tumour) असल्याचं दाखवलं होतं. दुसरे दिवशी मी शाळेत गेले तेव्हा सगळ्यांना सांगितलं, ''मला बरं वाटत नाहीये. माझ्या मेंदूत मोठी गाठ झालीय, असं डॉक्टरांचं म्हणणं आहे. आता लवकरच मी मरणार, असंही ते म्हणाले.''

त्यामुळे जी सहानुभूती मला माझ्या मैत्रिणींकडून, शिक्षिकांकडून मिळाली तिनं मला थोडं बरं वाटलं. तरीदेखील मला जो त्रास, जी दुःखं भोगावी लागत होती; त्याचं खरं कारण फारच थोड्या लोकांना कळलं आणि ज्यांना ते कळलं, त्यांनी मला मदत करायचे काहीही प्रयत्न केले नाहीत, हेही तितकंच खरं. कधी कधी मी एका प्रसंगाचं स्वप्नरंजन करीत असे– मला खरोखरच मेंदूचा आजार झालाय, खूप वेदना होताहेत, शेवटी त्यातच माझा अंत होतो अन् मला माझ्या आजोबांप्रमाणे ठेवलं आहे. माझे डॅडी सगळ्यांना सांगत आहेत, ''नतालिया आपल्याला कायमची सोडून गेलीय...''

त्या दिवसांत माझ्या मृत्यूमुळे नाही; पण दुसऱ्या एका मृत्यूमुळे मला स्वातंत्र्याची थोडी झलक अनुभवायला मिळाली. डॅडींची आई गंभीररीत्या आजारी असल्याचा फोन आला. डॅडी त्यामुळे खूप अस्वस्थ झाले. इटलीला जाऊन आपल्या आईच्या अखेरच्या दिवसांत तिच्याबरोबर राहायचं, असं त्यांनी ठरवलं आणि एक दिवस ते इटलीला गेले. त्यांचं पाऊल घराबाहेर पडतं ना पडतं तोच घरात एक अविश्वसनीय बदल घडून आला. आम्हाला मोकळा श्वास घेता येऊ लागला. ममाबरोबर भांडण्याऐवजी सगळा वेळ तिच्याबरोबर काढावा, असं आता मला वाटू लागलं. मी तिला स्वयंपाकात, तसंच इतर कामातही मदत करू लागले. आम्ही दोघी गप्पा मारू लागलो, हसू लागलो. आनंदाचे क्षण जणू परत एकदा आमच्या आयुष्यात उगवलेत, असं मला वाटलं. डॅडी कमीत कमी चार आठवडे तरी इटलीत राहणार होते. आजीच्या दफनविधीनंतर तिचे आर्थिक

व्यवहार त्यांना पूर्ण करायचे होते. ममानं ठरवलं, आपण सगळ्यांनी बट्लिन्स या गावी जायचं. ते काही दिवस आमच्या दृष्टीनं मजेचे गेले. त्याच सुमारास डॅडींनी ममाला पत्रानं कळवलं की, त्यांना परत यायला एक विशिष्ट कालावधी लागणार होता. उत्तरादाखल ममानं जणू एक बॉम्बगोळाच डॅडींना पाठवला, "इकडे परत न आलात तरच बरं!" डॅडींच्या गैरहजेरीत घरातलं वातावरण इतकं बदललं की, ते वर्णन करायला शब्द नाहीत माझ्याजवळ. आम्ही भावंडं भीतीच्या दाट सावटातून प्रथमच स्वच्छ, मोकळ्या हवेत आलोय, असा अनुभव आम्हाला आला. ममालादेखील प्रथमच जाणीव झाली की, डॅडींच्या विषारी नजरेपासून, तिखट जिभेच्या फटकाऱ्यापासून दूर राहण्यात किती सुख, समाधान वाटतं. आमचं आयुष्यच मुळी साधं, सरळ होऊन गेलं. एरवी, कधी डॅडींच्या संतापाचा उद्रेक होईल, या दडपणाखालीच ती घरात वावरायची. माझ्यातही फार मोठा बदल झाला, हे तिनंच मला सांगितलं. ती म्हणाली, "मी डॅडींना पत्रात लिहिलंय की, नतालियात आमूलाग्र बदल झालाय. पूर्वीसारखी ती उद्धटपणानं वागत नाही. अगदी सोन्यासारखी वागते!" हे पत्र वाचून डॅडींची प्रतिक्रिया काय झाली, कुणास ठाऊक! पण इथे कुणाला पर्वा होती त्यांची? ते कायमचे माझ्या आयुष्यातून हद्दपार व्हावेत, एवढंच मला हवं होतं. एक प्रकारच्या उन्मादित वातावरणात आम्ही जगत होतो त्या काळात. अर्थात मनातल्या एका कोपऱ्यात ही जाणीव होतीच की, हे सगळं सुख तात्पुरतं आहे. आयुष्य इतकं सोपं थोडंच असतं? ते कधी ना कधी परत येणार, ही भीती होतीच आम्हा सगळ्यांच्या मनात.

काही दिवस असे सुखासमाधानाचे गेले अन् मग डॅडींकडून एक चित्रफीत आली. आम्हाला आश्चर्याचा धक्काच बसला. कारण त्यात ममासाठी जो संदेश होता, त्यात त्यांनी म्हटलं होतं, "मला घरी परत यायला नाही म्हणू नकोस." ही विनंती करून झाल्यानंतर त्यांनी तिला लग्नाच्या वेळी तिनं घेतलेल्या शपथेची आठवण करून दिली. इथपर्यंत सगळं ठीक होतं; पण त्यांनी तिला सरळ सरळ धमकीच दिली, "मला परत येऊ दे, नाही तर मी आत्महत्या करेन आणि त्या कृतीचं पाप तुझ्या डोक्यावर कल्पान्तापर्यंत राहील." या धमकीनं ममा इतकी घाबरून गेली की, तिचा आत्मविश्वास तर गळालाच, पण तिचा निश्चयही ढासळला. मटकन खाली बसत रडवेल्या चेहऱ्यानं तिनं आमच्याकडे पाहिलं अन् विचारलं, "आता काय करू गं मी?" मी फणकारले. "छान! येऊ दे परत त्यांना!" त्या क्षणी माझ्या लक्षात आलं, ममानं तिच्या आणि आमच्याही सुटकेची शेवटची संधी गमावली होती अन् तसंच झालं. डॅडींनी पुन्हा एकदा विजय मिळवला होता. डॅडी परत आले अन् 'ये रे माझ्या मागल्या' प्रकार सुरू

झाला. आपण त्यांच्या नियमांचं उल्लंघन करावं, असंच ते वागणार आणि मग आम्हाला कडक शिक्षाही करणार.

माझ्या दृष्टीनं विचार केला तर, शाळेतही फक्त एकच विरंगुळा होता– मिसेस हंट या शिक्षिकेचा नाट्यशिक्षण वर्ग. या एकमेव शिक्षिका होत्या, ज्यांच्यावर माझा पूर्ण विश्वास होता. अतिशय गोड स्वभावाच्या या बाईंना आपल्या विद्यार्थ्यांच्या कामगिरीचंच नव्हे तर विद्यार्थ्यांचंही कौतुक होतं. माझ्याशी फारसा संबंध येण्याआधीच त्यांच्या लक्षात आलं की, माझ्या आयुष्यात काहीतरी खुपणारी गोष्ट होती. त्यामुळे माझ्याशी गप्पा मारण्याच्या निमित्तानं त्या माझं दु:ख समजून घेण्याचा प्रयत्न करत. मलाही त्यांच्याजवळ मन मोकळं करायला विश्वास वाटत असे. असंच केव्हातरी मी त्यांना म्हणाले, ''मॅडम, माझं घरगुती आयुष्य म्हणजे एक मोठा गुंता होऊन बसला आहे. तुमच्याशिवाय दुसऱ्या कुणाबरोबरही त्याबद्दल बोलायची मला फार लाज वाटते.''

''नतालिया,'' त्या प्रेमळपणे म्हणाल्या, ''तसं तुला वाटत असेल तर एखाद्या मानसोपचारतज्ज्ञाशी तू बोलायला हवंस याविषयी. मी करते तशी व्यवस्था आपल्या शाळेतर्फे. तुला एकटीलाच त्यांच्याशी बोलता येईल, अशी व्यवस्था आपण करू. मग तर झालं?''

''ठीक आहे मॅडम, माझी तयारी आहे.'' मी मोठ्या आशेनं त्यांना होकार दिला. एखाद्या बाहेरच्या व्यक्तीबरोबर आपण व्यक्तिगत समस्येबद्दल बोललो तर कदाचित काही मार्ग निघेलही, या विचारानं माझ्या मनाला एक प्रकारची उभारी आली. पण पुन्हा एकदा कायदा माझ्या मार्गातला अडसर बनला. मला शाळेतून एक प्रकारची समज देण्यात आली, ''तुला व्यावसायिक मदत हवी असेल तर एक गोष्ट मान्य करावी लागेल. समजा, ते तज्ज्ञ म्हणाले, 'हिला योग्य रीतीनं सांभाळणाऱ्या व्यक्तीकडे (foster care) हिनं राहायला हवं', तर त्याला तुझी तयारी आहे का? आणि तसं झालं तर तुझी तुझ्या भावापासून फारकत होऊ शकते.'' हे सगळं माझ्या दृष्टीनं फारच अनपेक्षित अन् धक्कादायक होतं. मला असं वाटलं होतं की, ते असं काहीतरी करतील की, ज्यामुळे आमची सगळ्यांची डॅडींपासून सुटका होईल. पण प्रत्यक्षात मला सांगण्यात आलं की, माझीच ममापासून अन् भावापासून ताटातूट होईल. हे वास्तव माझ्या दृष्टीनं फार भयानक होतं. माझ्या ममानं पूर्वी मला याच धोक्याची सूचना दिली होती. शेवटी मीच या उपचारांना 'रामराम' केला. त्यानंतर एक-दोनदा मी म्हटलं, ''परत एकदा मी भेटीन त्या मानसोपचारतज्ज्ञांना.'' पण प्रत्येक वेळी मी माघार घेतली. 'आपल्यामुळे आपलं कुटुंब दुभंगावं', ही कल्पना मला सहन झाली नाही.

एवढं सगळं होऊनही मिसेस हंटनी माझी साथ सोडली नाही. पूर्वीसारख्याच

प्रेमळपणे त्या सतत माझ्या पाठीशी उभ्या राहिल्या. केवळ त्यांच्यामुळेच शाळेतली पुढली दोन वर्षं माझ्यासाठी सुसह्य ठरली. त्यांच्या वर्गात शिकत असताना तेवढ्या एका तासापुरते तरी मी माझे प्रश्न मनातून दूर सारू शकत होते. शिवाय मनाला एक दिलासा होता की, घरी फारच त्रास झाला तर मी तो त्यांच्याजवळ बोलून हलका करू शकेन. त्यांनी अनेक प्रकारे मला मदत केली. त्यामुळे मी ममालाही फारसं छळलं नाही. त्या काळात एखादे वेळी काही काही मागण्या करून मी ममाला अगदी वैताग आणत असे. असेच एकदा मला एक विशिष्ट प्रकारचे बूट हवे होते. बुटांच्या तळव्यावर एक प्रकारचं नागमोडी डिझाईन होतं. फार महाग असल्यामुळे ते घेण्यासाठी ममाचा विरोध होता, पण शेवटी तिनं माझ्या हट्टापुढे माघार घेतली. पहिल्या दिवशी मी ते खुशीत पायात चढवले अन् शाळेला जायला निघाले. अलीकडे मी एका सार्वजनिक बागेतून जाणाऱ्या रस्त्यानं शाळेत जायची. त्या दिवशी बागेतल्या चिखलामुळे बुटांच्या तळव्यातील खाचांमध्ये भरपूर चिखल भरला. मला चिखलाचा भयंकर तिटकारा. मी ममाला बेफिकीरपणे म्हटलं, "बूट चिखलानं माखलेत. आता मी ते पुन्हा वापरणार नाही." ममा हवालदिल झाली. एक तर, घरात अजूनही पैशांची तंगी होतीच अन् दुसरं त्याहून महत्त्वाचं कारण म्हणजे माझ्या या अशा बेमुर्वतखोर वागण्यामुळे डॅडींचा भडका उडाला असता आणि परत एकदा त्यांच्या मारहाणीमुळे मला घरात दडून बसावं लागलं असतं. मी मात्र तिच्या अडचणींची जराही पर्वा केली नाही. उलट, तिचं म्हणणं आपल्याला कळलंच नाही, असा बालिशपणाचा आव आणून तिला आणखीनच वैताग आणला. तिला काय वाटतं, त्याची नाही तरी घरात कुणी पर्वा करत नव्हतं; तर मी तरी का करावी? काय करावं ते न सुचल्यामुळे शेवटी ममा मिसेस हंटकडे गेली आणि तिनं सगळी हकिगत मिसेस हंटच्या कानावर घातली. त्यांनी आम्हाला दोघींना एकत्रच बोलावलं आणि ममाच्या देखतच मला समजावलं, "असं वागून कसं चालेल नतालिया? एकदाच घातलेले बूट नुसता चिखल लागला म्हणून कुणी फेकून देतं का? एक टर्म तरी तू ते वापर. मग पुढचं पुढे बघू आपण." त्यांचं म्हणणं मला पटलं. कारण त्यांनी माझ्यापुढे असा पर्याय ठेवला की, ज्यामध्ये मला नमतं घ्यायला लागणार नव्हतं. अलीकडे ही गोष्ट माझ्या ध्यानी आली होती. दुसऱ्या कुणाला, अगदी माझ्यावर प्रेम करणाऱ्या व्यक्तीलादेखील त्रास होईल, हे माहीत असूनही माघार घ्यायला मी मुळीच तयार होत नसे.

मिसेस हंटच्या प्रोत्साहनामुळे मला नाटक या विषयात रस वाटू लागला. मी त्यांच्या शिकवण्यात मनापासून रस घेऊ लागले. त्यांनी दिलेल्या उत्तेजनामुळेच मला 'ऑलिव्हर ट्विस्ट', 'द लिटिल शॉप ऑफ हॉरर्स'सारख्या नाटकांत काम

करायची संधी मिळाली. नाटकांच्या प्रयोगांना बऱ्याचदा ममा येत असे आणि माझ्या कामाची गोड शब्दांत तारीफही करत असे. एका प्रयोगाला डॅडीही आल्याचं मला आठवतं. पण ते काहीच बोलले नाहीत. 'खोटी स्तुती' करणं त्यांच्या नैतिकतेत बसत नव्हतं. मुलांचे दोष दाखवण्यात मात्र त्यांना आनंद वाटत असे. अशाच एका प्रसंगामुळे त्यांच्या या स्वभाववैशिष्ट्याला पुष्टी मिळाली. त्याचा शेवट मात्र फारच विचित्रपणे झाला. डॅडींना स्वत:च्या कर्तृत्वाबद्दल अवाजवी विश्वास वाटत असे. त्यांच्या या दोषामुळे मी मात्र एकदा तोंडघशी पडले. एकदा मिसेस हंटनी एका नाट्योत्सवाबद्दल घरी एक चिठ्ठी पाठवली. त्यात त्यांनी लिहिलं होतं, 'नाटकात केवळ अभिनय करण्यावर विद्यार्थ्यांनी समाधान मानू नये. त्यांना स्वत:ला किंवा त्यांच्या परिचयातील एखाद्या व्यक्तीला नाट्यप्रवेश लिहावयाचा असेल तर त्यामध्येच विद्यार्थी काम करू शकतील.' माझ्या डॅडींनी हे आव्हान स्वीकारलं. ''दाखवतोच तुला मी नाटक कसं लिहितात ते!'' फुशारकी मारत ते मला म्हणाले.

काय सांगू तुम्हाला, तो नाट्यप्रवेश म्हणजे एक प्रचंड मोठा अनर्थ (disaster) ठरला माझ्या दृष्टीनं. कोणत्या विषयावर त्यांनी नाट्यप्रवेश लिहिला असेल?– पहिल्या गल्फ युद्धात इराकमध्ये झालेल्या निरपराधांच्या हत्या! युद्धकाळात टीव्हीवर, तसंच वृत्तपत्रातल्या रकान्यांमध्ये हा एकच विषय सतत चर्चिला जात असे. निष्पाप नागरिकांचा अनन्वित छळ आणि त्यांच्या हत्या. पण शाळेतला नाट्यमंच ही काही तो प्रक्षोभ व्यक्त करण्याची जागा नव्हती आणि एकपात्री प्रयोग तर नक्कीच नाही. माझा हा प्रवेश प्रेक्षकांना किती दु:सह झाला असावा, याची एकाच गोष्टीतून तुम्हाला कल्पना येईल. माझ्या आधीचा प्रवेश एका हलक्या फुलक्या विनोदी विषयावर होता. 'माझ्या वक्षस्थळांचा आकार काहीही करून मला वाढवायलाच हवा, वाढवायलाच हवा, वाढवायलाच हवा' (I must, I must, I must improve my bust). प्रचंड हशा आणि टाळ्यांच्या गजरानं प्रेक्षकांनी तिला दाद दिली. त्यानंतर मी रंगमंचावर प्रवेश केला आणि माझा प्रवेश– बगदादमधील लहान मुलांच्या दु:खद मृत्यूच्या कहाण्या विशद करणारा– सादर केला. माझा प्रवेश संपला. क्षणभर शांतता पसरली आणि मग टाळ्यांचा मंदसा आवाज– सभ्यतेचं निदर्शक असा– आला. मी इतकी कानकोंडी झाले की, बस्स! सर्वांत अद्‌भुत गोष्ट कोणती घडली असेल तर ती म्हणजे माझ्या नाट्यप्रवेशाला परीक्षकांनी दुसरा क्रमांक देऊन त्याची प्रशंसा केली. त्यांचा निर्णय ऐकून मला वाटलं, माझे गाल शरमेनं लाल होऊ नयेत, या सद्‌हेतूनंच त्यांनी हे बक्षीस मला दिलं असावं. काहीही असो; मी एक दीर्घ नि:श्वास टाकला नंतर, एवढं खरं! कार्यक्रम संपल्यानंतर मी बाहेर आले तेव्हा ममाचा चेहरा मला बघताच खूप उजळला. डॅडींची प्रतिक्रिया त्यांच्या स्वभावाला

साजेशीच होती. तोंड वाकडं करत त्यांनी मला त्यांचं मत ऐकवलं, "मला नाही वाटत तुला कधी अभिनय करणं जमेल. तुझ्या अंगात तो गुणच नाही. नाहीतर तुलाच पहिला नंबर मिळाला असता. इतकं छान नाटक लिहून दिलं होतं मी तुला; पण पार वाया घालवलंस तू." – एक ना दोन. त्यांच्या वाक्ताडनानं मी अवाक् झाले. खरंतर, माझा स्वभाव असं ऐकून घेण्याचा नाही, पण त्या दिवशी मी गप्प बसले. मात्र, मनातल्या मनात मी कानाला खडा लावला– पुन्हा कुठल्याही बाबतीत डॅडींना सहभागी करून घ्यायचं नाही. कारण त्यांच्या दृष्टीनं एवीतेवी मी नालायकच होते.

मात्र, छळाचा विचार केला तर डॅडी फक्त माझ्या एकटीचाच छळ करत नव्हते. पुष्कळदा माझ्या मनात हा विचार आलाय, 'डॅडींनी कधी ममावर हात उगारला नाही, याचं काय कारण असेल?' हळूहळू मला या प्रश्नाचं उत्तर मिळालं. ममावर हात उगारायची त्यांना कधी गरजच भासली नसणार. अनेक वेळा त्यांनी तिला स्पष्टपणे धमकावलं होतं, "माझा अनादर केलास तर मी तुझा तरी जीव घेईन, नाहीतर स्वत:चा तरी. आणखी एक गोष्ट लक्षात ठेव, माझ्या मर्जीप्रमाणे वागली नाहीस तर मी काय वाटेल ते करेन, पण तुला तुझ्या मुलांना मी कधीही भेटू देणार नाही." या शाब्दिक धमक्यांव्यतिरिक्त इतर अनेक प्रकारांनी ते तिचं मानसिक खच्चीकरण करत. ते सगळं सामान्यांच्या आकलनशक्तीपलीकडचं होतं. एखाद्या दिवशी ते तिला म्हणायचे, "अत्यंत मूर्ख, कुचकामी बाई आहेस तू." तर, दुसऱ्या दिवशीच ते तिच्यावर स्तुतीचा वर्षाव करून म्हणायचे, "माझ्या दृष्टीनं तुझ्याइतकी सुंदर तूच!" अत्यंत घृणास्पद प्रकार असायचा तो! त्यांच्या कैदेत असलेल्या गुन्हेगाराप्रमाणेच ते तिला वागवत असत. वरती अशीही मखलाशी करत की, "जन्ममृत्यूच्या फेऱ्यातून तुझी मुक्तता होणार आहे ती माझ्या सेवेतूनच." "माझी सेवा कर की, तुला मुक्ती मिळालीच असं समज!" असा त्यांचा धोशा असायचा. कधी भीतीचा वचक बसवायचा, तर कधी लाडानं आंजारायचं-गोंजारायचं असा दुष्ट छळ करायचे ते माझ्या ममाचा. बिचारी ममा– तिला मनोमन ठाऊक होतं, या माणसाच्या तावडीतून आपली कधीही सुटका होणार नाही. तिच्यापुढलं एकमेव ध्येय होतं, त्यांना आमच्यापासून दूर ठेवायचं अन् कुटुंबाची एकी कायम राखायची.

पण मला मात्र आता खात्री वाटेनाशी झाली की, ममा डॅडींच्या अत्याचाराला समर्थपणे तोंड देऊ शकेल. घरात आता मी एकटी पडल्यासारखी झाले. डायाना केव्हाच घराबाहेर पडली होती. इमॅन्युएलनं (YTS) नावाच्या योजनेचा पत्ता काढला होता. त्यामुळे त्याचाही प्रश्न नव्हता आणि डॅनियल तर खूप लहान होता. याच सुमारास माझी शाळा संपली. नाटक हा विषय सोडल्यास माझी

प्रगती यथातथाच होती. त्याच क्षेत्रात पुढील शिक्षण घेण्याच्या हेतूनं मी एका महाविद्यालयात प्रवेश घेतला. थोडा पैसा कमावण्याच्या हेतूनं मी मॅकडोनल्डमध्ये नोकरीही धरली. एक दिवस माझ्या मैत्रिणीनं माझी डेव्हिडबरोबर ओळख करून दिली. माझ्याहून पाच वर्षांनी मोठा असलेला डेव्हिड नॉटिंगहॅम विद्यापीठात शिकत होता. स्कनथॉर्पमधून बाहेर पडण्यासाठी मला डेव्हिडच्या रूपानं संधी मिळाली. नव्यानं आयुष्याला सुरुवात करायची, या आशेनं मी घराबाहेर पडले. त्या वेळी मला किंचितही कल्पना आली नाही की, माझ्या अशा प्रकारे घराबाहेर पडण्यानं मी माझ्या आई-वडिलांबरोबरचे माझे संबंध संपुष्टात आणतेय आणि दोन वर्षांनंतर मी मातृप्रेमालाही कायमची मुकणार आहे.

घरातून पलायन

इतक्या वर्षांनंतर जेव्हा मी गतायुष्याकडे मागे वळून पाहते अन् आठवणींचं मंथन करू पाहते तेव्हा मला जाणवते ती ही मोठी उणीव– मी आयुष्यात खूप काही गमावलं आहे. मला आणखीही एक गोष्ट जाणवते– मी अनेक गोष्टी माझ्या मनात खोलवर गाडून टाकल्या आहेत. कधी कधी वाटतं, मी माझ्या मनाबरोबर उंदीर-मांजराचा खेळ असतो तसा खेळ खेळते आहे. काही काही प्रसंगांचे तुकडे माझ्या डोळ्यांसमोर तरळतात. क्षण-दोन क्षण, मी त्यांच्यावर मन केंद्रित करायचा प्रयत्न करते, तेव्हा ते माझ्या हातातून निसटूनच जातात...

माझं पूर्वायुष्य सर्वार्थानं वाईट किंवा भयंकर नव्हतं. काही सुखाचे क्षण नक्कीच लाभले होते मला. अलीकडेच एक जुना फोटो सापडला मला. तो कुणी काढला ते मला माहीत नाही. त्यात मी माझ्या ममाचा हात धरून माझ्या प्राथमिक शाळेच्या मैदानावर उभी आहे. माझ्या अंगावर तिनं स्वत: शिवलेला फुलपाखराच्या डिझाईनचा पोशाख आहे, चेहऱ्यावर रुंद हसू आहे. फोटोत मागच्या बाजूला शाळेच्या भिंतीवरलं मातीचंच बनवलेलं शिल्प आहे. त्यामध्येही चमकदार आकृती आहेत. एक तर फुलपाखराचीच आहे– माझ्यासारखंच दिसतंय तेही. तो फोटो पाहताच मन असं काही भरून आलं आठवणींनी की, काय सांगू? मैदानावरल्या खेळाच्या आठवणी, ममानं स्वत:च्या हातानं शिवलेला तो फुलपाखरासारखा दिसणारा फ्रॉक... सगळ्या आठवणी एखाद्या मोठ्या लाटेसारख्या अंगावर आल्या अन् चिंब भिजवून गेल्या. खरंच, माझी ममा किती हुशार होती! त्यानंतर एकदा शाळेतही जाऊन आले मी. पण आता ते भित्तिशिल्प काढून टाकण्यात आलंय. नुसती एक रिकामी, ओकीबोकी वाटणारी भिंत तिथं आहे. मला तो फोटो

सापडला नसता तर माझ्या आयुष्यातला तो आनंदाचा दिवसही पार वाहून गेला असता. गंमत आहे की नाही? मन आपल्याला किती दूर, क्षणार्धात घेऊन जातं... २० वर्षांपूर्वीच्या काळात! किती लहान दिसते मी त्या फोटोत... ममाचा हात धरून उभी आहे मी. तो फोटो सापडला नसता तर मी त्या क्षणाला कायमचीच पारखी झाले असते.

काही खोलवर गाडल्या गेलेल्या आठवणी मात्र फार क्लेशदायक वाटतात मला! क्वचित कुणी त्या उकरून काढतं. त्यांच्या दृष्टीनं अनवधानानं, पण माझं मन मात्र पार उद्ध्वस्त होऊन जातं. अलीकडेच एक जुनी मैत्रीण भेटली. बोलता-बोलता तिनं एका आठवणीला उजाळा दिला. म्हणाली, ''तुला माहीत नसेल, पण आपण लहान होतो तेव्हा तू तुझ्या घरी नसलीस तर दुसरीकडे कुठे असणार, हे मला पक्कं ठाऊक असायचं.''

माझ्या डॅडींना जी जागा मिळाली होती तिथून जवळच एक छोटीशी खास गुप्त जागा (den) आम्ही दोघींनी बनवली होती. माझ्या मैत्रिणीव्यतिरिक्त दुसऱ्या कुणालाही त्याविषयी माहिती नव्हती. पण मला मात्र तिथे खूप सुरक्षित वाटत असे. मी या ठिकाणी एलिनॉरबरोबर तासन् तास गप्पा मारत असे. अनेकदा मी तिला म्हणत असे, ''आता मात्र मी कायमची घर सोडून जाणार आहे.'' घरात काही वेडंवाकडं घडलं की, मी इथे येऊन बसते, हे तिला अनुभवानं ठाऊक झालं होतं. एलिनॉरला एक प्रसंग चांगला आठवत होता, त्याविषयी ती म्हणाली, ''एकदा मी इथे आले तेव्हा तू रडत बसली होतीस. मला पाहताच तू आपला टी-शर्ट वर केलास. मी बघितलं तर तुझं सगळं अंग मुक्या मारामुळे काळं-निळं झालं होतं.'' मला स्वत:ला तो प्रसंग आठवत नाही. अनेक वेळा असं होतं की, पूर्वी घडलेल्या या घटनांविषयी विचारही करू नये, असं मला वाटतं. किती दु:खद, अपमानास्पद अन् लाजिरवाण्या आहेत त्या आठवणीदेखील!

अशा दु:खद आठवणींच्याच जोडीला काही गोष्टी अशाही आहेत, ज्या सतत आठवतात अन् प्रत्येक वेळी त्यानंतर हसूच येतं. अशांपैकी एक म्हणजे घरातून पळून जाण्याची कल्पना. त्या वेळी त्या विचारानं माझं मन पुरतं भारून गेलं होतं. गंमत म्हणजे, याबद्दल मी घरातही बोलले होते. ''मी घरातून पळून जाणार आहे.'' ममानं कुठे, कुणाबरोबर वगैरे प्रश्न विचारले तर माझं उत्तर तयार होतंच, ''टेक दॅट (Take That) नावाचा एक संगीतवादकांचा ग्रुप आहे त्यांच्यातल्या हॉवर्डवर माझं प्रेम आहे अन् त्याला भेटायला मी लंडनला जाणार आहे. मग आम्ही दोघे एकत्र राहू.'' वगैरे. सगळ्यात विचित्र गोष्ट अशी होती की, हॉवर्डचा एखाद्या मासिकातला फोटो पाहून मी त्याच्या प्रेमात पडले होते आणि माझ्या वयाला साजेशा उतावळ्या प्रेमाखातर घर सोडून त्याच्याकडे निघाले होते, असा

प्रकार नव्हता. टेक दॅट हा ग्रुप एकदा आमच्या शाळेत आला होता. त्या काळी तो फारसा लोकप्रिय झालेला नव्हता. त्यांचा मॅनेजर नायजेल मार्टिन स्मिथ खरा हुशार होता. त्याला वाटलं होतं, शाळेतील उत्साही तरुण मुलींमध्ये आपला ग्रुप लोकप्रिय झाला तर त्याच आपली प्रसिद्धी वाढवतील आणि अनायासे त्यांचं नाव सर्वदूर होईल. अशा प्रकारे आमची पहिली ओळख झाली. त्या वेळी मी फक्त १४ वर्षांची होते. शाळेतली ती घटना म्हणजे मूर्खपणाचा एक उत्कृष्ट नमुना होता, असं आज मला वाटतं. त्या काळी हा ग्रुप खूप प्रसिद्ध झालेला नसला तरी माझ्या दृष्टीनं ते सगळेच अतिशय मोठे कलावंत होते. त्यामुळे त्यांना आपण वेगळं, प्रत्यक्ष भेटायचं– असं मी ठरवलं. त्या दृष्टीनं एक नामी शक्कलही लढवली.

मी आणि माझी एक मैत्रीण– आम्ही दोघी आमच्या मुख्याध्यापकांकडे गेलो आणि त्यांच्यापुढे एक प्रस्ताव मांडला. आजचा कार्यक्रम झाल्यानंतर आम्ही या कलावंतांची मुलाखत घेऊ आणि ती दोन प्रकारे सादर करू. शाळेतल्या गृहपाठाव्यतिरिक्त इंग्रजी विषयाचा आणखी एक गृहपाठ म्हणून किंवा सुट्टीनंतर शाळा पुन्हा उघडल्यानंतर नव्यानं सुरू होणाऱ्या वृत्तपत्रातील एक लेख या नात्यानं ती छापू शकतो. (कारण त्या वेळी आमच्या शाळेत वृत्तपत्राची प्रथा नव्हती.) हे सगळं मी आमच्या मुख्याध्यापकांना इतक्या परिणामकारकपणे सांगितलं की, त्यांना वाटलं, मला संगीतक्षेत्रातील पत्रकार (Journalist) व्हायची इच्छा आहे, त्याची ही मुलाखत नांदी ठरेल. खरं पाहिलं तर माझं सगळं बोलणं म्हणजे निव्वळ बाष्कळपणा होता, पण विषय मांडण्याची माझी पद्धत परिणामकारक असल्यामुळे मुख्याध्यापकांनी संमती दिली. मी इंग्रजीच्या अभ्यासक्रमात अधिक मुद्दे, विषय हाताळायची इच्छा दाखवतेय, याच गोष्टीचं त्यांना अप्रूप वाटलं असावं. या परवानगीमुळे आम्ही दोघी इतक्या उत्तेजित झालो की, मी आमच्या सगळ्या मैत्रिणींना सांगितलं, ''कार्यक्रमानंतर कलाकारांना रंगमंचाच्या मागच्या बाजूला भेटायची आम्हाला परवानगी मिळाली आहे.'' खरं सांगते, माझ्या शालेय जीवनात माझ्या वाट्याला आनंदाचे जे थोडे क्षण आले, त्यांमधला हा प्रसंग सगळ्यांत मोठा होता.

ठरल्याप्रमाणे आम्ही दोघी रंगमंचाच्या मागील बाजूस गेलो खऱ्या; पण बहुतेक सगळा वेळ आम्ही भीती व उत्कंठा या एकत्र आलेल्या भावनांमुळे सारख्या खिदळतच होतो. 'टेक दॅट'मधले पाचही तरुण आम्हाला अतिशय उत्साही आणि मैत्रीपूर्ण स्वभावाचे वाटले. त्यांच्या बोलण्या-चालण्यातून त्यांचा आपल्या कामाविषयीचा व्यावसायिक दृष्टिकोन स्पष्ट दिसत होता, पण आमच्यासारख्या नवथर मुलींच्या ते कसं लक्षात येणार? त्यांचं सगळं वागणं-बोलणं-चालणं हे

प्रसिद्धी कशी मिळेल, या विचारानं भारलेलं होतं. मौखिक स्तुतीमुळे (word-of-mouth) जास्त प्रसिद्धी मिळते अन् त्यांच्यासारख्या उदयोन्मुख ग्रुपला अशी फुकटची प्रसिद्धी मिळणं त्यांच्या फायद्याचंच ठरलं असतं– असं त्यांचं साधं, सरळ गणित असावं. मला, भोळसट मुलीला, मात्र असं वाटलं की, मी त्यांना आवडले होते म्हणूनच ते आमच्याशी अगदी रंगात येऊन गप्पा मारत होते. इतरांच्या मानानं हॉवर्ड तर खूपच आवडला मला. त्यानं मला प्रेमभरानं आलिंगन दिलं आणि माझ्याशी बोलण्याची उत्सुकताही दाखवली. गॅरीकडे आपण फार लक्ष द्यायचं नाही, असं मी आधीच ठरवून ठेवलं होतं आणि ''मार्क माझा आहे हं! तेव्हा त्याच्यावर आपले बाण चालवू नकोस!'' अशी प्रेमळ ताकीद माझ्या मैत्रिणीनं मला दिली असल्यामुळे मी त्याचा विचार करू शकत नव्हते. गॅरी आणि मार्क वगळले तर उरले हॉवर्ड, जेसन आणि रॉबी. उतावळ्या स्वभावाचा रॉबी म्हणजे एक विदूषकच होता. त्यांना भेटायला जाण्यापूर्वी एका जुन्या चादरीवर मी 'टेक-दॅट– आमचं तुमच्यावर प्रेम आहे' हे शब्द रंगवून एक फलक बनवलेला होता. काही वेळानंतर रॉबीनं या बॅनरबरोबर झटापट करायला सुरुवात केली. माझ्या हातातून ते खेचण्याच्या त्याच्या प्रयत्नात आम्ही दोघं खाली कोसळलो. त्या बॅनरनंच माझा गळा आवळण्याचं नाटक रॉबी करू लागला. तो सगळा प्रकार म्हणजे एक शुद्ध आचरटपणा होता खरा, पण त्या दिवशी मला त्या फालतूपणातही खूप मजा वाटली. कारण एरवी माझं आयुष्य किती दु:खमय आणि गंभीर असायचं!

या सगळ्याचा आणखी एक परिणाम म्हणजे वेड्यासारखी मी हॉवर्डच्या प्रेमात पडले. इतकंच नव्हे, तर ते मी त्याला सांगितलंदेखील. त्यावर तो काय म्हणाला असेल? ''व्वा! फारच छान! मी पण तुझ्यावर प्रेम करतो.'' मग आम्ही दोघी थोड्याच मागे हटणार? ''आम्ही तुम्हा सगळ्यांवरच प्रेम करतो,'' असं आम्ही म्हणालो. त्यावर तो म्हणाला, ''आज हलमध्ये (Hull) आमचा कार्यक्रम आहे. तुम्ही पण चला ना!'' ''ठीक आहे.'' आम्ही म्हटलं. आमच्यात हे सगळं संभाषण चाललं होतं; पण ठरवलेल्या मुलाखतीसंबंधात आमची प्रगती शून्यच होती. आम्ही कागदावर काहीही लिहून घेतलं नव्हतं. मात्र एका विद्यार्थ्यानं हा सगळा प्रकार चित्रित केला. मला स्वत:ला ती चित्रफीत कधीच पाहायला मिळाली नाही, तेव्हा ती कुणीतरी चोरली असावी, असा तर्क मी केला. मला त्या गोष्टींची मुळीच फिकीर नव्हती. टेक दॅटचा हलमधला कार्यक्रम पाहायची मनात खूप इच्छा होती. तरी ते अशक्य आहे, याची मनोमन जाणीवही होती. तोपर्यंतच्या माझ्या आयुष्यात फक्त एकदाच मला डिस्कोसाठी उशिरापर्यंत थांबता आलं होतं. हा कार्यक्रम आमच्या शाळेतच आयोजित केलेला होता. विद्यार्थ्यांना मद्य

प्यायला बंदी होती आणि रात्री दहा वाजता कार्यक्रम संपवण्याचं बंधनही होतं. डॅडींनी मला एका अटीवर डिस्कोला जायला परवानगी दिली– मी माझ्या मैत्रिणींबरोबर जात असताना आणि परत येत असतानादेखील ते माझ्यामागून सायकलवरून येतील. हा सगळा प्रकार माझ्या दृष्टीनं इतका लाजिरवाणा होता, की काय सांगू! विचार करा, टक्कल पडलेला एक मध्यमवयीन इटालियन माणूस आपल्या १५ वर्षांच्या मुलीच्या मागून, तेही ती मैत्रिणींबरोबर हसत-खेळत जात असताना, हळूहळू सायकल चालवत तिच्यावर नजर ठेवतोय, हे दृश्य किती हास्यास्पद दिसलं असेल! त्या वयात मला हे सगळं निव्वळ हास्यास्पद वाटणंही शक्य नव्हतं. प्रत्येक क्षणी किंचाळून आपला निषेध नोंदवावा, असं मला वाटत होतं. पण त्यातून सुटका शक्य नव्हती, हेच मोठं कटू सत्य होतं. त्यातच हॉवर्डच्या सांगण्याची भर पडली. इथला कार्यक्रम आटोपला की, आम्ही लंडनला जाणार आहोत, असं तो म्हणाला होता, ते माझ्या लक्षात होतं. झालं, माझा विचार पक्का झाला– त्याच्याबरोबर राहण्यासाठी मी घरातून पळून लंडनला जाणार.

त्याविषयी विचार करताना आता हे सगळं विचित्र वाटतंय; पण दैवगती अशी होती की, दोनच वर्षांनंतर मी पुन्हा तेच साहस प्रत्यक्षात उतरवलं. त्या वेळी, म्हणजे जेव्हा मी 'टेक दॅट' कार्यक्रमाचे बॅनर्स खाली उतरवत होते, तेव्हा मला यत्किंचितही कल्पना नव्हती की, दोन वर्षांनंतर मी माझ्या घराला कायमची मुकलेली असेन आणि उद्ध्वस्त महिलांसाठींच्या वसतिगृहात राहायची माझ्यावर वेळ येईल. माझ्यावर ती आपत्ती ओढवली खरी, पण अनेक स्त्रियांवर त्याहूनही वाईट प्रसंग ओढवतात, हेही मला इथे सांगावंसं वाटतं. साधी नोकरीच्या ठिकाणची गोष्ट घ्या. तिथेदेखील तुम्हाला कल्पना येणार नाही इतकी अवहेलना, इतका हिंसाचार तुमच्या वाट्याला येऊ शकतो. कधी कधी तुम्ही तिकडे दुर्लक्ष करता– फार कठीण असतं ते, पण तसं करावंच लागतं. मीही केलंय अनेक वेळा. साधं उदाहरण देते, अगदी एखाद्या दारातून तुम्ही आत शिरत असता त्या वेळीदेखील तुम्हाला पुरुषांचे वाईट अनुभव येऊ शकतात. मी असं म्हणेन, एकाच रस्त्यावरून तुम्ही-आम्ही चालत असतो, बहुतेक जणींच्या वाट्याला साधं, शांत आयुष्य येतं; पण काही दुर्दैवी स्त्रियांना इतके वाईट अनुभव येतात की, त्यांच्या मनात कसली आशाच उरत नाही. अशा वेळी पहिली गोष्ट जी तुम्हाला जाणवते, ती म्हणजे इतरांच्या लेखी (विशेषतः पुरुषांच्या!) तुमची किंमत शून्य असते. एखादी मूर्ख मुलगी जेव्हा आपल्याला सगळं कळतं अशा प्रकारे वागते तेव्हा हे पुरुषरूपी लांडगे तिचे लचके तोडायला टपलेलेच असतात. अर्थात हॉवर्डला भेटण्यासाठी लंडनला जायचं, हा निश्चय जेव्हा मी केला तेव्हा

मला वर सांगितलेल्या एकाही गोष्टीची काडीचीही कल्पना नव्हती. आता वाटतं, हे सर्व प्रकार फार पूर्वीपासून, अगदी माझ्या जन्माच्याही आधीपासून, माझ्यासाठी विधिलिखित होतं– आणखी एक वेगळी शिक्षा म्हणून– तेही जीवन म्हणजे काय, हे पूर्णपणे समजण्याआधीच्या अजाण वयात!

सांगायचं तात्पर्य हे की, पुढे डेव्हिडला जेव्हा मी भेटले तेव्हा मला वाटलं, आपल्या आयुष्यातलं एक दीर्घकाळ पडलेलं दुःस्वप्न आता संपलं! त्याला पाहिलं अन् वाटलं, आपल्या डॅडींपेक्षा हा किती वेगळा आहे! अतिशय प्रेमळ स्वभावाच्या, सौम्य प्रकृतीच्या डेव्हिडनं एकदाही माझ्याशी चढ्या आवाजात बोललेलं मला आठवत नाही की, 'अमुकच कर अन् तमुकच करायचं नाही', अशा प्रकारची बंधनंही माझ्यावर घातली नाहीत. या माणसाला मी केवळ आवडतच नव्हते, तर तो माझी स्कनथॉर्पहून सुटका करण्याचं वचनही मला देत होता. तो माझ्यावर नुसतं प्रेमच करत नव्हता, तर माझी काळजीही घेणार होता!

मी त्याला भेटले तेव्हा तो नॉटिंगहॅम कॉलेजात शिकत होता. त्याच्या व्यावसायिक पदवीचा (business degree) एक भाग म्हणून एक वर्ष नोकरी करणं त्याला आवश्यक होतं. त्यासाठी लवकरच त्याला मॅन्सफिल्डला परतायचं होतं. कारण तिथे त्याची नोकरी होती. मी त्या वेळी मॅकडोनल्डमध्ये काम करत होते; पण माझी नोकरी फारशी महत्त्वाची नव्हती. मी रंगमंचावरील सादरीकरण कलेचा (Performance Arts Course) अभ्यासक्रम शिकत होते अन् केवळ गंमत म्हणून ही नोकरीही करत होते. आपण मॅन्सफिल्डच्या मॅकडोनल्डमध्ये बदली करून घेतली तर आपल्याला डेव्हिडबरोबर राहता येईल, असा विचार मी केला. आपल्या शिक्षणावर पाणी सोडावं लागेल, हा विचारही त्या वेळी माझ्या मनाला कसा शिवला नाही याचं आश्चर्य वाटेल; पण ज्या परिस्थितीत मी तेव्हा दिवस कंठत होते, ते पाहता माझा हा निर्णय मूर्खपणाचा नक्कीच नव्हता. घरापासून सुटका, हा एकमेव उद्देश होता माझ्या डोळ्यांसमोर! अशा वेळी शिक्षणाची पत्रास कशी असणार?

उत्कंठा आणि भीती अशा दोन्ही भावनांनी माझ्या मनाला वेढलं. तेव्हा मी डायानाजवळ डेव्हिडचा विषय काढला. त्याच्यासाठी मी घर सोडणार आहे, हेही तिला सांगितलं, तेव्हा 'काळजी घे, नीट विचार करून मगच एवढा मोठा निर्णय घे,' असं तिनं मला आवर्जून सांगितलं. "डॅडींना समजलं तर तुझा जीव घेतल्याशिवाय राहणार नाहीत ते!" असंही ती म्हणाली. ममानं पण मला तेच सांगितलं, "हा विचार डोक्यातून काढून टाक गं, पोरी. तुझ्या डॅडींना त्याविषयी नुसती कुणकुण लागली तरी ते तुला घरात कोंडल्याशिवाय राहणार नाहीत." पण माझं मन आता डेव्हिडशिवाय दुसरा विचारच करायला तयार नव्हतं. तिनं

कोंडून ठेवण्याविषयीचा विचार बोलून दाखवला तेव्हा ती शक्यता कितपत आहे, हे जाणून घेण्यासाठी मी पोलीस स्टेशनवर गेले. त्यांना सगळी हकिगत सांगितली आणि 'डॅडी असं करू शकतात का?' असं स्पष्टच विचारलं. मी अजून १८ वर्षांची झाले नव्हते, हेही मी त्यांना सांगितलं. तिथल्या पोलीस अधिकाऱ्यानं माझ्या मनाला दिलासा दिला, "तुझ्या मित्राला नोकरी आहे ना, राहण्याची व्यवस्था आणि आर्थिक स्वावलंबता आहे ना; मग तुम्हाला काही भीती नाही. डॅडी काही वाकडं करू शकणार नाहीत तुमचं." थोडक्यात, माझा मार्ग मोकळा होता.

मी डेव्हिडबरोबर घरच्या परिस्थितीबद्दल, डॅडींच्या छळाबद्दल बोलले. त्यानं माझी कहाणी ऐकली तेव्हा त्यालाही खूप वाईट वाटलं. पण अगदी खरं सांगायचं तर आम्हा दोघांमध्ये जी एक अदृश्य दरी होती, ती तशीच कायम राहिली. त्याच्या सहानुभूतीच्या शब्दांनीही ती सांधली गेली नाही. मला स्वत:ला या गोष्टीची अंधुकशी जाणीव होती, पण 'तसं काही नाहीये' अशी मखलाशी मी स्वत:शीच केली. डेव्हिडच्या बाजूनं विचार केला तर मी असं म्हणेन की, त्याला माझ्या दु:सह आयुष्याची खरी कल्पना आलीच नसावी. त्यामुळेच माझ्या पूर्वायुष्यातले दु:खाचे व्रण मी खोलवर अजूनही माझ्याबरोबर वागवतेय, त्यांचा आमच्या सहजीवनावर वाईट परिणाम होतोय, हे त्याच्या लक्षातच आलं नाही. त्यामुळेच असेल, त्यानं माझी कितीही काळजी घ्यायचा प्रयत्न केला, तरी मी त्याच्यावर पूर्ण विश्वास टाकू शकले नाही. उलट, सगळं काही सहजपणे घेण्याच्या त्याच्या स्वभावाचीच मला शंका येऊ लागली. अशा वेळी मला वाटायचं, डॅडींनी केलेल्या माझ्या छळाबद्दल मी त्याला सांगूनदेखील त्याला खरी कल्पना करताच येणार नाही. कारण त्यानं स्वत: तसा छळ कधी अनुभवलाच नव्हता. त्यामुळे 'एक दु:खद कहाणी' यापलीकडे त्याला माझ्या त्रासाविषयी काही वाटलं नाही. छळामुळे एखाद्या माणसाच्या भावभावना जळून खाक होतात, हा अनुभव दुसऱ्या कुणालाही येणं शक्यच नव्हतं. आणखी एक गोष्टही तितकीच खरी– पूर्वायुष्यातल्या घटनांच्या सावल्यांनी माझा सतत पाठपुरावा केला आणि माझ्या विनाशाची बीजंही त्यांनीच रोवली. माझा भविष्यकाळ माझ्या भूतकाळानं नष्ट केला.

हे सगळं मला आत्ता समजतंय. पण त्या काळी नवथर तारुण्याच्या भरात मला फक्त एकच गोष्ट जाणवली– पळून जायचं आणि कायमची सुटका करून घ्यायची डॅडींच्या छळापासून! त्या दृष्टीनं पावलं उचलायला मी सुरुवात केली. माझं पहिलं पाऊल होतं नोकरीत बदली मिळवण्याचं. ते साध्य झाल्यानंतर मी डॅडींशी या विषयावर बोलायचं ठरवलं. पण त्याआधी मी ममाबरोबर बोलायला सुरुवात केली नाही तोच तिच्या मनाचा बांध फुटला, "असलं काही करू नकोस

गं बाळा. मला एकटीला इथे टाकून तू निघून जाणार का?'' तिनं रडत-रडतच विचारलं. ती पुढे म्हणाली, ''डायाना गेलीच आहे. आता तू माझी एकच मुलगी माझ्याजवळ आहेस, मला सोडून जाऊ नकोस.'' पण तोपर्यंत तो निर्णय घ्यायला माझं मन इतकं तयार झालं होतं की मी कठोरपणे तिला म्हटलं, ''मला त्याची मुळीच पर्वा नाही. तुला इथे खितपत पडायचं असेल, तर मी कशाला तुझी चिंता करू? मला आता इथे राहायचं नाही, एवढंच मला समजतं.'' तिच्या डोळ्यांतले असहाय अश्रू आणि माझी बेपर्वा वृत्ती, माझं थंडपणानं तिथून निघून जाणं, हे सगळं मला या क्षणी आठवतंय. डॅडींबरोबर बोलायचा दिवस उगवला. माझ्या शांतपणाचं मलाच आश्चर्य वाटत होतं. पण मला त्या दिवशी आश्चर्याचे अजून काही धक्के अनुभवायचे होते. मी डेव्हिडबद्दल त्यांना सांगायला सुरुवात केली. तो कसा एक हुशार विद्यार्थी आहे, त्याचा भविष्यकाळ किती उज्ज्वल आहे... आम्ही दोघांनी नोकऱ्या मिळवल्या आहेत, राहण्यासाठी जागा घेतलीय, वगैरे गोष्टी तर मी त्यांना सांगितल्याच; शिवाय मी त्यांना हेही स्पष्ट केलं की, मी पोलिसांना ही सर्व बातमी आधीच दिलेली आहे की, डॅडींच्या प्रतिक्रियेची मला खूप भीती वाटते आहे.

मी त्यांना हे सगळं सांगत असताना डॅडी शांतपणे ऐकत होते. माझं बोलणं संपल्यावरही ते तितकेच शांत राहिले. ते एवढंच म्हणाले, ''तू जे काही करणार आहेस, ते मला पसंत नाही आणि आताच तुला हेही स्पष्ट करतो की, मी तुला आशीर्वाद देणार नाही. पण माझं तुझ्यावर माझी मुलगी म्हणून प्रेम आहेच. केव्हाही परत आलीस तरी आम्ही तुझ्यासाठी आहोत, एवढं लक्षात असू दे.''

डॅडींचे शब्द माझ्या कानावर पडत होते त्या वेळी माझी नजर मात्र ममाच्या चेहऱ्यावर होती. आश्चर्यानं तिनं इतका मोठा 'आ' वासला होता की, तिची हनुवटी जवळजवळ छातीला टेकली होती! तिचा चेहराही पांढराफटक पडला होता. तिचा तिच्या कानांवर विश्वासच बसला नसणार. माझी प्रतिक्रियाही त्याच प्रकारची होती. पण डॅडी मात्र शांत, काहीसे निर्विकार राहिले. माझ्या आतापर्यंतच्या आयुष्यातला तो एक अविस्मरणीय प्रसंग होता, असं मी म्हणेन. माझ्या डेव्हिडविषयीच्या खऱ्या भावना काय आहेत, याची जाणीव ममाला नक्कीच झाली असावी. एक प्रसंग सांगते. माझा अन् डेव्हिडचा पहिला शारीरिक संबंध आला, तेव्हा मी १७ वर्षांची होते. माझं कौमार्य संपुष्टात आलं होतं. (माझ्या मैत्रिणींनी हा अनुभव वयाच्या १४/१५ व्या वर्षी घेतला होता!) मी ममाला म्हटलं, ''या अनुभवाबद्दल लोक इतकं काय अन् का बोलतात, ते एक देवच जाणे! मला तर त्यात काही विशेष वाटलं नाही.'' बिचारी ममा! माझ्या या मूर्ख वक्तव्यावर काय बोलावं, तेच तिला कळलं नसेल. (आमच्या घरातल्या

वातावरणाविषयी मी यापूर्वीच सांगितलंय. मासिक पाळीच्या काळात योनिमार्गात ठेवायच्या पॅडला डॅडींचा विरोध होता. कारण त्यानं म्हणे कौमार्यभंग होतो!) एकतर मी लैंगिक सुख उपभोगलं होतं आणि वर मूर्खासारखं त्याविषयी बडबडत होते की, त्यात काय असतं एवढं? माझ्या मनानं डेव्हिड व माझ्याविषयीच्या प्रेमसुखाच्या ज्या कल्पना मी रंगवल्या होत्या, त्या मानानं प्रत्यक्ष अनुभव मला फिका वाटला होता, कमी आनंददायक वाटला होता. चाणाक्ष, अनुभवी ममानं मात्र योग्य तो निष्कर्ष काढला या वक्तव्यातून– माझं डेव्हिडवर खरं प्रेम नाही! खरं म्हणजे त्याच्यासारख्या सुस्वभावी, प्रेमळ माणसावर मी प्रेम करायला हवं होतं; पण त्या वेळी मला एकच गोष्ट हवी होती– डॅडींपासून मुक्ती! त्यासाठी काही किंमत मोजावी लागणार असली तरी त्यासाठी मी तयार होते. डेव्हिडला शरीरसुख देऊन मी माझं स्वातंत्र्य मिळवणार होते. प्रेम वगैरे गोष्टींचा विचार त्या वेळी माझ्या मनातही आला नाही.

ममाला त्या प्रसंगानं इतका धक्का बसला की, माझं मन वळवण्याचा तिनं आटोकाट प्रयत्न केला. मला वाटतं, ती असं काहीतरी म्हणाली त्या दिवशी, "नतालिया, तुला एकच सांगते. जेव्हा तुला तुझ्या मनाजोगता साथीदार मिळेल तेव्हाच शरीरसुखाचा खरा अर्थही तुला समजेल." माझं मन त्या वेळी इतकं बेलगाम झालं होतं की, पुन्हा एकदा निष्ठुरपणे मी तिला फटकारलं, "हे तू मला सांगतेस? डॅडींबरोबरच अख्खं आयुष्य काढलंस ना तू? तुला कधी खऱ्या प्रेमाचा अनुभव आला?" मनातलं दुःख लपविण्यासाठी, तोंडातून काही गैरशब्द निघू नये म्हणून तिनं खालचा ओठ दातांखाली दाबला. मग पुन्हा एकदा माझं मन वळवण्याचा प्रयत्न केला. पण माझ्यावर तिच्या शब्दांचा काहीही परिणाम झाला नाही. आता आपल्याला नव्या आयुष्याची सुरुवात करायची एक संधी मिळतेय, त्यासाठी मॅन्सफिल्डला आपण जाणार आहोत, एवढंच मला समजत होतं.

ममाच्या डोळ्यांतले अश्रू मला दिसत असूनही घर सोडताना त्या दिवशी मी फार आनंदात होते. माझ्याबरोबर सामानाची काही खोकी होती अन् एक सूटकेस. एवढ्या सामानानिशी मी डेव्हिडच्या गाडीतून निघाले. दक्षिण दिशेनं केलेल्या त्या प्रवासातला क्षण न् क्षण मी सुखात घालवला. फक्त दीड तासांचा प्रवास होता तो, पण असं वाटलं, आपण एका प्रकाशवर्षाइतकं अंतर पार केलंय! गंमत म्हणजे आम्ही दोघांनी घर मांडलं, तेव्हा मी स्वतःला पन्नाशीच्या दशकातल्या गृहिणीप्रमाणे घरकामात गाडून घेतलं. खरंतर १७ वर्षांची एक कोवळी तरुणी होते मी त्या वेळी. पण स्त्री म्हणजे घरात राबणारी बाई, एवढी एकच भूमिका जगताना मी माझ्या ममाला नेहमी पाहत आले होते. त्यामुळे मीदेखील तशीच

वागू लागले. स्वयंपाकाच्या बाबतीत बोलायचं तर मला फक्त अगदी रोजचा नेहमीचा स्वयंपाकच येत होता. कारण डायनाप्रमाणे मी कधीच व्यवस्थित जेवण बनवायला शिकले नव्हते. घरातली साफसफाई मात्र मी अगदी मन लावून करत असे. त्यासाठी भरपूर वेळ देत असे. आपण दोघांनी बाहेर जावं, हिंडावं-फिरावं, मजा करावी, मित्रमैत्रिणींबरोबर जेवावं, खावं, हे विचार कधी माझ्या मनात आलेच नाहीत. लग्नाला पंचवीस वर्षं झालीत; आता नवेपणा काही उरलेला नाही अशा एखाद्या मुरलेल्या जोडप्याप्रमाणे आम्ही दोघं बहुतेक वेळा घरीच बसायचो, टीव्ही बघायचो. कधी बाहेर गेलोच तर ते सामान खरेदीसाठी एखाद्या सुपरमार्केटमध्ये! रविवारी डेव्हिड त्याच्या मित्रांबरोबर बाहेर जायचा आणि मी स्वयंपाकघरात पारंपरिक पद्धतीचं मटण बनवायची– माझ्या डॅडींना हवं असे त्या प्रकारचं!

या अशा जीवनक्रमाचा मला कंटाळा आला किंवा मी दुःखी होते, असं कुणी समजायचं अजिबात कारण नाही. याहून वेगळं काही करायचं असतं किंवा माझ्याकडून डेव्हिडची काही निराळी अपेक्षा असू शकेल, हेच मला माहीत नव्हतं. डेव्हिडलाही त्यात काही गैर वाटलं नाही. बिचारा अगदी साधासुधा माणूस होता. त्याची मैत्रीण त्याचं घर व्यवस्थितपणे चालवतेय, या विचारानं तो संतुष्ट होता. अधूनमधून तोही मला घरकामात मदत करायचा. कधी घर आवरायचा, तर कधी एखादा पदार्थ बनवायचा, तर कधी कपडेही धुवायचा. त्याला कसं काही गैर वाटलं नाही अशा नीरस आयुष्यक्रमाबद्दल, हे मला ठाऊक नाही. कदाचित असं असेल की, खूप संवेदनशील असल्यामुळे आणि माझी कौटुंबिक पार्श्वभूमी माहीत असल्यामुळे त्याला माझ्याबद्दल सहानुभूती वाटत असेल. वास्तविक पाहता, मी त्याच्याजवळ माझं मन फारसं कधी मोकळं केलंच नाही. त्यामुळेही असेल, तो बऱ्याच संयमानं वागला. त्याला स्वतःला पबमध्ये मित्रमैत्रिणींबरोबर मद्याचे प्याले रिचवायला आवडायचं. पण मला ती गोष्ट कधीच आवडली नाही. मद्य या शब्दानंच मी काहीशी अस्वस्थ व्हायची. दारू पिण्यामुळे तो आततायी बनेल, हिंसक बनेल, अशी भीती माझ्यामध्ये दडलेली असेल. बहुतेक पुरुष असेच वागतात, असं मला वाटायचं. शिवाय मी कधीच मद्याची शौकीन नव्हते. मी १४ वर्षांची होते तेव्हा माझ्या मैत्रिणीनं एकदा मला मद्यार्क असलेलं काहीतरी पेय दिलं होतं. ते प्यायल्यानंतर थोड्याच वेळात मला भडभडून उलटी झाली होती. तेव्हापासून मद्याविषयी माझ्या मनात तिटकारा निर्माण झाला होता. अमली पदार्थांना तर मी कधी शिवलेपण नव्हते. माझ्या मित्रमैत्रिणींनी असे पदार्थ घेतल्यानंतर त्यांच्यावर झालेला परिणाम मी पाहिलेला होता अन् त्यानं माझं मन धास्तावलं होतं.

पबमध्ये डेव्हिड एक-दोन प्याले मद्य घ्यायचा आणि मग आम्ही दोघं घरी परत यायचो. हळूहळू आमच्या मित्रांच्या संख्येत घट झाली तरी मला स्वत:ला त्याचं काही वाईट वाटलं नाही. आम्ही दोघं एकमेकांच्या सहवासात खूश होतो. आमच्या वयाचे तरुण स्त्री-पुरुष नाचगाण्याच्या कार्यक्रमांना जायचे, धमाल करायचे; अन् आम्ही? आम्ही दुकानातून दैनंदिन गरजेच्या वस्तू विकत घेत हिंडायचो. कधी कधी हे सगळं विचित्र वाटलंच तर मी माझ्या मनाला समजवायची, 'मला कुणाची पर्वा नाही. मला असंच आयुष्य आवडतं अन् मी असंच जगणार. नोकरी करायची म्हटली तरी ते मला शक्य आहे.' मी डेव्हिडला एकदा विचारलं, "मी एखादी नोकरी केली तर तुझी हरकत नाही ना?"

किंचित गोंधळल्यासारखा चेहरा करत तो म्हणाला, "बिलकुल नाही. तुला हवं ते कर ना तू." त्याचं ते शांतपणे दिलेलं उत्तर ऐकून मी खूश झाले अन् स्वत:शीच म्हणाले, "व्वा! किती छान! आपल्याला आपले निर्णय घेण्याचं स्वातंत्र्य आहे!" त्या वेळी एक गोष्ट मला ठाऊक नव्हती ती म्हणजे सतत डॅडींच्या कडक नजरेखाली जगत असल्यामुळे मला स्वत:च्या भावभावना, विचार दडवून ठेवण्याची सवय लागली होती. बिचाऱ्या डेव्हिडला मात्र असं वागणं कधी जमलं नाही. एकदा मी माझ्या ममा-डॅडींना आमच्याकडे जेवायला बोलावलं. त्या दिवशी व्यवस्थित, साग्रसंगीत जेवण बनवलं मी. आम्ही जेवायला बसलो. दोघंही आपापल्या भूमिका कौशल्यानं वठवत होते. डॅडी आणि ममा पहिल्यांदाच आमच्याकडे आले होते. प्रसंगाला साजेसे छान कपडे घालून आले. डॅडींनी मोकळेपणानं खूप गप्पा मारल्या. आमच्या घरातल्या प्रत्येक गोष्टीचं त्यांनी कौतुक केलं आणि आम्हीही खुशीत हसत-खेळत जेवलो. हे सगळं नाटक वठवत असताना क्षणोक्षणी माझं मन धास्तावून मला विचारत होतं, "पुढच्या मिनिटाला बोलता-बोलता डॅडी उठून उभे राहिले, माझ्याजवळ आले आणि त्यांनी माझ्या मुस्कटात लगावली तर? डेव्हिड त्यांना रोखेल? नाही. निषेध दाखवण्यासाठी तो फार-फार तर माझ्याबरोबर तेथून उठून जाईल; पण रागावून त्यांचा हात धरणार नाही.'

अर्थात डॅडींनी तसला काही प्रकार केला नाही. हसत-खेळतच त्यांनी आमचा निरोप घेतला आणि दोघं निघून गेले. ममाला माझं घर पाहून काय वाटलं, ते मला समजलं नाही, कधी समजणारही नाही. डॅडींना डेव्हिड आवडला, त्याचा स्वत:च्या करिअरविषयीचा निर्णय त्यांना आवडला, आपल्या व्यवसायक्षेत्रात यशस्वी होऊन दाखवण्याचा निर्धार त्यांना पसंत पडला, याच गोष्टीचं तिला समाधान वाटलं असावं. बाकी, त्या दोघांची पहिली भेट झाली तेव्हा ममादेखील माझ्याच वयाची होती. इथपर्यंत सगळं ठीकच होतं, असं म्हणता येईल. म्हणजे

असं की, डॅडींच्या शांतपणामुळे माझं आयुष्य सुरळीत चालायला हरकत नव्हती. पण खरी मेख अशी होती की, माझंच मन आत कुठेतरी अस्वस्थ होतं. त्याचा दृश्य परिणाम म्हणजे माझे ममाला सतत होणारे फोन्स!

मॅन्सफिल्डला येऊन दोन दिवस झाले नाहीत तोच एकदा मी रडक्या सुरात ममाला फोनवर म्हटलं, ''ममा, मला तुझी फार आठवण येतेय गं आणि माझं तुझ्यावर खूप खूप प्रेम आहे. तुझं पण माझ्यावर प्रेम आहे ना?'' ज्या मुलीनं आपल्या आईला 'मी तुझा तिरस्कार करते' असं म्हणताना तिच्या मनाची पर्वा केली नव्हती, जिनं आपल्या आईच्या पर्समधून पैसे चोरताना क्षणभरही आईच्या मनाचा विचार केला नव्हता, जिनं आपल्या आईला अनेक वेळा निष्ठुरपणे म्हटलं होतं, 'तुझा नवरा मेला तरी मला काही वाटणार नाही', तीच मुलगी आता फोनवर आईला विनवत होती, ''तुझं माझ्यावर प्रेम आहे ना, मग तसं मला सांग.''

''आहे गं, त्यात विचारायचं काय?'' एवढंच ममा म्हणायची.

''तसं नको म्हणूस. स्पष्ट शब्दांत म्हण– माझं तुझ्यावर प्रेम आहे.'' मी तिची अनेकदा मनधरणी केली; पण तिनं एकदाही तसं म्हटलं नाही. आपल्या भावनांवर तिनं काबू ठेवला. शेवटी डॅडींनी तिच्या हातून फोन घेतला अन् म्हणाले, ''नतालिया, आम्ही दोघं तुझ्यावर खूप प्रेम करतो, तुला चांगलं ठाऊक आहे ते.''

पण मला ते शब्द त्यांच्या तोंडून ऐकायचे नव्हते. तिनं का ते उच्चारू नयेत, असा माझा सवाल होता.

आता मला आठवतंय, इतक्या वर्षांच्या आयुष्यात डॅडींनाही 'माझं तुझ्यावर प्रेम आहे,' असं ममा एकदाही म्हणाली नव्हती. डॅडी त्यांच्या नेहमीच्या नाटकीपणानं वागायचे तेव्हा तिला कुरवाळत ते म्हणायचे, ''माझं तुझ्यावर खूप प्रेम आहे.'' त्या वेळीदेखील ममा ओठ आवळून गप्प बसायची. आता तिची मुलगीदेखील तिला म्हणत होती, ''ममा, माझं तुझ्यावर खूप प्रेम आहे आणि तू पण मला तसंच सांग.'' मीदेखील माझ्या डॅडींसारखीच वागत होते की काय? एकदा तिला दूर लोटत होते आणि पुढल्याक्षणी प्रेमानं आलिंगन देत होते. त्या वेळी तरी मला तसं वाटलं नाही. त्या काळी मला इतकं एकटं-एकटं वाटायचं की, मला सतत तिचा आधार हवासा वाटायचा. अशा वेळी याआधी आपण तिला किती त्रास दिला, या विचारानं मला फार वाईट वाटत असे. आपण तिला फारच त्रास दिला की काय, हा प्रश्न मनाला इतका सतावत असे मग जणू काही त्या वाईट वागण्याची भरपाई करण्यासाठी दिवसातून दहा-दहा वेळा मी तिला फोन करत असे. कधी कधी ममा शांतपणे म्हणत असे, ''नतालिया, अर्ध्या तासापूर्वी तर

फोन केला होतास ना? आता परत कशासाठी?''

''काही नाही गं ममा, तू आत्ता काय करते आहेस ते विचारण्यासाठी फोन केला. सांग ना, काय करतेयस तू? मला तुझी खूप आठवण येतेय गं!''

'माझं तुझ्यावर प्रेम आहे,' हे शब्द जितक्या वेळा मी डेव्हिडला म्हणाले असेन त्यापेक्षा कितीतरी जास्त वेळा ते मी ममाला ऐकवले असतील. डेव्हिड आपला त्याच्या अभ्यासात मग्न असायचा. त्यामुळे माझ्या मनाची काय अवस्था आहे, मी कोणत्या भावनांच्या भोवऱ्यात गरगरतेय, याचा विचार करायला त्याच्याजवळ वेळच नसायचा. त्यामुळे झालं काय, तो त्याच्या अभ्यासात दंग आणि मी माझ्या मॅकडोनल्डच्या नोकरीत मग्न! कदाचित असंच आमचं आयुष्य राहिलं असतं; पण अचानकपणे या साध्या, एकसुरी आयुष्याला खीळ बसली. एक संकट अनपेक्षितपणे उद्‌भवलं. सायमन नावाचा एक तरुण पुरुष माझ्या मॅकडोनल्डच्या शाखेचा व्यवस्थापक होता. त्याचं आणि माझं छान जुळायचं. असं एक वर्ष गेलं आणि अचानक एक दिवस माझ्या डोक्यात प्रकाश पडला. साध्या मोकळ्या गप्पांचं रूपांतर आता उघड लगटपणात होतंय! त्याच्या लघळपणाला लगाम घालण्यासाठी मी त्याला अनेक वेळा सांगितलं, ''हे बघ सायमन, माझा एक बॉयफ्रेंड आहे. आम्ही दोघं एकत्र राहतोय.'' पण या बोलण्याचा त्याच्यावर काहीच परिणाम झाला नाही; उलट स्वारी जास्तच लघळपणा करू लागली. उघडपणे तो म्हणू लागला, ''मला त्याची पर्वा नाही. मला तू आवडतेस अन् म्हणूनच मला तुझ्याबरोबर राहावंसं वाटतं.''

रोजचं काम संपलं की, कधी कधी सायमन माझ्याबरोबरच निघत असे. माझ्याच घराच्या वाटेनं तो माझ्याबरोबर चालत राहायचा. वाटेत मला कामाच्या ठिकाणी घडणाऱ्या गमती-जमती सांगून हसवायचा. त्याला तिथल्या तिथे थांबवणं मला अशक्य नव्हतं असं नाही; पण का कुणास ठाऊक, मी तसं केलं नाही. कारण मलाही तो आवडू लागला असावा. तो जवळपास असला की, वातावरण धुंद झाल्यासारखं वाटे मला. ती भावना डेव्हिडच्या संगतीत मला जाणवत नसे. म्हणूनच सायमन जे काही गोड-गोड बोलायचा, माझ्या सौंदर्याची स्तुती करायचा; ते माझ्या कानाला खूप गोड वाटायचं. आपण त्याच्या कौतुकास पात्र आहोत, असं मला कधीही वाटलं नाही. तरीही त्याची संगत मला आवडायची, हे मी नाकारू शकत नाही. म्हणूनच त्यानं दोन-तीन वेळा 'ड्रिंक घ्यायला येतेस का,' असं विचारलं तेव्हा काय बोलावं ते न सुचल्यामुळे मी गप्पच राहिले. तेव्हा तो पुन्हा म्हणाला, ''चल गं, किती आढेवेढे घेशील आणि आपण काही दोघंच असणार नाही तिथे. मॅकडोनल्डमधले इतर सगळे लोकही असणार आहेत.'' तेव्हा मी तयार झाले. त्या पबचं नाव होतं वूलपॅक. तो नक्की कुठे आहे, तेही

मला माहीत नव्हतं. मी तसं सायमनला म्हटलं, तर तो म्हणाला, ''तू कशाला काळजी करतेस? मला ठाऊक आहे कसं जायचं ते.'' आम्ही तिथे पोहोचलो अन् बघते तो तिथे आमच्यापैकी इतर कुणीच नव्हतं. मी काहीशी बुचकळ्यात पडले, तेव्हा तो हसून म्हणाला, ''मी मुद्दामच सांगितलं तुला तसं. पण तू जाऊ नकोस हं लगेच. एक ग्लास तरी घेऊ या आपण एकत्र बसून.'' मला ते विचित्र वाटलं, तरीही मी थांबले. ड्रिंक घेऊन झाल्यानंतर आम्ही आमच्या घराच्या दिशेनं चालू लागलो. साधारणपणे माझ्या घरापासून अर्ध्या वाटेवर असताना सायमननं माझं चुंबन घेतलं. 'हे काय भलतंच!' असं रागावून मी म्हणू शकले असते, पण मी काहीच म्हटलं नाही. कारण त्यात भयंकर असं मला काही वाटलं नाही. उलट, मलाही आनंदच वाटला. तो क्षण उलटला अन् आनंदाची जागा भीतीनं घेतली. 'हे काय केलं आपण?' मी स्वत:लाच म्हणाले.

सायमनला बाजूला ढकलून मी एकटीच घरी आले. आपण डेव्हिडशी प्रतारणा केली, या विचारानं मला स्वत:ची अगदी लाज वाटली. डेव्हिड घरी आल्याबरोबर मी त्याला झाला प्रकार सांगितला अन् म्हटलं, ''माझी फार मोठी चूक झाली. मला माफ कर.'' डेव्हिड अस्वस्थ झाला, पण तो माझ्यावर चिडला नाही. त्यानं मला दोषही दिला नाही. मी खालमानेनं त्याला म्हटलं, ''मला आता इथे तुझ्याबरोबर राहता येणार नाही. कारण मी तुझा विश्वासघात केला. तेव्हा आपण आता वेगळं होणंच बरं.'' त्यावर शांतपणे डेव्हिड म्हणाला, ''वेडेपणा करू नकोस, नतालिया. शांत हो. असं काही घडलंय, हे विसरायचा प्रयत्न कर. सगळं काही ठीक होईल उद्या सकाळपर्यंत अन् तुला सायमनमुळे त्रास होत असेल, तर दुसरीकडे बदली करून घे.'' तरीही मी अस्वस्थ होते, तेव्हा त्यानं पुन्हा एकदा वेगळ्या शब्दांत माझी समजूत काढायचा प्रयत्न केला. ''सायमननं तुझा गैरफायदा घ्यायचा प्रयत्न केला, तुला फसवलं; त्यात तुझा काही दोष नाही आणि चुंबनच तर घेतलं ना तुझं?'' पण मीही जणू हट्टाला पेटल्यासारखी झाले, ''नाही डेव्हिड, माझंही वागणं चुकलंच. एखाद्या अध:पतित स्त्रीसारखी वागले मी. त्याची किंमत हे घर सोडूनच चुकवायला हवी मला.'' डेव्हिड त्यानंतर गप्प बसला. माझं मानसिक संतुलन बिघडलंय, असं वाटलं असेल त्याला; पण माझं बोलणं एका दृष्टीनं योग्यच होतं. जणू काही माझे डॅडीच मला तसं बोलायला सांगत होते. मी पाप केलं होतं आणि त्याची फळं मला भोगायला लागणार होती.

माझ्या मनात घुमणाऱ्या त्या डॅडींच्या आवाजानंच मला पुढला निर्णय घ्यायला भाग पाडलं. मी सायमनला माझं चुंबन घेऊ दिलं तेव्हा डेव्हिडबरोबरचे संबंध मी तोडायलाच हवेत आणि सायमनची साथ द्यायला हवी. झालं. या विचारानं माझ्या

मनाचा असा काही ताबा घेतला की, लगेचच मी सायमनला फोन करून सगळं सांगितलं. महदाश्चर्य म्हणजे तोही या गोष्टीला तयार झाला आणि आम्ही एकत्र राहू लागलो. वाचकांना किती मूर्खपणाचं वाटेल माझं हे वागणं (मलाही याक्षणी तसंच वाटतंय!) पण त्या दिवशी काय झालं, कुणास ठाऊक! मी त्याला म्हटलं, ''मला स्कनथॉर्पला परत जायचंय. कारण मला ममाच्या जवळपास राहायचंय.''

''ठीक आहे. मी बदली करून घेतो.'' तो म्हणाला. आता या गोष्टीला वेगळंच वळण लागलं. त्या वेळी डायाना मॅकडोनल्डमध्ये बऱ्याच वरच्या पदावर– ऑफिसमध्ये काम करत असे. तिनं मला मदत करायचं कबूल केलं आणि तात्पुरती व्यवस्था म्हणून मी व सायमन डायानाच्या घरी तिच्या नवऱ्यासह राहू लागलो.

त्या दिवसांचा मी विचार करते तेव्हा मला वाटतं, एखाद्या झोपेत चालणाऱ्या माणसासारखी वागत होते मी. कधी मला हव्या असलेल्या गोष्टी ठासूनपणे मागून घेत होते. उदा. सायमनला मी म्हणावं की, मला स्कनथॉर्पला आईच्या जवळ राहायचंय; तर कधी स्वत:वर मुळीच नियंत्रण नसल्यासारखी, भरकटल्यासारखी वागत होते. याचं उदाहरण द्यायचं तर माझं अन् सायमनचं एकत्र येणं. त्यामागचं एकमेव कारण होतं, या गुंत्यातून बाहेर पडण्याविषयाची माझी मानसिक असमर्थता. मात्र, एक गोष्ट आकस्मिकपणे घडली अन् हे सायमन प्रकरणही संपुष्टात आलं. मी माझ्या बहिणीच्या घरातून बाहेर पडले. तिच्या नवऱ्याचा मला इतका राग, तिटकारा वाटू लागला की, तिथे राहिल्यामुळे माझी एक प्रकारची घुसमट होऊ लागली. पण मी सायमनला म्हटलं, ''तू राहा इथेच. नाहीतरी तू भाडं देतोयसच. पण मी मात्र इथून बाहेर पडते.'' मला वाटतं, आपल्या एकत्र राहण्यातून काही निष्पन्न होणार नाही, हे स्पष्ट सांगायचं धैर्य माझ्यात नव्हतं. तेव्हा संबंध तोडण्यासाठी मी ही पळवाट शोधून काढली. सुदैवानं माझं नशीब जोरावर होतं. (निदान त्या वेळी मला तसं वाटलं!) म्हणूनच एका नोकरीविषयीची जाहिरात माझ्या पाहण्यात आली– क्लीथॉर्प्समध्ये एक सुट्टीच्या दिवसांतला कँप भरणार होता. ती जाहिरात वाचून मी लगेच अर्ज केला. मला अकल्पितपणे नोकरी मिळाली अन् अगदी थोड्या सामानानिशी मी डायानाच्या घरातून बाहेर पडले आणि एका नव्या जगात प्रवेश केला.

क्लीथॉर्प्सला एका कॅरेव्हॅनमध्ये– चाकं असलेल्या घरात– मी इतर दोघांबरोबर राहू लागले. ते दोघे जण– एक मुलगा आणि एक मुलगी– आधीपासूनच तिथे राहत होते. तो तरुण लहान मुलांना फुटबॉल शिकवणारा प्रशिक्षक होता. माझं काम होतं मुलांसाठी वेगवेगळे कार्यक्रम आखून त्यांची अंमलबजावणी करायची.

थोड्याच दिवसांत सायमनच्या लक्षात आलं की, त्याच्याबरोबर संबंध चालू ठेवण्यात मला काही स्वारस्य नव्हतं. माझ्या दृष्टीनं पाहिलं तर मला कुणाबरोबरही संबंध ठेवणं शक्यच नव्हतं. कारण तो कँपच एका बंदिस्त जागेत होता. शिवाय तिथे काम करणाऱ्या बहुतेकांना निव्वळ मौजमजा करण्यातच रस होता. म्हणूनच, आमचं काम संपलं रे संपलं की, आम्ही धमाल करायला सुरुवात करायचो. अजूनही मी मद्यप्राशन करत नव्हते, पण आता मला कुणीतरी अमली पदार्थ (dope) ओढायला शिकवलं. मी या व्यसनात स्वत:ला का लोटून दिलं असेल, याचं एक उत्तर असं असू शकतं की, पूर्वायुष्यातल्या माझ्या चुकांपासून मला दूर जायचं होतं. त्या विसरून जाण्याच्या प्रयत्नात मी या नव्या व्यसनात अडकले. गर्दच्या अमलाखाली असताना इथले सगळे लोक तात्पुरते तरी हसायचे, खिदळायचे, एकमेकांबरोबर दंगामस्ती करायचे, अर्धी रात्र जागत राहायचे. या गर्दनं मला एका वेगळ्याच जगात नेलं. आपण पुन्हा एकदा नवतारुण्याचा जोश अनुभवतोय, अशी भावना माझ्या मनात निर्माण झाली. तिथल्या सगळ्याच लोकांना कशापासून तरी सुटका हवी होती. आपणही त्यांच्या संगतीत त्यांच्यासारखेच जगू, असा विचार माझ्या मनात आला असेल; पण तेही घडायचं नव्हतं, असा नशिबाचा संकेत असावा– कर्मचाऱ्यापैकी एकाचं चुंबन घेत असताना कॅमेऱ्यानं मला टिपलं. तो तिथल्या लोकांना हवी असलेली गाणी, कॅसेट लावणारा डिस्क जॉकी (disc jockey) होता. दुसऱ्या दिवशी आम्हा दोघांना तिथल्या मुख्यालयात नेण्यात आलं. आमच्या गैरवर्तनाचं स्पष्टीकरण देण्याची संधी आम्हाला देण्यात आली. तिथला नियम असा होता की, कर्मचाऱ्यांना कामानंतर कितीही वेळ मौजमजा, मद्यप्राशन वगैरे करण्याचं स्वातंत्र्य होतं; पण एकमेकांबरोबर प्रेमप्रकरणं करायला मात्र पूर्णपणे बंदी होती. आम्ही दोघं एकमेकांच्या मिठीत सापडलेलो होतो. आता या गोष्टीचं समर्थन किंवा स्पष्टीकरण काय देणार? झालं, आम्हा दोघांना नोकरीवरून काढून टाकण्यात आलं. क्लीथॉर्प्समध्ये येऊन पुरते दोन महिने झाले नव्हते तेवढ्यात तिथून हकालपट्टी व्हायची वेळ आली तेव्हा मी पुरती घाबरले. काय करावं, ते मला सुचेना. खरंतर यापूर्वीच ममानं घरी परत ये, असं मला सांगितलं होतं. पण डॅडींच्या भीतीमुळे मी घरी परत जाऊच शकत नव्हते. ''नाही गं, ते शक्य नाही. डॅडी याच गोष्टीची वाट बघत असणार. मी घरी आले की ते पुन्हा मला मारहाण करणार. मला चांगलं ठाऊक आहे ते!'' मी तिला पुन:पुन्हा हेच सांगितलं होतं.

आता 'ना नोकरी, ना डोक्यावर छत' अशा दारुण स्थितीत मी होते. डायानाकडे जाण्याचा मार्ग बंद झाला होता, कारण तिथे सायमन राहत होता. हातपाय हलवणं तर भागच होतं. मला एकच मार्ग दिसला. या कॅम्पमध्ये माझी

दोन कुटुंबांबरोबर ओळख झालेली होती आणि छान मैत्रीही झाली होती. मी त्यांना माझी करुण कहाणी सांगितली. तेव्हा दोन्ही कुटुंबांनी मला सहानुभूती दाखवली आणि आपल्या घरी राहायला बोलावलं. त्यातलं एक कुटुंब डॉनकॅस्टर (Doncaster) या ठिकाणी, तर दुसरं लिसेस्टर (Leicester) या गावात राहत होतं. आज मला ही सगळीच गोष्ट म्हणजे कमालीचा मूर्खपणा अन् अविचारीपणा वाटतो. किती जुजबी ओळखीच्या आधारावर माझ्यासारखी तरुण मुलगी अनोळखी लोकांच्या हातात स्वत:ला सोपवत होती! त्यापेक्षा घरी परत जाण्यामध्ये कमी धोका आहे, हे मला कळत नव्हतं का? नसावं. कारण एक तर मला डॅडींच्या मारहाणीची जबरदस्त भीती वाटत होती आणि दुसरं म्हणजे, आपण म्हणजे एक प्रचंड अपयश आहोत, ही भावना माझ्या मनाला कुरतडत होती. डेव्हिडशी प्रतारणा केल्यामुळे मी त्याला गमावून बसले होतेच आणि डॅडींपुढे आपला निभाव लागणार नाही, याची मला खात्री होती. परिणाम?– मी माझं चंबुगबाळं परत एकदा आवरलं आणि डॉनकॅस्टरकडे प्रयाण केलं.

डॉनकॅस्टरमधलं हे कुटुंब म्हणजे फक्त एक घटस्फोटित आई आणि तिची तरुण मुलगी. दोघी जणी खूपच चांगल्या स्वभावाच्या वाटल्या. त्यांच्याकडे असलेल्या एका रिकाम्या खोलीत राहण्याची परवानगी त्यांनी मला दिली– अर्थात महिन्याभरापुरती! पुन्हा मॅकडोनल्डमध्ये नोकरी मिळवणंही शक्य होतं मला. पण आता माझी अवस्था डोंगरउतारावरून घरंगळणाऱ्या दगडासारखी झाली होती आणि माझं मलाच त्याविषयीचं भान उरलं नव्हतं. डॉनकॅस्टरमध्ये कायम राहण्याची माझी इच्छा नव्हती. काय करावं ते सुचत नसल्यामुळेच मी तिथे राहत होते. (दिवस कंठत होते, असं म्हणणं अधिक योग्य ठरेल!) माझी ममा इथेही मला वारंवार फोन करत होती. माझ्या विनवण्या करत होती, "नतालिया, अशी कुणा परक्या लोकांबरोबर तू राहते आहेस, ते मला अजिबात आवडत नाही. त्यापेक्षा घरी परत ये." पण मी तिचं म्हणणं मानायला तयार नव्हते. अर्थात तिचं म्हणणं मुळीच चुकीचं नव्हतं. मी नवख्या लोकांबरोबरच तर राहत होते. त्यांच्याबरोबर माझं ना काही नातं होतं, ना ते मला काही मदत करू शकत होते; हेच सत्य होतं. मी भरकटत चाललेय, हे मला समजत होतं, पण उमजत नव्हतं. काहीतरी चांगलं घडेल आणि माझं अध:पतन थांबेल, याची मी वाट पाहत होते, मनात आशा करत होते. पण तसं काही घडलं नाही. मात्र, आपण या दोघींच्या सौजन्याचा गैरफायदा घेतोय, ही जाणीव मला झाली अन् तिथून निघायचं, असा निर्णय मी घेतला.

मला वाटतं, आयुष्याच्या या वळणावर असताना मी माघार घेऊन, पराभवाची कबुली देत घरी परतायला हवं होतं. त्याऐवजी मी लिसेस्टरमधल्या कुटुंबाला

फोन केला आणि विचारलं, ''मी तुमच्या घरी राहायला आले तर अजूनही तुम्ही मला राहू द्याल का?'' त्यांनी होकार दिला आणि मी तिथे राहायला गेले. या घरातली परिस्थिती माझ्या कल्पनेपेक्षाही अधिक गुंतागुंतीची निघाली. थोरला मुलगा जेमी माझ्यात गुंततोय, हे माझ्या लक्षात आलं आणि मीदेखील त्या प्रलोभनाला बळी पडले. नाहीतरी माझ्या आयुष्यात त्या काळी काही घडतच नव्हतं. नोकरी शोधण्याच्या निमित्तानं भटकायचं अन् मजा करायची, एवढंच उद्दिष्ट होतं माझ्या डोळ्यांसमोर. इथपर्यंत सगळं ठीकच होतं असं म्हणावं तर धाकटे चिरंजीव– ली– यांनाही मी हवी होते. मोठ्या भावाची पाठ वळली रे वळली की यांची आर्जवं सुरू! प्रामाणिकपणे सांगायचं, तर मला दोघांमध्येही गुंतायचं नव्हतं. त्यामुळे ज्या दिवशी दोघांमध्ये माझ्यावरून भांडण सुरू झालं, तेव्हा मी हबकलेच!

त्यांची आई हुशार होती. आपल्या दोघा मुलांमधल्या भांडणाचं कारण ही मुलगी आहे, हे तिला लगेच समजलं. खरंतर मी फार काही मोठं गैरकृत्य केलंय, असं मला वाटलंच नाही. तरीदेखील माझं त्या घरातलं वास्तव्यच त्या घराच्या शांततेच्या दृष्टीनं धोक्याचं होतं, हेही एक वास्तवच होतं. तिचे डोळे उघडल्यासारखे झाले. कॅंपमधल्या वास्तव्यात एका तरुण मुलीला आपल्या घरी येऊन राहण्याचं आमंत्रण देणं वेगळं अन् अशा १८ वर्षांच्या दिशाहीन मुलीनं आपल्याच दोन मुलांमध्ये भांडणं लावणं किंवा भांडणाला कारणीभूत होणं वेगळं नाही का? तिनं मला घर सोडण्याविषयी सांगितलं आणि मी ते मुकाट्यानं ऐकलं. इथे एक गोष्ट मला सांगावीशी वाटते. अनेक वेळा मी माझ्या वडिलांबरोबर भांडले, झगडले होते, त्यांच्याकडून कित्येकदा मी बोलणीही खाल्लेली होती; ही गोष्ट जरी खरी असली, तरी मला कुणाच्या तोंडाला तोंड देणं जमत नाही, हेही तितकंच खरं आहे. त्यामुळेच असे प्रसंग मी शक्यतो टाळतेच. एखाद्या भयंकर आजारामुळे आपले हातपाय गळाठून गेलेत, अशी भावना माझ्या मनात त्या वेळी निर्माण होते. आजही तुम्ही माझ्यावर ओरडलात, तर मी मान खाली घालून काढता पाय घेईन. तुमच्या डोळ्याला डोळा भिडवणं मला शक्य होणार नाही.

सांगायचं तात्पर्य एवढंच की, कुठे जायचं, काय करायचं, याची यत्किंचितही कल्पना नसताना मी त्या घरातून बाहेर पडले खरी; पण आपल्या घरी परत जावं, डॅडींची क्षमायाचना करावी, असंही मला वाटेना. घरी परत गेल्यावर, डॅडींना सामोरं गेल्यावर जो प्रसंग घडेल त्याची मला कल्पनाही करवेना. म्हणूनच मी वाट फुटेल तिकडे चालत राहिले. पाय थकले तेव्हा जवळच्याच एका सार्वजनिक बागेत मी एका बाकावर बसकण मारली. आजची रात्र या इथे बाकावर झोपून काढावी लागणार आहे, ही गोष्ट माझ्या ध्यानातच आली नसावी. जे घडलं होतं

त्यामुळे माझ्या मनाच्या संवेदना इतक्या बधिर झाल्या होत्या की, विचार करण्याची शक्तीच माझ्यात उरली नव्हती. माझ्या सुदैवानं म्हणा हवं तर, पण माझ्या पाठोपाठ जेमीनंही घर सोडलं. त्यानं आईला स्पष्ट शब्दांमध्ये सुनावलं, ''नतालिया घरातून गेली तर मीही राहणार नाही इथे.'' अन् तिरीमिरीत येऊन त्यानं घराला 'रामराम' ठोकला. काय विचित्र परिस्थितीत सापडले मी आता! सार्वजनिक बागेतल्या बाकावर रात्र काढण्याची नामुष्की माझ्यावर ओढवली खरी; पण एक दिलासा मनाला होता की, निदान जेमी तरी माझ्या सोबतीला होता. शिवाय दिवस उन्हाळ्याचे असल्यामुळे उघड्यावर झोपणं अगदीच अशक्य नव्हतं. आम्ही दोघांनी त्या बागेत दोन रात्री काढल्या. मात्र, पहिल्या रात्रीनंतरच लक्षात आलं की, वाटतं तेवढं सोपं नाही अशाप्रकारे जगणं. शिवाय यापुढे करायचं काय, ही भीती मनात होतीच. इतक्यात मी जेमीच्या धाकट्या भावाला आमच्या दिशेनं येताना बघितलं अन् माझ्या काळजाचा ठोकाच चुकला. 'आता ही काय नवी भानगड?' असा प्रश्न मनात उठला. पण तो जवळ येताच लक्षात आलं की, बिचारा आमच्यासाठी थोडे पैसे आणि खायच्या वस्तू घेऊन आला होता. झाल्या प्रकारामुळे त्याला अपराधी वाटलं असावं आणि गोंधळूनही गेला असावा बिचारा! तिसऱ्या दिवशी मी आणि जेमी एका समुपदेशन केंद्रात गेलो. आमची बिकट परिस्थिती त्यांना सांगितली. त्यांनी आमच्यासमोर एक पर्याय ठेवला. जेमीसाठी तात्पुरती निवासव्यवस्था करणं त्यांना शक्य नसलं तरी माझी सोय ते करू शकत होते. निराधार, पीडित पत्नींसाठी असलेल्या निवारा केंद्रात (Battered Wives Shelter) मला झोपण्यासाठी एक पलंग ते देऊ शकत होते!

आम्ही दोघंही या निष्कर्षाप्रत आलो की, मी यापुढे माझ्यापुरतं बघावं, हेच बरं! त्यामुळे निदान माझ्या डोक्यावर छप्पर तरी असणार होतं. अर्थात अशा सामाजिक संस्थांनी तुमचा ताबा घेतला तरी तुम्हाला पूर्णपणे सुरक्षित वाटत नाहीच. पहिली गोष्ट म्हणजे आपल्याच तोंडानं स्वत:च्या दुर्दैवाची कहाणी तिऱ्हाइताला का होईना, पण सांगण्यात शरम वाटते अन् दुसरी गोष्ट म्हणजे समाजसेविकेनं तुम्हाला कितीही सहानुभूतीपूर्वक वागवलं तरी तिच्याजवळ मन मोकळं करणं कठीणच वाटतं. माझ्या बाबतीत अडचण अशी होती की, माझ्या आयुष्याचा प्रवास अतिशय विचित्र प्रकारे चालला होता आणि ते वास्तव पचवायला मला फार त्रास होत होता. अशा वेळी माझ्यापुढे फक्त एकच पर्याय होता– समाजसेविकेचं बोलणं, उपदेश शांतपणे ऐकून घ्यायचा. माझी ममादेखील डॅडींचं बोलणं अशाच प्रकारे म्हणजे फक्त मान डोलावत सहन करायची. त्या वेळी माझ्या मनाला केवळ एकच गोष्ट हवीहवीशी वाटत होती– झापडं लावून सगळ्या संवेदना बंद करायच्या आणि विश्रांती घ्यायची.

या आधारकेंद्रानं एक प्रकारे माझे डोळे उघडले. अतिशय बकाल, हलाखीच्या अवस्थेत असलेल्या त्या जागेतलं सामानसुमान, भित्तिचित्रं (murals); इतकंच नव्हे तर मुलांच्या खोल्यांमधला वॉलपेपरदेखील माझं मन अधिक उदास करणारा ठरला. इथे राहणाऱ्या इतर स्त्रिया आणि त्यांच्या मुलांच्या दुर्दैवी कहाण्या माझ्या अनुभवांपेक्षा कितीतरी पटीनं क्लेशदायक होत्या. काही क्षणातच मला त्यांचं दुःख, त्यांचा झालेला छळ त्यांच्या डोळ्यांत स्पष्ट दिसला. त्यांच्या हालचालीही तितक्याच बोलक्या वाटल्या मला. त्यातल्या काही स्त्रियांना गोळ्यांचं व्यसन जडलेलं होतं, तर काहींना दारूचं! काही जणी तर इतक्या निराशावस्थेत होत्या की, त्यांना आपल्या मुलांकडे लक्ष देणंही शक्य नव्हतं. बऱ्याचशा स्त्रिया माझ्याहून वयानं थोड्याशाच मोठ्या होत्या; पण एवढ्या लहान वयातही त्यांनी किती भोगलं होतं! नवऱ्याच्या छळामुळे, मानहानीमुळे काहींची आयुष्यं पार उद्ध्वस्त झाली होती. तरीही बिचाऱ्या स्वतःला सावरायचा आटोकाट प्रयत्न करत होत्या. हेतू एवढाच की, त्यांच्या मुलांना हिंसक बापापासून संरक्षण मिळावं. काही स्त्रिया माझ्या आईच्या वयाच्या होत्या.

मला माझ्या ममाची आठवण झाली अन् वाटलं, डॅडींपासून ममा दूर झाली असती तर तिचा त्रास फारसा कमी झाला नसता. स्वतःला उद्ध्वस्त करणाऱ्या, छळवणूक करणाऱ्या नात्यातूनदेखील स्वतःची सुटका करून घेणं सोपं नसतं. कारण तुम्ही एका विचित्र विळख्यात घट्ट सापडलेल्या असता. तो विषारी विळखा असतो प्रेम, गरज आणि विनाशाचा. या गोष्टींना एक उपमा सुचते मनाला इथे– एखाद्या जिवंत बेडकाला शिजवण्यासाठी तुम्ही पाणी घातलेल्या पातेल्यात ठेवलंत अन् ते पातेलं शेगडीवर ठेवून पाण्याचं तापमान हळूहळू वाढवलंत तर तो पाण्यातच तडफडत राहतो. पातेल्याबाहेर उडी मारत नाही. नवऱ्यानं केलेला छळ वर्षानुवर्षं सहन करणाऱ्या स्त्रियांची स्थिती त्या बेडकासारखीच होते. तोंडातून 'ब्र'ही न काढता या स्त्रिया नवऱ्याजवळ राहतात. कित्येक जणी या छळामुळे स्वतःचा अभिमान आणि अस्मिता तर गमावून बसतातच; पण कालांतरानं त्या आपल्या मुलांनाही पारख्या होतात. आणखी काही जणी सुटकेसाठी घर सोडतात, पण तोपर्यंत त्या मनानं आणि शरीरानं इतक्या खचलेल्या असतात की, स्वतःच्या पायावर उभं राहणं त्यांना जमतच नाही. नाइलाजास्तव त्या पुन्हा नवऱ्याकडेच जातात, की 'ये रे माझ्या मागल्या'ची कहाणी सुरू!

तुम्ही अशी एखादी उद्ध्वस्त माता असाल, तर देवच तुमचं रक्षण करो. हाती पैसा नाही, राहायला जागा नाही आणि बरोबर मुलं आहेत; पण ती कमालीची गोंधळलेली आणि चिडचिडी झालेली. तुम्ही आधीच एका भयाण पोकळीनं ग्रासलेल्या असता अन् मुलांच्या मागण्या मात्र सुरूच असतात. अगदी

हाताच्या बोटावर मोजता येतील इतक्या स्त्रियाच अडीअडचणीतून धीरानं वाट काढतात. अशा स्त्रिया आपल्या मुलांनाही जगण्याचं बळ देतात. पुष्कळ वेळा इथल्या कार्यकर्त्यांनाही प्रश्न पडतो की, या कोमेजलेल्या स्त्रियांमध्ये एवढं मनोधैर्य येतं तरी कुठून? त्यांच्या धीरोदात्त कहाण्या इतरांच्या कानावर पडत नाहीत. त्यामुळे त्यांचं कौतुकही होत नाही. माझ्या दृष्टीनं या खऱ्या वीरांगना! शून्यातून त्या स्वत:चं आयुष्य नव्यानं निर्माण करतात, त्या वेळी त्यांच्या मनात एकच आशा पालवत असते– माझ्या मुलांच्या वाट्याला माझे भोग येऊ नयेत, त्यांना निर्भयतेनं जगता यावं, यासाठी त्या जिवाचा आटापिटा करतात.

अशा स्त्रियांच्या कहाण्या मी ऐकत असे अन् मग माझ्या खोलीत जात असे. तिथे फक्त एक छोटा पलंग आणि माझ्या चीजवस्तूंसाठी एक कपाट होतं. माझ्यावर निदान इतर कुणाची जबाबदारी नाही, याबद्दल मी देवाचे आभार मानले. काही मुलांनाही मी ड्रग्ज घेताना पाहिलं अन् पुन्हा एकदा त्या परमेश्वराचे आभार मानले. मी स्वत: अधूनमधून ड्रग्ज घेत असे, पण माझ्याबरोबर माझ्या मुलांचं नुकसान होतंय, अशी परिस्थिती तरी नव्हती. ड्रग्ज आता माझ्या जीवनाचाच भाग बनले होते. दारूच्या तुलनेत ड्रग्ज मिळवणं अधिक सोपं असतं आणि दुसरं म्हणजे दुसरी कुणी व्यक्ती ड्रग ओढत असेल तर एखादा झुरकाही ओढायला मिळतो. साधारणपणे, गर्दवाल्यांना दुसरं कुणी असेल तर त्यांची संगत आवडतेच. वेळ लवकर जातो आणि साथीदारांबद्दल प्रेमही वाटू लागतं. खरंच, या गर्दवाल्यांची पण त्यांची अशी एक जीवनपद्धती असते. त्यांचं एक तत्त्वज्ञान असतं. ते एकमेकांना धरून राहतात, एकमेकांना चांगलं जाणतात. भले, बाहेरच्या जगातल्या लोकांना त्यांचा दृष्टिकोन पटत नसेल. ते स्वत:ला फारसे प्रश्न विचारत नाहीत अन् इतरांना तर नाहीच नाही!

मी स्वत: माझ्या एका मैत्रिणीबरोबर गर्दचं सेवन करत असे. कधी रस्त्यात, तर कधी एखाद्या पार्कमध्ये. तीपण माझ्याबरोबर वसतिगृहातच राहायची. तिनं आणि तिथल्या 'अनुभवी' स्त्रियांनी मला काही हुशारीच्या पळवाटा शिकवल्या. उदाहरणार्थ, वसतिगृहाचं भाडं कमीत कमी कसं भरायचं. एका विशिष्ट प्रकारे सही करून प्रवेश मिळवला तर आठवड्याला फक्त ५ पौंड भाडं द्यावं लागायचं, तर नोकरी करणाऱ्यांना हेच भाडं १०० पौंड इतकं जास्त असायचं. माझी सुरुवातीची योजना अशी होती की, मॅकडोनल्डमध्ये काम मिळतंय का ते पाहायचं आणि वेगवेगळ्या पाळ्यांमध्ये काम करायचं. पण ते शक्य होणार नाही, असं लक्षात आलं. कारण इथून कामासाठी बाहेर पडण्याच्या आणि परत येण्याच्या वेळा सकाळी १० ते रात्री १० या दरम्यानच्याच होत्या.

वसतिगृहात परत आल्यानंतरची सही महत्त्वाची असे. इथल्या कर्मचाऱ्यांचं

त्याकडे बारकाईनं लक्ष असे. कारण कुणी मुलगी अथवा स्त्री इथल्या वास्तव्याचा गैरफायदा घेत नाही ना किंवा कुणा पुरुषाला आत आणत नाही ना, हे त्यांना कडक नजर ठेवून पाहावं लागे. हा शेवटचा मुद्दा– पुरुषांनी या ना त्या सबबीवरून वसतिगृहात घुसण्याचा– फार महत्त्वाचा होता. कारण इथे राहणाऱ्या कित्येक महिला जीव मुठीत धरून दिवस काढत असत. बहुतेकींवर कधी ना कधी हिंसक हल्ले झालेले होते. माझ्या कानावर जी आकडेवारी आली होती, ती तर भयानकच होती. नवऱ्याच्या मारहाणीमुळे ज्या शंभर स्त्रियांचे मृत्यू होतात, त्यातले निम्म्याहून अधिक मृत्यू त्यांनी नवऱ्याला सोडल्यानंतरच्या काळात झालेले आढळतात. ज्या घरांमध्ये नवरा फार हिंस्र किंवा आक्रमक असतो, अशा स्त्रियांच्या दृष्टीनं सर्वांत अधिक धोकादायक काळ नवऱ्याच्या घरातून त्या बाहेर पडतात तेव्हाचा असतो. अनेक पुरुषांसाठी हा काळ 'दुभंगण्याचा' (breaking point) असतो, असंही मला समजलं. मात्र स्त्रियाच नव्हे, तर त्यांची मुलंही कायम भीतीच्या छायेत जगत असतात. माझ्या पाहण्यातली प्रत्येक स्त्री आपल्या मुलांच्या जिवाचीही काळजी करत होती.

असं आढळून आलं आहे की, दर आठवड्याला कमीत कमी एका मुलाचा खून त्याच्या माता-पित्याकडून केला जातो. या प्रकारच्या घटनांमधील सर्वांत दुःखद गोष्ट कोणती असेल तर जेव्हा एखादी स्त्री मुलांना घेऊन आपल्या नवऱ्याचं घर सोडते, तेव्हा हे दुष्ट नवरे आपल्या मुलांजवळ जाण्यात यशस्वी होतात. त्यांना ते जाणीवपूर्वक ठार तर मारतातच; पण त्यांच्या आईला मात्र ते जिवंत ठेवतात– आयुष्यभर नरकयातना भोगण्यासाठी! आपण आपल्या मुलांना पुन्हा कधीच भेटू शकणार नाही, ही भावना त्या मातेला किती क्लेशदायक ठरत असेल, ते तीच जाणे! प्रेमसंबंधांतून, विवाहातून स्त्रीच्या ओटीत मुलं घालायची आणि मग त्यांनाच ठार मारायचं! तिच्यासाठी हीच सगळ्यात भयंकर शिक्षा आहे, असं त्या नराधमांना वाटत असावं. मला आठवतंय, काही वर्षांपूर्वी मी सॅमांथा (Samantha) नावाच्या एका महादुर्दैवी स्त्रीची कहाणी कुठेतरी वाचली होती. तिच्या नवऱ्यानं आपल्या चार लहान मुलांना गाडीमध्ये विषारी वायूनं गुदमरवून ठार मारलं होतं. या घटनेतील सर्वांत भयंकर भाग असा होता की, मुलांना मारण्यापूर्वी त्यानं त्यांना आपल्या आईबरोबर फोनवर बोलायला सांगितलं. मरणाच्या दारात उभी असलेली ती मुलं आईला शेवटचे शब्द म्हणाली, "आई, आमचं तुझ्यावर खूप-खूप प्रेम आहे.'' आधारगृहातून बाहेर पडल्यानंतर बऱ्याच वर्षांनी मी या सत्यघटनेविषयी वाचलं अन् जुन्या सगळ्या आठवणी– आधारगृहातील स्त्रियांविषयीच्या– उसळी मारून वर आल्या. त्यांनी मला नैराश्याच्या गर्तेत लोटलं, कारण हे नेहमीच माझ्या आकलनशक्तीपलीकडचं आहे. इतके अत्याचार

सहन करणाऱ्या स्त्रिया गर्दच्या विळख्यात सापडल्या किंवा मद्याच्या आहारी गेल्या तर त्यात नवल कसलं? मी तर अशा स्त्रियांना मुळीच दोष देणार नाही. काही क्षण तरी बेहोष होऊन आपलं दु:ख विसरायचं असतं त्यांना. माझ्यापुरतं बोलायचं झालं तर ड्रग्जच्या सेवनामुळे माझ्या समस्या कमी न होता वाढल्याच!

मॅकडोनल्डमध्ये मला काही पाळ्यांमध्ये काम मिळालं. माझ्या हातात आता थोडा पैसा खुळखुळू लागला. इथल्या माझ्या मैत्रिणीबरोबर– लीॲन (Leanne) बरोबर– मी मद्यपान किंवा गर्दसेवन करण्यासाठी बाहेर जात असे. (ती मला घेऊन जात असे, असं म्हणणं अधिक योग्य ठरलं असतं!) बहुतेक वेळा संध्याकाळी आम्ही दोघी कालव्याजवळ जात असू. सर्वसाधारणपणे तिथे काही ठरावीक तरुण-तरुणी येत असत. हळूहळू त्यांचे चेहरे माझ्या परिचयाचे झाले. त्यापैकी जे पुरुष होते, ते माझ्याच वयाचे किंवा वर्षा-दोन वर्षांनी मोठे होते. ही मंडळीही चार-दोन घटका अशाच प्रकारे घालवण्यासाठी– मुलींबरोबर थोडी मौजमजा करण्यासाठी येत असत. त्याच सुमारास एकदा डेव्हिड मला वसतिगृहात येऊन भेटला. त्याला ममाकडून माझ्या वसतिगृहाचा पत्ता समजला. तेव्हा माझी चौकशी करण्यासाठी तो प्रत्यक्ष आला. मी त्याला माझा मित्र या नात्यानं वसतिगृहात घेऊन गेले. त्यानं एकवार वसतिगृहावरून नजर फिरवली अन् त्याच्या नजरेत त्याच्या मनाला बसलेला धक्का मला स्पष्ट जाणवला. माझ्याकडे वळून त्यानं मला विचारलं, ''नतालिया, या जागी तू कशासाठी राहते आहेस?'' हा सज्जन माणूस इतक्या काळजीनं, आपुलकीनं मला भेटायला आला; पण का कुणास ठाऊक, त्याच्या त्या भावनेला प्रतिसाद देणं मला जमलं नाही. त्यामुळे मला घरी न्यायला आलेल्या डेव्हिडला मी रिकाम्या हातांनी परत पाठवलं. घरी परतणं मला शक्यच नव्हतं. म्हणूनच 'मला असंच आयुष्य जगायचंय' ही सबब पुढे केली. लीॲनबरोबर चांगलं चाललं होतं.

मला आठवतंय, तो दिवस छान प्रसन्न होता. उबदार सूर्यप्रकाश होता. त्या दिवशी मी एक काळा बिनबाह्यांचा टॉप घातलेला होता. तो काहीसा तंगच होता. त्यामुळे माझे उभार वक्ष जरा जास्तच उठावदार दिसत होते. मी घातलेला स्कर्टही लांडाच होता. सर्वसामान्यपणे मी जीन्स घालत असे. पण त्या दिवशी उकाडा खूप जास्त असल्यामुळे मला स्कर्ट घालावासा वाटला.

आम्ही दोघी कालव्यापाशी पोहोचलो तेव्हा तिथे सहा तरुण आणि दोन तरुण मुली होत्या. त्या मुलींना मी पहिल्यांदाच पाहत होते. तरुणांपैकी एकाला मी ओळखलं. तो पूर्वीदेखील तिथे यायचा अन् त्याचं आणि माझं बऱ्यापैकी जुळायचं. त्याचं नाव मला नीटसं आठवत नाही. पण सोयीपुरतं आपण त्याला पॉल म्हणू. मला एवढं मात्र आठवतंय की, पॉलला एक लहान मुलगा होता. त्या दोघांची

क्वचितच भेट व्हायची आणि मुलाला भेटता न येण्याचं दु:ख त्यानं पूर्वी माझ्याजवळ बोलून दाखवलेलं होतं. आम्ही सगळे नेहमीप्रमाणे मद्यप्राशन करू लागलो, गर्द ओढू लागलो. वेळ मजेत चालला होता. मी एक घरदार नसलेली तरुण मुलगी आहे, याही गोष्टीचा मला विसर पडला. त्या वेळी मद्य आणि गर्द या दोन्हींच्या सेवनामुळे माझं दु:ख, वेदना या सगळ्यांचा मला विसर पडला.

तेवढ्यात लीॲन माझ्याजवळ आली अन् म्हणाली, ''मी एकाबरोबर जातेय, तुझी हरकत नाही ना?''

''छे गं, माझी कशाला हरकत असेल? शिवाय पॉल आहे ना माझ्याबरोबर आणि तो थांबणारही आहे माझ्यासोबत.'' मलाही पॉलच्या सहवासात सुरक्षित वाटायचं. आणखी थोडा वेळ असाच गेला. आता पॉलला दारू चढली होती आणि गर्दमुळेही तो बराच धुंद झाला असावा. इतक्यात आमच्या ग्रुपमधला एक अनोळखी तरुण तिथे आला आणि आमच्याबरोबर गप्पा मारू लागला. बोलता-बोलता माझ्या असं लक्षात आलं की, तो मला उगीचच हरभऱ्याच्या झाडावर चढवतोय. थोड्या वेळानं तो एक ड्रिंक आणायला गेला तेव्हा मी पॉलला विचारलंदेखील, ''काय रे पॉल, हा माणूस ठीक आहे ना वागायला?''

''मला नीटसं माहिती नाही बुवा. तो माझ्या एका मित्राचा मित्र आहे, तेव्हा ठीक असणारच.'' मग जरासं थांबून तो म्हणाला, ''तुला जायचं असेल त्याच्याबरोबर तर जा हं.'' केवळ पॉलच्या बोलण्यावर विश्वास ठेवल्यामुळेच त्या माणसानं मला, ''चल, फिरायला येतेस का?'' असं विचारलं, तेव्हा मी होकार दिला आणि आम्ही दोघं निघालो. आम्ही काही अंतर पार केलं तरी मागच्या बाजूला इतर सगळी मंडळी आहेत, हे मला दिसत होतं. आम्ही एका झाडाखाली, झुडपांच्या आडोशाला बसलो आणि एकमेकांच्या मिठीत चुंबनं घ्यायला सुरुवात केली. त्या वेळी मला आनंद वाटत होता, पण थोड्याच वेळात त्याचे हात माझ्या शरीरावरून फिरू लागले तेव्हा मात्र मी त्याला तिथेच थांबायला सांगितलं. पण त्यावर तो म्हणाला, ''उगीच नाटक करू नकोस. तुलाही ठाऊक आहे की तुला हे हवंय.'' मी उठून उभं राहण्याचा प्रयत्न केला, तेव्हा त्यानं बळजबरीनं मला खाली ओढलं. मी एक मध्यम बांध्याची, ५ फूट ३ इंच उंचीची तरुणी. माझ्या मानानं तो बराच आडदांड होता. त्यानं माझ्याशी अतिप्रसंग करायला सुरुवात केली अन् क्षणाक्षणाला त्याचा धीटपणा, धसमुसळेपणावाढतच चालला. वर निर्लज्जपणानं तो हेही म्हणाला की, मी तोंडानं विरोध करत असले तरी माझं शरीर त्याच्या प्रेमालापाला प्रतिसाद देत होतं. त्याच्या या आवेगानं मी भयंकर घाबरले. तरीदेखील जमेल तितक्या शांतपणे मी त्याला सांगितलं की, मला हे सगळं मुळीच नकोय. माझं न ऐकता त्यानं मला ढकलून खाली पाडलं. माझ्या

तोंडावर व नाकावर त्यानं इतक्या जोरात आपला हात दाबून धरला की, मला श्वासही घेता येईना.

त्यानंतरच्या पाच-दहा मिनिटांत त्यानं माझ्याशी जो अतिप्रसंग केला तो कधी संपणारच नाही, असं मला वाटलं. त्याक्षणी मी असा विचार केल्याचं मला आठवतंय की, त्याच्यापासून सुटका होणार नसेल तर मग त्यानं मला मारू नये, दुखापत करू नये यासाठी मी त्याला हवं आहे ते सहकार्य देईन, तसं नाटक करेन. मनातल्या मनात मात्र प्रत्येक क्षणी एक भयंकर मरण मी अनुभवत होते. तेवढ्यात कसला तरी आवाज आला म्हणून मी उजवीकडे पाहिलं तर आमच्याच ग्रुपमधला दुसरा एक तरुण तिथे आलेला होता आणि तो हा सगळा प्रकार पाहत होता.

''तुलाही घ्यायची असेल संधी तर घे. फक्त तिच्या तोंडावर हात दाबून ठेव तुझा. फार किंचाळतेय ती.''

माझ्यावर बलात्कार होतोय की, माझ्या संमतीनं हे कृत्य चाललंय, याविषयी त्याला काय वाटलं, ते मला समजू शकलं नाही, पण तोही तयार झाला.

त्यानंतर माझ्यावर पुन्हा एकदा बलात्कार झाला. लाथा मारून मी त्याला दूर ढकलायचा प्रयत्न केला. पण माझे प्रयत्न अपुरे पडले. कारण त्याच्या मदतीसाठी तो पहिला तरुणही तिथेच थांबला.

ते घृणास्पद कृत्य पार पाडल्यानंतर तो निघून गेला. पहिल्यानं झाल्या प्रकाराबद्दल दिलगिरी व्यक्त केली, पण धमकीही दिली, ''कुणालाही याबद्दल काही सांगण्याच्या भानगडीत पडू नकोस. कारण आम्ही दोघंही सगळ्यांना सांगू की, तू या सगळ्या प्रकाराला मनापासून तयार होतीस. शिवाय एक गोष्ट लक्षात ठेव, तुझ्यासारख्या घरदार नसलेल्या तरुण मुलीच्या सांगण्यावर कुणी विश्वास तरी ठेवेल का? उलट, आम्ही दोघं चांगल्या घरातून आलेलो आहोत. तेव्हा तोंड बंद ठेवण्यातच शहाणपणा आहे, असं समज!'' एवढं बोलून तो निघून गेला.

मोठ्या मुश्किलीनं, कष्टानं मी तिथून उठले आणि खुरडत-खुरडतच वसतिगृहावर परत आले. दोन पावलंही सरळपणे टाकणं मला शक्य नव्हतं, इतकी मी शरीरानं आणि मनानं घायाळ झाले होते. थोडा वेळ गेल्यानंतर मला वाटलं, ममाला फोन करून सांगावं. पण डोळ्यांसमोर सारखा डॅडींचा चेहरा दिसत होता. ''तरी मी तुला सांगत होतो, वाट्टेल तसे कपडे घातल्यामुळेच तू लोकांच्या नजरा स्वत:कडे खेचून घेतल्यास.'' डॅडींचं म्हणणं काही चूक नव्हतं.

तासभर मी बाथटबमध्ये बसून होते. माझं सगळं शरीर अजूनही वेदनांनी ठणकत होतं. थोड्या वेळानं लीॲन परत आली. मी तिला झाला प्रकार सांगितला. पण तिला त्याबद्दल काहीएक ऐकायचं नव्हतं, हे माझ्या लक्षात आलं. उलट,

तिनं त्या दोघा पुरुषांच्या वागण्याचंच समर्थन केलं. ''मला नाही वाटत, त्यांनी काही मोठा अपराध केलाय. कदाचित त्यांच्या मनातही नसेल असं काही करण्याचं. शिवाय त्यांनी आम्हाला सांगितलं, तुलाही हे सगळं हवंच होतं.''

लींॲनचे ते शब्द माझ्या कानावर पडले मात्र, मी मनोमन कोसळले. माझ्या आतापर्यंतच्या आयुष्यातला तो सर्वांत दुःखद क्षण होता, मी पूर्णपणे एकाकी असल्याची जाणीव करून देणारा! त्या क्षणी मी मनाशी ठरवलं, कुणालाही याविषयी एक अक्षर सांगायचं नाही.

''मला घरी यायचंय...'' मी फोनवर ममाला सांगितलं.

''हो गं बाळ, जरूर ये घरी. उद्या सकाळी आम्ही दोघं येऊ तुला घ्यायला येण्यासाठी.'' ममानं मला धीर दिला.

पण तो प्रसंग तिथेच संपला नाही. मला डॅडींशी बोलायचं होतं.

''डॅडी, मला तुम्ही वचन द्या की, तुम्ही मला परत कधीही मारणार नाही.''

एका क्षणाची शांतता पसरली. मग डॅडींचा आवाज ऐकू आला, ''मी तुला वचन देतो.''

पोलिसांना झाल्या प्रकाराची कल्पना द्यावी, हा विचारही माझ्या मनात आला नाही. माझं सगळं अंग ठणकतंय, एवढी एकच जाणीव होती त्या वेळी माझ्या मनात. त्या एका प्रसंगामुळे मी– नतालिया अगियानो– पूर्णपणे कोसळले, नष्ट झाले. पण माझ्यासारख्या मूर्ख मुलीला अशीच अद्दल घडायला हवी होती. काहीही केलं, विसरायचा कितीही प्रयत्न केला तरी आपण पुन्हा पूर्वीसारखं आयुष्य जगू शकणार नाही, हे कटू सत्य मला लख्खपणे जाणवलं. मी घरी परत जाणार होते; पण तिथेही मला सुख, सुरक्षितता मिळणार नव्हती.

ा वडिलांचा जुना पासपोर्ट, त्यामध्ये ते
मुख आणि स्वस्थचित्त दिसतात.

मी ७ वर्षांची असताना शाळेतला फोटो,
त्या काळी आमच्या घरी मारहाण ही नित्याची
बाब होऊन बसलेली होती.

विवाह स्वागतसमारंभात माझे आईवडील त्या
ची पहिली भेट झाली, तेव्हा माझी आई
घांमध्ये मिळूनमिसळून वागणारी आकर्षक
ो होती. जसजशी वर्षं गेली तसतसं नैराश्यानं
ग्रासलं. तिनं बाबांच्या घरातून बाहेर पाऊल
लं तेव्हाच तिच्यातला स्फुल्लिंग परत एकदा
झालं.

ल्व्हा आणि ब्रूनो– आमच्या घरासमोरच्या बागेत
उभे आहेत.

स्कनथॉर्पमधल्या आमच्या घराजवळ मी रोलर स्केट्स घालून. माझ्या वडिलांच्या भयानक वागण्याची कृष्णछाया. आमच्या घरावर सतत पडलेली असली तरी असे आनंदाचे दुर्मीळ क्षण आमच्या वाट्याला यायचे.

डॅनियल, माझा सगळ्यात धाकटा भाऊ, त्यावेळी तो दुडदुडत्या वयाचा होता. हा फोटो माझ्या प्रिय आईनं काढला होता, पण काही वर्षांच्या आतच आम्ही तिच्या प्रेमाला पारखे झालो.

डॅनियल आणि माझी आजी (आईची आई)

डॅनियल आणि मी आम्ही दोघांनी खूप काही भोगलंय पण मला माझ्या या भावाचा फार अभिमान वाटतो.

त्या दिवशी दुपारी अगियानो कुटुंबाचं घर एका भयंकर गुन्ह्याची जागा म्हणून लोकांना माहीत झाली.

गुन्ह्याविषयीचा पुरावा गोळा केला जात असताना आमच्या परसदारी घरामागील अंगणात पोलिस उभे केले गेले. फोटोतील पोलिसांच्या मागच्या बाजूला असलेल्या खोलीतच माझ्या आईनं प्राण सोडला.

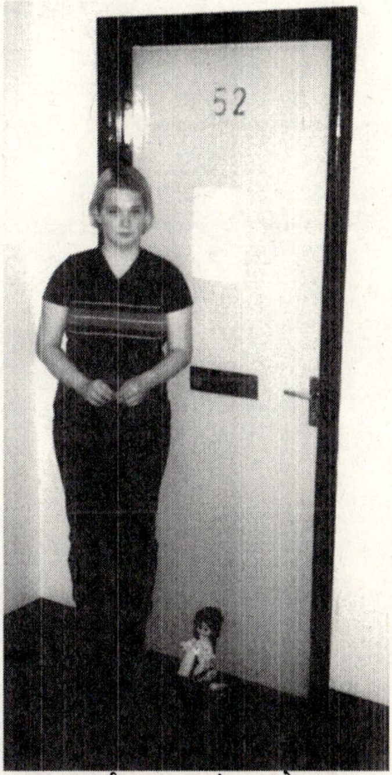

माझ्या आईच्या खुनानंतर लगेचच घेतलेला हा माझा फोटो माझी आई माझा निरोप घेते आहे, या भावनेनं मला त्यावेळी घेरलं होतं.

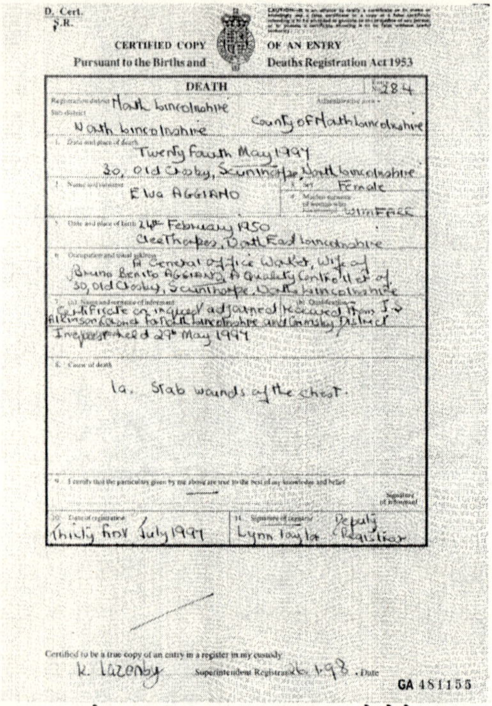

D. Cert.
S.R.

CERTIFIED COPY OF AN ENTRY
Pursuant to the Births and Deaths Registration Act 1953

DEATH — Entry No. 284

Registration district: North Lincolnshire — Administrative area: County of North Lincolnshire
Sub-district: North Lincolnshire

1. Date and place of death: Twenty Fourth May 1997, 30, Old Crosby, Scunthorpe, North Lincolnshire
2. Name and surname: Elva AGGIANO
3. Sex: Female
4. Maiden surname of woman who has married: WITHFALL
5. Date and place of birth: 24th February 1950, Cleethorpes, North East Lincolnshire
6. Occupation and usual address: A General Office Worker, Wife of Bruno Benito AGGIANO, A Quality Controller of 30, Old Crosby, Scunthorpe, North Lincolnshire
7. (a) Name and surname of informant (b) Qualification: Certificate on inquest adjourned received from J. S. Atkinson Coroner for North Lincolnshire and Grimsby District. Inquest held 27th May 1997
8. Cause of death: Ia. Stab wounds of the chest.
9. I certify that the particulars given by me above are true to the best of my knowledge and belief — Signature of informant
10. Date of registration: Thirty first July 1997
11. Signature of registrar: Lynn Taylor, Deputy Registrar

Certified to be a true copy of an entry in a register in my custody
K. Lazenby — Superintendent Registrar — 26.1.98 Date

GA 481155

माझ्या आईच्या मृत्यूचा दाखला, हृदयावर केलेले वार, असं मृत्यूचं कारण त्यात दर्शवलं होतं.

माझे वडील रॅम्पटनमधील सुरक्षित रुग्णालयात राहत होते तेव्हाचा हा फोटो, मी त्यांना भेटायला गेले असताना काढलेल्या फोटोच्या तळाशी त्यांना आपल्या छोटुलीला लिहून दिलेला संदेश दिसतोय.

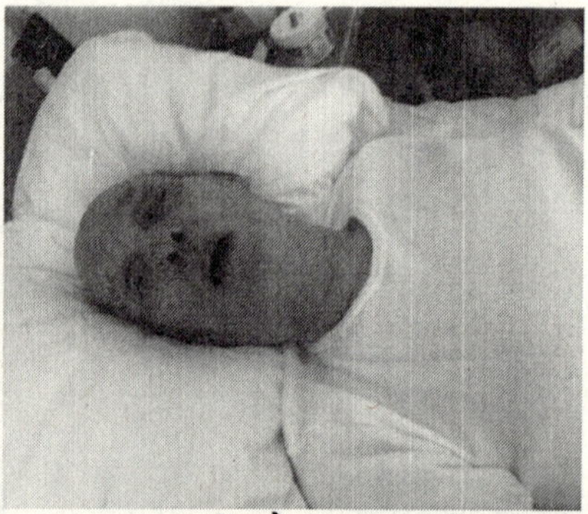

असा दिसतो का एक खुनी माणूस? डॅडींच्या आजारपणानं सगळं काही उद्ध्वस्त झालं. माझ्या आईशी मला जोडणारा तो एक शेवटचा दुवा होता. त्यांच्या वियोगाच्या कल्पनेनंच माझा थरकाप होत असे.

माझ्या वडिलांना कॅन्सरवरील एक उपाय म्हणून केमोथेरपीचा उपचार दिला जात असे. असाच एकदा तो उपाय केल्यानंतर घेतलेला आम्हा दोघांचा फोटो.

पुन्हा एकदा घरी!

मी वसतिगृहात राहत होते तो काळ आता खूपच मागे पडलाय. त्यानंतर अनेक बऱ्या-वाईट घटना माझ्या आयुष्यात घडून गेल्यात. त्यामुळे तो दु:सह प्रसंग, ती भयंकर घटना यापासून मी पुष्कळ दूर आले आहे. माझं मन आणि शरीरही आता वेदनेच्या त्या गर्तेतून बाहेर आलंय. पण मला वाटतं, अशा घटना तुम्ही पूर्णपणे कधीच विसरू शकत नाही. एक प्रकारचा कधीही न बुजणारा व्रण मागे राहतोच. एक खोल चरा, ओरखडा आपल्याला त्या प्रसंगाची पुन:पुन्हा आठवण करून देतो, भूतकाळात नेतो. प्रत्येक वेळी जणू मूकपणे आक्रंदत तो तुम्हाला सांगत असतो, हे सगळं तुझ्या बाबतीत घडलं; कारण तू एक स्त्री आहेस, तू कधीही पूर्ण सुरक्षित असू शकत नाहीस. ती जाणीव तुमचा आत्मविश्वास नष्ट करते. आपण आपली काळजी घेऊ शकतो, अशी खात्री तुम्हाला यापुढे वाटणं शक्यच नसतं. नवख्या, अनोळखी माणसांकडे संशयी वृत्तीनं पाहायची सवयच तुम्हाला लागते. कारण अनुभवातून तुम्हाला कळालेलं असतं, की पुरुषाच्या मनात आलं तर तो तुम्हाला हवं तसं लुटू शकतो अन् पुढल्या क्षणी निघूनही जातो. पूर्णपणे नामानिराळा होऊन!

हाडामांसाच्या एखाद्या व्यक्तीशी अशा प्रकारे वागायचं आणि तरीही स्वत:ला एक चांगला माणूस समजायचं, हे कसं शक्य होतं त्याला? माझ्या मनात कधी कधी विचार येतो, याच पुरुषांनी पुढे लग्नं केली असतील, संसार केले असतील, मुलांना जन्म दिले असतील. त्यांनी मुलींना जन्म दिला असेल तर, त्यांच्या मनातल्या भावना काय असतील? मुलीला आपल्या कवेत घेतल्यानंतर, तिचे लाड करत असताना त्यांना आठवत असेल का, की आपण एका तरुण मुलीवर

अत्याचार केला होता ते? आपल्या लाडुलीबरोबर कुणी अतिप्रसंग करेल, असा विचार त्यांच्या मनात कधी येईल का? बाहेरच्या जगात पावलोपावली पुरुषरूपी लांडगे तरुण मुलींवर अत्याचार करायला सरसावत असतात, ही गोष्ट माहीत असते म्हणूनच हे बाप आपल्या कोवळ्या वयातल्या मुलींना संरक्षण देतात का? स्वतः बाप झाल्यानंतर पूर्वीच्या आपल्या दुष्कृत्यांची आठवण झाली तर हेच पुरुष आपल्या मुलीच्या नजरेस नजर देऊ शकतील का? माझ्याजवळ फक्त प्रश्न आहेत, पण त्यातील एकाही प्रश्नाचं उत्तर नाही. कदाचित असे पुरुष आपला भूतकाळ गाडून टाकत असतील अन् आपल्या मुलांचे वाढदिवस, त्यांच्या शालेय जीवनातले आनंदाचे क्षण, मुलांची नाटकं, खेळ वगैरे त्यांच्याबरोबर उपभोगतही असतील. एक आदर्श पिता या नात्यानं उजळ माथ्यानं वावरतही असतील समाजात...

पण कधी कधी मला असंही वाटतं, आपल्या मुलीकडे पाहताना एखादे वेळी तरी त्यांना आपला भूतकाळ आठवेलच. स्वतःचाच ते राग राग करतील. कारण त्यांना तो दिवस आपल्या मनाच्या पाटीवरून पूर्णपणे पुसून टाकता येणार नाही. घरदार नसलेल्या १८ वर्षांच्या एका तरुणीच्या छाताडावर पाय रोवून तिच्यावर बलात्कार करणारा पुरुष दुसरा-तिसरा कुणी नव्हता; तुम्हीच ते अघोरी कृत्य केलं होतंत. की हे सगळं पूर्णपणे विसरून पुन्हा एकदा तुम्ही कुणा मुलीमागे धावला होतात, तोच प्रकार करण्यासाठी? स्वतःच्या कृत्याचं असं समर्थन करत की, असल्या मुलींच्या बाबतीत हेच घडणार, तीच त्यांची लायकी? कधीतरी वृत्तपत्रात एखाद्या तरुण मुलीवर झालेल्या बलात्काराची बातमी छापून येते, ती तुम्ही वाचता. त्यावर कधी कधी आपल्या मित्रांबरोबर, कुटुंबीयांबरोबर चर्चाही करता अन् त्यानंतर 'चालायचंच' अशा अर्थी मान हलवून तो विषयच मनातून झटकून टाकता. मात्र तुमचं अंतर्मन तुम्हाला सांगत असतं, बाहेरचं जग, घराच्या चार भिंतींबाहेरचं जग फार फार वाईट आहे. तुमच्याइतकं कुणालाही समजणार नाही ते. तुम्ही तुमच्या 'थोर कृत्या'साठीची मानवंदना स्वीकारायला विसरलात, एवढंच!

बहुतेक सगळे पुरुष अशा प्रसंगातून सहीसलामत बाहेर पडतात. पुन्हा आपल्या घरी जाऊन नेहमीचं आयुष्य जगतात, नोकऱ्या करतात. आपण जणू त्या गावचेच नाही इतक्या सभ्यपणे कुटुंबात, समाजात वावरतात. रस्त्यावर हिंडणाऱ्या मोकाट मुलीच्या वाट्याला हेच भोग येणार, असा विचार करून आपल्या कृष्णकृत्यांवर पडदा टाकतात. बलात्कार झाल्यानंतर मी बाथटबमध्ये बसलेले असताना मीदेखील स्वतःबद्दल हाच विचार करीत होते. मला डॅडींची आठवण आली होती. त्यांनी वेळोवेळी दिलेले धोक्याचे इशारे मी धुडकावून लावले होते अन् त्या माझ्या चुकीचे परिणामच मी त्या क्षणी भोगले होते. दुसऱ्या

दिवशी सकाळी दोघं मला घेऊन जाण्यासाठी आले. त्या रात्री मी क्षणभरही झोपू शकले नव्हते. ममाच्या नजरेत माझ्याविषयी भीती, काळजी स्पष्ट दिसली. पण तिनं एका शब्दानंही 'काय झालं?' म्हणून विचारलं नाही अन् त्याचंच मला फार बरं वाटलं. शरमेनं मी आधीच बेजार होऊन गेले होते. मला वाटलं, ममानं आपल्याला मिठीत घेतलं तर दुःखावेगानं आपण ऊरी फुटून जाऊ. पण माझ्या सुदैवानं तिनं तसं केलं नाही. आम्ही स्कनथॉर्पला परत आलो. वाटेत एक शब्दही कुणाच्या तोंडून बाहेर पडला नाही. कारण मी डोळे मिटून घेतले होते अन् झोपेचं नाटक करत होते.

डॅनियलला भेटणं हा सगळ्यात अवघड क्षण होता माझ्या दृष्टीनं. तेव्हा फक्त ९ वर्षांचा होता तो. मला पाहून त्याला खूप आनंद झाला. तो धावत माझ्याकडे आला आणि मला मिठी मारायचा त्यानं प्रयत्न केला. पण मी एकदम दूर झाले त्याच्यापासून. बिचाऱ्याला कळेचना त्याची ताई अशी बदलली का ते! पुढे अनेक दिवस तो गोंधळलेल्या अवस्थेत घरात वावरत होता. जेव्हा प्रसन्नपणे हसत तो माझ्याकडे येण्याचा प्रयत्न करायचा तेव्हा दर वेळी मी स्वतःला आक्रसून घ्यायची. मग त्यानं एक वेगळंच तंत्र वापरायला सुरुवात केली. तो माझ्यासाठी त्याच्या नव्या छंदाबद्दल– बर्फावरल्या स्केटिंगबद्दल– बोलू लागला. डायानाला स्केटिंगची खूप आवड होती. मीदेखील बऱ्याच लहान वयात स्केटिंग करायला लागले होते. अजूनही मला स्केटिंग करायला आवडतं. ते बूट पायावर चढवून मी स्केटिंग करू लागताच मला भास होतो की, जणू काही मी हवेत उडतेय. डायाना आणि डॅनियल ज्या उत्कटपणे स्केटिंग करायचे तशी उत्कटता मला कधी जाणवली नव्हती. डॅनियलमध्ये ही कला उपजत आहे, ही गोष्टही सर्वप्रथम डायानानंच हेरली होती. तो स्पर्धा जिंकण्याइतका उत्तम स्केटिंग करू शकतो, हेही तिच्या लक्षात आलं होतं. आता डॅनियल माझ्याबरोबर त्याविषयी उत्साहित होऊन बोलू लागला तरी माझं मन मात्र कुठेतरी भरकटत राहायचं. माझं सगळं अस्तित्वच जणू झाकोळून गेल्यासारखं झालं होतं. कुणाचं साधं बोलणं ऐकण्यासाठी, समजण्यासाठीदेखील मला फार कष्ट पडायचे.

माझ्याबाबतीत काहीतरी भयंकर घडलंय, हे ममानं जाणलं असावं. पण मीच त्यावर बोलायचं टाळलं. कारण डॅडींनी वेळोवेळी केलेला उपदेश चुकीचा नव्हता, हे मला तिला कळू द्यायचं नव्हतं. तसंच माझ्याबाबतीत तिनं हताश व्हावं, असंही मला वाटत नव्हतं. मला दिवसरात्र छळणाऱ्या या घटनेपासून मुक्ती मिळवण्याच्या हेतूनं मी नोकरी शोधायचं ठरवलं. घरात एकटं राहण्याचाही मला विलक्षण कंटाळा आला. कुणाशी तरी बोलावं, गप्पा माराव्यात, मन मोकळं करावं, अशी तीव्र इच्छा माझ्या मनात निर्माण झाली. पुन्हा एकदा

मॅकडोनल्डमध्येच मला नोकरी मिळाली. नित्यक्रम सुरूही झाला. पण नोकरीनंतरच्या रिकाम्या वेळेत काय करायचं? मला माहीत असलेला एकच मार्ग मी परत एकदा चोखाळू लागले. माझ्या मित्रमैत्रिणींबरोबर सिगारेट आणि गर्द ओढण्यात माझा हा वेळ जाऊ लागला. खरंतर त्यांना मित्रमैत्रिणी म्हणणं योग्य ठरलं नसतं. पण गर्दुल्यांच्या घोळक्यातलेच लोक तुमचे मित्रमैत्रिणी होतात, हेही खरंच. तुम्ही एकत्र बसून गर्द ओढता, बाकी काही नाही. माझं दुःख विसरण्याचा तो एकमेव मार्ग होता. तेवढा वेळ तरी मी स्वतःचा तिरस्कार करत नसे, दुःख करत नसे. पण माझं दुर्दैव असं की, त्या वेळी एक गोष्ट माझ्या लक्षात आली नाही. क्षणिक सुखप्राप्तीच्या या व्यसनापायी मी नैराश्याच्या गर्तेत आणखी खोल खोल घसरणार आहे. मी काम करत असे, फावल्या वेळेत मौजमजाही करत असे, इथपर्यंत ठीक होतं; पण सगळ्यात भयानक वास्तव हे होतं की, अगदी जुजबी ओळख असलेल्या पुरुषांबरोबर शरीरसुखाचा आनंद घ्यायला आता मी कचरत नव्हते.

मी एक वाया गेलेली 'मोकाट मुलगी' (slag) होते. त्या भयानक रात्री माझ्यावर जे घृणास्पद अत्याचार झाले, ते पुन्हा अनुभवण्याची माझी तयारी नव्हती. मला बलात्कार टाळायचा होता, त्यामुळेच जणू काही सूड घेण्यासाठी म्हणून मीच पहिलं पाऊल उचलत असे. पुरुषांबरोबर मजा लुटायची आणि गोंडा घोळत मागे येणाऱ्या पुरुषांचा तिरस्कार करायचा, हेच माझं आयुष्य झालं. खरंतर, समागमामुळे मला कधीच खऱ्या अर्थानं आनंद झाला नाही. त्यामुळे सुरुवातीपासून अखेरपर्यंत मी जे घडतंय ते निर्विकारपणे घडू द्यायची, एवढंच! माझ्यावर प्रेम करणाऱ्या, तसं मला ऐकवणाऱ्या एकाही महाभागाला कधी मला असं विचारावंसं वाटलं नाही की, 'तू इतकी थंडपणे कशी वागू शकतेस, त्यामागचं कारण काय?' पण मला त्याची पर्वा नव्हती आणि पर्वा करायचीही नव्हती. गर्दच्या झुरक्यात आणि त्यातून मिळणाऱ्या नशेत मी माझ्या मनाला छळणाऱ्या घटनांपासून दूर ठेवण्याचा प्रयत्न करत होते. घरातलं माझं आयुष्य एका अशा टप्प्यावर आलं होतं की, ज्यातून मला सुटकेचा काहीच मार्ग दिसत नव्हता. डॅडी माझ्यापासून दूर अंतरावर राहत होते. मी परत आल्यानंतर त्यांनी एकदाही माझ्यावर हात उगारला नव्हता. वाढत्या वयात मला माझ्या आई-वडिलांमधला एक फरक लक्षात आला– काही वेळा माझी एखादी मागणी ममा नाकारायची; पण मी बऱ्याच विनवण्या केल्या की, शेवटी बिचारी कबूल व्हायची. पण डॅडींचं तसं नव्हतं. ते एकदा 'नाही' म्हणाले तर ती अगदी काळ्या दगडावरची रेघ असायची. त्यात काडीचाही फरक व्हायचा नाही. त्यामुळेच माझ्या बालपणाचा त्यांनी आपल्या संतापानं आणि धाकदपटशानं विचका केला असला तरी त्यांच्या शब्दावर माझा एका वेगळ्या अर्थानं का होईना, पण विश्वास

होता. मी परत आल्यानंतर एकदा त्यांनी मला सांगितलं, ''तुझं वागणं चुकीचं असेल, तर मी तुला समज देईन; पण यापुढे तुझ्या अंगाला मी कधीही हात लावणार नाही.'' सध्या मी ज्या प्रकारचं आयुष्य जगत होते त्याविषयी मतप्रदर्शन करण्याची संधी मी त्यांना दिली नाही. कारण मी ते त्यांच्यापासून लपवूनच ठेवलं.

ममा माझ्यावर पूर्वीसारखंच प्रेम करत होती. तिच्या प्रेमळ वागण्यामुळेच माझं आयुष्य मार्गी लागण्याची काहीतरी शक्यता होती. पण एका वेगळ्याच भांडणामुळे माझ्या आयुष्यात पुन्हा एकदा उत्पात घडणार, अशी परिस्थिती निर्माण झाली. काहीतरी कारणामुळे त्या दिवशी ममाला डॅडींबरोबर बाहेर जायचं होतं, म्हणून तिनं मला डॅनियलबरोबर घरी थांबायला सांगितलं. जरा चढ्या आवाजात मी उत्तर दिलं, ''मला नाही हं जमणार. आज मी पण बाहेर जायचं ठरवलंय.''

''बघ गं जमवता आलं तर! थोडा बदल कर ना तुझ्या कार्यक्रमात!'' ती अजिजीच्या सुरात म्हणाली.

''शक्य नाही,'' मी फटकन म्हणाले. ''पगारानंतरचा आजचा पहिला दिवस आहे. मला मजा करायचीय. पण तू म्हणतेच आहेस तर एका अटीवर राहीन मी घरी.''

''कसली अट?''

''तू मला पैसे देणार असशील त्यासाठी, तर तू बाहेर जायच्या आत मी परत येईन आणि डॅनियलला सोबत करीन, सांभाळीन.''

खरं पाहिलं तर आमच्यातलं हे बोलणं फार गंभीर स्वरूपाचं नव्हतं. अशा प्रकारच्या अटी अनेक वेळा मुलं आई-वडिलांना घालतात आणि आपल्या मागण्या मान्यही करून घेतात. अर्थात एक फरक होताच इतरांमध्ये आणि आमच्यात! आमच्या घरात नेहमीचं साधं बोलणंसुद्धा एकदम वरच्या पट्टीत होत असतं. त्या दिवशी माझा आवाज जरा जास्तच चढला असावा. तो ऐकून इमॅन्युएल खाली आला. मी पुढच्या खोलीत दिवाणावर बसले होते. तिथे तो आला आणि काय होतंय, ते मला समजायच्या आतच त्यानं खाडकन माझ्या मुस्कटात मारली आणि नंतर माझं डोकंही मागच्या भिंतीवर आपटलं. मी मुळापासून हादरले. मी ममाशी चढ्या आवाजात बोलावं, हे त्याला पसंत पडलेलं नव्हतं. त्याच्या दृष्टीनं एका मुलीनं आईशी कसं बोलावं याची मर्यादाच जणू मी ओलांडली होती. याच इमॅन्युएलनं डॅडींना ममाबरोबर वाईट वागताना अनेक वेळा पाहिलेलं होतं, तरी त्यांना मात्र त्यानं कधीही त्याचा जाब विचारला नव्हता...

माझाही स्वत:वरचा तोल गेला. 'यानं मला मारायचं काय कारण? या घरात

मुलगी म्हणून मला काही अधिकार नाही का? स्वातंत्र्य नाही का?' उलट-सुलट अनेक विचार मनात आले. पूर्वीचे सगळे दिवस आठवले अन् वाटलं, डॅडींनी न मारण्याचं वचन पाळलं तरी या घरात राहण्यात आता अर्थ नाही. थोबाडीत मारण्याचा आवाज ऐकून ममा धावत बाहेर आली आणि तिनं इमॅन्युएलला बाजूला खेचलं. डॅडी बाहेरून परत आले तेव्हा त्यांच्या कानावर झाला प्रकार घातला आणि संतापून त्यांना म्हणाली, ''या कारट्याला पण घराबाहेर काढा आधी.''

''काही नको,'' मी म्हटलं, ''त्यापेक्षा मीच जाते इथून.''

घरी परत आल्याला मला तीन महिने होऊन गेले होते. पण त्या क्षणी वाटलं, आता इथून बाहेर पडण्याखेरीज दुसरा मार्ग नाही.

''मी करेन माझी काहीतरी सोय... इथंच जवळपास कुठंतरी!'' असं मी म्हणताच डॅडी आणि ममा दोघंही एकदम म्हणाले, ''ठीक आहे. पण तुला जागेसाठी जी अनामत रक्कम (deposit) द्यावी लागेल, ती आम्ही देऊ.'' दोघांनाही फार अपराधी वाटलं. कारण मी तडकाफडकी घराबाहेर पडणार होते, तीही माझी विशेष चूक नसताना! घराची सोय लगेच होऊ शकणार नव्हती. पण तोपर्यंत डॅडींच्या घरी इमॅन्युएलबरोबर एक रात्रही काढायची माझी इच्छा नव्हती. मी एलिनॉरला फोन केला. तेव्हा, ''तू ये इकडे लगेच. माझ्याबरोबर राहिलीस तरी माझी हरकत नाही.'' तिनं उत्तर दिलं.

जे काही माझं थोडंफार सामान होतं, ते मी एका बॅगमध्ये कोंबलं आणि घरातून बाहेर पडले. त्या वेळी मला हे माहीत नव्हतं की, त्या घरात मी माझ्या ममाला परत कधीच जिवंत पाहू शकणार नाही. घराबाहेर पडल्यानंतरच्या काळात माझं आयुष्य असंच 'मागील पानावरून पुढे चालू' या पद्धतीनं मी जगत राहिले. त्यामध्ये विशेष फरक पडला नाही. एका फ्लॅटमधून दुसऱ्या फ्लॅटमध्ये, एका नोकरीनंतर दुसरी नोकरी. एकमेव विरंगुळा असायचा तो अधूनमधून घेत असलेल्या गर्दचा. सुरुवातीच्या काळात एलिनॉरनं मला पुष्कळ मदत केली. ती ज्या कंपनीत नोकरी करत होती, तिथेच तिनं मला स्वागतिकेचं काम मिळवून दिलं. हा बदल खूपच स्वागतार्ह होता. मॅकडोनल्डमध्ये मी बहुतेक वेळ फ्रेंच फ्राइज (बटाट्याचे तळलेले काप) पॅक करत असे. आता मनात आशेचा एक नवा किरण चमकू लागला. आपलं स्वत:चं घर झालं, तर चांगले दिवस येतील आयुष्यात!

स्कनथॉर्पमधील एका फ्लॅटसाठी द्यायची अनामत रक्कम माझ्याकडे तयार होती. एक दिवस ममानं मला फोन केला अन् म्हणाली, ''आज आपण जेवायला बाहेर जाऊ या.'' तशी ती पहिलीच वेळ नव्हती. डॅडींच्या कडक नियंत्रणाखाली का होईना, पण कधी कधी माझ्याबरोबर ममा बाहेर जेवायला यायची. अशा

वेळी मधूनमधून डॅडी मला फोन करायचे अन् विचारायचे, "ममा तुझ्याबरोबरच आहे ना? घरी कधी परत येणार आहे?" ममाबरोबर बाहेर जायला मलाही आवडायचं. कारण माझी मानसिक अवस्था तितकीशी चांगली नव्हती त्या दिवसांत. अशा वेळी ममाबरोबर वेळ घालवायला, इकडच्या-तिकडच्या निरर्थक वाटणाऱ्या गप्पा मारायलादेखील बरं वाटायचं. मनाला एक प्रकारची उभारी यायची. भेटल्याबरोबर तिचा ठराविक प्रश्न– "कशी आहेस नतालिया?" असायचा. त्याला माझंही तेच उत्तर– "ठीक आहे." असायचं. मग आमच्या गप्पा सुरू व्हायच्या. त्या दिवशीच्या ममाच्या बोलण्यानं मात्र मी चाटच पडले. "नतालिया, घर सोडण्यासाठी मला तुझी मदत हवीय. तुझ्या डॅडींपासून मी वेगळी नाही झाले, तर वेडच लागेल मला!"

तो धक्का माझ्यासाठी इतका जबरदस्त होता की, क्षणभर मी काहीच बोलू शकले नाही. मी गोंधळातही पडले. आज अचानक असं काय घडलं असेल? मी स्वत:लाच प्रश्न विचारला अन् ते साहजिकच होतं. गेले कित्येक महिने, नव्हे वर्षं, मी आणि डायानानं तिच्या विनवण्या केल्या होत्या; पण तिनं एकदाही आम्हाला दाद दिली नव्हती. त्यामुळे मी तर त्या गोष्टीची आशाच सोडून दिली होती. त्या दिवशीही माझ्या मनात हाच विचार आला. आता असं म्हणतेय खरी, पण पुन्हा एकदा ती कच खाणार, हे निश्चित!

वरकरणी शांतपणे तिला मी एवढंच म्हटलं, "कुठं जायचं, ते आधी तू ठरव. मग बघू." मला एवढंच सुचवायचं होतं तिला की, कुठे जाण्यासाठी तिला जागाच नव्हती. यावर ती काय उत्तर देते त्यावरून तिच्या मनाची कितपत तयारी झालीय, ते मला समजणार होतं.

"ठीक आहे. सांगते. जिथून डॅनियलला स्केटिंगसाठी सहजपणे जाता येईल, अशी एखादी जागा बघ." तिचं उत्तर तयार होतं. त्यावरून माझी खात्री पटली की, तिच्या मनाचा खरोखरच निर्धार झाला होता.

डायाना आणि ममा दोघीही 'डॅनियलचं स्केटिंग महत्त्वाचं,' असं ठामपणे मानत होत्या. यावरून एक गोष्ट माझ्या ध्यानी आली– ममानं निश्चय केलाय. तिच्या स्वत:च्या आयुष्यात कितीही उलथापालथ झाली तरी चालेल, पण ती तिच्या लाडक्या शेंडेफळाला कसलाही त्रास होऊ देणार नव्हती.

ममानं हा निर्णय डॅडींना न सांगता घेतलाय, हे माझ्या ध्यानात आलं. जेवण झाल्यानंतर मी पुन्हा ऑफिसमध्ये गेले ते याच गोष्टीचं आश्चर्य करत की, इतकी कशी बदलली ममा? डॅडींना सोडायचा तिचा निर्णय पक्काही झाला? त्यानंतर थोड्याच दिवसांनी तिनं मला 'क्लीथॉर्प्सला ये' असं सांगण्यासाठी फोन केला. मला वाटलं, नेहमीप्रमाणे जेवणासाठी असेल; पण या वेळी तिला घर शोधण्यासाठी

माझी मदत हवी होती. माझा विश्वासच बसला नाही त्यावर. पण आम्ही दोघींनी खरोखरच त्या दृष्टीनं पावलं उचलली. त्या दिवशी आम्ही वृत्तपत्रं चाळून घरांसंबंधीच्या जाहिराती पाहिल्या, नोकरीविषयक जाहिराती डोळ्यांखालून घातल्या. हे सगळं करत असताना ती बऱ्यापैकी उत्साह दाखवत होती. तात्पर्य, तिच्या मनात काहीतरी योजना निश्चित आकार घेऊ लागली होती.

आम्हाला फ्लॅटसंबंधी एक जाहिरात दिसली. अलेक्झांड्रा डॉक्सच्या समोरच्या बाजूला एक भव्य, लाल विटांची, काहीशी जुनी अशी इमारत होती. तिचं नाव होतं व्हिक्टोरिया मिल. आसपासच्या परिसरातील एक नामांकित वास्तू असलेल्या या इमारतीत खालच्या भागात काही उद्योगधंदे असावेत. पण वरच्या मजल्यांवरील फ्लॅटची अंतर्गत रचना छान, आकर्षक होती. बघताक्षणीच ममा त्या जागेच्या प्रेमात पडली. तिनं दोन बेडरूमचा एक छोटा फ्लॅट निवडला. तिच्यासाठी आणि डॅनियलसाठी तो अगदी योग्य होता. भाडंही माफक होतं. त्याच खुशीत ती मला म्हणाली, ''नतालिया, तूसुद्धा याच इमारतीत बघ ना एखादा फ्लॅट! आपण तिघं जवळजवळ राहू शकू.'' तिचे ते शब्द ऐकताच माझ्या मनातली उरलीसुरली शंकाही दूर झाली. ममाचा डॅडींना सोडण्याचा निश्चय पक्का झालाय, अशी आशा मला वाटू लागली. आपल्या नव्या आयुष्याविषयीच्या योजनांबद्दल ती उत्साहानं बोलू लागली तसा तिचा चेहराही उजळू लागला. तिच्याकडे पाहून, मला पुन्हा एकदा खात्री पटली, ही आता या वेळी नक्की वेगळी होणार डॅडींपासून! खरंच, किती छान झालं असतं! त्यामुळे आम्हा सगळ्यांना मोकळा श्वास घेता आला असता.

ममानं डायानाला आणि तिच्या नवऱ्याला आपला निर्णय सांगितला. तेव्हा आनंदानं दोघंही म्हणाले, ''तुम्ही तारीख ठरवा, आम्ही दोघं व्हॅन घेऊन येऊ अन् तुम्हाला मदत करू.'' हे सगळं घडत असताना डॅडींच्या कानावर त्यातलं एक अक्षरही पडणार नाही, याची खबरदारी आम्हा सगळ्यांना घ्यायची होती. माझ्या मनात भीती होती की, डॅनियलच्या तोंडून एखादा शब्द निसटेल अन् आमचे सगळे प्रयत्न फुकट जातील. मला अशीही भीती वाटायची की, एखादे वेळी डॅडींना संशय येईल अन् त्यांच्या नेहमीच्या पद्धतीनं ते ममाचं खच्चीकरण करतील. इतकंच नव्हे, तर हे ऐकून ते पिसाटल्यासारखे होतील. ममाला नोकरी सोडायला लावतील. नाहीतरी त्यांना नेहमीच या भीतीनं वेढलेलं असायचं की, तिच्या अवतीभोवतीची माणसं तिच्या मनात नाही-नाही त्या कल्पना भरवतील अन् तिला त्यांच्यापासून वेगळं होण्यास फितवतील. मात्र आपण वर्षानुवर्षं केलेल्या छळामुळे, धाकदपटशामुळे तिनं हा निर्णय घेतला, ही गोष्ट त्यांनी कधीच मान्य केली नसती. हळूहळू ममानं एकेक पाऊल उचलायला सुरुवात

केली. घराच्या भाडेकरारावर स्वाक्षरी करणं, डॅनियलसाठी नव्या शाळेत प्रवेश घेणं वगैरे गोष्टी करणं आवश्यक होतं. डॅडींना आमच्या हालचालींविषयी काही संशय येऊ नये या हेतूनं कधी कधी मी सकाळीच ममाला फोन करायची अन् म्हणायची, "आज जेवायला बाहेर जाऊ या." त्या सबबीवर घराबाहेर पडणं ममाला शक्य व्हायचं. २६ एप्रिल १९९७ रोजी ममानं घर सोडायचं निश्चित केलं. प्रत्येक क्षणी आम्हाला वाटत होतं, डॅडींपासून सुटका झाल्यानंतरच ममाला खऱ्या अर्थानं आयुष्य जगता येईल. ती त्या वेळी फक्त ४७ वर्षांची होती. डॅडींबरोबर सगळं आयुष्य काढायचं म्हणजे केवढी मोठी शिक्षा होती तिच्या दृष्टीनं! तिच्यावर हुकुमत गाजवण्याच्या त्यांच्या स्वभावात काडीचाही फरक होणार नव्हता, हे तर आम्हाला सगळ्यांना चांगलं ठाऊक होतं. उतारवयात त्यांच्यासारख्या माणसाबरोबर आयुष्य कंठायचं, हा विचारही तिला भयावह वाटला असावा. आता आपण बाहेर पडलो नाही तर पुन्हा कधीही ते शक्य होणार नाही, या एकमेव विचारामुळे तिनं हा धाडसी निर्णय घेतला असावा.

डॅनियलला आम्ही त्याच्या नव्या शाळेविषयी सांगितलं; पण त्याचं स्केटिंगही पूर्ववत सुरू राहील, याची कल्पना आम्ही त्याला दिली. अगदी लहानपणापासून त्यानं घरात इतके हिंसक प्रकार पाहिले होते की, त्यामुळे त्या बिचाऱ्याचं बालपण हरवून गेलं होतं. अनेक वेळा मला त्याच्या नजरेत प्रौढत्व आल्यासारखं दिसायचं. तेव्हा माझं अंत:करण पिळवटून निघायचं. त्याला डॅडींची भीती वाटायची, तसाच तिरस्कारदेखील वाटायचा. त्यामुळे डॅडींना सोडण्याच्या विचारानं त्याला मनापासून आनंद झाला. माझ्या या लहान भावानं आपलं निष्पाप बाल्य किती लवकर हरवलंय, हा विचार कधी कधी माझ्या मनात अपराधीपणाची भावना निर्माण करत असे. कारण त्यासाठी मीही एकाअर्थी जबाबदार होते. माझ्यावर झालेल्या बलात्काराविषयी मी त्याच्याजवळ काही वाच्यता केलेली नव्हती; पण इतर अनेक गोष्टी मी त्याला सांगत असे; ज्या मी त्याला सांगायला नको होत्या, असं मला कधी कधी वाटतं. पण विश्वासात घेऊन मन मोकळं करण्यासाठी मला त्या काळात दुसरं कुणीच तेवढं जवळचं नव्हतं. तसं करत असताना त्या बिचाऱ्याच्या मनावर मी किती ओझं टाकत होते, त्याची कल्पना मला तेव्हा आली नाही, त्याच्या कोवळ्या मनाचाही विचार आला नाही, हेच खरं. कधी कधी मी त्याला त्याच्या आवडीच्या भारी वस्तू घेऊन देण्याचं वचन देत असे. पण तेवढा पैसा माझ्याकडे कधीच नसायचा. त्यामुळे दिलेली वचनं मला पुरी करता येत नसत. "तुला मी इथून कायमची घेऊन जाईन," असंही मी त्याला म्हणायची. तेवढ्यानंदेखील त्याचा चेहरा उजळायचा अन् मला तेच बघायला आवडायचं. स्वत:च्या असल्या आनंदासाठी आपण त्या बिचाऱ्याचं मन

वारंवार मोडतोय, हे वास्तव मला कधी जाणवलंच नाही.

एक प्रसंग मला चांगला आठवतोय. वसतिगृहातून घरी परत आल्यानंतर एकदा बागेत बसून मी सिगारेट ओढत होते. दबक्या पावलांनी तो माझ्याजवळ आला अन् म्हणाला, ''तुझ्या हातात काय आहे?''

''काही नाही. फक्त सिगारेट आहे रे.''

''बघू ना, मला पण ओढायचीय. दिली नाहीस तर लक्षात ठेव, मी डॅडी-ममाला सांगेन हं!''

त्याच्या धमकीला मी घाबरले, बळी पडले अन् मुकाट्यानं सिगारेट त्याच्या हातात ठेवली. माझ्या ९ वर्षांच्या कोवळ्या भावानं आपल्या ओठांत सिगारेट धरलेली मी निमूटपणे पाहिली. मी त्याला स्पष्ट शब्दांत 'नाही' म्हणायला हवं होतं. पण तेवढं धैर्य माझ्यात नव्हतं. 'आता ममा घर सोडणार आहे,' या विचारानं मला बरं वाटत होतं ते केवळ तिच्यासाठी नव्हे, तर डॅनियलसाठीसुद्धा! पुन्हा एकदा माझा हा भाऊ बालपणाचा अनुभव घेऊ शकणार होता. ममा घर सोडणार होती तो दिवस शनिवार होता. त्या दिवशी डॅडींची कामाची पाळी दुपारी २ ते रात्री १० अशी होती. तेवढ्या वेळातच आपण सटकायला हवं, असा विचार तिनं केला. वरकरणी सगळं काही नेहमीसारखंच आहे, अशा प्रकारे ती घरात वावरत होती त्या दिवशी. ते तिला कसं जमलं, ते तिचं तीच जाणे! डॅडी घराबाहेर पडताच तिनं भराभर अगदी नित्याच्या लागणाऱ्या वस्तू बॅगेत टाकल्या आणि ती घराबाहेर पडली. तिचा नवीन फ्लॅट आमच्या राहत्या घरापासून ३० मैल अंतरावर होता. पण त्या दिवशी आम्हाला वाटलं, आजचा प्रवास संपतच नाहीये. तो सबंध दिवस मी भीतीच्या छायेत काढला. मनात एक विचित्र भय वाटत होतं. डॅडी आपल्याला काही ठाऊक नसल्याचं नाटक करतील आणि आयत्या वेळी ममाच्या योजनेला सुरुंग लावतील.

आमच्या सुदैवानं तसं काही घडलं नाही. कारण खरोखरच त्यांना काही कल्पना आली नव्हती. दुपारच्या चहाच्या सुमारास आम्ही घरून निघालो. रात्री १० वाजल्यानंतर डॅडी घरी येतील तेव्हा त्यांना घर रिकामं दिसेल, त्या वेळी त्यांची काय प्रतिक्रिया होईल याची मी फक्त कल्पनाच करू शकत होते. आल्याबरोबर ते ओरडून ममाला हाक मारतील, तिने 'ओ' दिली नाही की ते चिडतील. रिकामं घर पाहून त्यांच्या मनात शंका येईल. त्यानंतर 'आम्ही दोघं कायमचे निघून जातोय, आमचा शोध घेण्याचा प्रयत्न करू नकोस,' अशा मजकुराची चिठ्ठी वाचून तर त्यांच्या तळपायाची आग मस्तकाला जाईल. ते ममाला इतक्या सहजासहजी सुटू देणार नाहीत आपल्या तावडीतून. पण आपण एकटे पडल्याची पहिली जाणीव त्यांना हादरवून सोडेल, याची मला खात्री होती.

त्यानंतरची त्यांची प्रतिक्रिया संतापाचीच असणार, यात मला शंका नव्हती.

तिकडे क्लीथॉर्प्समध्ये याच्या अगदी उलट परिस्थिती होती. आपण केलेल्या धाडसामुळे ममा काहीशी घाबरलेली असली तरी सुटकेचा आनंदही तिच्या चेहऱ्यावर स्पष्ट दिसत होता. आपली योजना मनासारखी पार पडली, याचाही तिला खूप आनंद झाला होता. एक छोटीशी अडचण उद्‌भवल्यामुळे त्यांना नव्या फ्लॅटमध्ये सोमवारीच जाता येणार होतं, म्हणून दोन दिवसांसाठी ममा आणि डॅनियल एका अशा जागी राहिले, जिथे फक्त रात्री झोपण्याची आणि सकाळच्या नाश्त्याची सोय होणार होती. एवढ्या सगळ्या घडामोडींनंतरही डॅनियल बराच शांत होता. फक्त एकदाच त्यानं ममाजवळ कसल्यातरी वस्तूची– खेळणं किंवा असंच काहीतरी– मागणी केली. तेव्हा ममानं त्याला सांगितलं, "हे बघ बाळ, माझ्याकडे आत्ता मोजकेच पैसे आहेत. तेव्हा ते जपून वापरायला हवेत." मी मात्र कारण नसताना त्याच्यावर खेकसले. तेव्हा बिचारा हिरमुसला होऊन गप्प बसला.

माझीही त्याच बिल्डिंगमध्ये राहायची इच्छा होती. पण पुढला एक आठवडा तरी ते शक्य होणार नव्हतं. कारण एकही फ्लॅट त्या वेळी तिथं उपलब्ध नव्हता. मी त्या फ्लॅटमध्ये डायानाच्या एका मित्राबरोबर राहणार होते. तात्पुरती व्यवस्था म्हणून मी ममाच्या पलंगाशेजारी एका वळकटीवजा (campbed) बिछान्यावर झोपले. त्यांच्यासाठी नवे पलंग आणायचे होते. त्यासाठीही थोडा वेळ लागणार होता. थोडीशी गैरसोय झाली, तरी आम्ही सगळे खूश होतो. एका रात्री शांत झोपलेल्या स्थितीत मी ममाला पाहिलं, अन् कसा कोण जाणे, एक अतिशय विचित्र विचार माझ्या मनात आला... 'मृतावस्थेत ममा अगदी अशीच दिसेल? शांत झोपल्यासारखी?' किती अनपेक्षितपणे तो विचार माझ्या मनात तरळला. क्षण दोन क्षण मी फार अस्वस्थ झाले. मान जोरात हलवून मी तो विचार डोक्यातून झटकून टाकण्याचा प्रयत्न केला. का आला असेल असला विचार माझ्या मनात त्या वेळी? कदाचित असं असेल की, ती ज्या प्रकारे घराबाहेर पडली, त्याचा ताण माझ्या मनावर आला असेल. वाईटातल्या वाईट प्रसंगाविषयी मी कल्पना केली होती, एवढं मात्र खरं! वास्तविक पाहता, आत्ता कुठे ममाला नव्यानं आयुष्य जगण्याची संधी मिळालेली होती.

डॅडींनी डायानाकडे वारंवार फोन करून "ममा कुठे आहे?" असं विचारलं. पण प्रत्येक वेळी तिनं "मला माहीत नाही" एवढंच उत्तर दिलं. मग ते डॅनियलच्या शाळेत, स्केटिंगच्या जागी पण गेले. पण ममानं त्याची शाळा बदलली असल्यामुळे त्यांना तिचा नवा पत्ता मिळाला नाही. हताश होऊन शेवटी त्यांनी मला फोन केला, ममाविषयी चौकशी केली तेव्हा काही माहिती देण्याऐवजी मी म्हटलं, "मी येऊन भेटते तुम्हाला." काही वेळानंतर मी आमच्या त्या जुन्या घरात शिरले,

तेव्हा समोरच्या दृश्यानं मला हादरल्यासारखं झालं. डॅडी पुढच्याच खोलीत बसून रडत होते. त्यांना अशा अवस्थेत यापूर्वी मी कधीच पाहिलेलं नव्हतं.

हुंदके देत डॅडी मला म्हणाले, ''नतालिया, एकदा तरी भेटव गं मला तुझ्या ममाबरोबर. माझं तिच्यावर प्रेम आहे. तिनं परत घरी यायला हवंय मला.''

''ते विसरा आता.'' मी फटकन उत्तर दिलं, ''मला तुमच्याबद्दल काडीचंही काही वाटत नाही. तीच तुमची योग्यता आहे.''

''प्लीज, नतालिया... एकदा मला तिच्याबरोबर बोलण्याची संधी तर दे.'' त्यांनी पुन्हा विनवणी केली.

''हे पाहा, ममा कुठे राहातेय, त्याविषयी मला काही कल्पना नाही,'' मी शांतपणे उत्तर दिलं. डॅडी मला आपल्याजवळ ओढू पाहत होते– जणू काही मी पूर्वीची, त्यांच्या मांडीवर बसणारी लहानगी नतालिया होते.

''हलमध्ये आहे का ते पाहा. कदाचित तिकडे गेली असेल ती.'' मी बेफिकीरपणे उत्तर दिलं. खरोखरच मला त्यांच्याविषयी यत्किंचितही सहानुभूती वाटत नव्हती. त्यांच्या वागण्यानंच त्यांनी हा प्रसंग स्वत:वर ओढवून घेतला होता. मी घरातून बाहेर पडले; पण मागे वळून त्यांचा निरोप घेण्याइतकी तसदी मला घ्यावीशी वाटली नाही.

मी डॅडींबरोबर बेफिकीरपणे वागले असले तरी मनात एक भीती होतीच. अचानकपणे डॅडी येतील, समोर उभे ठाकतील आणि तमाशा करतील. पण ममाच्या आशावादापुढे माझी भीती टिकली नाही. दिवसागणिक ममा जणू एखाद्या फुलाप्रमाणे उमलत गेली, अधिकाधिक टवटवीत वाटू लागली. असं वाटलं, वर्षानुवर्षं तिच्या मानेवर जे जोखड ठेवलेलं होतं, ते आता कुणीतरी दूर केल्यामुळे तिला खूप हलकं-हलकं वाटत होतं. डॅडींना सोडलं तर ममा सुखी होईल, असं मला नेहमीच वाटायचं. पण तिच्यात इतका फरक पडेल, याची कल्पना मी केलेली नव्हती. आता तिला मोकळा श्वास घेता येऊ लागला आणि त्यामुळे तिच्या दिसण्या-वागण्यात तत्काळ बदल झाला. नैराश्येमुळे वाढलेलं वजन आता कमी झालं, तिचे डोळे चमकू लागले आणि कधी नव्हे ते तिच्या चेहऱ्यावर हास्य दिसू लागलं. पूर्वी कुठलंही काम करताना ती कंटाळल्यासारखी दिसायची. पण आता साधी, नित्याची कामंही ती उत्साहानं करू लागली. उदाहरणच द्यायचं झालं तर वाणसामान आणायचं, भाजी आणायची, वगैरेसारखी कामं करताना तिला मजा वाटतेय, असं मला जाणवलं. तिलाच काय, मलादेखील अशी कामं करताना आता एक वेगळाच आनंद जाणवू लागला. डॅडींच्या घरी असताना कधी कधी मला ममा सुपरमार्केटमध्ये घेऊन जायची. त्या वेळी कुरकुरत, पाय ओढतच मी तिच्याबरोबर जात असे. आता आम्ही दोघी आधी जेवणाचा बेत आखायचो

आणि त्यानुसार हसत-खेळत, गप्पा मारत आवश्यक त्या वस्तूंची खरेदी करायचो.

ममामधल्या बदलांमुळे मीदेखील चकित झाले, पण ममाला त्याची जाणीव नसावी, असं मला वाटतं. या नव्या ममाला मी पूर्वी कधी पाहिलेलंच नव्हतं. माझ्या लहानपणापासून मी ज्या ममाला पाहत आले होते, ती एक नैराश्या ग्रस्त स्त्री होती. तिच्या चेहऱ्यावर कायम उदासीनतेची छाप दिसायची. आता तिचा खरा चेहरा मला दिसू लागला. कधी कधी ती असे काही उद्‌गार काढायची, शेरे मारायची की, जे मी पूर्वी कधी तिच्या तोंडून ऐकले नव्हते की, तशी कल्पनाही केलेली नव्हती. एकदा अशाच आम्ही दोघी बाहेर गेलो होतो तेव्हा समोरच्या बाजूनं एक देखणा पुरुष येताना दिसला. ''व्वा! काय मस्त दिसत होता गं तो माणूस! अशा माणसांच्या संगतीत किती छान वाटेल नाही?'' माझा तर माझ्या कानांवर विश्वासच बसेना. ही आपलीच ममा बोलतेय ना? इतक्या बिनधास्तपणे ती बोलू शकते? मी आश्चर्यानं स्वत:लाच विचारलं. इतक्यात मोठ्यानं हसत ती म्हणाली, ''काय वेड्यासारखं बोलले नाही मी?''

खरंच, अशा छोट्या-छोट्या प्रसंगांनीदेखील तिची कळी खुलायची. आम्ही दोघी तर एकमेकींबरोबर घालवत असलेला क्षण न् क्षण आनंदात कंठत होतो. माझ्या ममाची नव्यानं होत असलेली ओळख हादेखील माझ्या दृष्टीनं एक आनंदानुभव होता. एकदा आम्ही एका दुकानासमोर उभ्या राहून काचेमागच्या वस्तू न्याहाळत होतो. इतक्यात ममा मला म्हणाली, ''तुझ्याकडे सिगारेट्स आहेत का गं?''

''नाही.'' मी खोटंच सांगितलं. कारण मी सिगारेट ओढलेलं तिला अजिबात आवडत नसे.

''खोटं बोलू नकोस गं. एक सिगारेट काढ अन् पेटव बरं. मला ओढून बघायचीच आहे आज.'' तिनं आग्रह केला म्हणून मी आज्ञाधारकपणे माझ्या पर्समधून एक सिगारेट काढून पेटवली अन् तिच्यासमोर धरली. मला बसलेला आश्चर्याचा धक्का अजून ओसरला नव्हता.

हसत ममा म्हणाली, ''अगं वेडे, मला नकोय सिगारेट. तुला सिगारेटची तल्लफ आलीय, हे मी तुझ्या चेहऱ्यावर वाचलं म्हणून 'सिगारेट काढ', असं म्हटलं. घरात ओढू नकोस, एवढंच माझं म्हणणं आहे.''

तर, अशी ही माझी ममा. इतकी वर्षं डॅडींच्या छळामुळे सतत आतल्या आत कुढत असलेली, दबली गेलेली स्त्री. पण आता? एक प्रफुल्लित स्त्री, सर्वांगानं उमललेलं व्यक्तिमत्त्व, आपल्या तरुण मुलीची चेष्टामस्करी करण्याइतपत मोकळेपणा वाटणारी, आपल्या मुलीला खऱ्या अर्थानं ओळखणारी...

ममामधल्या या स्थित्यंतरामुळे माझ्यातही केवढा बदल झाला. आता मोकळेपणानं

मीही तिला माझ्याविषयी प्रामाणिकपणे सांगू लागले. माझे अनेक पुरुषांबरोबरचे संबंध आणि इतर अनेक प्रकारचं मूर्खासारखं वागणं याविषयी तिच्याशी बोलताना मला आता लाज वाटेनाशी झाली. माझं आयुष्य उद्ध्वस्त करणाऱ्या घटनांपासून सुटका करून घेण्याचा मी प्रयत्न करत होते, त्याबद्दल मी तिच्याशी बोलत असे तेव्हा सहानुभूतीपूर्वक ती माझं बोलणं ऐकायची. तिच्याकडे पाहताना मला वाटायचं, मूकपणे ती मला समजून घेते आहे, दिलासा देते आहे. ''पोरी, आता तुझी तुलाच कळते आहे ना आपली चूक, मग सगळं ठीक होईल.'' अगदी शांतपणे माझं म्हणणं ऐकून घेत असताना एकदाही तिनं माझ्यावर टीका केली नाही की, माझ्यावर ताशेरे झाडले नाहीत. अधून-मधून ती उपदेशही करायची. पण त्या वेळी माझ्या मनात विचार यायचा, काय उपयोग आहे हिच्या या उपदेशाचा? काय अर्थ आहे त्यात? स्वत:चं सगळं आयुष्य हिनं चार भिंतींच्या आड सुरक्षितपणे काढलं. तिला माहीत असलेला एकमेव पुरुष म्हणजे माझे डॅडी. एकदा मात्र ममा म्हणाली, ''नतालिया, मला फार पूर्वीच कळलं होतं की, माझी ही मुलगी खरी शूर आहे. सच्च्या दिलाची ही पोर आयुष्यात कधी हार नाही पत्करणार. बिचारी फार एकाकी आहे म्हणूनच अशी विनाकारण लढाईचा पवित्रा घेत असते सतत. त्यामुळेच ती तिच्यावर खरं प्रेम करणाऱ्या डेव्हिडसारख्या माणसालाही गमावून बसते.'' आणखी कधीतरी माझ्याबद्दल बोलताना ती म्हणाली, ''कोणतीही गोष्ट तू सहजासहजी स्वीकारायची नाहीस. दुसऱ्यानं सांगितलं अन् तू ते मुकाटपणे मानलंस, असा तुझा स्वभावच नव्हता. प्रत्यक्ष अनुभव आला म्हणजेच तू एखादी गोष्ट मानायचीस. मी तुझ्या स्वभावाबद्दल इतरांजवळ म्हणायचीदेखील, माझी नतालिया ना, तिचा स्वभाव कसा आहे सांगू? विस्तवाजवळ हात नेऊ नकोस, भाजेल तुला, असं तुम्ही तिला सांगितलंत म्हणून तेवढ्यानंच ती गोष्ट मानणार नाही ही पोरगी. स्वत:ला चटका बसला की मगच ती मान्य करेल की विस्तवामुळे भाजू शकतं!''

किती खरं होतं तिनं केलेलं माझं मूल्यमापन! मी खूपदा कठोरपणे वागायची; पण तितक्याच पटकन मी मोडूनही पडायची, कारण मनात साठवलेलं दु:ख कधी कधी अगदी अनावर व्हायचं मला. एकदा असंच झालं, दुखावलेल्या मन:स्थितीत मी ममाला म्हटलं, ''डॅडी मला इतकं मारायचे, पण तू गप्प बसायचीस. त्यांना एकदाही रोखलं नाहीस तू, असं का?'' माझे शब्द ऐकून तिचा चेहरा नैराश्याने झाकोळला. म्हणाली, ''नतालिया, मी तरी काय करू शकत होते गं?'' तिची ती अवस्था पाहून मीच घायाळ झाले. मग स्वत:ला सावरण्याचा प्रयत्न करत ती म्हणाली, ''मला फार भीती वाटायची तुझ्या डॅडींच्या संतापाची. वाटायचं, तुला सोडवण्यासाठी म्हणून मी मध्ये पडले तर

गोष्टी आणखीन खालच्या स्तराला जातील. त्यांना विरोध करणं म्हणजे विस्तवात हात घालण्यासारखं होतं. मी बिचारी सगळं गप्प बसून सहन करायची. तसं केल्यानंच कमी त्रास होईल, असं वाटे मला.'' माझा स्वभाव मात्र ममाहून खूपच वेगळा होता. मूकपणे अन्याय सहन करणं माझ्या रक्तातंच नव्हतं आणि माझा हा स्वभाव तिला चांगला ठाऊक होता. या एका बाबतीत आम्ही दोघी फार वेगळ्या होतो, म्हणूनच तिला सतत माझी काळजी वाटायची. पण मला हे ठाऊक नव्हतं की ती माझ्याकडे पाहायची तेव्हा तिला तिची चिडलेली तरुण मुलगी दिसायची नाही; माझ्यामध्ये ती स्वत:लाच पाहायची...

आयुष्याच्या या टप्प्यावर ममाच्या डोळ्यांपुढे दोनच ध्येयं होती– आपल्या मुलांबरोबर प्रेमाचे संबंध पुन्हा नव्याने प्रस्थापित करायचे आणि नोकरी शोधायची. स्थानिक नोकरी केंद्रात जाऊन ती मुलाखतही देऊन आली होती. मीदेखील तिथेच नोकरी करावी, असं तिनं मला सुचवलं. आम्ही दोघींनी एकाच कंपनीत नोकरी करायची कल्पना मला मनापासून आवडली. भरपूर मजा करता येईल, असं वाटलं. मुलाखतीसाठी जाताना तिनं एक छान स्मार्ट सूट घातला, त्यामुळे अगदी रुबाबदार, प्रसन्न वाटली ममा. 'कसं जमेल आपल्याला मुलाखतीत उत्तरं देणं', या विचारानं ती थोडी साशंक होती, पण पहिल्या फेरीतून तिनं पुढच्या फेरीत पदार्पण केलं अन् ती एकदम खूश झाली. दुसऱ्या एका नोकरीसाठी माझीही मुलाखत झालीय, हे कळताच तिचा चेहरा आनंदानं उजळून निघाला. नोकरीव्यतिरिक्त तिची आणखी एक अपेक्षा होती– डॅनियलला स्केटिंग करता यावं आणि तिच्या थोरल्या तीन मुलांनी– डायाना, इमॅन्युएल आणि मी– तिच्या नव्या आयुष्याचं स्वागत करावं. पण तिचं अस्तित्व, तिचा आनंद, उत्साह झाकोळणारी एक सावली होतीच. डॅडी कुठेतरी दबा धरून बसले असणार, याची तिला खात्री होती.

त्या दोघांमधला दुवा होती डायाना. पण ती ममाच्या बाबतीत पूर्ण खबरदारीनं वागत होती. ममा आणि डॅडी एकमेकांना भेटणार नाहीत, याची काळजी ती घेत होती. माझ्यापुरतं बोलायचं झालं तर मला डॅडींबरोबर मुळीच संबंध ठेवायचे नव्हते. त्यांच्या नावाच्या उच्चारानंदेखील माझ्या डोक्यात रागाची तिडीक जात असे. 'ममानं तरी त्यांची का पर्वा करावी?' असा माझा उघड-उघड सवाल होता. ते अस्वस्थ झालेत का? फारच छान! अशीच अद्दल घडायला हवी त्यांना. इतकी वर्षं त्यांनी आमचा छळ केला, त्याची शिक्षा त्यांना व्हायलाच हवी. ममा मात्र माझ्या मानानं खूप शांत होती. तिनं मला समजावयाचा प्रयत्न केला, ''माझं आणि त्यांचं पटलं नाही म्हणून आमचा संसार मोडीत निघाला, तरी त्याचा अर्थ असा होत नाही की, ते आता तुमचे डॅडी नाहीत. डॅनियलला भेटायचा तर त्यांना

पूर्ण अधिकार आहे.'' डायानानं ममाजवळ स्वत:चा मोबाईल फोन देऊन ठेवला होता आणि त्याच गोष्टीच्या आधारे डॅडींनी ममाशी संपर्क साधला. त्यांचं नशीब जोरावर होतं म्हणूनच ते ममाशी फोनवर बोलू शकले. त्या वेळी त्यांनी त्यांचं नेहमीचं नाटकी तंत्र वापरलं. तिच्यावर चिडायच्या, संतापायच्या ऐवजी त्यांनी रडणं सुरू केलं, तिच्या विनवण्या केल्या. तेही बरोबरच होतं. त्या धूर्त माणसाला पक्कं ठाऊक होतं की, त्यांनी आग पाखडायला सुरुवात केली असती तर ममानं पटकन फोन बंद केला असता. त्यांनी तिची याचना केली. ममा अतिशय समजूतदारपणे, परिपक्वपणे त्या प्रसंगाला सामोरी गेली. ती त्यांना स्पष्ट शब्दांत म्हणाली, ''आपलं लग्न आता संपुष्टात आलंय, हे तू समजायला, मान्य करायला हवंस, ब्रुनो. तू डॅनियलला भेटू शकतोस, त्याला मी नाही म्हणणार नाही. बाकीच्या मुलांचं म्हणशील तर ती आपला निर्णय आपण घेण्याइतपत मोठी झालीयत.''

ममानं आता खंबीरपणा दाखवून स्वत:चे निर्णय स्वत:च घ्यायला सुरुवात केली. याची पहिली प्रचीती आली ती तिच्या धार्मिक निर्णयात. डॅडींपासून दूर झाल्यावर तिनं जेहोव्हाज विटनेसच्या सभांना जायचं बंद केलं. डॅनियलचा विचारही तिनं जाणून घेतला. त्याला अर्थातच जायचं नव्हतं. त्यामुळे तो प्रश्न निकालात निघाला. याचा अर्थ ममाचा धर्मावरचाच विश्वास उडाला होता, असं नाही. डॅडींनी तिला प्रथम रोमन कॅथॉलिक पंथ स्वीकारायला लावला अन् त्यानंतर जेहोव्हाज विटनेस व्हायला लावलं. पण आता तिच्यात हळूहळू चांगले बदल दिसायला लागले. मूळची शांत आणि विचारी स्वभावाची एल्व्हा मला आता दिसू लागली. (या दोन्ही पंथांचा तिच्या मूळ स्वभावाशी विशेष संबंध नसावा.) तिच्यातली सहिष्णुता, दुसऱ्याकडे सहानुभूतीपूर्ण नजरेनं बघायची वृत्ती माझ्या प्रत्ययास येऊ लागली. उदाहरणार्थ, माझ्या फ्लॅटमध्ये राहणारा माझा दोस्त समलिंगी होता. यापूर्वी म्हणजे डॅडींना सोडण्याआधी ममानं त्याकडे वेगळ्याच नजरेनं पाहिलं असतं, पण तिनं त्याचं मूल्यमापन त्याच्या इतर सकारात्मक गुणांकडे पाहून केलं. त्याच्या खासगी आयुष्याकडे बारकाईनं पाहणं वगैरे गोष्टी तिनं केल्या नाहीत. त्यामुळे त्यालाही ममाच्या वैयक्तिक आयुष्यातील वैगुण्याबद्दल (Homophobia) किंचितही कल्पना आली नाही.

एकदा डॅडींनी फोनवर ममाला सांगितलं, ''तुझी काही पत्रं आली आहेत, ये आणि घेऊन जा. येताना डॅनियललाही घेऊन ये बरोबर. जुन्या मित्रांना तो भेटू शकेल.'' त्यांच्या म्हणण्यात तथ्य होतं. कारण अलीकडे त्याला आपल्या मित्रांची आठवण येऊ लागली होती. पूर्वी तो पटकन मागच्या अंगणात धावत आपल्या मित्रांकडे जायचा अन् ते सगळे जण घरांच्या दोन रांगांमधील गल्लीवजा रस्त्यावर

सुरक्षितपणे खेळायचे. ममा डॅडींना म्हणाली, "पाहते, फोन करून कळवते मी त्याबद्दल." तिला मनापासून भांडण, झगडा करायचा नव्हता. आतापर्यंतच्या सगळ्या आयुष्यात तिनं डॅडींची दडपशाही सहन केली होती. आता वेगळं झाल्यानंतर नवीन भांडणांना निमित्त पुरवायची तिची इच्छा नव्हती. शिवाय डॅनियलला खूश बघायची तिची मनापासून इच्छा होती. एवढ्या लहान वयात 'आपले वडील हेच आपले शत्रू आहेत', ही भावना त्याच्या मनात निर्माण व्हावी, हेही तिला नको होतं. तिला हेही ठाऊक होतं की, मी त्यांच्या या भेटीला कसून विरोध करेन. ती शुक्रवारची रात्र होती. मित्रमैत्रिणींबरोबर रात्र घालवायच्या हेतूनं मी तयार होत होते. त्याच वेळी ममा माझ्या फ्लॅटवर आली. आम्ही दोघी इकडच्यातिकडच्या गप्पा मारू लागलो. मी अंघोळीसाठी टबमध्ये पाणी सुरू केलं. त्याच वेळी ममानं मला डॅडींच्या फोनबद्दल सांगितलं, "उद्या डॅनियलला घेऊन मी ब्रुनोला भेटायला जाणार आहे."

"कशाला? पुन्हा काहीतरी भांडण उकरून काढतील डॅडी. तुला घरात कोंडून ठेवायलाही कमी करणार नाहीत." मी रागानं म्हटलं.

"नाही गं, असं काही होणार नाही. तुला तशी भीती वाटत असेल तर तू पण चल माझ्याबरोबर. घरी जाऊ, पत्रं घेऊ आणि परत येऊ. त्याची चौकशी करू, कसा आहे वगैरे, एवढंच!"

"चौकशी करू?" मी तिचेच शब्द रागानं उच्चारले. पण तिचा हा प्रस्ताव मला बरा वाटला. कारण डॅडींना तिनं फक्त डॅनियलबरोबर भेटावं, हे मला योग्य वाटत नव्हतं. "ठीक आहे, जाऊ आपण तिघंही!" असं म्हणून मी तो विषय तिथेच संपवला.

ठरल्याप्रमाणे मी बाहेर गेले, मित्रमैत्रिणींबरोबर धमाल केली अन् घरी परत आले. त्या वेळी मी इतकी धुंद झाले होते की, आपण घरापर्यंत तरी कसे पोहोचू शकलो, याचंच मला आश्चर्य वाटलं. घराचं दार मी कसंबसं उघडलं अन् कोचावर कोसळलेच. थोड्या वेळानं मी बेडरूममध्ये गेले अन् पलंगावर झोपले. अति थकव्यामुळे मला स्वस्थ झोप लागलीच नाही. मध्येच एकदा केव्हातरी जाग आली अन् पुन्हा एकदा मी हॉलमध्ये येऊन कोचावर आडवी झाले. तिथे मात्र मला गाढ झोप लागली असावी. कारण ममा तिच्या फ्लॅटमधून खाली कधी आली, हे मला कळलंच नाही. माझा अंदाज आहे की, तिनं खिडकीतून पाहिलं असणार की, मी गाढ झोपली आहे. मग ती डॅनियलला म्हणाली असेल, "किती गाढ झोपलीय रे बिचारी, खूप दमली असणार. झोपू दे तिला. आपण दोघंच जाऊन येऊ."

ती खाली कधी आली, डॅनियलशी काय बोलली, ते मला कळलंच नाही.

तिला त्या दिवशी माझी खरी गरज होती. पण मी तिच्याबरोबर जाऊ शकले नाही. तिच्या बोलण्याच्या आवाजानं मी उठले असते किंवा मी आत बेडरूममध्ये पलंगावर झोपलेली असताना तिनं दार खटखटवलं असतं अन् मी जागी झाले असते आणि तिच्याबरोबर डॅडींकडे गेले असते, तर त्यामुळे खरंच केवढा फरक पडला असता! पण तसं झालं नाही. मला कोचावर गाढ झोपलेली पाहून तिनं दार वाजवलंच नाही अन् पुढला सगळा अनर्थ घडला. माझ्या प्रेमळ आईला मी कायमची मुकले!

शेवटचा दिवस

''नतालिया, पोलिसांचा फोन!'' या शब्दांनी मी जागी झाले. डोळे चोळत बघते तो मित्राचा चेहरा पांढराफटक पडलेला!

''काय झालं?'' मी खडबडून जागी होत विचारलं अन् माझ्या लक्षात आलं, आम्ही दोघंही गर्द ओढायचो म्हणूनच पोलीस आले असणार छापा घालण्यासाठी. खरं म्हणजे आमच्याकडे खूप साठा नव्हता त्या दिवशी, पण इंटरकॉमवर पोलिसांना पाहून, शिवाय माझ्या नावाची चौकशी करताना पाहिल्यावर आम्ही दोघं भयंकर घाबरलो.

''मी पटकन ममाच्या फ्लॅटमध्ये नेऊन ठेवते सगळं. म्हणजे काळजी नाही.'' असं म्हणत मी जो काही थोडा साठा होता, तो उचलला अन् धावतच तिच्या फ्लॅटवर गेले. जवळजवळ अर्धा तास मी तिच्या फ्लॅटवर बसून होते. मग माझ्या लक्षात आलं की, ममा डॅनियलला घेऊन माझ्याशिवायच बाहेर गेलीय. धास्ती वाटून मी लगेच काही जणांना फोन लावले. ममाच्या मोबाइलवरही फोन लावला; पण तो बंदच राहिला. त्यानंतर मी घरी फोन केला तर तोही कुणी उचलला नाही. त्यानंतर मी आजीला फोन केला; पण तिनंही उत्तर दिलं नाही. शेवटी मी डायानाच्या ऑफिसमध्ये फोन केला, ''काय झालं माहीत नाही; पण डायाना घाईघाईनं बाहेर पडली, एवढंच मला ठाऊक आहे,'' कुणीतरी उत्तर दिलं.

ते शब्द मी ऐकले मात्र, माझ्या काळजाचा ठोकाच चुकला. एकदा ममा म्हणाली होती, ''नतालिया, तुझ्या वडिलांनी मला परत पाहिलं तर ते माझा जीवच घेतील.'' माझं मन सैरभैर झालं, 'त्यांनी नक्की काहीतरी केलंय तिला. तिचा नक्कीच जीव घेतला असणार डॅडींनी. पण त्यांच्याकडे बंदूक वगैरे काही

नाही, मग? त्यांनी तिला सुरीनं भोसकलं असणार. नक्कीच!'

मी पुन्हा धावत माझ्या फ्लॅटवर गेले तर पोलिसांनी एक कागद माझ्या मित्राकडे देऊन ठेवलेला दिसला. त्यावर एका पोलीस स्टेशनचा नंबर लिहिलेला होता.

"म्हणजे अमली पदार्थांसाठी पोलीस आले नव्हते इथे?" मी घाबरून विचारलं.

"मला काही कळलं नाही. त्यांनी फक्त तुझी चौकशी केली. म्हणाले, तुझ्या आईसंबंधी तुझ्याशी त्यांना काही बोलायचंय," तो म्हणाला. मग त्यानं घाबरून विचारलं, "तिला काही अपघात वगैरे तर झाला नसेल ना?"

"नसावा." एवढंच उत्तर मी दिलं. माझं मलाच आश्चर्य वाटलं की, इतक्या शांतपणे मी कसं बोलू शकले त्याच्याबरोबर. "फोन करून बोलते त्यांच्याशी." असं म्हणत मी पोलीस चौकीवर फोन केला तर पलीकडून उत्तर मिळालं, "मॅडम, दोन पोलीस अधिकारी तुमच्या घरी येण्यासाठी निघालेत."

मध्ये जेमतेम पंधरा मिनिटं गेली असतील, पण तेवढ्याच वेळात मला वाटलं, माझं आयुष्य क्षणाक्षणाला थांबत चाललंय. भीतीनं माझा श्वास कोंडल्यासारखा झाला. उलट सुलट विचारांच्या आवर्तनात मन भोवंडत राहिलं– 'काहीतरी नक्की घडलंय... छे गं, तुला उगीचच भीती वाटतेय.'

"कॉफी करू का तुझ्यासाठी?" माझ्या मित्रानं विचारलं. पण माझ्या तोंडून उत्तरादाखल शब्दही फुटेना. एवढ्यात पुन्हा एकदा इंटरकॉम वाजला. दाराबाहेर पावलांचे आवाजही ऐकू आले. मी धावतच दार उघडलं. पाहते तो एक स्त्री आणि एक पुरुष पोलिसांच्या गणवेशात उभे. दोघांनी आपली हेलमेट्स हातात धरली होती अन् त्यांचे चेहरे गंभीर होते. मी त्या पोलीस अधिकाऱ्याच्या चेहऱ्यावर एकटक नजर रोखली. इतक्या लक्षपूर्वक मी कोणाचाही चेहरा न्याहाळल्याचं मला आठवत नाही. पण आता तुम्ही मला त्याचं वर्णन करायला सांगितलंत तर मला काहीही आठवणार नाही. त्यांनी मला माझं नाव, पत्ता, माझ्या आई-वडिलांची नावं विचारली, ओळख पटवण्यासाठी काही पुरावे मागितले.

अगदी यांत्रिकपणे मी त्याच्या प्रश्नांची उत्तरं दिली आणि मग एकच प्रश्न विचारला, "त्यांनी तिला ठार मारलंय ना, चाकूचे वार करून?" खरंतर तो प्रश्न नव्हताच, ते एक विधान होतं. पूर्ण माहिती असलेल्या घटनेविषयीचं. मात्र त्या क्षणी मला अतिशय तीव्रतेनं वाटलं, त्या दोघांपैकी कुणीतरी पुढे होऊन म्हणेल, "छे: छे: मॅडम, तसं काही झालेलं नाही. तुमचा काहीतरी गैरसमज झालाय. तशी काळजी करायचं काही कारण नाही." मला काहीही करून ममाजवळ पोहोचायचं होतं, ती ठीक आहे याची खात्री करून घ्यायची होती;

डॅनियलला भेटायचं होतं. त्याला या सगळ्यापासून दूर ठेवणं गरजेचं होतं. मला डायानाबरोबरदेखील बोलायचं होतं, विचारायचं होतं, ''काय घडलं ते सगळं खरं खरं सांग मला.'' तसं काहीच झालं नाही. त्याऐवजी त्या दोघा अधिकाऱ्यांनी क्षणमात्र एकमेकांकडे पाहिलं. मग त्यातला पुरुष अधिकारी म्हणाला, ''मला माफ कर नतालिया, तुझी आई आता जिवंत नाही.''

भीतीची एक थंडगार लाट माझ्या अंगावरून सरसरून गेल्यासारखं वाटलं मला. त्या क्षणी आपल्याला उलटी होणार, अशीही भीती वाटली. पुन्हा एकदा मी ती लहान मुलगी झाले. जी सतत घाबरलेली, कावरीबावरी असायची. आता या क्षणी ममानं दारातून आत शिरावं अन् म्हणावं, 'काही झालेलं नाही मला. ठीक आहे मी. उगीच वेडेपणा करू नकोस.' पण दुसरा आवाज आतून येत होता, 'नतालिया, तुला सगळं काही ठाऊक आहे. त्यांनी संपवलंय तिला.' मग माझा स्वत:वरचा ताबा सुटला. मी किंचाळू लागले. हे पोलीस काही मदत का नाही करू शकत, असा विचार माझ्या मनात आला.

''आधी आम्हाला तुझा जबाब हवाय, नतालिया. त्याशिवाय आम्ही तुला तुझ्या कुटुंबीयांकडे घेऊन जाऊ शकणार नाही.''

मला समजेना, अशा प्रसंगीदेखील ते इतके दुष्टासारखे कसे वागू शकत होते? पण माझ्या रडण्या-भेकण्याचा त्यांच्यावर काहीही परिणाम झाला नाही. ते शांतपणे माझा आवेग ओसरण्याची वाट पाहत उभे राहिले. मग हळूहळू माझ्या डोक्यात प्रकाश पडू लागला. त्यांना त्यांचं कर्तव्य करणं भाग आहे. आपण कितीही विरोध केला तरी ते बधणार नाहीत. आपल्याला त्यांना सहकार्य करावंच लागेल.

मला ते दोघं ग्रिम्सबीयेथील पोलीस ठाण्यावर घेऊन गेले. आम्ही मुलाखतीच्या खोलीत बसल्यानंतर त्यांनी टेपरेकॉर्डर सुरू केला आणि पहिला प्रश्न विचारला, ''आम्हाला तुझ्या डॅडीविषयी सांग. त्यांची तुझ्या आईबरोबर भांडणं होत असत का?'' मला त्यांनी प्रश्न विचारायचीच खोटी, माझ्या मनाचे सगळे बांध जणू फुटल्यासारखे झाले. इतके दिवस मी ज्या अन्यायाच्या डोहात गटांगळ्या खात होते, तो डोह आता ओसंडून वाहू लागला. मी डॅडींना मत्सरी म्हटलं, मालकी हक्क गाजवणारा दडपशहा (possessive) म्हटलं. डॅडी म्हणजे माणूस नव्हतेच, तो एक नराधम होता, जो आपल्या पत्नीवर आणि मुलांवर नियंत्रण ठेवण्यासाठी कुठल्याही स्तराला जात असे. त्यांच्याबद्दल मी काय सांगितलं नाही, हाच प्रश्न पडला असेल त्या दोघांना! त्यांनी तिला नोकरी करू दिली नव्हती आणि जेव्हा तिला नोकरी करण्याशिवाय गत्यंतर उरलं नाही, तेव्हा त्यांनी तिच्या आयुष्याचा नरक बनवला होता. बायकांनी आपल्या नवऱ्यांची आज्ञा पाळलीच पाहिजे, नाही

तर त्यांना देव शिक्षा करेल, असं त्यांचं मत होतं. आपल्या नवऱ्याची आणि मुलांची काळजी घेणं, एवढंच ममाच्या आयुष्याचं इतिकर्तव्य उरलेलं होतं. माझी ममा इतकी प्रेमळ, दयाळू होती; पण तिचा खून करून त्यांनी तिच्या मुलांना पोरकं बनवलं होतं. तिला मारल्यानंतर आमचा त्यांच्याशी काय संबंध उरणार होता? माझ्या दृष्टीनं ते मेल्यातच जमा होते. ते अतिशय दुष्ट होते, वगैरे वगैरे. मनावर ताबा नसल्यासारखी मी बोलतच सुटले. त्या वेळी एक गोष्ट माझ्या ध्यानातच आली नाही की, मी दिलेली ही सगळी माहिती न्यायालयात डॅडींविरुद्ध पुरावा म्हणून वापरली जाईल.

मला आता काहीही करून माझ्या बहिणीला आणि भावाला भेटायचं होतं त्यासाठी मी वेडीपिशी झाले होते. "मी आता इथून स्कनथॉर्पला जाणार आहे. वेळ पडली तर पायीदेखील जाईन मी!" मी म्हणाले. तेव्हा त्यांनी मला हातानंच थांबवलं, "त्याची जरुरी नाही. आम्हीच तुला स्कनथॉर्प पोलीस ठाण्यावर नेऊ. तिथे तुला तुझी भावंडं भेटतील अन् तुझे डॅडीदेखील!" ते म्हणाले. मला डॅडी भेटतील, याची मी कल्पनाच केलेली नव्हती. मला फक्त डॅनियलला भेटायचं होतं. आम्ही स्कनथॉर्प पोलीस स्टेशनात शिरलो तेव्हा बिचारा डॅनियल धावत माझ्याकडे आला अन् मला मिठी मारून म्हणाला, "नतालिया, आज मी सायरनवाल्या पोलीस व्हॅनमधून आलो, माहीत आहे?"

मी एकदम तिथं असलेल्या स्त्री पोलीस हवालदाराकडे पाहिलं अन् पुटपुटल्यासारख्या आवाजात विचारलं, "त्याला सांगितलं आहे सगळं?"

"हो." एवढंच म्हणून तिनं आम्हा दोघांकडे करुणापूर्ण नजरेनं पाहिलं.

"तुला माहीत आहे का नतालिया, मी ड्रायव्हरशेजारच्या सीटवर बसलो. त्यांनी मला काही बटणं चालू-बंद करायला दिली." डॅनियल त्याच उत्साहात बोलत होता. आम्ही डायाना आणि इमॅन्युएलला भेटायला आतल्या खोलीत गेलो, तेव्हाही त्याची बडबड सुरूच होती.

दोघंही पूर्णपणे हबकल्यासारखे झाले होते. आम्हाला कुणालाच काय बोलावं, ते सुचत नव्हतं. तिघांचे डोळे पाण्यानं डबडबले होते. पण मला वाटतं, आम्हाला त्या घटनेचा खरा धक्का अजून जाणवलाच नव्हता. शिवाय डॅनियलसमोर रडारड करणं योग्य ठरलं नसतं. वयाच्या नवव्या वर्षी माझा हा भाऊ खऱ्या अर्थानं पोरका झाला होता. दोघाही पालकांना तो पारखा झाला होता. बिचाऱ्या डायानाला या प्रकरणाचा धक्का सगळ्यात प्रथम बसला होता अन् तिलाच पुढली सगळी सूत्रं हातात घ्यावी लागत होती. डॅडींनी तिच्याच कानावर पहिल्यांदा ही बातमी घातली आणि त्यांच्या स्वभावानुसार तिच्यावर हुकूम सोडला होता, "घरी ये अन् आपल्या भावांना ताब्यात घे." त्या दोघांना ही बातमी सांगण्याचं

काम, तसंच ममाच्या मृतदेहाची ओळख पटवण्याचं कामही तिलाच करावं लागलं होतं.

डायाना आम्हा भावंडांमध्ये सगळ्यात मोठी होती, त्यामुळे कुटुंबाची जबाबदारी तिनं घ्यावी, हे ओघानंच आलं. खरंतर, डॅडींच्या अमानुष वागण्याचा पहिला अनुभवही तिनंच घेतला होता. मला तिची दया यायला हवी होती; पण दु:खामुळे माझी जणू वाचाच बसली होती. माझं मनदेखील इतकं सुन्न झालं होतं की, तिला कशा प्रकारे मदत करता येईल, याचा विचारच मी करू शकत नव्हते. एक गोष्ट तिच्या ध्यानी आली असावी. इमॅन्युएल डॅडींबरोबरच राहत होता. आता डॅडींना पोलिसांनी अटक केल्यामुळे तो एकटाच पडला होता. शिवाय कमालीचा गोंधळूनही गेला होता. त्याची काहीतरी सोय करणं गरजेचं होतं. डॅनियलचीही तीच गत झाली होती. तेवढ्यात इमॅन्युएलनं विचारलं, "आपण आता कुठे जायचं?"

शांतपणे डायाना त्याला म्हणाली, "तुम्ही दोघं माझ्या घरी चला."

तिच्या छोट्या फ्लॅटमध्ये या दोघांव्यतिरिक्त माझ्यासाठी जागा असणं शक्य नव्हतं, हे कळत असूनही माझं मन आक्रंदलं– 'मला का गं नाही तू म्हणालीस, माझ्या घरी चल, असं?' दुसरीकडून विचार केला तर तिचंही बरोबर होतं. मी स्वत:च्या (भाड्याच्या का असेना) फ्लॅटमध्ये राहत होतेच. म्हणजे मी त्या दोघांसारखी अगदी 'बेघर' झाले नव्हते. पण त्या क्षणी मला फार एकाकी वाटलं, एवढं खरं! एवढ्या मोठ्या आपत्तीनंतरही अगियानो कुटुंबातली मुलं एकमेकांजवळ येणार नव्हती, हेच त्या प्रसंगानं सिद्ध झालं. पुढं घडणाऱ्या फाटाफुटीची ती नांदी होती, असं म्हटलं तर ते चूक ठरू नये.

तेवढ्यात एक पोलीस अधिकारी (Sergeant) आम्ही बसलो होतो तिथे आला. मी त्याला विचारलं, "डॅडी कुठे आहेत?"

"त्यांची उलटतपासणी चाललीय." त्यानं उत्तर दिलं.

"मला त्यांना केव्हा भेटता येईल?" मी विचारलं.

"भेटता येणार नाही!" तो तुटकपणे म्हणाला. त्याचा एकूण आविर्भावच फार तुटकपणाचा वाटला मला, पण डायानाच्या चेहऱ्यावरील तुटकपणाच्या मानानं तो काहीच नव्हता!

"हे पाहा, मला एकदा भेटायचंय त्यांना..." मी काहीशा थंडपणे म्हटलं, "मला बोलायचंय त्यांच्याशी."

"तुम्हाला तसं काही नाही करता येणार." त्याचा स्वर आता उघडपणे त्रासिक झाला. तेव्हा मात्र माझा स्वत:वरला ताबा सुटला, "तुम्हाला काय अधिकार मला माझ्या डॅडींना भेटू न देण्याचा?" खरंतर डॅडींना भेटण्यामागचं माझ्या मनातलं कारण हे होतं की, मला त्यांना विचारायचं होतं, नक्की काय

घडलं होतं? कदाचित काही अपघात झाल्यामुळे ममा मेली असेल. कारण तिच्यावर त्यांचं खरोखरच प्रेम होतं. अगदी खरं सांगायचं तर, जरी मला कळायला लागल्यापासून मी त्यांचा फक्त तिरस्कारच करत असले तरी डॅडी आपल्या बायकोचा खून करू शकतील, यावर माझा विश्वासच बसला नव्हता. कदाचित काहीतरी वेगळंच घडलं असेल... ममा त्यांच्यासाठी जेवण बनवत असेल अन् त्या वेळी कसलातरी अपघात घडला असेल... आता या क्षणी माझे ते विचार मला स्वत:लाच विसंगत वाटत आहेत. ममाचा खून करण्याइतपत डॅडी क्रूर नक्कीच होऊ शकतात, हे काय मला ठाऊक नव्हतं का? नक्कीच होतं, पण त्या वेळी मात्र माझं मन त्यावर विश्वास ठेवायला तयार नव्हतं. खरं म्हणजे त्या सगळ्या घटनांचं आकलन करणंच माझ्या शक्तीबाहेरचं झालं होतं त्या दिवशी! ममा रात्री आपल्याबरोबर फ्लॅटवर परत येणार नाही, हे वास्तव मानायला माझं मन तयारच नव्हतं. स्वयंपाक करताना सुरीनं ती काहीतरी कापत असेल, तेव्हा जखम झाली असेल, आतापर्यंत बरीही झाली असेल ती.

"तुम्हाला त्यांना भेटता येणार नाही, असं सांगितलं ना मी?" प्रत्येक शब्दावर जोर देत तो अधिकारी म्हणाला. त्या क्षणी माझ्या भावभावनांचा कडेलोट झाला. इतके दिवस, नव्हे, इतकी वर्षं मी डॅडींच्या अत्याचाराला, क्रौर्याला तोंड देत आले होते, खंबीरपणे त्यांच्याशी लढत आले होते; पण त्या दिवशी मी पार ढासळून गेले. त्यानं शांतपणे म्हटलं असतं, 'थोड्या वेळानं, नाहीतर उद्या तुम्ही या इथे. मी तुमची तुमच्या डॅडींबरोबर भेट घडवतो'; तर कदाचित माझं पुढलं सगळं आयुष्य वेगळ्याच प्रकारे घडलं असतं. मला प्रामाणिकपणे वाटतं, त्या अधिकाऱ्यानं मला विरोध केला नसता त्या दिवशी, तर कदाचित मी डॅडींना भेटलेही नसते आणि माझ्या आयुष्यानं वेगळंच वळण घेतलं असतं...

माझ्या आक्रस्ताळेपणानं डायाना चाटच पडली. तिला माझ्या वागण्याचा अर्थच समजेना. ज्यानं आपल्या बायकोला ठार मारलं, ज्यानं आपल्या मुलांच्या आयुष्याला चूड लावली, अशा माणसाला भेटून मला करायचं तरी काय होतं? तिच्या दृष्टीनं तरी ते राक्षसच होते. तेवढ्यात काय झालं, पी. सी. ब्राऊटन (P. C. Broughton) नावाच्या अधिकाऱ्यानं मला विरोध करणाऱ्या अधिकाऱ्याला रोखलं आणि मध्यस्थी करत ते म्हणाले, "हे पाहा, मी तुम्हाला एक कागद देतो. त्यावर तुम्ही तुमच्या डॅडींना जे काही सांगायचं असेल, ते लिहा. मी ते त्यांच्यापर्यंत पोहोचवतो. तुम्ही उद्या इथे या आणि भेटा त्यांना." त्यांच्या सहृदयपणामुळे मला खूप बरं वाटलं. कुणीतरी आमची मन:स्थिती जाणून घेण्याचा प्रयत्न तरी करत होतं. त्यांनी मला एक कागद अन् पेन दिलं. 'काय

लिहू मी डॅडींना?' असा प्रश्न त्या क्षणी मला पडला. सगळे जण माझ्याकडे पाहत होते अन् माझी मन:स्थिती गोंधळाची. शेवटी मी लिहिलं,

'डॅडी, मला तुम्हाला भेटायचंय. पण इथले अधिकारी मला परवानगी देत नाहीत. तुम्ही काय कृत्य केलंय, ते मला माहीत आहे. पण या क्षणी मला त्याची पर्वा नाही. माझं तुमच्यावर प्रेम आहे. तुम्हालाही मला भेटायची इच्छा आहे, असं तुम्ही इथल्या अधिकाऱ्याला सांगा– तुमची मुलगी.'

मला चिठ्ठीतला शब्दन्‌शब्द आठवतोय. 'मला त्याची पर्वा नाही' हे शब्द थोडेसे भावनाशून्य वाटतात; पण ते लिहीत असताना माझ्या मनात एकच विचार होता– काही झालं तरी डॅडींना भेटायचं. म्हणजे त्यांच्या तोंडून मला सत्य काय ते वदवून घेता येईल. चिठ्ठीत मी त्यांची निर्भर्त्सना केली असती, राग व्यक्त केला असता तर त्यांनी माझी भेट घेणंच नाकारलं असतं आणि माझ्या मनातले प्रश्न अनुत्तरितच राहिले असते. माझ्याकडे चिठ्ठी लिहायला वेळही कमी होता. त्यामुळे जे शब्द मनात आले, ते मी कागदावर उतरवले, एवढंच!

डायाना पोलीस स्टेशन सोडायच्या तयारीत होती. ती इमॅन्युएल आणि डॅनियलला घेऊन जाणार होती. मी तिला म्हटलं, "मी हेलनकडे जाते. तिला सगळं सांगायचंय मला." मी पोलीस ठाण्यातून बाहेर पडले अन् माझ्या लक्षात आलं, आमची एक जुनी शेजारीण पॉला– आईची खूप जवळची मैत्रीण होती. तिलाही ही गोष्ट सांगायला हवी होती. आमच्या घराच्या समोरच्या बाजूला राहणाऱ्या पॉलानं आमच्या घरासमोरची गर्दी, पोलीस, रुग्णवाहिका वगैरे पाहिलं असणार. तिच्या मनात शंकेची पाल चुकचुकली असणारच. मी घराजवळ येऊन पोहोचले अन् मला आश्चर्याचा धक्काच बसला. आमच्या घरासमोरचा भाग दोरी लावून इतरांसाठी बंद केला होता. काही पोलीस अधिकारी तिथे पहारा देत होते. मी पॉलाच्या दारावर टकटक केलं. तिनं दार उघडलं अन् मला पाहताच तिचे डोळे पाण्यानं डबडबले. "मी एल्व्हाला पाहिलं गं, रुग्णवाहिकेतून तिचं शव नेलं पोलिसांनी." माझ्या डोळ्यांत पाणी तरळलं. तेव्हा मला धीर देत ती म्हणाली, "कधीही ये माझ्याकडे. माझ्याशी संबंध तोडू नकोस. काही हवं असलं तर नि:संकोचपणे सांग. आत्ता इथेच राहतेस का?"

"नको. इथे या घराच्या इतक्या जवळ राहणं मला शक्य होणार नाही. सारखी ममाची आठवण येत राहील." तिचे आभार मानून, तिचा निरोप घेऊन मी हेलनकडे गेले. रस्त्यानं चालणंसुद्धा मला कठीण वाटत होतं. चोवीस तासांत किती उलथापालथ झाली होती माझ्या आयुष्यात! पण इतरांच्या दृष्टीनं सगळं होतं तसंच होतं, काहीही बदल झालेले नव्हते त्यांच्या आयुष्यात. 'मागील पानावरून पुढे' अशा प्रकारे सगळं काही सुरू होतं. लोक आपापल्या घरी बसून

पूर्वीसारखेच टीव्ही पाहत होते, बाहेर रस्त्यांवर कुत्र्यांना घेऊन फिरायला चालले होते, दुकानातून पिशव्या भरभरून सामान घेऊन येत होते. ते इतकं नित्यासारखं आयुष्य कसं जगू शकत होते? त्यांना कळलं असतं की, कुणाच्या तरी घरात खून झालाय, तर कदाचित ते असं वागू शकले नसते; वाटेत भेटल्यावर एकमेकांशी गप्पा मारू शकले नसते. पण माझ्या एका मनाला वाटत होतं– नाही, हे सगळं असंच घडत राहणार आहे. वृत्तपत्रात एखादी बातमी ठळक अक्षरात येते, लोक ती वाचतात, शेजाऱ्या-पाजाऱ्यांनाही त्या बातमीनं धक्का बसतो. पण अशा बातम्यादेखील त्यांचं नित्याचं आयुष्य ढवळून काढत नाहीत. घडतात अशा दुर्दैवी घटना काहींच्या आयुष्यात, असा विचार ते करतात अन् पुढच्या क्षणी काहीतरी काम करायला लागतात. मला मात्र मोठ्यानं किंचाळावंसं वाटत होतं. मी चालायची थांबले तर बहुधा रस्त्यातच कोसळेन अशी भीती मला वाटू लागली, म्हणूनच केवळ मी चालत राहिले, कुठल्यातरी अगम्य शक्तीनं प्रेरित झाल्यासारखी! आधी एक पाऊल, मग दुसरं पाऊल अशा प्रकारे वाटचाल करत राहिले. मनातल्या भावनांवर कसा ताबा ठेवायचा, हेही मला समजत नव्हतं त्या वेळी.

हेलनच्या घरी मी कशी पोहोचले, ते मला आठवत नाही. तिनं मला धीर द्यायचा खूप प्रयत्न केला. म्हणाली, ‘‘माझ्याकडेच राहा, निदान आजची रात्र तरी.’’ पण मी तिला म्हटलं, ‘‘तू मला माझ्या फ्लॅटवर नेऊन सोडशील का?’’ ती तयार झाली. त्या दिवशी तिथे आणखीही एक-दोघं जण आले. त्यांची नावं, चेहरे मला काही आठवत नाहीत आता, पण माझ्याबरोबर राहणारा माझा मित्र मात्र होता तिथे. माझ्या तोंडून एक शब्दही फुटत नव्हता. एक-दोन आठवड्यांपूर्वी ममानं मला एक सुरेख मेणबत्ती भेट म्हणून दिली होती. मला फार पूर्वीपासून मेणबत्त्यांचं वेड होतं आणि ही मेणबत्ती तर फारच सुंदर होती. ‘‘किती सुंदर आहे गं ही! पेटवावीशीच वाटत नाही. ही मी कायम माझ्याकडे ठेवणार आहे.’’ मी तिला म्हणाले होते. मी खाली बसले, मेणबत्ती पेटवली आणि तिच्या फडफडणाऱ्या चिमुकल्या ज्योतीकडे एकटक पाहत राहिले. माझ्या मित्रमैत्रिणींनी मला बोलतं करायचा खूप प्रयत्न केला; पण फक्त मेणबत्तीवर नजर खिळवून मी बसून राहिले. कुणीतरी म्हणाल्याचं आठवतंय, ‘‘खरंच, मला वाटतं, तिचा भावनिक तोल ढळतोय!’’ शब्द कानात शिरत होते, पण उत्तर देणं मला शक्य होत नव्हतं.

लहानपणापासून खऱ्या अर्थानं ममाच माझी पालक होती. माझ्यावर असीम प्रेम करणारी माझी आई देवानं माझ्यापासून हिरावून घेतली होती. गेले काही आठवडे आम्ही एकमेकींच्या संगतीत घालवले होते. केवढा उत्साह वाटला होता

मला त्या दिवसांत! माझी सुंदर, नाजूक आई आयुष्यभर इतरांवर प्रेम करण्यातच सुख मानत आली होती. माझ्यासारख्या दुष्ट मुलीवरदेखील– जिनं तिचे पैसे चोरले होते, जिनं 'अपयशी' अशा शब्दात तिला दूषण दिलं होतं– तिनं किती प्रेम केलं होतं! आज तिलाच मी कायमची गमावून बसले होते. माझं सर्वस्वच लुटलं गेलं होतं!

मी कधी झोपले ते मला आठवत नाही. पण केव्हातरी मला जाग आली आणि पुन्हा सगळं आठवण्यापूर्वी एखाददुसरा क्षणच असेल; पण त्या एक-दोन क्षणात मला विलक्षण वेदनेचा अनुभव आला. वाटलं, आपणही आत्ता या क्षणी मरून जावं. मी कशी बाहेर पडणार होते त्या जीवघेण्या दु:खातून, ते माझं मलाही ठाऊक नव्हतं. अचानकच एक विचार मनात आला– पण तू म्हणालीस, तुला डॅडींना भेटायचंय. माझं मन जणू माझीच परीक्षा घेत असावं. डॅडी, माझे वडील, एक खुनी माणूस! खरंच, मी भेटणार आहे त्यांना उद्या? मी उठले आणि अंघोळीला गेले. शॉवरखाली उभी असताना गेल्या काही तासांमधल्या घटना मी उकलायचा प्रयत्न केला. पोलीसठाण्यावर काय घडलं, मी काय म्हणाले वगैरे अन् माझ्या लक्षात आलं. खरंच मला डॅडींना भेटायचंय, त्यांच्यासमोर उभी राहून, त्यांच्या नजरेला नजर देत मी त्यांना जोखणार होते– माझ्या डोळ्याला डोळा भिडवताना त्यांना शरम वाटते आहे का, ते मला पाहायचं होतं. आपल्या मुलीनं अशा प्रकारे एकटक बघितल्यानंतर त्यांना जगणं शक्य होईल? ते नेहमी म्हणायचे, 'माझं तुमच्या ममावर आणि तुम्हा सगळ्यांवर खूप प्रेम आहे.' मी विचारेन त्यांना, 'डॅडी, आमच्यावर तुमचं प्रेम होतं, तर आम्हाला अशा प्रकारे उद्ध्वस्त कसं करू शकलात तुम्ही?' अन् हे सगळं घडल्यानंतरही त्यांना वाटत होतं की ते पूर्वीसारखेच जगू शकतील? त्यांनी केवळ ममालाच ठार मारलं नव्हतं, त्यांनी आमचेही गळे कापले होते. आता भोगू देत त्यांना त्यांच्या कर्माची फळं!

दुसऱ्या दिवशी सकाळी अकराच्या सुमारास मी पोलीस ठाण्यावर पोहोचले. पाहिलं तर इमॅन्युएल तिथे आधीच येऊन थांबला होता. मला आश्चर्यच वाटलं. त्यानं जेमतेम ओळख दाखवल्यासारखं केलं. या भयानक घटनेमुळे तो पुरता हादरून गेला होता. तसा तो नेहमीच एक प्रकारच्या गोंधळलेल्या मन:स्थितीत असायचा. आता या अचानक कोसळलेल्या दु:खामुळे तो फारच सैरभैर झाल्यासारखा वाटला मला. त्याला काही बोलायचं नसावं, असं मला वाटलं. मी हवालदाराला आमच्या येण्याचं कारण सांगितलं, तेव्हा तो 'बसा' एवढंच म्हणाला. मग त्यानं काही कागदपत्रं पाहिली अन् म्हणाला, ''तुमच्या वडिलांवर खुनाचा आरोप ठेवला असल्यामुळे त्यांना इथे सोमवारपर्यंत ठेवलं जाईल. मग त्यांची रवानगी

लिंकन तुरुंगात होईल. प्रथम त्यांना मॅजिस्ट्रेटपुढे नेण्यात येईल. त्यांच्यावरचा खटला सुरू होण्यापर्यंतच्या काळात त्यांना तुरुंगातच ठेवण्यात येईल.'' अनेक वेळा वृत्तपत्रातल्या बातम्यांमध्ये, तसंच टीव्हीवरील मालिकांमध्ये खून, खटला, पोलीस कोठडीसारखे शब्द ऐकलेले होते, त्यांचा अर्थही माहीत होता; पण आता या सगळ्या गोष्टी आपल्या संदर्भात, आपल्या कुटुंबाच्या संदर्भात चालल्या आहेत यावर विश्वास ठेवायला माझं मन तयार होत नव्हतं. कायद्याची चक्रं सुरू झाली आहेत, ममाला त्यामुळे न्याय मिळेल, या विचारानंदेखील मनाला दिलासा मिळत नव्हता. उलट, मनात एक प्रकारची निराशाच दाटून आली. पोलिसांच्या दृष्टीनं पाहिलं तर एक खून घडला होता अन् त्यानुसार त्यांना पुढील कारवाई करायची होती. बस्स! गुन्हेगारांना समाजात सुव्यवस्था निर्माण करणं, हे त्यांचं कर्तव्य ते पार पाडत होते. पण आमच्या बाबतीत काय? आम्ही तर कायमचेच उद्ध्वस्त झालो होतो. आमची मनं विदीर्ण झाली होती, आम्ही खचून गेलो होतो. एका घटनेसरशी दोन्ही पालकांना– आई-वडिलांना– आम्ही गमावून बसलो होतो. पोलीस काय, न्यायालय काय किंवा वकील काय– ते एका ठराविक चाकोरीतून या घटनेकडे पाहत होते. त्यावर कारवाई करत होते. त्यांना आमच्या भावनांविषयी काही देणं घेणं नव्हतं.

आम्ही दोघं काहीही न बोलता बसून राहिलो. थोड्याच वेळात हवालदार मला डॅडींकडे घेऊन जाईल, तेव्हा मी काय करू? कसं तोंड देऊ त्यांना? त्यांना भेटल्यावर काय बोलायचं, काय प्रश्न विचारायचे, ते सगळं मी सकाळी मनाशी ठरवलं होतं. पण आता माझ्या मनात प्रचंड गोंधळ उडाला होता. मला काही समजत नव्हतं. पुन्हा एकदा माझी त्या लहानग्या, गोंधळलेल्या मुलीसारखी अवस्था झाली होती, जी मी पूर्वी अनेक वेळा अनुभवली होती. माझ्या शरीराला कापरं भरल्यासारखं झालं. त्या क्षणी वाटलं, डॅडींना मी भेटले, त्यांच्याशी बोलले तर कदाचित ते दुष्टचक्र मला थांबवता येईल, पुन्हा सगळं पूर्वीसारखं होईल. मनात अशी अस्वस्थतेची वादळं सुरू असतानाच एक अधिकारी माझ्याजवळ आला अन् म्हणाला, ''चला, भेटीची वेळ झालीय.'' मी उठून चालू लागले; पण माझे पाय थरथर कापत होते. ''तुम्हाला त्यांना बघता येईल, त्यांच्याशी बोलता येईल; पण मध्ये एक पारदर्शक काच असेल. त्यामुळे त्यांना स्पर्श करता येणार नाही.'' शब्द कानावर पडत होते, पण त्यांचा अर्थ मला उमगत नव्हता. इमॅन्युएल माझ्यामागून चालतोय, एवढीच जाणीव होती मला त्या वेळी. एका दारातून आम्ही आत शिरलो व एका रिकाम्या खोलीत प्रवेश केला. मी डॅडींना बघितलं आणि माझ्या मनाचे बांध पुरते कोसळले. पांढरा प्लॅस्टिकचा गणवेश घातलेले माझे डॅडी त्या वेळी रडत होते. किती लहानखुरे, केविलवाणे दिसत

होते डॅडी! या माणसानं माझ्यावर हुकमत गाजवली होती, मला छळलं होतं? त्यांच्यापासून सुटका करून घ्यायला मला भाग पाडलं होतं? त्या त्यांच्या अवस्थेवरून माझा तर त्यावर अजिबात विश्वास बसत नव्हता.

त्यांच्याशी काय बोलायचं, हे मी मनात ठरवण्यापूर्वीच इमॅन्युएल संतापानं पेटून उठल्यासारखा ताडकन उभा राहिला. त्यानं काचेवर थाडथाड मुठी मारायला सुरुवात केली. किंचाळल्यासारख्या स्वरात तो डॅडींना शिव्या देऊ लागला. त्याला इतका संतापलेला मी यापूर्वी कधीच पाहिला नव्हता. माझ्या लहानपणी तो अनेक वेळा माझ्यावर चिडायचा, मला मारायचादेखील; पण त्याला डॅडींवर चिडलेला मी प्रथमच पाहत होते आणि हा त्याचा उद्रेकही काहीतरी वेगळाच होता. कालच्या घटनेमुळे तो इतका हादरून गेला होता की, त्याला स्वत:ला सावरणं अशक्य झालं होतं. त्याच्या अंगात त्या वेळी इतकी ताकद होती की, तो नक्की ती काच फोडेल, अशी भीती मला वाटली. पण ती काच भलतीच टणक होती. त्यामुळे इमॅन्युएलच्या मुठीच्या दणक्यांनी ती फुटली नाही. मी किंचाळून पोलिसांना हाक मारली. डॅडी रडत होते, भेकत होते, पुन:पुन्हा आमची क्षमा मागत होते. इतक्यात दोन अधिकारी धावत आत आले. तेव्हा मी त्यांना म्हटलं, ''याला इथून घेऊन जा. मला माझ्या डॅडींबरोबर बोलायचंय. त्याला आवरा.'' इमॅन्युएल अजूनही संतापानं बेभानच होता, मोठमोठ्यानं ओरडत होता, लाथा मारत होता. तशाच अवस्थेत पोलीस अधिकारी त्याला खेचत बाहेर घेऊन गेले.

एक प्रकारची भयानक शांतता माझ्या अंगावर कोसळली. काचेपलीकडे डॅडी अजूनही हुंदके देत होते अन् या बाजूला मी सुन्न झाल्यासारखी उभी. काय बोलावं ते कळत नसल्यासारखी, गांगरून गेलेली. पण नुसतं असं उभं राहून भागणार नव्हतं. मला डॅडींशी बोलायचं होतं, त्यांना काहीतरी विचारायचं होतं. त्यासाठीच मी इथे आले होते. माझ्या मनावर ताबा मिळवण्यासाठी मी प्रथम खाली बसले. त्यामुळे डॅडींना आता मी दिसू शकत नव्हते.

''डॅडी, काल काय घडलं त्याविषयी तुम्ही मला सांगायला हवं. मला सगळं खरं खरं सांगा. आज जर तुम्ही माझ्याशी खोटं बोललात तर यापुढे तुम्हाला कधीही माझं तोंडदेखील पाहता येणार नाही. सत्य कितीही त्रासदायक, क्लेशकारक असलं तरी त्याला तोंड द्यायची माझी तयारी आहे. जे सत्य आहे, ते मला समजलं तर त्याला मी सामोरं जाऊ शकेन. पण तुम्ही खोटं बोलणार असाल, तर आपले संबंध इथेच कायमचे संपतील. मी काय म्हणतेय, ते तुम्हाला कळतंय ना डॅडी?''

त्यांनी मान वर केली. आधी ते काहीच बोलले नाहीत; पण मग म्हणाले,

"हो, नतालिया, तुझं म्हणणं मला समजतंय. मी तुला खरं बोलण्याचं वचन देतो."

यापूर्वीही त्यांनी मला एक वचन दिलं होतं– मी वसतिगृहातून घरी परत आले तर मला न मारण्याचं वचन त्यांनी दिलं होतं आणि ते त्यांनी पाळलंही होतं. ते मला आठवलं अन् मला विश्वास वाटला की, याही खेपेस ते आपला शब्द पाळतील. त्या वेळी मला एका गोष्टीची कल्पना आली नाही– सत्य जाणल्यावर माझ्या मनाची काय अवस्था होईल, मी कशी भोवंडून गेल्यासारखी होईन, भरकटत जाईन. ती कल्पना असती तर मी त्यांना सत्य सांगायला उद्युक्त केलं असतं का?

मी सत्याची मागणी केली अन् ते मला मिळालंही. पण माझ्या मनावर ते एका अवजड शिळेसारखं आदळलं– ज्याच्यापासून कधीही सुटका होणार नाही, असं एक भयंकर भीतिदायक ओझं घेऊन मी त्या दिवशी परतले...

दु:ख माझा सोबती

डॅडी बोलू लागले, "काल पोलीस अधिकाऱ्यानं माझ्या हातात एक चिठ्ठी ठेवली. त्या वेळी मला वाटलं की, ती डायानानंच लिहिलेली असणार. ती चिठ्ठी तू लिहिली आहेस, हे मी तुला इथे पाहिलं तेव्हाच मला समजलं. माझा माझ्या डोळ्यांवर विश्वासच बसला नाही. माझी ही लेक मला भेटायला आलीय– जिनं माझा कायम तिरस्कार केला, ती माझी नतालिया, माझी वाईट मुलगी– मला भेटायला आलीय? जिनं माझ्या मृत्यूचीच इच्छा मनात बाळगली, तिला मला भेटावंसं वाटलं...?"

डॅडींचे शब्द कानांवर पडत होते; पण मी दोन्ही हातांची बोटं एकमेकांत गुंफलेल्या अवस्थेत बसलेली होते. त्यांना किती आश्चर्य वाटलं, ते ऐकण्यासाठी मी तिथे गेलेली नव्हते.

"फक्त काय घडलं त्याविषयी सांगा–" मी तुटकपणे म्हटले.

"मला माफ कर... खरंच मी मनापासून माफी मागतो... माफ कर..." ते पुन्हा एकदा रडू लागले.

"ते मी ऐकलंय यापूर्वीच–" मी त्यांना थांबवत म्हटलं, "काय झालं त्याविषयी बोला. तुम्ही असं का वागलात, ते जाणून घ्यायचंय मला."

"मला समजून घे तू–" माझ्या डोळ्यांना डोळे भिडवत ते म्हणाले, "मला तसं वागणं भाग पाडलं देवानं. ती देवाची आज्ञा होती. तिच्या आत्म्याला वाचवण्यासाठी तिच्या शरीराचा नाश करणं आवश्यकच होतं."

मी त्यांच्याकडे एकटक बघतच राहिले. आतापर्यंत अनेक वेळा मी त्यांच्या धार्मिक समजुतीबद्दल ऐकलं होतं; पण ते ती अशा प्रकारे प्रत्यक्षात उतरवतील

यावर माझा कधीच विश्वास बसला नसता.

"डॅडी, तुम्ही जे सांगताय, त्यावर माझा मुळीच विश्वास नाही. तुम्ही स्वत:च ठरवलंत की, तुम्ही काय करायचं ते. तुम्हीच तुमच्या हातानं सुरी उचललीत. यात देवाच्या आज्ञेचा प्रश्न येतो कुठे?"

मी जितक्या स्थिरपणे त्यांच्याकडे पाहत होते तितक्याच स्थिर नजरेनं माझ्याकडे बघत ते म्हणाले, "नतालिया, तुझ्या आईनं विवाहाच्या वेळी शपथ घेतली होती त्याप्रमाणे केवळ मृत्यूच आमची ताटातूट घडवू शकत होता. मला सोडून ती गेली तेव्हा तिनं ती धार्मिक शपथ मोडली. या पापासाठी तिला नरकात जावं लागलं असतं. नतालिया, माझं तुझ्या आईवर प्रेम आहे. दुसऱ्या कुणाही स्त्रीवर मी कधीच प्रेम केलं नाही. म्हणूनच मला तिनं नरकात खितपत पडायला नको होतं. तिनं नरकवास भोगावा, असं मला वाटलं नाही."

"तिनं त्रास भोगू नये, असं तुम्हाला वाटलं?" मी अविश्वासानं विचारलं, "डॅडी, तुम्ही तिला भोसकून ठार मारलंत!"

"मी तिला मुक्ती दिली!" अतिशय शांतपणे त्यांनी उत्तर दिलं, "प्रत्यक्ष येशू ख्रिस्तानं मला दर्शन दिलं आणि माझ्यासमोर तीन पर्याय ठेवले. एल्व्हानं घरी परत यावं आणि केल्या पापाबद्दल क्षमायाचना करावी. दुसरा पर्याय– मी तिला वेगळं राहू द्यावं आणि तिची नरकात रवानगी केल्याचं पातक माझ्या माथी घ्यावं किंवा तिसरा पर्याय म्हणजे तिला मारून तिच्या आत्म्याला मुक्ती द्यावी. मी तिला स्पष्ट शब्दांत सांगितलं, ही शेवटची संधी देतोय तुला मी घरी परत येण्याची. पण तिनं माझं म्हणणं धुडकावून लावलं. सरळ म्हणाली मला, काही झालं तरी मी परत येणार नाही.

"तसं केलंस तर तू स्वत:ला सैतानाच्या हाती सोपवते आहेस, असं म्हणावं लागेल मला. अशा वागण्याबद्दल प्रत्यक्ष परमेश्वरदेखील तुला अन् तुझ्या मुलांना शाप देईल असं मी तिला म्हणालो. पण ती माझं काही ऐकायलाच तयार नव्हती. शेवटी तिच्या मुक्तीसाठी मला तसं वागावं लागलं.

"आता मीदेखील तिच्याकडे जाणार आहे. मी अन्नत्याग करणार आहे. तुला हे समजायला हवं, यापुढे मी स्वत:ला उपाशी ठेवणार आहे. अशा प्रकारे मरणाला कवटाळणं फार क्लेशदायक असतं; पण मी ते करणार आहे."

"तेच तुमच्यासाठी योग्य आहे," मी कठोरपणे म्हणाले आणि मला तेच हवं होतं. या दुष्ट माणसाला जगण्याचा काय अधिकार होता? माझ्या आईला आधी यानं जिवे मारलं आणि आता कुठल्यातरी विकृत (twisted) धार्मिक समजुतीच्या जोरावर तो स्वत:च्या वागण्याचं समर्थन करत होता. मरू दे त्याला. पुन्हा एकदा त्यांनी मला सांगितलं की, मुलांना पोरकं केल्याचं त्यांना वाईट वाटत होतं.

"माझं तुमच्या ममावर फार प्रेम होतं गं!" हे वाक्य ते वारंवार उच्चारत राहिले. मला त्यांच्या बोलण्याचा, रडण्याचा अगदी वीट आला. मी उठून उभी राहिले. ते पाहताच त्यांनी माझी विनवणी केली, "परत भेटायला येशील ना मला, नतालिया?"

मी त्यांना भेटण्याचं वचन दिलं होतं, ते मला पाळायचं होतं. केवळ तेवढ्याचसाठी मी 'हो' म्हटलं आणि तिथून बाहेर पडले.

पोलीस ठाण्यातून मी बाहेर आले तेव्हा माझं डोकं भणभणत होतं. आपल्याला उलटी होणार, अशीही भावना निर्माण झाली. कारण सकाळपासून मी काही खाल्लेलं नव्हतं अन् आत्ताही तशी इच्छा नव्हतीच. नुसतं चालत राहावं, चालत राहावं. मनातल्या भावनांवर कसा ताबा मिळवावा, असं मला वाटत राहिलं. मी रडत होते, पण अश्रूंवाटेसुद्धा माझं दु:ख हलकं होत नव्हतं. मला ममाला बघायचं होतं.

ममाच्या फ्लॅटवर जावं, असा माझा बेत होता. तिच्या वस्तूंवरून हात फिरवावा, तिचा अप्रत्यक्ष सहवास मिळावा, या हेतूनं मी तिथे गेले खरी; पण तिथे गेल्यानंतर मात्र मला तिच्या एकाही वस्तूला हात लाववेना. निर्जीवपणे सगळ्या वस्तू आपापल्या जागी होत्या. तिच्याकडे चिनी मातीच्या अनेक छान-छान बाहुल्या होत्या. त्यातली एक तिची खूप आवडती होती. मी तिला स्पर्श केला अन् पुन्हा एकदा माझे डोळे भरून आले. बराच वेळ मी तिथे बसले असावे. किती वेळ गेला, त्याचं मला भानच नव्हतं. एकेक क्षण घालवणं मला जड जात होतं. पण काळ थांबत नाही, हेच खरं! कुणीतरी म्हणतं तुम्हाला, 'खूप वेळ होऊन गेला, काही खाल्लं नाहीस,' पण कसं कोण जाणे, दिवस अन् रात्रीचं चक्र तुम्हाला जाणवेनासं होतं. वेळ जातच असतो; पण त्याचं भान राहत नाही.

मी ममाची आवडती बाहुली उचलली आणि खिडकीत ठेवली. का ते मी सांगू शकले नसते तेव्हा अन् आजही. ममावर मी एक कविताही लिहिली. थोडी फुलं अन् तो कवितेचा कागद मी बाहुलीजवळ ठेवला. माझी कविता माझ्या मनातल्या सगळ्या भावभावनांना अभिव्यक्त करू शकत नाही. पण ममा गेल्यामुळे मी किती आणि काय काय गमावलं, या जाणिवेची ती सुरुवात होती. मी लिहिलं होतं–

कुणीतरी ऐकत होतं, कुणाला तरी ठाऊक आहेत
माझ्या जीवनातले सगळे चढ आणि उतार
कुणीतरी ऐकतं तेव्हा सगळं कसं सहज दिसतं

मी आहे तशीच चांगली आहे, ठीक आहे
माझ्या चेहऱ्यावरचा मुखवटा आता गळून पडलाय
माझ्या जखमा आता पूर्वीसारख्या ठसठसत नाहीयेत
ती मला विश्वास देते की मी नक्की जिंकेन
माझं पूर्वायुष्य म्हणजे काही पाप नव्हतं
माझ्यातला योद्धा आता मला जाणवतोय
माझ्यातली विजेती आता (कमरेत) झुकून अभिनंदन स्वीकारणार आहे
कुणीतरी कान देऊन ऐकेल, कुणीतरी नुसतं ऐकेल...
माझी अपेक्षा, बस्स, इतकीच होती की कुणीतरी माझं बोलणं ऐकावं
आणि माझ्या लाडक्या आईनं तेच तर केलं.

ममा, मी तुझ्यावर प्रेम करते. माझ्यावर तुझी नजर असू दे.
...नतालिया

ममानं माझ्यासाठी किती केलं, विशेषत: तिच्या आयुष्याच्या अखेरच्या काही आठवड्यांमध्ये– ते मी शब्दांत कसं सांगू? तिनं माझ्यात विश्वास निर्माण केला, "पोरी, सगळं काही ठीक होईल..." असं म्हणायची ती. पुन्हा एकदा तिला भेटावं, तिचे आभार मानावेत, तिच्याबरोबर थोडा वेळ राहावं, असं तीव्रतेनं वाटलं मला. तिचा मृतदेह हॉस्पिटलच्या शवागारात ठेवला होता. डायानाला तो ओळखण्यासाठी हॉस्पिटलमध्ये जावं लागलं होतं. त्या क्षणी मला वाटलं, आपण तिच्याजवळ जाऊन बसावं. डॉक्टर, पोलीस अधिकारी आणि शवागारातल्या कर्मचाऱ्यांनी आपापलं काम पुरं केलेलं होतं. आता कुणीतरी तिच्याजवळ असण्याची गरज होती. मी पोलीस ठाण्यात फोन केला अन् त्यांचं मत विचारलं. माझा फोन पोलीस अधिकारी पी. सी. ब्राऊटन यांनीच घेतला. त्यांनी केलेल्या मध्यस्थीमुळेच मला डॅडींची भेट घेणं शक्य झालं होतं. ते आमच्या कुटुंबासाठी आता संपर्क अधिकारी (Liaison Officer) म्हणून जबाबदारी पार पाडत होते. आता तेच मला माझ्या फ्लॅटवरून डायानाच्या घरी घेऊन जाणार होते. मला माझ्या कुटुंबीयांना– माझ्या भावंडांना– भेटायचं होतं. विशेष म्हणजे मला डॅनियलला भेटायचं होतं. त्या सगळ्यांना सांगायचं होतं की, मी ममाला भेटायला जाणार आहे. डायानाच्या घरी आम्ही दोघं पोहोचलो तेव्हा इमॅन्युएलनं दार उघडलं. डायाना बाहेर गेलेली होती. तिला ममाच्या अंत्यविधीची तयारी करायची होती. माझ्याशी एक शब्दही न बोलता इमॅन्युएल आत निघून गेला. खोलीत फक्त डॅनियल, पी. सी. ब्राऊटन आणि मी असे तिघेच उरलो. डॅनियलनं मला विचारलं, "तू कुठे चाललीयस?" मी काय उत्तर देणार त्याला?

शब्द माझ्या ओठांतच अडले. त्यानं पुन्हा तोच प्रश्न विचारला तेव्हा मला खरं काय ते सांगावं लागलं.

"मी पण येतो तुझ्याबरोबर–" तो म्हणाला.

अधिकाऱ्याकडे पाहत मी डॅनियलला म्हटलं, "डॅनियल, तुला माझ्याबरोबर आत येऊ देणार नाहीत."

"का बरं?" पी. सी. ब्राऊटन म्हणाले, "मुलांना परवानगी असते."

मी पुन्हा डॅनियलकडे पाहिलं. तो आशेनं माझ्या चेहऱ्याकडे पाहत होता, "प्लीज, नतालिया, मला घेऊन चल ना!"

"ठीक आहे." मी म्हटलं. माझ्या या धाकट्या भावाला आपल्या ममाचं शेवटचं दर्शन घेण्याची संधी मी कशी काय नाकारू शकत होते? शेवटी आम्ही तिघं निघालो.

हॉस्पिटलमधले सगळे कर्मचारी आमच्याशी सहृदयतेनं वागले. कुणीतरी जवळचं माणूस वारलंय, त्याचे नातेवाईक मृतदेहाचा ताबा घ्यायला आलेत, अशा लोकांना भेटायची त्यांना सवय असावी. पण त्या सगळ्यांच्या नजरेत मला एक प्रकारचं औत्सुक्य आढळलं. काल दिवसभर टीव्हीवर याच घटनेविषयी माहिती दिली जात होती. ममाचा मृतदेह घरातून बाहेर नेत असतानाची चित्रंही टीव्हीवर दाखवली होती अन् आजच्या वृत्तपत्रांमध्येही त्याविषयी बातमी अन् फोटो आले होते. डॅनियल आणि मी एका खुन्याची मुलं होतो आणि आम्हाला न्याहाळल्याशिवाय लोकांना राहवत नव्हतं. सर्वसामान्य लोक मनानं वाईट नसतात; पण त्यांना आपल्या मनातल्या कुतूहलावर मात करता येत नाही, हेही तितकंच खरं!

आपल्या घराचे, पोलिसांचे, रुग्णवाहिकेचे फोटो मीदेखील टीव्हीवरील बातम्यांमध्ये पाहिलेले होते; पण माझं मन ते कठोर वास्तव स्वीकारायला तयार नव्हतं. खरंतर, टीव्हीवर ती दृश्यं पाहत असताना ते सगळं मला जास्तच खोटं वाटलं होतं. पण आजचा प्रसंग वेगळा होता. आम्हाला एका मार्गिकेतून नेण्यात आलं. त्यानंतर आम्ही एका जिन्यावरून वरच्या मजल्यावर गेलो. मुख्य शवागाराच्या बाजूला असलेल्या एका खोलीत ममाचा मृतदेह तात्पुरत्या शवपेटिकेत ठेवलेला होता. चेहरा आणि हात वगळता तिचा संपूर्ण देह एका कापडानं आच्छादण्यात आला होता. ममा नेहमी चष्मा लावायची. आत्ता तिच्या डोळ्यांवर चष्मा नव्हता. चष्म्याविना तिचा चेहरा किती वेगळा दिसत होता! मी माझा हात तिच्या गालावर ठेवला अन् मला एकदम गारठल्यासारखं वाटलं. ही नव्हती माझी ममा! ममाचा स्पर्श हाताला नेहमी गरम लागायचा. थंडीच्या दिवसांतदेखील तिची त्वचा छान उबदार वाटायची. कितीतरी वेळा तिच्या मिठीत मला ऊब मिळायची. जणू तिच्या

त्वचेमधून माझ्या शरीरात एखादा उबदार प्रवाह वाहत राहायचा. आत्ता तिचा गाल हाताला किती थंड लागला... काहीतरी चुकत होतं कुठेतरी! ही माझी ममा नव्हती. ही आता कधीच उठणार नव्हती.

डॅनियलबरोबर मी खाली बसले, पण खरं तर मी माझ्याच विचारात एकटीच गुरफटलेली होते. मला आजूबाजूची काही जाणीव नव्हती. विचारही सुसंगत नव्हते. मी पुन्हा एकदा ममाच्या चेहऱ्याकडे पाहिलं. हा चेहरा मी दोन आठवड्यांपूर्वी न्याहाळलेल्या निद्रिस्त ममाच्या चेहऱ्यापेक्षा किती वेगळा होता! आत्ता माझ्यासमोर असलेल्या ममाच्या चेहऱ्यावरचे भाव मी यापूर्वी कधीच पाहिलेले नव्हते. मला परिचित असलेली ममा नेहमी दुःखी किंवा काळजीत असल्यासारखी वाटायची. आत्ता मला दिसणारी ममा रागीट वाटत होती. तिला काहीतरी सांगायचंय, असं वाटत होतं. इतक्यात डॅनियल पुढे झाला अन् ममाकडे टक लावून बघू लागला. त्याच्या मनाचा काहीतरी गोंधळ उडाला असावा. कारण त्यानं एकदम हात पुढे केले. तो ममाचे डोळे उघडणार, असं माझ्या लक्षात येताच मला धक्काच बसला.

"डॅनियल, हे काय करतोयस तू?" मी ओरडले.

"मला ममाचे डोळे पाहायचेत, एकदाच! डोळे उघडे असलेली ममा पाहायचीय मला..."

हे बोलत असताना वरकरणी तो शांत होता; पण त्याच्या मनातला गोंधळ वाढत असावा. आपण तिचे डोळे उघडले तर कदाचित ती उठून बसेल, असं त्याला वाटलं की काय, देव जाणे! आत्तापर्यंत सतत ममाच्या सान्निध्यात वाढलेल्या या नऊ वर्षांच्या लहान मुलाला कसं समजवायचं की, आता ममा कधीच परत येणार नाही, उठणार नाही, बोलणार नाही, काही करणार नाही... कसेबसे मी त्याचे हात धरले अन् म्हटलं, "डॅनियल, बाळा, असं नाही करायचं." तो थोडा वेळ उभा राहिला. त्याच्या चेहऱ्याकडे मला बघवेना. अपरिमित दुःख आणि मनातल्या गोंधळानं पिळवटून निघाला होता बिचारा! ममाचं त्याच्यावर प्रेम होतं. मग का नाही उठणार ती, असं त्याला वाटत असावं.

मी बोलायला सुरुवात केली. त्याला समजावण्यासाठी, त्याच्या मनातलं दुःख हलकं करण्यासाठी की, मलाही काही सुचत नव्हतं म्हणून! कशासाठी, ते मलाच माहीत नाही. "बघ गं ममा, आमच्याकडे बघ. कशी अवस्था झालीय आमची. एकदा डोळे उघडून बघ. तसा डॅनियल ठीकच आहे. डायाना आम्हा सगळ्यांची जमेल तशी काळजी घेते आहे." मला हे सांगायचं होतं तिला की, मलाच तिच्याशिवाय जगणं अशक्य होतं. पण छोट्या डॅनियलसमोर कसं सांगणार मी?

मी बोलतच राहिले, मनातल्या दुःखाला वाट देत राहिले. काय बोलत होते ते मला नीटसं समजत नव्हतं; पण ममाजवळून दूर जाऊ नये, असं वाटत राहिलं. पूर्वी मी तिच्याजवळ मनातलं दुःख, राग मोकळा करायची; तेव्हा ममाच्या चेहऱ्यावर मला काळजी दिसायची. आपली मुलगी इतकी का संतापते, हे तिला उमगत नसे. पण अलीकडच्या काही आठवड्यांत ती खूप बदलली होती. आम्ही एकमेकींना नव्यानं ओळखू लागलो होतो. मला माझी खरी ममा मिळाली होती अन् तीही तिच्या नतालियाला शोधण्याचा प्रयत्न करत होती. माझी ममा मला आवडायला लागली होती तोच तिला देवानं आमच्यापासून कायमचं हिरावूनही घेतलं होतं. यापुढे मी कधीच तिच्याशी बोलू शकणार नाही, तिला पूर्णपणे जाणू शकणार नाही, याचंच मला फार वाईट वाटत होतं. आत्ता आत्ता कुठे तिच्या आयुष्याला खऱ्या अर्थानं सुरुवात झाली होती अन् एखाद्या दुष्ट, क्षमाहीन देवासारखं डॅडींनी तिला संपवून टाकलं होतं.

डॅनियलसमोर मला रडायचं नव्हतं; मोडून पडायचं नव्हतं. मला ममाचे शब्द आठवले. ती म्हणायची, "नतालिया, माझं तुझ्या डॅडींवर प्रेम आहे. पूर्वीसारखी मी आता त्यांच्या प्रेमात पडलेली नाही, पण ते जसे आहेत तसे मला प्रिय आहेत; मग त्यांचं वागणं कसंही असो. तुझ्यावरदेखील मी माझी मुलगी म्हणून प्रेम करते ना, तसंच! तूदेखील कितीतरी वेळा चुकीचं वागली आहेस, पण म्हणून माझं तुझ्यावर प्रेम नाही, असं थोडंच आहे? मी तुझ्यावर प्रेम करत, तुझ्या वागण्यावर नाही."

हातात सुरी घेऊन डॅडी तिच्यावर चाल करून येत होते तेव्हाही तिच्या मनात हेच विचार आले असतील का? जखमी होताना, रक्तबंबाळ अवस्थेतही तिनं डॅडींवर प्रेमच केलं असेल का? छेः मला नाही तसं वाटत! माझ्या मनात तरी आता प्रेमाचा लवलेशही उरला नव्हता त्यांच्यासाठी. कुठलंच प्रेम इतकं उदात्त असू शकत नाही. बिचारीचा डॅडींनी अन् त्यांच्या बायबलमधल्या जुनाट कल्पनांनी खून केला होता. उगीच देवाचं नाव कशाला आणायचं मध्ये? सगळा खोटेपणा होता. त्यांना एक प्रकारची भीती वाटत असावी. ते आता म्हातारे झाले होते. बायकोशिवाय जगणं त्यांना अशक्य झालं होतं अन् तिकडे त्यांची बायको त्यांच्याशिवाय मजेत, आनंदात राहत होती, हीच खरी त्यांना सलणारी गोष्ट होती. दुसरं-तिसरं काही कारण नव्हतं! असा माणूस अन्नत्याग करून मरणाला कवटाळू पाहत होता, हेच उत्तम होतं. पण देवाघरी खरोखरच न्याय असेल तर पुन्हा त्या दोघांचं मीलन व्हायला नको!

निघण्याची वेळ झाली होती. मनातल्या विचारांची मला आता भीती वाटू लागली. डॅनियलला सुखरूपपणे डायानाकडे पोहोचवायला हवं होतं. आम्ही

तिच्या घरी पोहोचलो तेव्हा डायाना संतापलेली होती. डॅनियलला शवागारात ममाच्या दर्शनासाठी नेण्याइतकी मूर्ख, संवेदनाहीन मी कशी होऊ शकते, याचाच तिला संताप आला होता. त्याला कायमचा धक्का बसेल की काय, अशी भीतीही तिला वाटत होती. पोलीस अधिकारी त्याविषयी मला जे म्हणाले ते सांगायचा, तिला समजावण्याचा मी प्रयत्न केला; पण तिला काही ऐकायचं नव्हतं. त्या क्षणी मला विलक्षण थकल्यासारखं झालं. वाद घालायची इच्छा नसतानाही मी तिला म्हटलं, ''ममाचं अखेरचं दर्शन घेणं बरंच आहे, असं मला वाटलं म्हणून गेले मी.''

''त्यात काय बरं होतं?'' डायाना भडकून ओरडली. ''चिरफाड केलीय तिच्या शरीराची; ते तुम्हाला पाहायचं होतं? ते दाखवायचं होतं डॅनियलला? ते सगळं मला बघावं लागलं होतं, माहीत आहे तुला, नतालिया? ''

प्रथम माझ्या मनाचा खूप गोंधळ उडाला. मला वाटलं की, ती डॅडींच्या कृत्याबद्दल बोलत होती. मग लक्षात आलं की, ती ममाच्या शवविच्छेदनाबद्दल बोलत होती. तो सगळा अनुभव एकट्या डायानानंच घेतला होता. तिलाच शवविच्छेदनाची संमती द्यावी लागली होती. तिच्यावर इतके प्रसंग कोसळले होते की, ती पार कोलमडून गेली होती. आता तिला आपल्या भावांची काळजी तर घ्यायचीच होती; पण अंत्यविधीची तयारी, मित्रांना, नातेवाइकांना त्यासंबंधी कळवणं– स्वप्नातही विचार न केलेली– ही कामंदेखील करायची होती. या सगळ्या घटनांमुळे तिच्या वैवाहिक नात्यावर ताण पडत होताच, त्यात माझ्यासारख्या एका वाया गेलेल्या बहिणीचं मूर्खासारखं वागणंही सहन करावं लागत होतं. तिचा उद्रेक झाला नसता, तरच नवल होतं!

पण आमच्या दोघींमध्ये सगळ्यात मोठा ताणतणाव कशामुळे निर्माण झाला असेल, तर तो माझ्या डॅडींना भेटण्याच्या निर्णयामुळे. मी डॅडींना पुन्हा एकदा भेटणार आहे ते त्यांचं सांत्वन करण्यासाठी, असा अर्थ तिनं काढला. माझा हेतू तो नव्हता. मला 'सत्य काय होतं', ते त्यांच्याकडून जाणून घ्यायचं होतं, इतकंच! मी त्यांच्याशी गोड शब्दांत बोललेच नव्हते. प्रामाणिकपणे सांगायचं झालं, तर डॅडी फार फार तर एखादा महिनाभर जगतील, असं मला वाटलं. कारण त्यांना स्वत:लाच जगायचं नव्हतं. परिणामी, आम्हा बहिणींमधली तेढ कमी होण्याऐवजी वाढतच गेली. सगळ्या गोष्टींचा ताण असह्य झाल्यामुळे मी डायानाच्या घरून निघाले.

ममाच्या मृत्यूनंतरच्या सगळ्या घटना मला आता सुसंगतपणे आठवत नाहीत. काही गोष्टी आठवतात त्या अशा– सोमवारी डॅडींना लिंकन तुरुंगात हलवलं गेलं. मंगळवारी त्यांना मॅजिस्ट्रेटपुढे हजर करण्यात येणार होतं. त्यांच्यावरील

आरोप त्यांना वाचून दाखवण्यात आले होते. हा सगळा न्यायालयीन प्रक्रियेचा भाग होता; परंतु त्यांना पुन्हा एकदा शुक्रवारीच न्यायालयात हजर केलं गेलं व त्या दिवशी त्यांना सांगण्यात आलं की, त्यांच्या खटल्याची तारीख पडेपर्यंत त्यांना तुरुंगातच ठेवण्यात येईल. त्याच वेळी डॅडींच्या वकिलांनी न्यायालयात सांगितलं की, डॅडींनी अन्नत्याग सुरू केला होता. ही बातमी वृत्तपत्रांना समजताच त्यांच्या अंगात जणू वेड संचारलं. अधिकाधिक माहिती मिळवण्यासाठी त्यांनी मला व्हिक्टोरिया मिल्समधल्या माझ्या फ्लॅटमध्ये गाठलं. माझं यावर काय मत आहे, ते त्यांना जाणून घ्यायचं होतं. "फार तर एक आठवडा काढतील ते!" मी सांगितलं. डॅडींना न्यायालयात भेटायची माझी इच्छा नव्हती; पण मी त्यांना तुरुंगात भेटण्याचं वचन मात्र दिलेलं होतं. त्यांना लिहिलेल्या एका पत्रात मी माझ्या मनातल्या संतापाला वाट करून दिली अन् पुढे लिहिलं, मी तुमचा मनापासून तिरस्कार करते. अन्नत्याग केल्यानंतर लवकरच त्यांना तुरुंगातल्या हॉस्पिटलमध्ये हलवण्यात आलं. तरीही त्यांनी अन्नग्रहण करायला नकारच दिला.

आतल्या आत मी मनाशी झगडत राहिले. डॅडींना तुरुंगात भेटण्याचं वचन मला पाळायचं होतं.

एका पत्रकारानं माझी भेट घेऊन मला सांगितलं की, ब्रुनोला हॉस्पिटलमध्ये हालविण्यात आलं आहे आणि डॉक्टरांच्या म्हणण्याप्रमाणं ब्रुनोनं अन्नप्राशन केलं नाही तर फार तर दहा दिवस जगू शकेल. "माझ्या मते डॅडींवर जेवणाखाण्याची जबरदस्ती केली जाऊ नये. त्यांना मरायचं असेल तर त्यांची इच्छा पुरी होऊ द्यावी. आपण केलेल्या भयानक गुन्ह्याची त्यांना आता जाणीव झाली असेल म्हणून मरावं असं वाटत असेल, तर त्यांना आपण का अडवायचं?" स्पष्ट शब्दांत मी पत्रकाराला माझं मत ऐकवलं. पंधरा दिवसांपर्यंत हा प्रकार चालला. आता यानंतरचा फोन त्यांच्या मृत्यूविषयी असेल, अशा समजुतीत मी होते...

याच सुमारास एक विलक्षण घटना माझ्या आयुष्यात घडली. अजूनपर्यंत मी त्या प्रसंगाचा अर्थ लावू शकले नाही. त्या दिवशी मी व्हिक्टोरिया मिल्समधल्या माझ्या फ्लॅटवर परत आले होते. संध्याकाळची सहाची वेळ असावी. गेले काही दिवस मी धड जेवत-खात नव्हते. कारण जेवण बनवण्याची मला इच्छाच होत नव्हती. नुकतीच संध्याकाळ झाली होती. तरी मी इतकी थकून गेले होते की, मी पलंगावर पडले अन् आडवी झाल्या-झाल्या गाढ झोपीही गेले. जाग आल्यावर बघितलं तर नऊ वाजले होते. तीन तास अगदी गाढ झोपले होते मी. उठले, गॅसवर चहाचं पाणी ठेवलं अन् पुन्हा एकदा येऊन कोचावर बसले. इतक्यात दार खडखडण्याचा आवाज आला. तो आवाज मला एकदम ओळखीचा वाटला. ती ममाची दार उघडण्याची खास पद्धत होती. दाराची कडी जरा ताठ असल्यामुळे

ममा दोनदा दारावर कडी आपटायची, तेव्हा कुठे दार उघडायचं. कडीचा आवाज ऐकताच मी स्वत:शीच म्हणाले, 'ममा आलीय!' मी मोठ्यानं म्हटलं, 'ये ना आत–' अन् त्या क्षणी माझ्यावर आघात झाल्यासारखी मला जाणीव झाली– 'ममा येणं कसं शक्य आहे?' मी पटकन मान वळवून दाराकडे पाहिलं.

दार उघडलं नाही. मी उठून उभी राहिले. मला खोलीत काहीतरी असल्याची जाणीव झाली अन् मी भयंकर घाबरले. सगळी खोली माझ्याभोवती गरगर फिरतेय, असा भास मला झाला; पण मला स्वत:ला चक्कर येत नव्हती. कुणीतरी माझे दंड पकडून मला गरागरा फिरवत होतं. भीतीनं माझी बोबडी वळल्यासारखी झाली. तरी मी म्हणू लागले, "थांबा... प्लीज थांबवा, हे गरगर फिरवणं... मला नकोसं वाटतंय." इतक्यात कोचावर ठेवलेलं माझं सिगारेटचं पाकीट कोचावरून हवेत उडालं. मी रडतच होते, तोंडानं म्हणत होते, "कोण आहात तुम्ही? थांबा, तुम्ही मला घाबरवताय..." अन् अचानकपणे ते सगळं थांबलं. मला वाटलं, खोलीतली सगळी हवा कुणीतरी एकदम खेचून घेतलीय. कोण असेल? डॅडी? ते मेले असावेत? आता भूत होऊन इथे आलेत अन् मला घाबरवण्याचा प्रयत्न करताहेत?

मी धावतच फ्लॅटबाहेर पडले अन् आमच्या इमारतीजवळच्या सार्वजनिक फोनपाशी गेले. मला डायनाला फोन करायचा होता. तिच्याशी बोलताना मी बेभान झाल्यासारखी तिला विचारत राहिले, "डॅडी वारले का?"

"मला ठाऊक नाही गं! पण मी चौकशी करून बघते." एवढंच बोलून तिनं फोन ठेवला. तेवढ्यात माझ्या सुदैवानं माझ्याबरोबर राहणारा माझा मित्र समोरून येताना दिसला. मला त्या अवस्थेत पाहून त्याला भयंकर धक्का बसला. आम्ही फोनजवळ डायनाच्या फोनची वाट पाहत उभे राहिलो. "डॅडी जिवंत आहेत." तिनं सांगितलं. माझ्या मनात शंका आली, 'मग खोलीत कोण आलं होतं त्या वेळी? ममा?' त्या सगळ्याचा काही अर्थ लागत नव्हता. पण मी हादरून गेले होते, एवढं नक्की! माझा मित्र माझ्याबरोबर घरी आला. मी घरात शिरले; पण आता तिथे कुणीच नव्हतं. कसलंही अस्तित्व मला जाणवलं नाही. मनातल्या मनात मी प्रार्थना केली, 'देवा, हे पुन्हा नको घडायला.' अन् तसं काही घडलंही नाही. पण त्या दिवसानंतर व्हिक्टोरिया मिल्समध्ये माझ्या मनाला कधीच शांती वाटली नाही, हेही खरं!

डॅडी अजून जिवंत होते. आता एक नवा बदल घडलाय, असं तुरुंगाधिकाऱ्यांनी मला कळवलं. डॅडींनी चहा घेतला होता. मला नवलच वाटलं. कारण डॅडी चहा कधीच घेत नसत. त्यांना आवडायची ती कॉफी. पण एवढ्याच बदलावर भागलं नाही; डॅडींना आता आम्हाला भेटायची इच्छा होत होती. ते मला आणि डायनाला

वारंवार फोन करू लागले. डायाना तर त्यांच्याशी एक शब्दही बोलायला तयार नव्हती. डॅडींनी आयुष्यात पुन्हा एकदा रस घेण्याचं कारण होतं, ममाचा अंत्यविधी. त्यांना पूर्वीच सांगण्यात आलं होतं की, त्यांना त्या वेळी हजेरी लावता येणार नाही. त्यांची तशी कल्पना कशी झाली, ते एक तेच जाणे! पण डॅडींचा भ्रम वाढतच चालला होता. त्यांना सारखं वाटत होतं की, ममाचा खून करून त्यांनी तिला वाचवलं होतं. ते फोनवर एकाच गोष्टीचा उच्चार करायचे, "मला येऊन भेट. तुला काहीतरी सांगायचंय मला." काय सांगायचं होतं त्यांना? आणखी एक कबुली द्यायची होती का? माझ्यापासून त्यांनी अजून काही दडवलं होतं का?

काही दिवसांनी त्यांनी अन्नत्याग मागे घेतला. त्याचं कारण होतं डॅडींच्या मनातलं नवं खूळ किंवा नादिष्टपणा– ममाच्या अंत्यविधीसंदर्भात! त्या वेळी हजर राहता येणार नाही, हे ऐकून त्यांना मोठा धक्का बसला होता. आम्ही भावंडं ती मान्यता देण्याची शक्यता नव्हतीच, शिवाय तुरुंगाच्या नियमानुसार खुनी माणसाला बळी पडलेल्याच्या अंत्यविधीला हजर राहण्याची कायदेशीर परवानगी नव्हती. आता डॅडींनी फुलं पाठवण्याचा निर्धार व्यक्त केला. तेव्हा माझ्या विनवण्या करणं, एवढा एकच मार्ग डॅडींकडे उरला. 'मला फुलांच्याद्वारे एल्व्हासाठी काहीतरी संदेश पाठवायचाय. तो तिच्यापर्यंत पोहोचला म्हणजेच तिला मुक्ती मिळेल,' असा त्यांचा समज होता. "माझ्यासाठी फक्त एवढंच कर," डॅडींनी माझी विनवणी केली.

एकीकडे डॅडींच्या करुण विनवण्यांनी माझं मन द्रवलेलं, तर दुसरीकडे डायानाचा त्यांनी अंत्यविधीला येण्याबाबत सक्त विरोध या विचित्र कात्रीत मी सापडले. मी दोघांचीही बाजू समजू शकत होते. डायानाला डॅडींविषयी वाटणारा तिरस्कार अवाजवी नव्हता; पण माझ्या डोळ्यांसमोर मला दिसत होता एक म्हातारा माणूस– ज्याचं मानसिक संतुलन बिघडलेलं होतं. त्यांनी त्यांच्या लाडक्या पत्नीला ठार मारून त्यांना प्रिय असलेल्या सगळ्या व्यक्तींचं अपार नुकसान केलेलं होतं. तरीदेखील मला वाटलं, 'माझ्या नावानं त्यांनी फुलं पाठवली तर काय बिघडणार आहे?' पण आम्ही दोघी– मी व डायाना– शांत डोक्यानं विचार करायला तयारच नव्हतो. याबाबतीत, तसं पाहिलं तर आम्ही दोघी सारख्याच जबाबदार होतो. माझा डॅडींना भेटण्याचा निग्रह पाहून डायाना संतापत असे, तर तिच्या आडमुठेपणाची मला चीड येत असे. डायानाची अशी इच्छा होती की, ममाच्या थडग्यावरील शिलालेखावर ममाचं नाव 'एल्व्हा विनफराह' असं कोरावं, तर माझा असा आग्रह होता की, तिचं लग्नानंतरचं नाव 'एल्व्हा अगियानो' असं असल्याने शिलालेखावरही तेच नाव असायला हवं, आम्हाला त्या नावाचा

कितीही तिटकारा वाटत असला तरी! आम्ही मुलं 'अगियानो'च होतो ना? डायानाला या नावाचं नामोनिशाणही नको होतं. तिच्या मते ब्रुनोचं ममाच्या आयुष्यातलं अस्तित्व पुसून टाकण्याचा तो एकच मार्ग होता. आता मीही इरेला पेटले, "तू तसं केलंस तर बघच. मी रोज कब्रस्तानात जाईन आणि ममाच्या शिलालेखावर अगियानो नाव लिहीन. कधी ना कधी तुला माझा हट्ट मान्य करावाच लागेल," मी तारस्वरात बोलू लागले. मग मी रडक्या सुरात तिची विनवणी केली, "डायाना, ऐक गं माझं, ममाचं नाव एल्व्हा अगियानोच होतं, विनफराह नव्हतं."

शेवटी आम्ही दोघींनी एक तडजोड स्वीकारली, "विनफराह नको आणि अगियानोही नको, फक्त एल्व्हा एवढंच ठेवू." या सगळ्या क्लेशदायक प्रसंगातून मला जाणवली ती एकच गोष्ट. मी डायनावर चिडले होते, ओरडले, संतापले होते; तरी मनातून जणू काही त्या वेळी मी डॅडींशीच वाद घालत होते. माझ्या भावना फार नाजूक अवस्थेला पोहोचल्या होत्या. एरवी मी ममाच्या थडग्यावरच्या शिलालेखाला इतकं महत्त्व दिलं नसतं. नाहीतरी ममाला मी कायमची गमावून बसले होतेच. पण काही झालं तरी आता तिच्या नावासमोर विनफराह हे माझ्या दृष्टीनं अयोग्य असं नाव जोडलंलं मला खपणार नव्हतं.

आमच्या दोघींमधली दरी इतकी रुंदावली होती की, एकमेकींच्या सहवासाचं आम्हाला आता ओझं वाटू लागलं. डायानाचा माझ्यावर राग होता, कारण तिच्या मते मी कोणतीच गोष्ट जबाबदारीच्या भावनेनं करत नव्हते. 'मनात येईल तेव्हा घरी यायचं, मनाला येईल तेव्हा निघून जायचं,' अशा पद्धतीनं मी वागत होते. तिला मात्र सगळ्याच जबाबदाऱ्यांचं ओझं वाहावं लागत होतं. तिनं मातृत्व कधी इच्छिलेलं नव्हतं; पण आता नऊ वर्षांच्या पोरक्या भावाची आई होणं तिला भाग पडलं होतं. इमॅन्युएल आतापर्यंत कधीच एकटा राहिलेला नव्हता, त्यामुळे तिला त्याच्याकडेही लक्ष द्यावं लागत होतं. त्यात आता माझ्यासारख्या धाकट्या बहिणीची भर पडली होती. तिच्या मते मी नुसती बालिश अन् स्वार्थीच नव्हते, तर माझ्यामुळे घरात पुष्कळ तणाव निर्माण झाला होता. मी माझ्या बंडखोर वागण्यामुळे ममाच्या त्रासात नेहमीच भर टाकली होती. आता ममाही वारली होती, तर हट्टीपणे मी तिच्या खुन्याबरोबर संपर्क ठेवत होते म्हणून डायाना माझ्यापासून मनानं दुरावत होती. तिचं हे बोलणं ऐकून तर माझी एकटेपणाची भावना अधिकच बळावली अन् मी खऱ्या अर्थानं कोसळले.

अन्नत्याग थांबवल्यानंतर डॅडींची पुन्हा एका हॉस्पिटलमधून तुरुंगात रवानगी झाली. तेव्हा माझ्या मनात विचार आला, 'आता डॅडींची तब्येत पुन्हा सुधारणार. म्हणजे ते काही मरणार नाहीत.' नक्की काय वाटलं मला या विचारानं– आनंद

की दुःख– ते मला सांगता येणार नाही. एकदा वाटलं, ते मेले असते तर गोष्टी किती सोप्या झाल्या असत्या! आमच्या दृष्टीनं एक प्रकारे ममालाही न्याय मिळाला असता. आता मला एक मोठीच काळजी वाटू लागली. ते जगले तर त्यांच्या असण्यामुळेही आम्हा भावंडांना त्रास सोसावाच लागला असता. शिवाय मी स्वत: त्यांना भेटण्याचं वचन देऊन बसले होते. मी माझं वचन मोडूही शकले असते. नाहीतरी मी कुठे त्यांना बांधील होते? पण माझं एक मन त्यांना भेटायला अधीर होतं, कारण अजूनही माझ्या मनातल्या प्रश्नाची– त्यांनी हे दुष्ट कृत्य का केलं– उकल झालेलीच नव्हती. एकदा तरी त्यांना भेटायचंच आणि या प्रश्नाचा कायमचा छडा लावायचा, असा निर्धार मी केला होता. डायानाची नकारार्थी भूमिका– 'माझ्या दृष्टीने ते आता मेले आहेत, माझे दोन्ही पालक मी गमावले आहेत'– मी समजू शकत होते. पण मी स्वत:ला इतक्या सहजपणे फसवू शकत नव्हते. निदान तसं करणं मला शक्य झालं नसतं. असा पळपुटेपणा करणं मला जमलं नसतं. लहानपणीदेखील मी तोंड बंद ठेवू शकत नसे. राग गिळून टाकणं, मुकाट्यानं अन्याय सहन करणं मला कधीच जमलं नाही. आतासुद्धा 'डॅडी माझ्यासाठी मेले अन् मी त्यांच्यासाठी,' असं नाटक करणं मला जमणार नव्हतं. ते जिवंत आहेत, हे सत्य होतं अन् त्या सत्याला सामोरं जाणं, हा एकच मार्ग होता माझ्यापुढे. तात्पर्य, डॅडींना आमनेसामने करायचं, मनातल्या प्रश्नांना वाचा द्यायची, एवढंच करणं माझ्या हाती होतं अन् तेच मी करणार होते.

डॅडींना भेटत राहिल्यामुळे मी डायानाला तर दुरावलेच; पण माझ्या या निर्णयाची किंमत मला आणखी एका प्रकारे मोजावी लागली. वचन दिल्याप्रमाणे मी आमच्या जुन्या शेजारणीला, पॉलालाही भेटले तेव्हा तिनं दार उघडलं अन् मला पाहताच तिचा चेहरा संतापानं लाल झाला, "लाज कशी वाटली नाही तुला आपल्या आईच्या मारेकऱ्याला भेटायला? तुझ्या आईला ही गोष्ट कळली तर कबरीतही तिच्या देहाची उलघाल होईल." संतापानं तिचा चेहरा वेडावाकडा झाला. माझ्या तोंडून एक अक्षरही फुटलं नाही, इतका भयंकर धक्का बसला मला तिच्या शब्दांनी! मुकाट्यानं मी तिथून निघाले. माझी पाठ वळल्यानंतरही तिचं वाक्ताडन चालूच राहिलं; पण त्यातला एक शब्दही माझ्या डोक्यात शिरला नाही.

डॅडींना भेटण्याचा माझा निर्णय बऱ्याच जणांना फार भयानक वाटला. ममाच्या नातेवाइकांना तर या गोष्टीची इतकी शरम वाटली की, त्यांनी माझ्याशी बोलणंच टाळलं. रस्त्यानं मी चालू लागले की, लोक माझ्याकडे विचित्र नजरेनं पाहायचे, आपापसात कुजबुजायचे. हळूहळू आसपासच्या सर्व लोकांना त्याबद्दल समजलं अन् त्यांनी माझ्याबद्दल स्वत:ला हवं तसं मतही बनवलं. पण एकाही

महाभागाला असं वाटलं नाही की, प्रत्यक्ष मलाच माझ्या कृतीचं समर्थन विचारावं. मी लोकांच्या टीकेचा, कुचेष्टेचा एक विषय बनले. प्रत्येकाला वाटलं असावं, 'आपल्या वडिलांनी आईचा खून केला असता तर आपण त्यांचं तोंडही पाहिलं नसतं आयुष्यात पुन्हा कधी.' इथे मी एक गोष्ट अगदी प्रामाणिकपणे म्हणेन, एखादी व्यक्ती खुनासारख्या भयंकर प्रसंगाला कशा प्रकारे सामोरी जाते याविषयी मी स्वत:तरी मतप्रदर्शन करणार नाही. कारण जोपर्यंत असा प्रसंग तुमच्यावर ओढवत नाही तोपर्यंत आपल्याला काय वाटतं याची तुम्हाला कल्पनाही करता येणार नाही. मी माझे दोन्ही पालक –आई-वडील, नव्हे सर्वस्व गमावून बसले होते. अशा वेळी डोकं शाबूत ठेवण्यासाठी, आपल्या पायांवर उभं राहण्यासाठी मी काहीतरी आधार शोधत होते. नेमके त्याच वेळी बहुतेक लोक माझ्यापासून दूर पळत होते. काहींनी तर माझ्या तोंडावर थुंकायलादेखील मागेपुढं पाहिलं नाही.

मला काहीही करून ममाशी बोलायचं होतं. मनातल्या मनात मी ते करतही होते. शवागारात तिचा मृतदेह पाहूनही माझं मन शांत व्हायला मला मदत झाली होती. तात्पुरती का होईना, पण मनाला शांती मिळाली होती. आता तिचा मृतदेह चॅपेल ऑफ रेस्ट (Chapel of Rest) या प्रार्थनामंदिराजवळच्या अंत्यविधीगृहात (Funeral Home) हलवला होता. तिथे प्रवेश करताना मला वाटलं, शवागारापेक्षा ही जागा खूप बरी. इथला कर्मचारीवर्गही अधिक सहृदय वाटला. कारण ते दु:ख जाणत होते. शोकाकुल नातेवाइकांशी ते संवेदनशीलतेनं वागत. त्यांनी मला ममाच्या शवपेटिकेपाशी नेलं. ममाच्या चेहऱ्याकडे पाहताच एक वेगळाच धक्का मला बसला. आता तिच्या चेहऱ्यावर जखमांच्या खुणा स्पष्ट दिसत होत्या. डॅडींनी तिला मारहाण केली होती, हे उघड होतं. मी संतापानं थरथर कापू लागले, तेव्हा तिथल्या कर्मचाऱ्यानं पुढं येऊन म्हटलं, "घाबरू नका. मृतदेहावर काही दिवसांनी अशा खुणा दिसतातच." ते ऐकून माझं मन थोडं शांत झालं. तरीही काहीतरी भयानक वाटलं. माझ्या ममाला डॅडींनी मारहाण केलेली नव्हती, या कल्पनेनंही आपल्याला दिलासा का मिळाला, या प्रश्नाचं उत्तर मला मिळालं नाही. पण त्या संपूर्ण काळात काय घडत होतं, का घडत होतं, हे समजण्याइतपत माझं डोकं चालतच नव्हतं. एक उत्तर संभवतं– डॅडींची मारहाण मी अनेक वेळा अनुभवली होती. ती किती क्लेशकारक असते, हे मला चांगलंच ठाऊक होतं. प्राणाला मुकण्यापूर्वी ममाला निदान तसल्या वेदनातरी अनुभवाव्या लागल्या नव्हत्या, हा विचार मी केला असावा. अर्थात, हातांनी केलेल्या मारहाणीपेक्षा सुरीचे वार फारच वेदनाकारक असतील. पण मला त्यांचा अनुभव नसल्यामुळे मी त्याविषयी काहीच समजू शकत नव्हते. ममाला वेदना व्हायला नको होत्या एवढंच मला हवं होतं. मी मटकन खाली बसले अन् मला रडू कोसळलं.

शरीराचं सडणं– किती भयानक विचार होता तो! ममानं ऐकायला नकोत ते शब्द– माझं मन आक्रंदलं. मला चांगलं ठाऊक होतं, माझे विचार तिच्या कानी पडणार नाहीत. तरी का कुणास ठाऊक, वाटलं, ती माझं बोलणं ऐकतेय. या वेळी त्या भयानक रात्रीसारखा तो विलक्षण अनुभव मला आला नाही. ममाचा आत्मा जवळपास कुठेही नव्हता, तरीही ममाच्या अचेतन शरीराजवळ बसल्यानंदेखील मला बरं वाटत होतं. मी तिला सगळं सांगायला सुरुवात केली– डॅडींविषयी, लोक माझ्याविषयी काय बोलतात, माझ्याशी कसे वागतात त्याविषयी... "मला माफ कर ममा, मी वागतेय ते बरोबर आहे ना गं? मला तुला दुखवायचं नाहीये. मला सांग, मी योग्य तेच करतेय ना? तुला काय वाटतं?" किती वेळ मी तिथे बसून होते, ते मला आठवत नाही. अंधार पडू लागला होता. मी हेलनकडे, माझ्या शाळकरी मैत्रिणीकडे जायचं ठरवलं. हेलनबरोबरचे माझे संबंध अजूनही टिकून होते. ही माझी मैत्रीण माझं मन चांगलं जाणायची. त्यामुळे कधी स्वत: बोलायचं कधी अन् गप्प बसायचं, हे तिला समजत असे. माझ्याकडे सहज दृष्टिक्षेप टाकणाऱ्या व्यक्तीला वाटलं असतं, मी या धक्क्यातून सावरलेली नाही. पण असं एकटं राहणं आता मला शक्य नव्हतं. मन अशा वेळी पुन:पुन्हा त्याच गोष्टीचा विचार करायचं. मला कुणाचा तरी सहवास हवा होता. माझं मन मला दुसऱ्या कशाततरी गुंतवायचं होतं, कारण मला विलक्षण भीतीनं वेढलं होतं.

हेलन मला घेऊन बाहेर गेली. अशा वेळी आम्ही पबमध्ये किंवा बारमध्ये जाऊन बसायचो. तिथं मी गर्दचं सेवन करायची– या दु:खद घटनेच्या विचारांपासून स्वत:ची सुटका करून घेण्यासाठी! तिथे एकूण दंगाधुडगूस खूप असायचा. त्यामुळे मन त्याच त्या विचारात गुंतू शकत नसे. पण आता एक विलक्षण गोष्ट घडायला सुरुवात झाली. काही तरुण पोरं, पुरुष माझ्याजवळ येऊन मला विचारू लागले, "तू नतालिया ना?" काय उत्तर द्यावं, अशा गोंधळात मी पडलेली असताना ते असं काहीतरी बोलू लागायचे, "मी आत्ताच लिंकन तुरुंगातून बाहेर पडलो. तुझ्या वडिलांनी तुझ्यासाठी निरोप दिलाय माझ्याजवळ." निरोप तरी कसले, 'माझं तुझ्यावर प्रेम आहे', 'तू ठीक आहेस अशी मी आशा करतो' किंवा 'मला लवकर फोन कर ना!' ते सगळंच माझ्या दृष्टीनं भयंकर धक्कादायक होतं. हे निरोप देणारी माणसंदेखील तसलीच– बोलण्याचालण्यात कसलंच मार्दव नसलेली रोखठोक स्वभावाची. ज्यांना बघताच भीती वाटावी, अशी. पण त्यांच्यापैकी प्रत्येक जण माझ्या डॅडींविषयी बोलताना म्हणायचा, "तुझे डॅडी ना, एकदम झकास माणूस!" त्यातले बरेचसे डॅडींना 'आजोबा' अशा नावानं संबोधायचे. कारण बहुतेक जण अर्धशिक्षित किंवा अशिक्षित होते. त्यांची पत्रं लिहिण्या-वाचण्यात डॅडी त्यांना मदत

करायचे. काही जण त्यांचा सल्लाही घ्यायचे.

माझ्या दृष्टीनं हे सगळं कमालीचं अनाकलनीय होतं. इथे आम्हा मुलांना त्यांनी कधी काडीचंही प्रेम दिलं नव्हतं की, आम्ही मोठे होत असताना कसली चांगली शिकवणही दिली नव्हती आणि तिकडे तुरुंगातल्या लोकांशी– जे बोलून-चालून गुन्हेगार होते, अशा माणसांबरोबर– ते वडिलांच्या मायेनं वागत होते. बरं, ही गोष्ट माझ्यासाठी एक-दोनदा नव्हे, तर नित्याचीच होऊन बसली. मी बारमध्ये जाऊन बसले की, कुणी ना कुणी नुकताच सुटलेला पोरगा माझ्याकडे काहीतरी निरोप घेऊन यायचा, डॅडींचं गुणगान करायचा. या सगळ्यामुळे मला पुन्हा एकदा एका गोष्टीची जाणीव झाली. मनात आलं तर डॅडी फार लवकर समोरच्या व्यक्तीवर आपली छाप पाडू शकायचे अन् ती व्यक्तीदेखील डॅडींकडे आकर्षित व्हायची. एकदा एक जण म्हणाला, ''आमच्या तुरुंगाचा मुख्य अधिकारी इटालियन आहे. ते तुझ्या डॅडींना आपल्या ऑफिसमध्ये बोलावतात अन् तिथे दोघं कॉफी पीत-पीत इटालियन भाषेत गप्पा मारतात.'' आता यावर मी काय बोलणार? माझ्या दृष्टीनं तो सगळाच प्रकार 'केवळ अतर्क्य' होता. अगदी काल-परवापर्यंत अन्नत्यागामुळे डॅडी मृत्यूच्या दारापर्यंत गेले होते अन् आता ते त्यांच्याबरोबर राहणाऱ्या 'भुरट्या' गुन्हेगारांना सल्ला देऊ लागले होते! चक्क समुपदेशकाची भूमिका वठवत होते! संतापून जाऊन मी त्यांना पुन्हा एकदा पत्र लिहिलं, 'तुमच्याबद्दल बाहेर पडलेले लोक बरंच काही 'छानछान' बोलतात; पण तुम्ही आम्हाला किती छळलंत, ते मी विसरलेली नाही.' त्यांनी स्वत:विषयी काही चांगली समजूत करून घ्यावी आणि तुरुंगातले दिवस 'सगळं काही ठीक होईल', या आशेत घालवावेत, हे मला आवडणार नव्हतं अन् कसं आवडावं? त्यांचा भयानक गुन्हा मी विसरले नव्हते, अन् कधी विसरणारही नव्हते.

गुन्हेगारांना भेटायला जाणं, ही गोष्ट वाटते तितकी सोपी नसते. तुम्हाला तुरुंगाच्या अधिकाऱ्यानं भेटण्यासाठी आदेश (visiting order) पाठवावा लागतो. त्यावर प्रथम त्या गुन्हेगाराची स्वाक्षरी असावी लागते अन् मग एका ठराविक प्रक्रियेनंतर तो आदेश तुमच्यापर्यंत पोहोचतो. अशीच एकदा माझ्यापर्यंत एक निरोपाची चिठ्ठी आली. पुन्हा एकदा डॅडींविषयी मुक्त गुन्हेगारांकडून मी जे ऐकलं होतं 'झकास माणूस' वगैरे ती आठवण ताजी झाली आणि मनात परत एकदा त्यांच्याविषयी चीड निर्माण झाली. त्यांना या सगळ्या प्रकाराविषयी खडसावून विचारायचं, असं मनाशी ठरवून मी त्यांना भेटायला गेले; पण माझा भ्रमनिरास झाला. तुरुंगात डॅडी शांतपणे, आरामात जगत नव्हते, उलट त्यांचं मन फारच अस्वस्थ झालं होतं. ते राणी एलिझाबेथ आणि पंतप्रधान टोनी ब्लेअरना एक पत्र लिहीत होते त्या वेळी. त्यांनी मला त्या पत्राची एक प्रत दिली.

ती पाहून मला हसावं की रडावं, तेच समजेना. डॅडींनी लिहिलेलं पत्र एक नव्हे, दोन नव्हे, चांगलं सदतीस पानांचं होतं! त्याविषयी ते बोलू लागले, तेही मला असंबद्ध वाटू लागलं. ते काहीतरी पवित्र गुप्त गोष्टींबद्दल (Sacred Secrets) बडबडू लागले. ''परमेश्वराच्या राज्यातील काहीं पवित्र गुप्त गोष्टी सांगण्यासाठी माझी खास नेमणूक केली गेली आहे. एक प्रकारची 'धोक्याची घंटा' वाजवण्याची कामगिरी माझ्यावर सोपवण्यात आली आहे,'' असंही ते म्हणाले. मग उठून उभं राहिल्यानंतर त्यांनी मला आशीर्वादही दिला, ''बाळ, तुझ्याभोवती मी एक संरक्षक कुंपण (Hedge of protection) निर्माण केलं आहे. त्यामुळे तुझं सैतानापासून संरक्षण होईल.''

आतापर्यंत अनेक वेळा डॅडी माझ्याशी बायबल या विषयावर बोलले होते. एखाद्या अधिकारी व्यक्तीप्रमाणे ते बायबलवर बोलू शकत असत, कारण सतत ते त्याचाच अभ्यास करत. बायबलमधील कथांमध्ये जी नैतिक शिकवण दिलीय त्याविषयी ते सखोल टिपण्णीही करत. पण त्या वेळी घडत असलेला हा सगळा प्रकार काहीतरी वेगळाच वाटला मला. आता ते काहीतरी गूढ असं बोलू लागले. मी यातना सहन करणारा सेवक (suffering servant) आहे, सर्वशक्तिमान परमेश्वराचा छोटा, लाडका पुत्र आहे, वगैरे वगैरे. ते ऐकत असताना मी मूकस्तंभ झाले होते. नंतर त्यांनी पत्रात लिहिलेला एक उतारा वाचून दाखवला. तो ऐकून मला वाटलं, आपल्या अंगातून भीतीची बर्फासारखी थंड लाट उठतेय...

''मी एकदाच ब्रिटिश कायद्याचं उल्लंघन केलं, पण माझ्या पत्नीनं तर परमेश्वराच्या कायद्याचं अनेक वेळा उल्लंघन केलं. तिचा न्यायनिवाडा करण्यासाठी प्रत्यक्ष परमेश्वर सिद्ध झाला. निर्धारपूर्वक आम्ही दोघांनी तिचा न्यायनिवाडा केला. तिला मुक्ती देण्यासाठी मला त्या न्यायाचा अवलंब करावा लागला.''

मनावर ताबा ठेवण्याचा प्रयत्न करत मी डॅडींना म्हटलं, ''डॅडी, तो तुमचा निवाडा (Judgement) होता, परमेश्वराचा नव्हता.'' माझे शब्द त्यांच्यापर्यंत पोहोचलेच नाहीत. ते आपल्याच विश्वात मश्गुल होते. ''ब्रिटिश न्यायव्यवस्था फक्त तोंडानं बोलणाऱ्यांना शासन करण्यापुरती मर्यादित आहे, पण त्यांच्याबरोबर जेव्हा आत्मिक सत्य (spiritual truth) येतं, तेव्हा ते कोलमडून पडतं; कारण त्यांना ते समजतच नाही. अशा सत्याची पाठराखण करणाऱ्या व्यक्तीलाच ते शिक्षा करतात.''

हे सगळं तुम्ही वाचक वाचताहात ते मी लिहिलं आहे म्हणून. मला वाटतं, तुम्ही त्यांचा बोलतानाचा आवाज ऐकायला हवा होतात. त्यांचे शब्द तुमच्या कानावर पडतात तेव्हा एकीकडे तुम्हाला वाटतं, एका भ्रमिष्ट म्हाताऱ्याची असंबद्ध बडबड सुरू आहे. पण दुसरीकडे तुम्ही त्यांच्या शब्दांच्या प्रवाहात खेचले जाता.

तुम्हाला त्यांचं बोलणं तर्कसंगत वाटतं, पटू लागतं अन् एकदम धक्का बसल्यासारखे तुम्ही भानावर येता. त्यांच्या त्या न्यायनिवाड्याची परिणती कशात झाली, ते तुम्हाला आठवतं आणि पुन्हा एकदा त्या धक्क्यानं तुम्ही कोसळून जाता. डॅडींनी स्वत:ची अशी एक ठाम समजूत करून घेतली होती की, ज्या एकमेव स्त्रीवर त्यांनी प्रेम केलं होतं, तिचा खून करून त्यांनी तिला मुक्तीच दिली होती. त्यांचं हे कृत्य केवळ तिच्यावरच्या प्रेमापोटी केलेलं कृत्य होतं. आता हा ठाम विश्वास ते इतरांच्या गळी उतरवू पाहत होते आणि त्याचा ताण त्यांच्या शरीरावर मला स्पष्ट दिसत होता. त्यांच्या पत्रात बायबलमधले उतारे तर होतेच; पण काही गणितविषयक गूढ संकेतही (mathematical codes) होते. डॅडींनी पत्रात अशीही विनवणी केली होती की, विद्वान गणितज्ज्ञांनी आणि संगणक तज्ज्ञांनी बायबलमधील हे गुह्य संकेत सोडवण्यासाठी त्यांना मदत करावी.

डॅडींचे शब्द ऐकत असताना 'आपण जे बोलतोय त्यावर आपला पूर्ण विश्वास आहे,' असं डॅडींना वाटत होतं, हे मला जाणवलं. मी त्यांना ममाविषयी प्रश्न विचारले अन् म्हणाले, "डॅडी, तुमच्या या दुष्ट कर्माबद्दल मला तुमचा तिरस्कार वाटतो." त्यावर नेहमीप्रमाणे रडत-रडत त्यांनी माझी माफीही मागितली. आम्ही दोघंही अश्रू ढाळत होतो; पण आमचे अश्रू एकमेकांचं सांत्वन करत नव्हते. आम्ही दोघंही पूर्णपणे गोंधळलेल्या स्थितीत होतो. पण आपल्या मन:स्थितीचा अर्थ लावून त्यातून बाहेर पडायचे आमचे मार्ग मात्र पूर्णपणे भिन्न होते. मी दु:खात चूर होते अन् ते त्यांच्या वेडेपणात!

ते पत्र पुन:पुन्हा वाचूनदेखील त्यातले कोणतेही मुद्दे माझ्या मनाला पटले नाहीत, उलट माझ्या मनातल्या डॅडींविषयीच्या प्रतिमेला त्यामुळे पुष्टीच मिळत गेली. कितीही प्रयत्न केला तरी मला त्याचा अर्थच लागत नव्हता. त्यामध्ये त्यांनी काही संख्यांबद्दल (numbers) काहीतरी गूढ लिहिलं होतं. ते स्वत: एक गुप्त रक्षक (hidden watchman) होते. समाज त्यांचा छळ करत होता वगैरे वगैरे. हा एवढाच मुद्दा ते नेहमीच मांडत असत. त्यांना जो कुणी विरोध करत असे, तो त्यांचा छळ करण्याच्या हेतूनंच करत असे. ज्यांना ईश्वरी संदेश कळत नाही, अशा 'आंधळ्या' लोकांपैकी तो एक आहे वगैरे वगैरे. केवढा भ्रम होता हा डॅडींचा! वैद्यकीय उपचारतज्ज्ञ, वकील, पोलीस आणि त्यांचे कुटुंबीय हे सगळे केवळ त्यांना छळू पाहत होते. आम्ही त्यांना विरोध केल्यामुळे त्यांचा हा समज अधिकाधिक दृढच होत गेला.

बुक ऑफ डॅनियल या बायबलमधल्या एका प्रकरणात त्यांना काही संख्या (numbers) आढळल्या आणि त्यांचा डॅडींनी विश्वाचा अंतकाल (Time of the End) असा अन्वयार्थ लावला. डॅनियल या प्रकरणातील दुसऱ्या सूक्तात

आहे– (१०:२) = तीन आठवडे = २१ दिवस + ७×७×७. पानांमागून पानं ते अशा प्रकारे काही संख्या आणि त्यांचा त्यांनी लावलेला अन्वयार्थ यावर काहीतरी भरकटल्यासारखं लिहीत गेले. ते वाचताना माझ्या असं लक्षात आलं की, डॅडींनी स्वत:ला या संख्यांच्या कोषात घट्ट बंदिस्त केलंय. त्यामध्ये त्यांना काहीतरी गुप्त संदेश किंवा दृष्टांत (revelations) आढळत होते. माझ्या दृष्टीनं ते सगळंच भयंकर होतं. काही काही पानांवर त्यांनी 'याचा कृपया अर्थ लावा!' अशा विनंतीवजा सूचनाही दिल्या होत्या.

हे सगळं प्रकरण मला फार भयंकर वाटलं. 'पत्नीचा खून करणाऱ्या मारेकऱ्यांपैकी एक' अशी तर डॅडींची माझ्यापुरती ओळख होतीच; पण तुरुंगाधिकाऱ्यांच्या मते ते अशा प्रकारच्या गुन्हेगारांमध्ये मोडत होते, जे उच्चपदस्थांना भ्रमिष्टांसारखी वेडीवाकडी पत्रं लिहितात. डॅडींनी त्यांची माफी मागितली होती, ती कशाबद्दल असेल? त्यांच्या इंग्रजी भाषेच्या व्याकरणाबाबत! डॅडींचं डोकं फिरलंय, याची मला खात्री पटली. आता यानंतर ते काय करताहेत, याची भीतीही माझ्या मनात निर्माण झाली.

डॅडींनी पत्र लिहिलं ते वर्ष होतं १९९७. आपल्या पत्राच्या शेवटी त्यांनी काही खबरदारीच्या किंवा धोक्याच्या सूचनाही नमूद केल्या. त्यांचा अर्थ होता की, या जगात सैतानाचं अजून एक हजार वर्षं राज्य राहणार आहे. म्हणजे २९९७ पर्यंत! त्यांच्या पत्रातल्या शेवटच्या वाक्यानं तर मी पार विझूनच गेले. एक जीवघेणी थंड लहर शरीरावर पसरली. ते असं होतं–

'या जगात मुक्त संचार करायची वेळ जवळ आलीय, हे सैतानाला अगोदरच कळतं. जगातली संपूर्ण मानवजात संपूर्णपणे नष्ट करण्याच्या दृष्टीनं तो तयारी करेल. तो अशा प्रकारे विचार करतो– मी जर तुमच्यावर अधिराज्य करू शकणार नसेन, तर दुसरा कुणीही ते करू शकणार नाही. मला मृत्यू येणार असेलच, तर माझ्याबरोबर तुमच्यापैकी अनेक जण मृत्युमुखी पडतील.''

'मला जर तुमच्यावर अधिराज्य करता येणार नसेल तर दुसरा कुणीही ते करू शकणार नाही...' मी हे वाक्य परत एकदा वाचलं अन् मला वाटलं, डॅडींचा ममाकडे बघण्याचा दृष्टिकोन कायम हाच होता. स्वत:च्याही नकळत डॅडींनी स्वत:चीच मन:स्थिती या वाक्यात वर्णन केली होती. बायबलशी त्याचा काहीही संबंध नव्हता, हेच सत्य होतं! तोंडानं ते म्हणत होते की, 'देवाच्या आज्ञेवरून मी ममाला नष्ट केलं,' पण खरी गोष्ट ही होती की, सर्व मानवजातीला नष्ट करू पाहणाऱ्या त्यांच्या कल्पनेतील सैतानाचीच भूमिका त्यांनी ममाच्या बाबतीत बजावली होती.

या प्रसंगानंतर बऱ्याच वर्षांनी एकदा माझ्या वाचनात आलं की, आयझॅक न्यूटन

या जगप्रसिद्ध शास्त्रज्ञानं जगाचा अंत २०६० मध्ये किंवा त्याच्या आसपास होणार आहे, असं भाकीत केलं होतं. त्याच लेखात पुढे असं म्हटलं होतं की, न्यूटनचं हे भाकीत बायबलमधल्या बुक ऑफ डॅनियलवर आधारलेलं होतं. तेव्हा माझ्या काळजाचा ठोकाच चुकला. न्यूटननं पुढे म्हटलं होतं की, जगाचा अंत होईल म्हणजे दुष्ट देशांचा विनाश होईल, जगातल्या दु:खितांचे अश्रू आणि सर्व व्यथा-अडचणी यांचा विनाश होईल. ज्यूंना मुक्ती मिळेल आणि ते पुन्हा एकदा संपन्न अन् अमर अशा राज्याची (kingdom) स्थापना करतील. जगाच्या अंताविषयीचे ईश्वरी संकेत आणि संतांनी केलेल्या भविष्यवाणी या गोष्टी अनादिकालापासून चालत आलेल्या आहेत, ही गोष्ट मलाही नवीन नव्हती. पण प्रत्येक वेळी माझं मन अस्वस्थ होत होतं, हेही तितकंच खरं. डॅडी बुद्धिमान होते, यात मला मुळीच शंका नाही. आपल्या अतिशय विक्षिप्त कल्पनादेखील ते त्यांच्या विशिष्ट तर्कसंगत पद्धतीनुसार लोकांच्या गळी उतरविण्यात यशस्वी होत. मला खात्री आहे की, आपल्याप्रमाणे आयझॅक न्यूटननंदेखील बुक ऑफ डॅनियलवर आधारित असा विश्वाचा अंत वर्तवला होता, हे त्यांना कळलं असतं तर त्यांना खूप बरं वाटलं असतं.

हल्ली जेव्हा मी असली भविष्यवाणी ऐकते किंवा त्याविषयी वाचते तेव्हा ते माध्यमच मी दूर लोटते. त्या विषयाचा मला विलक्षण तिटकारा वाटतो. कारण नसतानाही मी अस्वस्थ होते. डॅडींनी मला विश्वाच्या अंताची नक्की तारीख कधी सांगितली नाही; पण ते एवढं मात्र म्हणाले होते, "मी तो दिवस पाहू शकेन." त्यांचे ते शब्द म्हणजे एका भ्रमिष्ट म्हाताऱ्याचे बोल होते, हे खरं असलं तरी त्यांची भीती मला वाटतेच. खरं सांगायचं तर, डॅडींचं बोलणं ऐकणं ही म्हणजे माझ्या दृष्टीनं एक शिक्षाच होती. कारण त्यामुळे माझ्या मनातली भीती आणि थकवा या दोन्हींत कायम भरच पडायची. थकवा अशासाठी की, कितीही वेळा त्यांच्या बडबडीमध्ये मी काही धागादोरा शोधायचा प्रयत्न केला तरी त्या दिवशी नक्की काय झालं त्याचा मला अजूनही उलगडा होत नव्हता. भीती अशासाठी वाटत होती की, आम्ही चार भावंडं, अगियानो कुटुंबाचे उरलेसुरले अवशेष, या दुर्दैवी घटनेमुळे एकमेकांना जास्तीत जास्त पारखे होत चाललो होतो. आमचं दुभंगलेपण माझ्या मनाला घोर लावत होतं. असा कोणताही प्रेमाचा धागा नव्हता की, जो आम्हाला एकत्र बांधू शकत होता– ही फार मोठी दु:खाची बाब होती माझ्या दृष्टीनं!

वैफल्य, निराशा, चीड आणि बधिरपणा अशा वेगवेगळ्या अवस्थांमधून भोवंडत मी दिवस काढत होते. शोक, दु:ख ही एक अजब गोष्ट असते. त्याबाबतीत कुणी कुणाला फसवू शकत नाही. त्याची किंमत जबरदस्त असते अन्

ती तुम्हाला द्यावीच लागते. कुणी कितीही म्हणू दे की, 'काळ हेच दु:खावरचं औषध आहे,' पण त्यात काही अर्थ नसतो. कारण शोकाकुल माणूस एकेक क्षण कसा घालवत असतो, हे त्याचं त्यालाच ठाऊक असतं अन् लोक तुम्हाला म्हणतात, "जातील, हेही दिवस जातील, वर्षं उलटतील अन् तुम्ही सगळं विसरून जाल." ममा हृदयक्रिया बंद पडून अचानक गेली असती तरी मला दु:खच झालं असतं. कितीतरी काळ मी ते दु:ख उराशी बाळगलं असतं. पण तिचा मृत्यू प्रत्यक्ष आपल्या वडिलांमुळे झालाय, त्यांनी तिला मारल्यामुळे झालाय, सुरीनं भोसकल्यामुळे झालाय – या विचारानं जे दु:ख मला किंवा माझ्या भावंडांना झालं, त्या दोन्हीमध्ये जमीन-अस्मानाचा फरक होता. आपल्या पित्यानं तिला शेवटच्या क्षणापर्यंत वेदना दिल्या, या विचारानं वाटतं, आपण एका मानसिक नरकातून वाटचाल करतोय. ती लढत फार एकाकी असते, कोणतीही गोष्ट तुम्हाला सज्ज करू शकत नाही.

अशा वेळी काळ तुम्हाला काही मदत करत नाही, कारण क्षणोक्षणी तोच तुम्हाला आठवण करून देत असतो. तिनं किती अन् काय भोगलं. तिनं त्या वेळी पळून जायचा प्रयत्न केला का? तिला मृत्यू तडकाफडकी आला की, खूप यातना भोगाव्या लागल्या? शेवटच्या क्षणी तिनं काय पाहिलं... माझ्या वडिलांना हातात सुरी परजत उभं असलेलं? तुमचं मन पुन:पुन्हा त्या सगळ्या एकामागोमाग एक प्रसंगांची उजळणी करत राहतं, तुम्हाला सतत छळत राहतं...

माझ्या मनात संताप धगधगता असायचा. तो चुकीच्या ठिकाणी पण बऱ्याच वेळा तो मी ममावरच काढायची. कशाला गेली होती ती डॅडींना भेटायला? तिला चांगलं माहीत होतं की, तिचा जीव धोक्यात होता. का ती आपणहून मृत्यूच्या जबड्यात शिरली अन् आम्हा मुलांना तिनं पोरकं केलं? स्वत:च्याही नकळत मी वर्षानुवर्षं जे केलं होतं, तेच करू लागले– ती जिवंत नव्हती तरी मी तिला दोष देऊ लागले. डॅडींच्या संतापापुढे तिनं हार मानली होती...

कधी कधी मी 'ममा आता जिवंत नाही' ही गोष्ट पार विसरून जात असे. एखादी चांगली गोष्ट पाहिली, ऐकली की, मी आनंदून जायची अन् स्वत:शीच म्हणायची, 'आहा! हे सगळं ममाला सांगायला हवं!' पुढच्याच क्षणी मी भानावर यायची. दु:ख मनावर पुन्हा एकदा अधिक तीव्रतेनं कोसळायचं अन् तरीही सत्य स्वीकारायला मन तयारच नसायचं की, ममा आम्हाला कायमची सोडून गेलीय, पुन्हा कधीही न परतण्यासाठी!

अंत्यक्रियेचा दिवस जवळ येत चालला होता, त्यामुळे एक वेगळाच तणाव मनावर आला. त्याचं कारणही किती विचित्र होतं! ममाच्या आकस्मिक मृत्यूच्या बरेच दिवस आधी डायनानं अन् तिच्या नवऱ्यानं एका शनिवार-रविवारच्या सुट्टीत पॅरिसला जायचं ठरवून सगळं आरक्षण केलेलं होतं. तो काळ नेमका ममाच्या

अंत्यक्रियेच्या आधी थोडे दिवस आला. काय करावं– सुट्टी रद्द करावी की नको, या पेचप्रसंगात डायाना सापडली तेव्हा आम्हीच तिची सुटका केली. ''जाऊन या तुम्ही दोघं. नाहीतरी ममा काही आता परत येणार नाही.'' डायाना पार उन्मळल्यासारखी झाली. कारण मधल्या संकटांमुळे तिच्या वैवाहिक जीवनात ताणतणाव निर्माण झाले. आम्ही तिला म्हटलं, ''तू अंत्यक्रियेची सगळी तयारी पूर्ण केली आहेस. थोडा काळ त्या जबाबदारीच्या भावनेतून तुझी सुटका झाली, तर तुझ्या दृष्टीनं ते चांगलंच होईल.'' कसंबसं तिनं आमचं म्हणणं ऐकलं अन् दोघं जण पॅरिसला गेले. मात्र त्या दोन-तीन दिवसांच्या काळात एका नव्या आपत्तीनं आम्हाला भुईसपाट केलं. डॅडींच्या जेहोव्हाज विटनेस या पंथातला एक माणूस येऊन इमॅन्युएलला भेटला. त्यानं अंत्यविधीच्या सर्व कार्यक्रमावर नजर टाकली (कोणती कविता म्हणायची, हेसुद्धा मी व डॅनियलनं ठरवलेलं होतं.) अन् तो इमॅन्युएलला म्हणाला, ''हे काही योग्य दिसत नाही. मी सगळा कार्यक्रम पुन्हा एकदा आखतो.'' बिचाऱ्या इमॅन्युएलनं त्याच्यापुढे मान तुकवली.

झालं! त्या दिवशी जो गोंधळ झाला, तो शब्दांत सांगणं मला शक्य होणार नाही! इमॅन्युएलनं आम्हा कुणालाच या नव्या बदलाची एका शब्दानंही कल्पना दिली नव्हती. त्यामुळे त्या दिवशी ममाची चर्चमधील अंत्यसंस्कार प्रार्थना जेहोव्हाच्या अनुयायांच्या कल्पनेनुसार झाली. आजही तो सगळा प्रसंग आठवला की, माझ्या अंगाचा तिळपापड होतो. एकतर, ममानं तो पंथ त्यागलेला होता. आम्ही कुणी तो कधी अवलंबिलेला नव्हता. त्यामुळे ती प्रार्थना म्हणजे जणू काही आमच्या ममासाठी आम्ही केलेली प्रार्थना नव्हतीच, असं आम्हाला वाटलं. आम्ही भावंडंच नव्हे तर आमच्या ममाचे नातेवाईकही या प्रकारानं हबकून गेल्यासारखे झाले. बिचाऱ्या डायानानं इतके परिश्रम घेतले होते... ती पॅरिसहून परत आली अन् तिनं पाहिलं तो तिच्या पूर्ण नियोजनावर बोळा फिरवल्यासारखा झाला होता.

ममाच्या अंत्यसंस्काराला पुष्कळ लोक हजर राहिले होते. चर्च खच्चून भरलं होतं अन् अशा पार्श्वभूमीवर तिच्या अंत्यसंस्काराचा असा बोजवारा उडालेला. आमची मान शरमेनं झुकली नसती, तरच नवल! जिवंतपणी ममाला कल्पनाही नसेल की, ती शेजाऱ्यापाजाऱ्यांमध्ये इतकी लोकप्रिय होती. डॅडींनी तिच्यावर अनेक बंधनं घातली होती तरीही लोकांना तिच्यातला चांगुलपणा जाणवला असावा.

हे सगळं कमी होतं की काय, असं डायानाला वाटावं, असा अपमानाचा प्रसंग अंत्यक्रियेच्या अखेरीस घडला. माझ्यातर्फे एक पुष्पगुच्छ पाठवण्यात आला होता. तो पाहताच आम्हाला जो धक्का बसला, तो शब्दांत व्यक्त करणं शक्य नाही. त्यातली फुलं ७×७×७ अशा प्रकारे गुंफण्यात आली होती. हे पाहून माझा माझ्या

डोळ्यांवर विश्वास बसेना. डायाना तर माझ्या अंगावर धावूनच यायची, पण आम्ही चर्चमध्ये होतो, म्हणूनच तिनं स्वत:वर संयम ठेवला. पण दात-ओठ खात ती फुत्कारली, ''हे नक्कीच तुझं काम नाही, नतालिया. ही फुलं डॅडींनीच पाठवली आहेत. तू त्यांना असं का करू दिलंस?'' मला धक्का बसला होताच; पण मी पुन्हा एकदा खोटेपणाचा आधार घेतला. (लहान होते तेव्हादेखील मी असंच वागायची. माझ्यावर कुणी दडपण आणलं की, मी खोटं बोलून सारवासारव करायची व रागाचा भडिमार चुकवायची.) ''नाही, डॅडींनी नाही पाठवली ती फुलं. मीच पाठवायला सांगितली.'' खोटं बोलत असतानाही मला सतत जाणवतं की, आपण फार मोठी चुकीची कृती केली होती.

तो संपूर्ण प्रसंग आमच्या दृष्टीनं असह्य ठरला, कारण पत्रकारांना ही गोष्ट समजली. (आम्ही मनाई केलेली असूनही पत्रकार अंत्यसमारंभाला हजर राहिले होते.) आपल्याला चर्चमध्ये उघडपणे प्रवेश करता येणार नाही, हे माहीत असल्यामुळे ते बागेतील झुडपांमध्ये दडून छायाचित्रं घेत होते. थोडक्यात सांगायचं, तर तो एक प्रसंग असा होता की, ज्यायोगे आम्ही भावंडं ममाच्या स्मृतिप्रीत्यर्थ एकत्र येऊ शकलो असतो; पण आमच्या ते नशिबातच नव्हतं. ममाच्या नात्यातले जे लोक त्या दिवशी आले होते, त्यापैकी कुणीही माझ्याशी बोललं नाही. अंत्यसंस्कारानंतरचं भोजन माझ्या मावशीच्या घरी ठेवण्यात आलं होतं. पण माझ्यासारखी 'दुराचारी' मुलगी कशी काय आत जाऊ शकणार? मारेकरी वडिलांची बाजू घेऊन मी माझ्या वाईटपणाचं उघड दर्शन घडवलं होतं सगळ्यांना! खरंतर, या सगळ्या प्रकाराला मी यत्किंचितही जबाबदार नव्हते. पण खुलासा करण्याची शक्तीच माझ्या अंगात उरली नव्हती. ''मी येत नाही,'' एवढंच मी डायानाला म्हणाले. तेव्हा तिला पुन्हा एकदा वाटलं असणार, आपली धाकटी बहीण आपल्याला सगळ्यांसमोर मान खाली घालायला लावते आहे. पण माझा अगदी नाइलाज होता.

इतका वाईट प्रसंग, इतकी अवहेलना मी आयुष्यात कधीही अनुभवली नव्हती. कुठं जावं, काय करावं, ते मला सुचत नव्हतं. शेवटी मी हेलनकडे गेले अन् तिला आणि इतर काही मित्रांना विचारलं, ''मला सगळं काही विसरून जावंसं वाटतंय. पबमध्ये जाऊन एखादा ग्लास मद्य घेऊ या का?'' माझ्या विनंतीला त्यांनी मान दिला. ममाच्या स्मृतिप्रीत्यर्थ मी एक ग्लास उचलला अन् प्राशन केला. कधीही मद्याला न शिवणारी मी– त्या दिवशी मद्य प्यायले. डोळ्यांसमोर तासाभरापूर्वीचं चित्र– ममाची शवपेटिका पडद्याआड जाण्याचं– तरळत होतं. कसा सहन केला मी तो प्रसंग? त्यापूर्वी जवळजवळ रोज मी तिच्याजवळ जाऊन बसायची, तिच्याजवळ माझं मन मोकळं करायची. अंत्यक्रियेच्या–

दफनाच्या– आदल्या दिवशी शवपेटिका कायमची बंद करण्यात आली होती, कारण ममाचा देह सडू लागला होता.

आज मी तिला कायमची मुकले होते. माझं हृदय शतशः विदीर्ण झालं होतं. यापुढे कधीच मी तिला पाहू शकणार नव्हते. तिचे हिरवेशार डोळे माझ्याकडे प्रेमानं पाहणार नव्हते. तिचा आश्वासक सूर– 'सगळं काही ठीक होईल, नतालिया. काळजी करू नकोस'– माझ्या कानावर पडणार नव्हता. आज मी पूर्णपणे एकटी पडले होते. एकाकीपणाच्या त्या ओझ्याखाली मी चिरडून जाईन, अशी भीती मला वाटत होती. रडूनही माझं मन हलकं होत नव्हतं. मित्रमैत्रिणींच्या सान्निध्यात मात्र माझे डोळे वाहू लागले. मी एखाद्या दरीत खोल-खोल, खोल बुडते आहे; पण मला कोणी वाचवण्याचा प्रयत्न करत नाहीये, असा भास मला झाला. यापुढे कधीच फोनवरून ममा म्हणणार नव्हती, 'नतालिया, तू फक्त घरी परत ये, बस्स!'

गौप्यस्फोट

...आणि म्हणूनच की काय, मी डॅडींना भेटत राहिले. माझं हे आत्मकथन वाचणाऱ्यांना माझा हेतू, माझं मन कधीच कळणार नाही. पण माझ्या दृष्टीनं या भेटी म्हणजे ममाच्या स्मृती जिवंत ठेवण्याचा एक प्रयत्न होता. डॅडी ममाबद्दल बोलायचे, तिच्या आठवणी सांगताना रडायचे. त्या आठवणी ऐकणं मला खूप आवडायचं. कसल्या होत्या त्या आठवणी? पूर्वी घडलेल्या आनंददायी प्रसंगांच्या, ममाच्या गमतीशीर वागण्याविषयीच्या आणि अशाच काही. डॅडी बोलायचे अन् मी कान देऊन ऐकायची. अशा प्रसंगांमधून मला डॅडींच्या स्वभावाची दुसरी बाजू– आतापर्यंत मी कधीही न पाहिलेली– दिसू लागली. त्यांच्या मनातल्या धार्मिक भावभावना, विचार बोलून संपले होते. आता ते खूप शांत झाले असावेत. त्यांच्या मनात धुमसणारी संतापाची आग आता विझू पाहत होती. आता मला दिसणारे डॅडी बरेच विचारी, विवेकसंपन्न वाटत होते.

एखाद्याला हे सगळं ऐकायलाही विचित्र वाटेल. कुणी खुनी माणूस दयाळू अंत:करणाचा, सज्जन कसा असू शकेल? पण खरोखरच मी बोलते आहे ते मी आत्ता बघत असलेल्या, काही प्रमाणात बदललेल्या डॅडींबद्दल! स्वत:च्या पापकृत्यानं त्यांच्यात खूप मोठा बदल झाला होता. पूर्वीचा ब्रुनो जणू लुप्त झाला. मला समोर दिसणारे डॅडी आणि मी लहानपणापासून पाहिलेले डॅडी यात केवढा फरक होता! एक शक्यता अशी आहे की, मला या प्रेमळ डॅडींना भेटायची पूर्वीही फार मोठी आस होती. त्यांच्याबरोबर लेकीचं नातं जोपासायची अतृप्त इच्छा माझ्या मनात फार दिवसांपासून असणार. बाह्यत: नराधमाप्रमाणे वागणाऱ्या या माणसात मी एखादा प्रेमळ पिता शोधत असेन!

याच काळात मी अनेक वेळा ममाच्या थडग्यापाशी जाऊन बसत असे. अजून तिच्या थडग्यावर शिलालेख लावलेला नव्हता, म्हणून मी कबरीजवळील गवतावर पडून तिच्याशी बोलत असे. शिलालेखाऐवजी तिथे एक पालिकेनं दिलेला तात्पुरता क्रमांक लिहिलेला होता. माझ्या फ्लॅटमध्ये राहणारा माझा मित्र मी कुठे असेन याची काळजी करत असे. कारण तासन्‌तास मी घरातून गायब होत असे. कधी कधी मी ममाला आवडायचं म्हणून समुद्रकिनाऱ्यावर एकटीच फिरायला जात असे. तेव्हाही मी सलगपणे चार-पाच तास घराबाहेर राहत असे. अशाच एका प्रसंगानंतर त्याला वाटत असलेली माझी काळजी माझ्या ध्यानी आली. तेव्हा मी त्याला सांगूनच टाकलं, ''बराच वेळ मी घरी आले नाही तर समज की, मी ममाच्या थडग्याजवळ असणार.'' बऱ्याच वेळा मी तिथंच त्याला सापडत असे. खरं म्हणजे, ममाला मरून आता जवळजवळ महिना लोटला होता; पण माझी अवस्था फार विचित्र झाली होती. जाण्यासाठी कुठलं ठिकाणच उरलं नव्हतं; मार्गही दिसत नव्हता. हातात पैसाही नव्हता आणि नोकरीही! ममा ज्या ठिकाणी नोकरी करणार होती तिथे मीही नोकरी करणार होते. पण मध्यंतरीच्या उलथापालथीत तो बेत केव्हाच ढासळला होता. व्हिक्टोरिया मिल्समधल्या फ्लॅटचं भाडं द्यायची वेळ आली होती; पण ते कसं द्यायचं याचं उत्तर माझ्याकडे नव्हतं. त्यातच माझ्या फ्लॅटमधला मित्रही बेकार होता. शेवटी फ्लॅट सोडावा लागणार, अशी चिन्हं दिसू लागली. पण जायचं कुठं, या प्रश्नाचं उत्तर सापडत नव्हतं. परत हेलनकडे? नक्कीच नाही. डायानाकडे? तेही निश्चित नव्हतं. शेवटी मी डॅडींनाच फोनवर विचारलं तर ते सहजपणे म्हणाले, ''अगं, आपलं घर नाही का? तिथेच जा की राहायला.'' आधी मला त्यांच्या शब्दाचा अर्थ लागेना. ओल्ड क्रॉसबीमधल्या घरी? ते कसं शक्य होतं? पण डॅडींच्या मनात तेच होतं. सुरुवातीला मी 'नाही' म्हटलं. त्या घरात राहायची कल्पनाच मला कशीशीच वाटत होती. पण थोड्याच वेळात माझं मन पालटलं.

माझा हा निर्णय शहाणपणाचा नव्हता, हे मला पूर्णपणे मान्य आहे. तशी माझी कधीच समजूत नव्हती. पण त्या काळात मी इतकी सैरभैर झाले होते की, तो निर्णय मला योग्य वाटला. आपण घरी जायचं, असं मी ठरवलं. माझ्या जागी दुसरी कुणी असती, तर तो विचारही तिला आवडला नसता. पण माझ्या समजुतीप्रमाणे ममा तिथे नव्हतीच मुळी; ती तर व्हिक्टोरिया मिल्समध्ये राहत होती ना? माझी मन:स्थिती त्या काळी इतकी बिघडलेली होती की, ज्या घरात ममाच्या चांगल्या व डॅडींच्या वाईट आठवणी होत्या, जिथे पावलोपावली मला त्या दोघांच्या वस्तू दिसणार होत्या, अशा घरात आपण कसं राहायचं, याची मला अजिबात काळजी वाटली नाही. उलट, एक प्रकारची शांती वाटली. कारण

ही जागा माझ्या परिचयाची होती. फ्लॅटमध्ये माझ्याबरोबर राहणारा माझा मित्रही माझ्याबरोबर तिथे राहू लागला. आजूबाजूच्या लोकांना काय, जणू कोलीतच मिळालं. आधीच त्यांनी अगियानो कुटुंबाबद्दल बरंच काही ऐकलेलं, वाचलेलं होतं. अशा कुटुंबातली एक मुलगी त्याच घरात परत राहायला येते, जिथे प्रत्यक्ष तिच्या वडिलांनीच तिच्या आईचा खून केला होता, याला काय म्हणावं? पण दु:खामुळे माझं मन जणू बधिर झालं होतं. याच घरात मीही खूप सोसलं होतं, तरीही मी तिथेच राहायला जात होते. का? एकच कारण होतं– कुठं जावं, ते मला समजत नव्हतं. दुसरीकडे कुठे जायला मला जागाच नव्हती. माझं मन जिकडे नेईल तिकडे मी जात होते. बहुतेक वेळा माझी कृती बेजबाबदारपणाचीच असायची. माझे हात पोळले जायचे अन् मगच मी जागी व्हायची!

ममाच्या खुनानंतर पहिले काही दिवस पोलिसांनी आम्हाला घरामध्ये प्रवेश करू दिला नव्हता; पण आता त्यांची हरकत नव्हती. ममाच्या खोलीतला गालिचा आणि शेकोटी त्यांनी हलवली होती. माझ्या लक्षात आलं की, रक्ताळलेला गालिचा त्यांनी खुनाचा पुरावा म्हणून नेला होता. शेकोटीवरही रक्ताचे शिंतोडे उडाले असावेत. डॅडींनी आपल्याला सगळं काही सांगायला हवं, अशी तीव्र इच्छा पुन्हा एकदा माझ्या मनात निर्माण झाली. सत्य काय आहे, हे जाणण्याच्या हेतूनं मी त्यांना भेटण्यासाठी तुरुंगात गेले.

''काय घडलं ते मला नीट सांगा. ममाचा मृत्यू कशा प्रकारे झाला,'' मी डॅडींना तोच प्रश्न केला.

नेहमीप्रमाणे याही वेळी डॅडी रडू लागले. त्यांचा आवेग ओसरेपर्यंत मी शांतपणे बसून राहिले. त्यांनी बोलायला सुरुवात केली, ''डॅनियल खेळण्यासाठी बाहेर पडला. नंतर इमॅन्युएलही बाहेर गेला. तेव्हा मी किचनमध्ये गेलो आणि मागच्या दाराला कुलूप लावलं. पुढचं दार आधीपासून बंदच होतं.

''एल्व्हाला वाचवण्यासाठी काय करायचं, ते मला माहीत होतं. माझं तिच्यावर इतकं प्रेम होतं की, तिच्या आत्म्याला वाचवण्यासाठी मला ते कृत्य करायलाच हवं होतं. येशूनंच मला दर्शन देऊन तशी आज्ञा दिलेली होती. यापूर्वीसुद्धा सात वेळा येशूनं मला दर्शन दिलं होतं, हे मी तुला सांगितलंच आहे. मी तिला शेवटची धोक्याची सूचना दिली– 'ही तुझ्यासाठी अखेरची संधी आहे. घरी परत ये,' असं मी तिला सांगितलं. पण ती ठामपणे 'नाही' म्हणाली. तेव्हा मी किचनमध्ये गेलो आणि लाकूड तोडण्यासाठी जी कुऱ्हाड मी वापरत असे, ती हातात घेतली. मी ती तिथे आधीच लपवून ठेवली होती. तुझी ममा शेकोटीजवळच्या

सोफ्यावर बसलेली होती. तिची माझ्याकडे पाठ होती. मी खोलीत शिरलो अन् पाठीमागून तिच्यावर वार केला. तिनं उठून उभं राहण्याचा प्रयत्न केला अन् किंकाळी मारली तेव्हा मी आणखी एक वार केला.

"माझ्या लक्षात आलं की, कुऱ्हाडीला विशेष धार नव्हती म्हणून मी धावत किचनमध्ये गेलो अन् अनेक सुऱ्यांपैकी एक उचलली. पहिल्या सुरीचं पातं फार लांबलचक होतं. तिनं मी वार केला तुझ्या ममावर तेव्हा ते वाकलं, म्हणून मी दुसऱ्या छोट्या सुरीनं वार केले. तीदेखील वाकली. तुझी ममा उठून उभी राहिली; पण लगेच खाली गुडघ्यांवर कोसळली. तिनं हाका मारायला सुरुवात केली. त्यानंतर मी तिच्यावर आणखी वार केले की नाही, ते मला आठवत नाही. तेवढ्या काळापुरतं माझं मन सुन्न झाल्यासारखं झालं. मला काहीच आठवत नाही. शेवटी ती एवढं मात्र म्हणाली, 'आता प्रत्येकाला कळेल की, तुम्ही एक खुनी आहात.' त्यानंतर ती निपचित तोंडावर पडून राहिली.

"मी तिच्याजवळ बसलो. तिचं तोंड माझ्याकडे वळवलं अन् तिला मी मिठीत घेतलं. 'माझं तुझ्यावर खूप प्रेम आहे गं–' मी तिला म्हणालो. त्यानंतर मी उठलो अन् फोन केले. माझ्या कारखान्यात, डायानाला आणि पोलिसांना. तुझी ममा तोपर्यंत गेली होती."

सुन्न झाल्यासारखी मी बसून राहिले. मीच डॅडींकडे सगळं काही सविस्तर सांगण्याविषयी हट्ट धरला होता; पण आता ते भीषण सत्य मला सहन होईना. सगळंच किती विचित्र होतं. असं घडणं कसं शक्य होतं? 'आता जगाला कळेल की, तुम्ही एक खुनी आहात'– असं का म्हणाली असेल ममा? त्यांना आपल्या कृत्याची लाज वाटून त्यांनी वार करणं थांबवावं यासाठी की, तिला ते गेली कित्येक वर्षं कणाकणानं मारत होते, संपवत होते त्याविषयी ती बोलत होती? तिलाच कशाला, आम्हाला सगळ्यांनाच ते आपल्या दुष्टपणानं पावलोपावली संपवत होते. आता बाह्य जगातील लोकांना समजणार होतं की, हा बाह्यात्कारी सज्जन वाटणारा माणूस किती दुष्ट, खुनशी वृत्तीचा होता. हे सगळं जर माझ्या ममाला ठाऊक होतं, तर ती पुन्हा कशाला त्यांच्याकडे गेली होती? मी आतल्या आत या सगळ्यामुळे उद्ध्वस्त होत होते; पण वरकरणी मी त्यांना माझ्या मनातल्या घालमेलीचा पत्ता लागू दिला नाही. पुन्हा एकदा त्या जागी जायचं अन् सगळ्या घटना त्यांच्या कथनाच्या संदर्भात तपासून पाहायच्या, असं ठरवून मी तिथून उठले.

मला काही केल्या ममाच्या वागण्याचा अर्थ उमजत नव्हता. ज्या बाईनं आपल्या नवऱ्याला पुरतं ओळखलेलं होतं, ज्याचा खुनशी स्वभाव तिनं अनेक वेळा अनुभवला होता, अशा माणसापुढे एकटीनं सामोरं जायचं, हे कसं घडू

शकलं? अर्थात हा प्रश्न मी ममाइतकाच स्वत:लाही विचारायला हवा होता. कारण त्यांच्या अमानुषपणाचा अनुभव मीदेखील घेतलाच होता ना? आम्ही दोघीही त्यांच्या वरवरच्या गोड बोलण्याला, त्यांच्या हुशारीला कधीच फसलेल्या नव्हतो. ते कोणत्या स्तराला जाऊ शकतील, याची आम्हा दोघींना पुरेपूर कल्पना होती. ''नतालिया, मला परत पाहिलं तर तुझे डॅडी मला ठारच मारतील!'' इतक्या स्पष्ट शब्दांत ममानं आपल्या मनातली भीती माझ्याजवळ बोलूनही दाखवली होती. मलादेखील या गोष्टीची कल्पना नव्हती का? नक्कीच होती! म्हणून तर पोलिसांना माझा पहिला प्रश्न हाच होता, ''त्यांनी तिला सुरीनं भोसकलं ना?'' आम्हाला दोघींना काय घडू शकेल याची पुरेपूर खात्री होती. कोणतं शस्त्र ते वापरतील, याविषयीदेखील मी कल्पना केली होती अन् तरीदेखील त्या दिवशी, त्या शेवटच्या घटकेला आम्ही दोघीही आपली विचारशक्ती गमावून बसलो होतो. त्यांच्या दुष्टपणाची पूर्ण कल्पना असूनही आम्ही दोघींनी स्वत:ची फसगत करून घेतली होती की, काहीही झालं तरी डॅडी खुनाइतक्या खालच्या पातळीवर कधीच उतरणार नाहीत. जे घडलं होतं, ते खरोखरच आमच्या विचारशक्तीच्या फार पलीकडचं होतं. 'असं घडू शकेल', अशी भीती आम्ही आमच्या मनात निर्माण केली होती; पण शेवटच्या क्षणी त्या भीतीवर आम्ही विश्वास ठेवला नव्हता. लहान मुलं नाही का अशीच स्वत:ची समजूत काढत. गोष्टीतल्या राक्षसाची त्यांना भीती वाटत असते; पण तो आपल्या पलंगाखाली कधीच येणार नाही, अशी समजूत ती करून घेत असतात. डॅडींमधला राक्षसही अस्तित्वात नाही, अशीच समजूत आम्ही करून घेतली होती.

राणी एलिझाबेथला लिहिलेल्या पत्रात डॅडींनी स्वत:चा उल्लेख 'लहान बालक' असा केला होता; पण याहून मोठं असत्य असूच शकत नाही. खरं पाहिलं तर ते वर्णन ममाला अधिक चांगल्या प्रकारे लागू होतं. तिचं मन बालकासारखं निष्पाप, निरागस होतं. तिच्या मनात एक प्रामाणिक आशा होती की, सगळं काही ठीक होईल. डॅडींच्या रूपातला राक्षस तिच्यावर हल्ला करणार नाही. ममा खऱ्या अर्थानं कोसळली असणार... पण ती तिच्यावरल्या प्राणघातक हल्ल्यांमुळे नव्हे किंवा तिनं नवऱ्यावर टाकलेल्या विश्वासाला तडा गेला म्हणूनही नसणार, तर त्या भयंकर क्षणी तिला कळलं असणार की, आपल्या मृत्यूनंतर आपली मुलं– विशेषत: डॅनियल– पोरकी होणार. डॅडींबद्दलच्या संतापापेक्षा या विचारानंच तिला अधिक दु:ख झालं असणार!

डॅडींनी ममावरच्या हल्ल्याचं जे वर्णन केलं, त्यामुळे मी अक्षरश: होरपळून निघाले. मी गुडघ्यांवर मटकन खाली बसले. कारण त्या क्षणीही मला उमगलं की, डॅडींबरोबरच्या पुढील काही भेटींमध्ये मला आणखी काही भयानक सत्यांना सामोरं

जावं लागणार आहे. ते भयानक वास्तव मी कदाचित पचवूही शकणार नाही. कठोर सत्य हे प्रखर विस्तवासारखं असतं. ते भयंकर दाहक असतं. त्याच्या चटक्यांनंतरही तुम्ही जिवंत राहाल की नाही याची खात्री ते देत नाही; पण असत्यही दाहकच असतं. दोन्हींच्या चटक्यांची तीव्रता कदाचित वेगवेगळी असेल; पण असत्यामुळे होणारा विनाश गलिच्छ असतो. लवकरच मला त्या गोष्टीचा स्वत:च्या बाबतीतही प्रत्यय येणार होता.

आमच्या शेजाऱ्यांपैकी अनेकांनी आमच्या घराबद्दल अनेक वावड्या उठवल्या होत्या; पण मी तिथे राहायला गेल्यानंतर या गावगप्पांना एक वेगळंच अन् विकृत उधाण आलं. त्यामध्ये ममाच्या मैत्रिणींचा सहभाग होता, यात मला शंका नव्हती. आपला राग मुक्तपणे व्यक्त करण्यात त्यांना आनंद वाटू लागला. त्यातल्या काही गावगप्पा त्यांनी डायानाच्याही कानावर घातल्या. माझ्या सुदैवानं त्यापैकी काही इतक्या अतिरंजित आणि अश्लील होत्या की, डायानाचा त्यावर विश्वास बसणं कठीण होतं. नाहीतर आमच्या दोघींमधली दरी आणखीनच विस्तारली असती. पण त्यांचं स्वरूप काहीही असलं तरी आमच्यातला विसंवाद पराकोटीला गेला आणि त्याचा परिणाम माझ्या मेव्हण्याच्या वर्तनावरही नक्कीच झाला.

या मंडळींनी खऱ्या अर्थानं डायानाचे 'कान भरले.' मी घरात पुरुषांना मुक्तपणे आमंत्रण देते, अनेक पुरुषांची त्यामुळे घरात वाट्टेल तशी 'ये-जा' सुरू असते, वगैरे. मी स्वत:च डायानाला माझ्या मित्रांची नावं सांगितली. त्यांच्यापैकी बहुतेक जण समलिंगी होते आणि माझ्या फ्लॅटमधल्या सहकाऱ्याचे ते सगळे जण चांगले मित्र होते. (याचाच उघड अर्थ – मी त्यांच्याबरोबर प्रेमालाप करत नव्हते, हा होता.) 'मी वेश्याव्यवसाय करते,' असं शेजाऱ्यांनी बोलायला सुरुवात केली. पण ही तर निव्वळ सुरुवात होती, हेही माझ्या लक्षात आलं. यापुढची निंदानालस्ती याहूनही हीन प्रकारची होती. मी घराच्या भिंतींना लाल रंग दिला आहे, खुनाची घटना घडली ती जागा लोकांना दाखवण्याचे मी प्रत्येकी दहा पौंड घेते, वगैरे. इतकं हीन कृत्य माझ्या शेजाऱ्यांना कसं करवलं, हे समजणं माझ्या कल्पनेबाहेरचं आहे. या प्रकारच्या गावगप्पांना काय अन् कसं उत्तर देणार? माझ्या हातात एकच गोष्ट होती अन् तीच मी केली. मी डायानाला घरी बोलावलं अन् प्रत्यक्षच पाहायला सांगितलं. तिनं अर्थातच अशा लोकांना धूप घातला नाही. या सगळ्या प्रकरणातून मी एकच बोध घेतला– माझ्या, आमच्याच हक्काच्या घरात राहिल्यामुळे लोकांमधल्या दुष्ट प्रवृत्तींना खतपाणी मिळालेलं होतं.

एक गोष्ट मला मान्य करायला हवी– आमच्या घराबद्दल आधीच लोकांचं मन कलुषित झालेलं होतं. त्यात माझ्यासारखी 'बदनाम' मुलगी तिथंच राहायला गेली. या दोन गोष्टींमुळे लोकांना जणू आमच्याबद्दल वाईट-साईट बोलण्याचा

अन् वागण्याचाही मुक्त परवानाच मिळाला. त्यांचा दुष्टपणा त्यांच्या कृतीतही परिवर्तित होऊ लागला. ही गोष्ट मला अनेक प्रकारे जाणवली. एकदा मी दुकानातून काही वस्तू खरेदी करून परत आले अन् पाहिलं तर चोरांनी आमचं घर फोडलं होतं. तशी फारशी चीजवस्तू त्यांच्या हाती लागली नाही किंवा घराचंही विशेष नुकसान झालं नाही, हे खरं असलं तरी माझ्या मनाला अधिक यातना व्हाव्यात, असं एक कृत्य त्यांनी केलं होतं. त्यांनी आमच्या घराचे फोटो काढले होते! ही घटना पुढे अनेक वेळा घडली. प्रत्येक वेळी काहीतरी क्षुल्लक वस्तूंची चोरी व्हायची. एकदा माझा सहनिवासी मित्र घरी परतला तेव्हा काही तरुण पोरं पुढच्या दारातून पसार होताना त्यानं पाहिली. आम्ही साधारणपणे मागच्या दाराचा वापर येण्या-जाण्यासाठी करत असू. आमच्या घरावर कुणीतरी पाळत ठेवून आहे, असा अर्थ मी या प्रसंगातून काढला. या मालिकेच्या अखेरच्या प्रसंगात मी वरच्या खोलीत एकटीच झोपलेले असताना, गुंडांनी घरात प्रवेश केला होता, हे मला सकाळी उठून खाली आल्यानंतर समजलं. एकूण सगळा प्रकार सहनशक्तीपलीकडचा होता, हेच खरं!

त्यानंतर एकदा माझ्या मित्राची गाडी चोरीला गेली अन् मी निर्णय घेतला, इथे राहण्यात अर्थ नाही. लोक आपल्याला सहजपणे ठकवू शकताहेत! याच सुमारास मला डायानाच्या वकिलांनी एक पत्र पाठवलं. त्याचा मथितार्थ हा होता की, डॅनियलचा कायदेशीर ताबा मिळवण्यासाठी ती व तिचा नवरा अर्ज करणार आहेत आणि त्यांची अशी इच्छा आहे की, मला त्याला भेटण्याची परवानगी मिळू नये. डायानाला योग्य न्याय द्यायचा तर मला हे कबूल केलं पाहिजे की, तिनं आत्तापर्यंत माझ्यामध्ये व डॅनियलमध्ये कुठलेही निर्बंध घातले नाहीत किंवा त्याला भेटण्यावरही कसली बंदी घातली नाही. शिवाय आमची घरं एकमेकांजवळ असल्यामुळे डॅनियलला मी येता-जाता पाहूही शकत होतेच. मात्र तिचा नवरा आसपास वावरत असेल तर ते शक्य व्हायचं नाही. त्याच्याबरोबर डॅनियल कुठे जात असताना त्यानं मला पाहिलं की, तो स्वत: तर झपझप पावलं टाकत दूर जायचाच, शिवाय डॅनियलनं माझ्याशी बोलू नये, याची खबरदारीही घ्यायचा.

त्यांच्या दृष्टीनं मी एक बेकार आणि बेजबाबदार अशी मुलगी होतेच; शिवाय मी व्यसनाधीनही होते. डॅनियलबरोबर राहावं, बोलावं अशी माझी लायकीच नव्हती. गंमत म्हणजे त्या दोघांच्या नकळत डॅनियल मला अनेक वेळा भेटत असे. तो घरी सांगत असे की, तो मित्रांबरोबर खेळण्यासाठी बाहेर जातोय आणि कोपऱ्यावरून गुपचूपपणे वळून तो माझ्याकडे येत असे. अशा वेळी तो माझ्याकडून वचन घेत असे की, मी डायानाला आमच्या भेटींविषयीची कुणकुण लागू देणार नाही. कारण त्या लहान पोरालाही एवढी समज होती की, डायानाला आमच्या

भेटींमुळे – विशेषत: ज्या घरात त्याच्या आईचा खून झाला होता, त्याच घरातील भेटीमुळे – भयंकर धक्का बसेल. डॅनियल माझ्याकडे येत असे, माझ्याजवळ बसत असे, मला प्रश्न विचारत असे. त्यातले बरेचसे प्रश्न डॅडींविषयी असत. 'ते ठीक आहेत,' एवढंच उत्तर मी त्याला देत असे. 'आता खटला सुरू होण्याची वाट पाहायची' असं म्हणून 'तुला भेटायचंय का डॅडींना?' असंही एकदा मी त्याला विचारलं.

डॅनियलनं डॅडींना भेटावं की नाही याबद्दल माझी अशी मनोधारणा होती की, त्याला जर आपल्या मनातील डॅडींविषयीचा– आपल्या आईच्या मारेकऱ्याचा– राग, संताप, तिरस्कार त्यांच्या तोंडावर व्यक्त करायचा असेल, तर इतरांनी त्याच्या आड येऊ नये. दुसरीकडे डॅडी मला प्रत्येक वेळी सांगत असत की, त्यांचं डॅनियलवर खूप प्रेम होतं. ते त्याला भेटायला आसुसले होते वगैरे. अर्थात, हे सगळं कितपत खरं होतं, ते एक डॅडीच जाणे! त्यांना एवढी गोष्ट नक्कीच कळत असणार की, डॅनियल त्यांना एक खुनीच समजणार. मला असंही वाटत असे की, डॅनियलला आपल्या मनातील रागाचा निचरा करायची इच्छा असेल, 'आमचं आयुष्य तुम्ही बरबाद केलंत' असं डॅडींना ऐकवायचं असेल तर इतरांनी ते करू द्यावं. पण या प्रश्नाचा निकाल डॅनियलनंच लावला. "मला नाही भेटायचं डॅडींना!" त्यानं नि:संदिग्धपणे सांगितलं, तेव्हा मीही त्याला भरीला घातलं नाही. नऊ वर्षांचा एक लहान मुलगा होता डॅनियल. देव जाणे, या भेटीचा त्याच्या कोवळ्या मनावर काय परिणाम झाला असता! पुढे डॅनियलला खरोखरच खूप मन:स्ताप भोगायला लागला आणि त्याचा राग अनेकवेळा त्यानं स्वत:वरच काढला. पण त्या काळी त्याला मदत करणं आम्हाला जमलं नाही. कारण कशा प्रकारे मदत करावी, हेच जाणण्याच्या मन:स्थितीत आम्ही कुणी नव्हतो. माझं माझ्या या लहान भावावर खूप प्रेम होतं, एवढं निश्चित. माझ्या मेव्हण्यानं आम्हा दोघांत फूट पाडण्याचा प्रयत्न केला, त्यामुळे माझं मन फार घायाळ झालं.

एक गोष्ट खरी होती. सुकाणू तुटलेल्या जहाजासारखी मी भरकटत होते. मनातलं दु:ख विसरण्यासाठी मी नशा करत होते. पण डायानाच्या नवऱ्यानं डॅनियलला, 'तुझी बहीण एक वाईट मुलगी आहे' असं सांगणंही अयोग्यच होतं. मला डायानाबद्दलही खूप वाईट वाटायचं. कारण आमच्या कौटुंबिक अडचणींमुळे आता तिचं घर उद्ध्वस्त होऊ लागलं होतं. बिचारी डायाना डॅनियलला या सगळ्या उत्पातांपासून सुरक्षित ठेवण्याचा आटोकाट प्रयत्न करत होती. अर्थात डॅनियलला भेटणंच टाळायचं, ही गोष्ट मात्र मी कधीच करणार नव्हते. शेवटी, यावर कायदेशीर सल्ला घेण्यासाठी मी माझ्या वकिलांकडे गेले. (त्या काळात

ममाच्या मृत्यूनंतर माझ्या डॉक्टरांनी मी निराशाग्रस्त (depressed) असल्याचं निदान केलेलं असल्यामुळे मला मनोरुग्णांना मिळणारे लाभ मिळत होते. त्यामुळेच मला कायदेतज्ज्ञालाही फी द्यायची गरज नव्हती.) तरीही डायाना वकिलाच्या प्रत्येक भेटीसाठी आणि पत्रासाठी पैसे खर्च करतच होती. 'आपण हा प्रश्न आपापसात सोडवू; पैसे घालवायचं थांबवू', असं शेवटी मी तिला सांगितलं.

बाह्यत: मी एक कणखर, भांडखोर मुलगी वाटत असले तरी वास्तवात मी एक लहान, घाबरलेली मुलगीच होते. उद्ध्वस्त होण्यापासून बचावण्यासाठी, एकटी पडू नये यासाठी मी प्रयत्नांची शिकस्त करत होते. आयुष्यभर मला झगडायचीच सवय लागली होती. त्यामुळे एखाद्या तत्त्वासाठी लढायचं म्हटलं की, मी शर्थीचे प्रयत्न करायची. माझ्या मेव्हण्याबरोबर डॅनियलसंदर्भात संघर्ष करायची वेळ आली तेव्हा मी विचार केला, नाहीतरी त्यानं माझा नेहमीच तिरस्कार केला तर आता या वेळी मी कशाला त्याच्या मनाचा विचार करावा? गेला खड्ड्यात, तर जाऊ दे!

त्या क्षणी माझ्यासमोर एकच प्रश्न होता– घराबाहेर पडायचं. पण पुढे काय करायचं, या प्रश्नाचं उत्तर माझ्याकडे नव्हतं. मला तिथे राहायला लागून जवळजवळ सहा महिने होत आले होते; पण अजूनही डॅडींचा खटला सुरू होण्याची काही चिन्हं दिसत नव्हती. मी दोरा तुटलेल्या पतंगासारखी भरकटत होते. माझी मानसिक अवस्था दिवसेंदिवस घसरणीला लागली होती. अशा वेळी मला माझ्या प्राथमिक शाळेत माझ्याबरोबर असणारी एक मुलगी भेटली. तो दिवस माझ्या आयुष्यातला एक काळा दिवस ठरणार होता. आम्ही दोघी विनाशाच्या दिशेनं कालक्रमणा करणार होतो. दुसरं काय होणार होतं? कारण दोघी जणी भग्न होतो आणि त्याहून वाईट गो्ट म्हणजे आमचे स्वभाव परस्परविरोधी होते. सोयीसाठी मी तिला 'जेस' हे नाव देते.

एकदा मी घरामागच्या अंगणात कपडे वाळत टाकत होते तेव्हा जेस तिथून चालली होती. मला पाहताच तिला खूप काळजी वाटली. कारण तिनं ममाबद्दल सगळं ऐकलं होतं. "अगं, त्या दिवशी मी ही बातमी कळताच धावत तुमच्या घरापाशी आले; पण पोलिसांनी मला आत जाऊ दिलं नाही. आपण इतक्या जुन्या मैत्रिणी... त्यामुळे मला तुझी भयंकर चिंता वाटत होती. पण त्यांनी मला तुझा ठावठिकाणाच लागू दिला नाही." तिच्या या शब्दांनीच मला इतकं बरं वाटलं, की काय सांगू! साहजिकच होतं ना? बहुतेक सगळे जण मला टाळत होते, चुकवत होते. जे टाळण्याचा प्रयत्न करत नव्हते, तेदेखील ममाचा चुकूनही उल्लेख करत नसत. अशा वेळी जेसनं माझी प्रेमानं चौकशी केली, या एकाच गोष्टीचं मला अप्रूप वाटलं.

काही दिवसांनी आम्ही एका पबमध्ये भेटलो. मी फक्त संत्र्याचा रस घेतला; पण जेस मात्र मद्याचे ग्लासामागून ग्लास रिचवत होती. पुढली काही वर्षं हाच पायंडा पडला आम्हा दोघींमध्ये. मला मद्य हा प्रकार कधीच आवडला नव्हता अन् जेसला तर त्याशिवाय दुसरं काहीच नको असायचं. आमच्या या भेटींमधून तिच्याविषयी एक गोष्ट मला जाणवली– तिच्या बिनधास्त वागण्यामागे, बडबडीमागे दडलेली होती एक तरुण मुलगी, जी खरोखरच फार धास्तावलेली, दुभंगलेली होती. तिच्या वडिलांचं नाव, गाव, पत्ता तिला ठाऊक नव्हता आणि तिची दमदाटी करणारी कडक शिस्तीची आई तिच्यावर स्वतःच्या पसंतीच्या माणसाशी लग्न करण्याची जबरदस्ती करत होती. आईला आपल्या मुलीचं बेताल वागणं, असभ्य कपडे घालणं, दारू पिणं, घराबाहेर बराच वेळ काढणं या व इतर अनेक गोष्टी आवडत नव्हत्या आणि दिवसेंदिवस जेसलाही आईच्या घरात राहणं अवघड वाटू लागलं होतं. अत्यंत तापट स्वभावाच्या जेसचा पारा फार पटकन चढत असे. पबमध्ये कुणी एखादा गैरशब्द वापरला तरी ती हमरीतुमरीवर यायला कमी करत नसे. पण एरवी ती फार दुःखी होती. आम्ही एकमेकींकडे ओढल्या गेलो याचं मुख्य कारण परस्परांबद्दल वाटणारी सहानुभूती हेच होतं. आयुष्यात जे-जे वाट्याला येईल ते-ते दोघींनी एकत्रितपणे सहन करायचं, असं आम्ही ठरवलं.

मनात आलं तर जेस खूप मजाही करू शकत असे. तिला विनोद सांगायला आवडत आणि धम्माल करायलाही आनंद वाटत असे. तशी ती चळवळ्या स्वभावाची होती. 'स्कनथॉर्पमधलं आयुष्य नीरस, कंटाळवाणं आहे,' अशी ती सतत तक्रार करायची. "चल, आपण पळून जाऊ या," असं आम्ही एकमेकींना म्हटलं. "माझी तर रस्त्यावर राहायचीदेखील तयारी आहे. पण जन्मात कधी मी लग्नाच्या बंधनात पडणार नाही," असंही एकदा जेस म्हणाली, तेव्हा मात्र मी गप्प बसले. रस्त्यावरचं आयुष्य म्हणजे काय असतं, तो अनुभव मी स्वतः घेतला होता. पण मी त्याविषयी तिला काही सांगितलं नाही. "कुणी माझ्यावर अरेरावी केलेली मी मुळीच सहन करणार नाही," असं ती नेहमी म्हणायची. ते ऐकायला मात्र मला मनापासून आवडायचं.

आमची दुःखं बरीचशी सारखी होती, आमच्या समस्याही सारख्या असाव्यात; पण आमचे स्वभाव फार भिन्न होते. पूर्वी माझ्या घरातल्या भांडणांना अनेक वेळा मी कारणीभूत असायची खरी; पण मला संघर्षाचा मनापासून तिटकारा होता. लोक काहीही म्हणाले तरी बहुतेक प्रसंगी मी माघार घेऊन निघून जायची. जेसचं तसं नव्हतं. ती सहजपणे 'अरे'ला 'का रे' म्हणू शकायची. एकदा पबमध्ये एका मुलीनं माझ्या ममाबद्दल वाईट उद्गार काढले, तर जेसनं तिच्या झिंज्याच

खेचल्या. इतरांनी तिला जबरदस्तीनं बाजूला केलं तेव्हा किंचाळत ती म्हणाली, ''माझ्या बहिणीबद्दल भलतंसलतं काही बोलाल तर याद राखा... एकानंही बोलायचं नाही!'' साहजिकच जेस समोर दिसली की, लोक तोंड फिरवून चालू लागायचे. माझी अंगरक्षक असल्याप्रमाणे ती कायम माझ्याबरोबर असायची. कुणी काही म्हणायचा अवकाश की, ही गेलीच धावून त्याच्यावर!

माझ्या इतर मित्रांनी मला बाजूला घेऊन समजावण्याचा प्रयत्न केला. 'या मुलीची संगत बरी नाही,' हे पटवण्याचा प्रयत्न केला. पण मी मानायला तयार नव्हते. ''जेस तशी वागते, कारण तिला कुणी माझा अपमान केलेला खपत नाही. तिला माझी काळजी वाटते म्हणूनच ती माझं रक्षण करायचा प्रयत्न करते.'' असं मी प्रत्येक वेळी म्हणायची, तरीही मला जेसविषयी सावध करणं लोकांनी सोडलं नाही. ''एक दिवस ही मुलगी तुला गोत्यात आणेल,'' असं सगळे जण सांगत असूनही मी तिकडे कानाडोळा केला. जेसच्या मैत्रीनं मला त्या काळी इतकं आंधळं केलं होतं की, माझ्या एक गोष्ट ध्यानातच आली नाही. मी पुन्हा एकदा स्वत:ला अत्यंत तापट, मालकी हक्क गाजवणाऱ्या व्यक्तीच्या अधीन करत होते. मला दिसलेली जेस म्हणजे माझ्यावर प्रेम करणारी, माझी काळजी घेणारी मुलगी. लवकरच आम्ही अगदी जुळ्या बहिणींप्रमाणे वागू लागलो. 'जिथे जेस तिथे मी अन् जिथे मी तिथे जेस,' असं समीकरणच होऊन बसलं. अलीकडे तर मी डॅडींना भेटायला जात असे ती जेसच्या गाडीतूनच. मी आणि डॅडी एकमेकांशी गप्पा मारायचो त्या वेळी ती गाडीत बसून राहायची, मी येण्याची वाट पाहत. मला तेव्हा गाडी चालवायला येत नव्हती. साहजिकच, माझं जेसवरचं अवलंबून राहणं दिवसेंदिवस वाढू लागलं. हळूहळू तिनं सांगायचं अन् मी ऐकायचं, तसं वागायचं, असा शिरस्ताच बनून गेला. आमचे सगळे कार्यक्रम तिच्या इच्छेबरहुकूम होऊ लागले. तात्पर्य– जेसनं म्हटलं, ''चल, मार उडी.'' तर मी तिला विचारणार, ''किती उंच?''

तुरुंगात डॅडींना भेटायला जायचं, या विचारानंही मी घाबरायची. जेस मला आपल्या गाडीतून न्यायची. त्यामुळे मी तिच्याविषयी कृतज्ञ राहिले. एकदा तुम्ही तुरुंगात शिरलात की, तुमच्या जवळच्या सगळ्या चीजवस्तू काढून घेतल्या जातात, तुमची कसून तपासणी केली जाते. शिवाय 'काय करायचं अन् काय नाही' याविषयीच्या अनेक सूचना तुम्हाला ऐकवल्या जातात. साधारणपणे महिन्यातून एकदा मी डॅडींना भेटायला जात असे. दर वेळी माझ्या मनाला क्लेश होत असत; पण त्यांना भेटलं तर मी ममाविषयी बोलू शकत असे. आम्ही दोघं भेटलो की, थोड्या वेळातच आमचं रडणं, हुंदके देणं सुरू व्हायचं. तुरुंगातले कर्मचारी नेहमी ठरावीक अंतर ठेवून उभे राहत. बहुतेक वेळा डॅडी इटालियन भाषेत

बोलत अन् मी फक्त त्यांचं बोलणं ऐकत राहायची. माझे डोळे अशा वेळी सतत पाझरत असायचे. पूर्वीच्या, माझ्या बालपणीच्या आठवणी ऐकता-ऐकता माझं मन भूतकाळात जायचं, तिथेच रमायचं. एकदा ते ममानं माझ्यासाठी घेतलेल्या रोलर ब्लेड्सविषयी मला सांगू लागले, ''तुझ्या ममानं पै-पै करून त्यासाठी पैसे साठवले होते. तुला ते भेट देताना तिला इतका आनंद झाला होता की, काय सांगू! त्या वेळी मला वाटलं होतं, तू खोकं उघडून रोलर ब्लेड्स बघशील तेव्हा तुला होणाऱ्या आनंदापेक्षा तुझ्या ममाचा आनंदच जास्त असेल. तुझ्या चेहऱ्यावरला आनंद टिपणं, हा केवढा मोठा सुखाचा क्षण होता तिच्यासाठी!

''तू जन्मलीस त्या वेळीही तुझी ममा फार आनंदली होती गं. नेहमी तुझ्याबद्दल म्हणायची, 'माझी छोटी बाहुली आहे ही!' तुझ्या जन्माआधी किती आसुसली होती तुला बघायला. तुझा जन्म झाला अन् आनंदानं नुसता न्हाऊन निघाला तिचा चेहरा!'' डॅडी ममाबद्दल बोलत राहायचे अन् मी ते सगळं माझ्या कानात साठवत राहायची, मनाच्या कुपीत बंदिस्त करून ठेवायची. ममा सुखात होती, आनंदाचे क्षण तिच्या आयुष्यात आले होते; त्याविषयी मला ऐकायचं होतं. काय गंमत होती पाहा, 'सगळं काही ठीक होतं,' 'मी तिला आनंद दिला होता', हे मी ऐकायची तेव्हा मला या गोष्टी ऐकवणारा माणूस होता तिचा मारेकरी अन् माझा बापही! कधी कधी मी हे सगळं डायानाला फोन करून सांगायची तेव्हा मला हुंदके आवरायचे नाहीत. अशा वेळी डायाना माझी समजूत काढत म्हणायची, ''नतालिया, नको गं भेटूस त्यांना. तुझ्या मनाचा पार चुराडा करताहेत डॅडी, या सगळ्या आठवणी जागवून.'' कदाचित तिचं म्हणणं खरंही असेल– मला पुन:पुन्हा या गोष्टी ऐकवायचा त्यांचा हेतू हा असेल की, या गोड आठवणी ऐकण्यासाठी तरी मी त्यांना भेटत राहीन. ममावरचं त्यांचं प्रेम असं चमत्कारिक पीळ असलेलं (twisted) असेलही, पण ते प्रेमच होतं; एवढं निश्चित! या आठवणी जागवताना माझ्याइतकंच दु:ख अन् वेदना त्यांनाही होत होत्या. ममाच्या आठवणींनी त्यांची शारीरिक अवस्था खालावत होती. किती सुंदर गोष्टींचा त्यांनी आपल्या निर्घृण कृत्यानं नाश केला होता! मी त्यांना कधीही उघडपणे माफ केलं नाही; पण हळूहळू त्यांच्या कृत्याची बोच माझ्यासाठी बोथट व्हायला लागली. एक पिता आणि त्याची मुलगी या नात्यानं आम्ही एकत्र बसू लागलो. या भेटीतला क्षणन् क्षण माझं मन विद्ध करायचा. पण माझ्या दृष्टीनं ते गरजेचंही होतं, 'कशासाठी आपण इथे येतोय, काय गरज आहे त्यांची बडबड ऐकायची,' असं मला कधीही वाटलं नाही.

जेस माझ्याबरोबर तुरुंगापर्यंत यायची. आमच्या कुटुंबातल्या इतर कुणालाच– माझ्या भावंडांना किंवा माझ्या नातेवाइकांना– माझं वागणं पसंत नव्हतं. डॅडींच्या

नातेवाइकांनी मात्र मला नेहमीच पाठिंबा दिला. अर्थात, पत्रानं! त्यांच्या लाडक्या ब्रुनोचं एकतरी अपत्य आपल्या वडिलांशी इमान राखून होतं याचा त्यांना आनंद व्हायचा. त्यामुळे त्यांच्या दृष्टीनं मी एक चांगली मुलगी होते, लेकीचं कर्तव्य पार पाडत होते. त्यांच्या या शब्दांनी तर मला आणखीनच वाईट वाटलं. कुणाची तरी अशी भावना होती की, देवाला माझं हे कृत्य आवडत होतं! माझ्या दृष्टीनं देव वगैरे काही नव्हताच. ज्यानं माझ्या आईचा बळी जाऊ, दिला तो कसला देव!

सगळंच वाईट घडत असताना माझ्या दृष्टीनं एकच गोष्ट चांगली झाली. डायानानं डॅनियलला भेटण्याच्या संदर्भात माझ्याविरुद्ध दाखल केलेला खटला मागे घेतला. त्या वेळी एक वाईट गोष्टही घडली– तिनं घटस्फोटासाठी अर्ज केला. डॅडींच्या कर्माची फळं आम्हा भावंडांना या ना त्या प्रकारे भोगावी लागत होती अन् हे सगळं घडत असतानाही मी डॅडींना भेटतच होते. एकीकडे मी भावनांच्या भोवऱ्यात गरगरत होते, तर दुसरीकडे माझं मन हळूहळू शांतही होत होतं. आता माझ्या मनातली डॅडींविषयीची भीती कमी व्हायला लागली होती. मी त्यांना स्पष्टपणे म्हणू शकत होते, ''पूर्वीची गोष्ट वेगळी होती. तेव्हा तुम्ही माझ्या सगळ्या वागण्यावर कडक नियंत्रण ठेवायचात. आता मात्र मी तुमचं असलं वागणं मुळीच खपवून घेणार नाही.'' माझ्या या स्पष्टवक्तेपणाला डॅडींनी फारच आश्चर्यकारक प्रतिसाद दिला. माझ्याकडे त्यांनी काही क्षण स्थिर नजरेनं पाहिलं अन् शांतपणे म्हणाले, ''नतालिया, तुझं वागणं गैर असेल तर तसं मी तुला सांगेन. मला जे मनापासून वाटतं, ते सत्य मी तुला ऐकवेन. पण तू माझी छकुली (baby girl) आहेस, त्यामुळे मी तुझ्यावर रागावणार मात्र नाही!''

छकुली! मी यांची छकुली– लाडकी मुलगी होते! लहानपणी कधी या छकुलीला तिच्या वडिलांनी जवळ घेतलेलंच नव्हतं, तर कशी ओळखणार ती आपल्या डॅडींना! छे, ते खोटं बोलत होते. पण या नव्या भावनिक प्रदेशात पाऊल टाकताना मला बरं वाटत होतं. डॅडी निदान आत्ता तरी आपल्या मुलीला 'छकुली' म्हणत होते. खरं म्हणजे, मी त्यांची छकुली कधीच नव्हते. ना कधी मी त्यांना प्रेम दिलं होतं, ना त्यांचं म्हणणं मान्य केलं होतं. पण गंमत अशी होती की, डॅडींविषयी मला जे प्रेम वाटायला हवं होतं, ती भावना पूर्णपणे विझली नव्हती. माझी अवस्था त्या काळी प्राणवायूविना विझू लागलेल्या विस्तवासारखी होती. डॅडींनी त्या विस्तवावर, निखाऱ्यांवर फुंकर घालून त्यांना पुन्हा प्रज्वलित केलं. ते निखारे पुन्हा धगधगू लागले होते. एका वेगळ्या अर्थानं मी विस्तवाशी खेळ खेळत होते का? कुणास ठाऊक, पण मला त्याची पर्वा नव्हती. कारण त्या जाणवलेल्या नव्या पैलूमुळेच जणू अनेक कोडी उलगडणार होती माझ्यासाठी!

सगळ्या जखमा पुन्हा भळभळू लागल्या आहेत, असा भास झाला मला!

आपण करत असलेल्या चुकांची डॅडींजवळ प्रामाणिकपणे कबुली द्यायला हवी, असं मला तीव्रतेनं वाटलं. मी डॅडींना माझ्या ड्रग्जच्या सवयीबद्दल सांगितलं; पण ते ऐकूनही डॅडींनी काही कठोर मतप्रदर्शन केलं नाही. उलट, प्रेमानं माझा हात हातात घेऊन ते मला धीर देत राहिले. माझं दु:ख जाणून घेण्याचा प्रयत्न ते करताहेत, असं मला वाटलं अन् मला जाणवलं की, मी त्यांच्याजवळ मोकळेपणानं बोलू शकेन, त्यांना सगळं काही सांगू शकेन. भावनावेगात मी डॅडींना माझ्यावर झालेल्या बलात्काराविषयी सांगितलं. ते ऐकत असताना त्यांचा चेहरा वेदनेनं पिळवटून निघाला. आपल्या छकुलीवर किती भयानक अत्याचार झाला होता, ही कल्पना त्यांना असह्य झाली असावी.

"तुझ्या आईला तरी सांगायचं होतंस त्याविषयी..." डॅडी उद्गारले अन् पाठोपाठ त्यांनी जे काही सांगितलं, तो माझ्यासाठी वज्राघात होता, असं म्हटलं तर ती अतिशयोक्ती ठरणार नाही. "नतालिया, मी तुझ्या आईला भेटलो तेव्हा तीसुद्धा तुझ्यासारखीच दु:खी होती. तिनंही पुष्कळ चुका केलेल्या होत्या."

"ममानं?" मी आश्चर्यानं विचारलं, "तुम्हाला काय म्हणायचंय?" तेव्हा तर ममा एक कोवळी तरुणी होती. तिनं कसल्या चुका केल्या असणार?

क्षणभर काही न बोलता ते स्वस्थ बसून राहिले अन् मग म्हणाले, "तुझ्या ममाबद्दल मी पहिल्यांदा जे काही ऐकलं, ते एका इटालियन माणसाकडून. तो म्हणाला, ही पोरगी कुणाही पुरुषाबरोबर कुठल्यातरी दाट राईत जाते आणि त्याला शरीरसुख देते." ते बोलायचे थांबले. माझं मन ही गोष्ट स्वीकारायला तयार नसावं, आपल्या ममाबद्दल हे असं कसं बोलू शकतील, हे त्यांना कळलं असावं.

ते पुढे बोलू लागले, "त्या काळी ती फार गोंधळलेल्या मन:स्थितीत असायची. तिच्या या कृत्याचं तिला स्वत:ला फार दु:ख होत असावं. कारण आपण काहीतरी अनैतिक कृत्य करतोय, हे तिला पुरेपूर ठाऊक होतं."

"डॅडी, काय बोलताय तुम्ही?" धक्का बसल्यासारखं वाटून मी ओरडले.

"तिचं अशा प्रकारचं वागणं हे पापकर्म होतं; पण त्यापूर्वी अनेक वर्षं म्हणजे ती फक्त आठ वर्षांची होती, तेव्हा तिच्याबाबतीत एक भयंकर गोष्ट घडली होती."

"कसली भयंकर गोष्ट?" मी विचारलं. माझ्या थंड, शांत स्वराचं मलाच फार आश्चर्य वाटलं. तो आवाज मला माझा वाटलाच नाही. मात्र, माझं हृदय थाडथाड करत होतं. भीती अन् गोंधळानं मन झाकोळून आलं होतं.

"तुझी ममा आठ वर्षांची होती तेव्हा तिच्यावर बलात्कार करण्यात आला होता. एका अशा माणसाकडून – जो त्यांच्या कुटुंबाला परिचित होता. तिनं

तिच्या आईला त्याबाबत सांगितलं, पण आईनं तिच्यावर विश्वास ठेवला नाही. ही गोष्ट त्यानंतर आणखी एक-दोनदा घडली.''

माझं डोकं आता गरगरू लागलं. मी दोन्ही हातांनी टेबल इतकं घट्ट धरून ठेवलं होतं की, ते सगळं ऐकत असताना माझी बोटं पांढरीफटक पडली. कानावर पडत होतं ते सगळं फार भयानक होतं. असं घडणं कसं शक्य होतं? मी डॅडींकडे एकटक पाहत राहिले. त्यांच्या डोळ्यांत मला काळजी दिसली.

''नतालिया, तू ठीक आहेस ना बाळा?''

मी नकारार्थी मान हलवली.

''हे सगळं तिनं मला का नाही सांगितलं?'' मी विचारलं.

''ते मला सांगता येणार नाही-'' डॅडींनी उत्तर दिलं, ''कसं सांगू शकली असती ती? फार कठीण होतं गं ते तिला सहन करणं. मी तिला आयुष्यभर सांगत आलो, मी तुझी जन्मभर काळजी घेईन. तिनं फार मोठं पाप केलं होतं खरं; पण त्या पापापासून मुक्ती मिळवायचा एक मार्ग होता. तिनं एक कर्तव्यदक्ष पत्नी आणि प्रेमळ माता या भूमिका बजावायला हव्या होत्या. तिचं हे सत्कृत्यही देव बघेलच आणि देव तिला मुक्ती देईल.''

तिनं हे सगळं मला का नाही सांगितलं? मला कसं हे काही समजलं नाही? मी प्रत्येक वेळी माझ्या गैरकृत्यांबद्दल तिला सांगत राहिले. माझ्या स्वैर वागण्याबद्दल, माझ्या चुकांबद्दल तिला मी विश्वासात घेतलं, तेव्हा एखादे वेळी तरी तिनं तिचं मन माझ्यापाशी मोकळं करायला हवं होतं. म्हणायला हवं होतं, ''पोरी, पुरे कर गं, किती त्रास करून घेशील? मला सगळ्याची पुरेपूर कल्पना आहे.'' एक गोष्ट मान्य करायलाच हवी मला- माझ्यावर त्या रात्री झालेल्या बलात्काराबद्दल तिला मी काहीही सांगितलं नव्हतं. माझं मन शरमेनं इतकं काळवंडून गेलं होतं त्या वेळी! कदाचित तशीच शरम तिलाही वाटली असेल? त्यामुळेच तिनं आयुष्यात इतकं दुःख, डॅडींचा खोटारडेपणा, दांभिकपणा सहन केला असेल. म्हणूनच मला ती म्हणाली असेल, की डॅडीच तिच्या आयुष्यातला एकमेव पुरुष होते, तिला लग्नाआधी लैंगिक सुखाबद्दल काहीही ज्ञान नव्हतं.

पण ते खोटं होतं! वयाच्या आठव्या वर्षी तिचा कौमार्यभंग झालेला होता, तेव्हाही तिला बरंच माहीत होतं. डॅडींना ती भेटली तिच्या वयाच्या सतराव्या वर्षी. तोपर्यंत तिनं अनेकदा हा अनुभव घेतलेला होता. आपल्या हुकूमशहा पित्याविरुद्ध तिनं बंड पुकारलं होतं. कडक शिस्तीचा बडगा मुलीला दाखवणाऱ्या त्या माणसानं आपल्या मुलीला ना संरक्षण दिलं होतं, ना तिच्यावर विश्वास ठेवला होता! म्हणूनच एका देखण्या इटालियन माणसानं तिच्या आयुष्यात प्रवेश केला, तिच्या पापकर्मांपासून तिला मुक्ती देण्याचं आश्वासन दिलं. तेव्हा तिनं

स्वत:ला त्याच्या मिठीत झोकून दिलं. मला वाटतं, डॅडींना खरोखरच मनापासून तिला मदत करायची इच्छा होती. पण त्यांनादेखील असं वाटलं असावं की, आठ वर्षांच्या त्या कोवळ्या मुलीच्या हातून काही पाप घडलेलंच होतं. कारण बलात्काराला काही अंशी ती पण जबाबदार होतीच, असा आरोप डॅडींनी ममावर करणं, ही किती भयंकर गोष्ट होती! त्या दुष्ट विचारानं त्यांच्या मनातही मूळ धरलं अन् म्हणूनच त्यांनी ममाकडून आत्यंतिक आज्ञाधारकपणाची अपेक्षा ठेवली. तिच्या मनात पावित्र्याबद्दलच्या अवास्तव कल्पना पेरल्या. एवढ्यावरच भागलं नाही, त्यांनी ममाच्या पूर्वायुष्याभोवती असत्याचं एक आवरण तयार केलं. ती स्वैराचारी होती, दारुडी होती, हे तिच्या मुलांना कळलं असतं तर ती तिचा त्याग करतील, ही भीती तिच्या मनात निर्माण करून त्यांनी तिला आपल्या कह्यात ठेवलं.

पुन्हा एकदा ती त्याच पापमार्गाकडे वळेल, आपण तिच्यावर बारीक नजर ठेवली नाही तर तिच्यावरील कलंक कधीच धुतला जाणार नाही, असा ग्रह त्यांच्या मत्सरी स्वभावानं त्यांच्या मनात निर्माण केला असेल का? आपला स्वीकार करून हा माणूस आपल्याला मुक्तीचा मार्ग दाखवणार आहे, या भ्रमात राहिल्यानं ममानं डॅडींशी लग्न केलं. पण तेव्हा तिला हे ठाऊकच नव्हतं की, तिचा हा पतिदेव स्वत:च एक संशयी आणि खुनशी प्रवृत्तीचा माणूस होता, ज्याला तिनं आपल्या मनात परमेश्वराचं स्थान दिलं, तो तिला कायम आपल्या नजरेच्या धाकात ठेवेल, तिच्यावर प्रेम करेल; पण तिला आपल्या तुरुंगवासातून मुक्तीही मिळू देणार नाही! आणि आता? माझ्यासमोर बसलेला हा माणूस– त्यानं स्वत:चं स्वातंत्र्य तर गमावलेलं होतंच, शिवाय खुनाचा शिक्काही त्याच्या माथी बसला होता! 'आता सगळ्या जगाला समजेल की, तू एक खुनी माणूस आहेस!' असं शेवटच्या क्षणी ममा डॅडींना म्हणाली, त्याचा अर्थ हाच असेल का?

डॅडींनी सांगितलेल्या या सगळ्या गोष्टींचा अर्थ लावणं मला शक्य झालं नाही. त्यावर विश्वास ठेवणंदेखील शक्य नव्हतं मला. डायानाशी या विषयावर बोलायलाच हवं, अशी तीव्र इच्छा माझ्या मनात निर्माण झाली. तिला हे सगळं माहीत होतं का? मनावर बराच ताबा ठेवून मी तिला त्याविषयी विचारलं.

"हो!" तिनं मोजक्या शब्दांत उत्तर दिलं. "घर सोडून ममा व्हिक्टोरिया मिल्समध्ये राहायला गेली तेव्हा तिनं एका पत्रानं मला हे सगळं कळवलं होतं." डायानाचे ते शब्द ऐकून मी मरणप्राय दु:खाने पुरती कोसळले. माझा माझ्या अश्रूंवर ताबा राहिला नाही. त्या छोट्या मुलीवर इतके आघात झाले होते, पण मला ते ठाऊकच नव्हते. त्यामुळे मी तिला काहीही मदत करू शकले नव्हते.

देवा रे, आता कसं सांगू मी माझ्या ममाला... माझं तिच्यावर खूप प्रेम होतं, तिनं सोसलेल्या दुःखांबद्दल मला फार वाईट वाटतं.

माझ्याशी बोलत असताना डायाना मात्र अगदी शांत होती. शांत राहणं तिला भागच होतं. कोसळून मोडून पडणंही तिला शक्य नव्हतं. कारण त्या वेळी तिला अनेक जबाबदाऱ्यांचं ओझं पेलायचं होतं. डॅनियलचा सांभाळ करणं, पूर्णवेळ नोकरी करणं अन् घराच्या कर्जाचे हप्ते फेडणं! माझ्याकडे तिनं हताशपणे पाहिलं. आधीच मी इतकी कोलमडून गेले होते सगळ्या आघातांनी की, तिला वाटलं, माझं काही खरं नाही. आता ममाच्या पूर्वायुष्यातील घटना समजल्यानंतर तर मी स्वतःला खूप त्रास करून घेईन आणि स्वतःबरोबरच इतरांनाही छळेन!

ममावर बलात्कार करणारा तो माणूस कोण होता, या विचारानंच मला वेड लागायची पाळी आली. तिच्या आईनं का नाही आपल्या पोरीचं रक्षण केलं, तिच्यावर विश्वास ठेवला? एक पुरुष एखाद्या कोवळ्या मुलीशी अशा पद्धतीनं वागू तरी कसा शकला? मला पुन्हा एकदा माझ्यावर झालेल्या अतिप्रसंगाची आठवण झाली. त्या दिवशी मला स्वतःचीच लाज वाटली होती, किती निराश झाले होते मी! एक कलंक माझ्या शरीरावर लागला होता– कधीही धुता न येण्यासारखा कलंक! आरशातल्या प्रतिबिंबाकडे पाहताना मला वाटलं, पूर्वीची मी आता राहिलेलीच नव्हते. सगळं पार बदलून गेलंय, उद्ध्वस्त झालंय. हे जग मुळीच सुरक्षित नाही. आपण आपली निरागसता, निष्पापपणा गमावून बसलोय. जन्मभरासाठी आता ही वेदना, हे दुःख आपल्याला साथ देणार आहे. कुणीही आपली मदत करायला येणार नाही... कुणाला तेवढी काळजी आहे आपली?

डॅडींकडून मी सत्याची अपेक्षा केली तेव्हा मला कल्पनाच नव्हती की, सत्य म्हणजे हे भयानक वास्तव आपल्यापुढे येईल. यापुढे मी माझ्या आयुष्याला नवीन वळण लावायचा प्रयत्न केला, त्यात यशस्वी झाले तरी त्याचा काय उपयोग? एवढं सगळं करूनही माझ्या हाती काय लागेल– भीती, निराशा, पराकोटीची किळस, तिरस्कार. ममानं लग्न केलं अन् तिचं आयुष्य अधिकच बरबाद झालं. मला तिच्या मार्गानं जायची भीती वाटू लागली. पण मग मी काय करू? कारण माझ्यापुढं माझं उरलेलं आयुष्य पडलेलं होतं.

मनाची अशी घालमेल होत असतानाच मला वास्तवाशीही सामना करायचा होताच. डॅडींचा खटला सुरू व्हायला आता थोडेच दिवस शिल्लक राहिले होते. त्यातच ममा आणि डॅडींमधल्या गुपिताची माहिती झाल्यामुळे मी अस्वस्थ होतेच. खटल्याची तारीख मार्चअखेर पडणार आहे अन् खटला लिंकनमधील न्यायालयात चालेल, असं सांगण्यात आलं. ममाच्या खुनाला आता जवळजवळ वर्ष झालं होतं.

"मी तुला न्यायालयात घेऊन जाईन–" जेसनं सांगितलं अन् त्याप्रमाणे आम्ही निघालो. काळ जणू थांबलाय, अशी भावना मनात उगाचच दाटून आली. वार्ताहरांना पाहून माझ्या मनावरचं दडपण अधिकच वाढलं. गाडीतून उतरून न्यायालयापर्यंतच्या रस्त्यापर्यंत त्यांनी माझा अक्षरशः पाठलाग केला. तेवढ्यात मला पोलीस अधिकारी पी. सी. ब्राऊटन भेटले. त्यांच्यावर विश्वास टाकून मी त्यांना सर्व परिस्थिती सांगितली. त्यांनी माझं वार्ताहरांपासून संरक्षण केलं. पण प्रत्येक वेळी ते मला मदत कशी करणार, अशी भीती माझ्या मनात प्रकटलीच.

वार्ताहरांच्या प्रश्नांना उत्तरं देण्यात एक मोठा धोका होता. ममाच्या मृत्यूनंतर लगेचच्या काळात वार्ताहरांच्या प्रश्नांना मी प्रामाणिकपणे व थोडक्यात उत्तरं देत असे. हा सर्वांत श्रेयस्कर मार्ग आहे, अशी माझी समजूत होती. पण प्रत्यक्षात वृत्तपत्रात आलेल्या बातमीत माझ्या शब्दांचा वेगळाच अर्थ लावलेला मला दिसून यायचा. बऱ्याच वेळा माझे शब्द निराळ्याच संदर्भात वापरल्यामुळे ही गोष्ट घडायची. माझ्या असंही लक्षात आलं की, वृत्तपत्रांना गोष्टीत जास्त रस असतो. त्यांना सत्याशी काही देणं-घेणं नसतं. खऱ्याखुऱ्या दारुण, भीषण सत्यापेक्षा त्यांना एखाद्या चटपटीत वाक्यात रस असतो. कारण ते त्यांच्या गोष्टीसाठी आकर्षक शीर्षक होऊ शकतं. सध्याच्या परिस्थितीत तर ते मला फार वेगळ्या नजरेनं जगासमोर आणू शकत होते. मी एक अशी मुलगी होते, जी प्रत्यक्ष आपल्या आईच्या मारेकऱ्याला भेटत होती. एवढंच नव्हे, तर ती या मारेकऱ्याच्या– जे तिचे वडीलही होते– पाठीशी उभी राहिली होती. सत्य काय होतं, ते फक्त मलाच ठाऊक होतं. ते अत्यंत गुंतागुंतीचं होतं, हे इतरांना समजण्यासारखं नव्हतं. वार्ताहरांना ते मी सांगितलं असतं तरी त्यांना त्यात विशेष रस असणार नव्हता. कारण त्यांना एखादी खमंग, चटपटीत गोष्ट हवी असते. सकाळी नाश्ता करताना वृत्तपत्र वाचणाऱ्या लोकांना अशाच प्रकारच्या घटनांविषयी वाचायला आवडतं. (लोक अशा बातम्या वाचतात, मान हलवतात आणि पुढल्या क्षणी विसरूनही जातात, ही गोष्ट वेगळी!) अर्थात मी वार्ताहरांना दोष देणार नाही किंवा त्यांना 'राक्षस' वगैरेही म्हणणार नाही. कारण ते हा व्यवसाय त्यांच्या पोटापाण्यासाठी, चरितार्थासाठी करत असतात. ग्राहकांना हवं ते देणं, हा त्यांच्या व्यवसायाचा भाग असतो, इतकंच. एक वाचक म्हणून मीही पूर्वी अशाच बातम्या खूप रस घेऊन वाचल्या होत्या, हे मी नाकारत नाही. कधी कधी फक्त शीर्षक वाचूनही मी पानं उलटली आहेत, हेही मी मान्य करते. फक्त आता जेव्हा या गोष्टी माझ्या संदर्भात घडतात, तेव्हा मला ठाऊक असतं की, वर्तमानपत्रातली बातमी आणि सत्य यात खूप अंतर आहे. वृत्तपत्रातून किंवा मासिकातून सत्य समोर येईल, अशी माझी अपेक्षाही नाही.

मी न्यायालयात जाऊन बसले तेव्हा माझी मानसिक अवस्था अतिशय वाईट होती. मला डॅडींना भेटायचं होतं. डॅडींना कोठडीतून न्यायालयात हजर केलं गेलं. पण ऐनवेळी खटला पुढे ढकलण्यात आला. कारण ज्युरींपैकी एकाची तब्येत बिघडली. न्यायाधीशांनी ज्युरींना जायला सांगितलं. तुरुंगाधिकाऱ्यांनी डॅडींना परत तुरुंगात नेण्याची व्यवस्था करेपर्यंत काही काळ गेला. तोपर्यंत डॅडींना बसून राहावं लागलं. तेवढ्या वेळात त्यांना मला भेटण्याची संधी मिळाली म्हणून त्यांनी मला बोलावलं. न्यायालय रिकामं होत होतं म्हणून मी त्यांच्याजवळ गेले. ते रडू लागले– किती वृद्ध, थकलेले दिसत होते माझे डॅडी! किती खंगले होते, केवढेसे दिसत होते! ते म्हणाले, ''नतालिया, मी तुला फोन करू शकलो नाही. का कुणास ठाऊक, पण फोन लागतच नव्हता. तेव्हा वाटलं, आपली पुन्हा भेट होतेय की नाही!''

त्यांच्या दीनवाण्या शब्दांनी मला रडू कोसळलं. माझ्या फोन कापण्यात आला होता. कारण मला बिलाचे पैसे वेळेवर भरता आले नव्हते. डॅडी मला फोन करतील, ही गोष्ट माझ्या ध्यानातच आली नव्हती.

मला इतकं वाईट वाटलं त्या वेळी... त्यांना आश्वासन देत मी म्हटलं, ''असं का म्हणता डॅडी? तुम्ही मला नक्कीच पुन्हा भेटणार आहात. मी फोनवर तुमच्याशी बोलू शकले नाही, याचं मला फार वाईट वाटतं.''

मी त्यांना मिठी मारली अन् ते एकदम गोठल्यासारखे झाले, ''मागे बघ!'' ते धास्तावून म्हणाले.

मी वळून पाहिलं तो ममाची बहीण जीन आँटी आमच्याकडे डोळे फाडफाडून पाहत होती. तिचा चेहरा रागानं लालबुंद झाला होता. मी भयंकर घाबरले. हे मी काय केलं होतं? तिच्या नजरेत डॅडी तिच्या बहिणीचे मारेकरी होते अन् त्याच बहिणीची मुलगी– मी– आपल्या वडिलांना मिठी मारत होते, त्यांचं सांत्वन करत होते. तिनं माझ्याकडे तिरस्कारभरल्या नजरेनं पाहिलं. पण मी तिला त्याबद्दल दोष देणार नाही. मीही गोठल्यासारखी स्तब्ध उभी राहिले. मला डॅडींबद्दल करुणा वाटली होती. कारण मी त्यांना भेटू शकले नव्हते. त्यांना मिठी मारण्यामागे एवढी एकच भावना होती माझ्या मनात. पण मावशीनं त्याचा एकच अर्थ लावला होता– माझ्याबद्दल तिनं जे जे ऐकलं होतं, ते सगळं खरं होतं. आज माझ्या वागण्यानं त्यावर शिक्कामोर्तब झालं होतं.

डॅडींना न्यायालयाबाहेर नेण्यात आल्यानंतर लगेचच त्यांच्या वकिलानं मला गाठलं. त्यांच्या चेहऱ्यावर मला काळजीची भावना दिसली. ''माझ्याबरोबर तुझ्या डॅडींच्या कोठडीत चल. नक्की काहीतरी घडलंय. मला संशय येतोय...'' ते म्हणाले. पण मला त्यांच्या बोलण्याचा अर्थ कळेना. एवढ्यात काय झालं असेल

डॅडींना? अचानक आजारी पडले की, काय डॅडी? मी त्यांच्याजवळ गेले तेव्हा माझ्या लक्षात आलं की, ते थरथर कापत होते. त्यांना कुठेतरी दुखत असावं. ''काय झालं डॅडी? असे का दिसताय? काही होतंय का तुम्हाला?'' मी काळजीच्या सुरात विचारलं.

''मला आज सकाळी न्यायालयात येताना नेहमीप्रमाणे बायबल आणायचं होतं. पण निघायच्या वेळेस मी ते घ्यायचं विसरलो. मी म्हटलं, 'पटकन जाऊन मी ते घेऊन येतो,' पण तुरुंगातल्या कर्मचाऱ्यांना मला घेऊन इथे न्यायालयात वेळेवर पोहोचायचं होतं. त्यामुळे ते मला गाडीत बसण्याची जबरदस्ती करू लागले. मला राग आला व मी त्यांना विरोध केला, तेव्हा त्यांनीही लाथा मारल्या, संतापून हात उगारला.''

डॅडींनी आपला शर्ट वर करून त्यांना बसलेले माराचे वळ दाखवले, तेव्हा मी हबकूनच गेले. त्यांच्या बरगड्यांच्या आसपास आणि पाठीवर ते वळ होते आणि काही ठिकाणी तर मला सूजही जाणवली. डॅडींची तब्येत ठीक नव्हती, यात काही शंकाच नव्हती. साहजिकच, त्यांना बायबलमुळे मानसिक आधार वाटत होता. एका म्हाताऱ्या माणसाच्या अंगावर माराचे इतके वळ बघून मी हादरलेच. 'याबद्दल तक्रार नोंदवायला हवी,' या विचारानं मी उठून उभी राहिले. पण माझ्या वकिलांनी मला हातानं खूण करून थांबवलं. ''योग्य ती दखल घेतली जाणार आहे. तू काळजी करू नकोस,'' त्यांनी आश्वासक सुरात सांगितलं. खरोखर, तसंच घडलं. मात्र, कुणाविरुद्ध काही कारवाई केली गेली की नाही हे मला समजलं नाही, एक चांगला बदल मात्र घडून आला. तुरुंगाबाहेर पाय ठेवण्यापूर्वी डॅडींनी त्यांचं बायबल घेतलंय की नाही, याविषयी तुरुंगाचे वरिष्ठ दक्षता घेऊ लागले.

डॅडींच्या कायदेशीर सल्लागारांच्या समूहानं डॅडींची मानसोपचारतज्ज्ञांकडून तपासणी करून घेतली. सरकारी वकिलांनी पण तशी तपासणी करून घेतली असावी. कारण डॅडी अनेक विशेषज्ञांना भेटले होते. डॅडींच्या वकिलानं मला सांगितलं की, ते असा प्रयत्न करणार होते की, डॅडींनी खून केला नव्हता, तर ती मनुष्यहत्या (slaughter) होती, असं न्यायाधिशांनी समजावं. त्यामुळे झाल्या अपराधासंबंधी न्यायाधीश त्यांना फार दोष देणार नाहीत. त्यांच्या प्रतिवादाचा गर्भितार्थ हा असणार होता की, त्यांनी ममाला मारलं तेव्हा त्यांच्या मनाची अवस्था ठीक नव्हती. पण यामध्ये त्यांना एक अडचण येणार होती. मनुष्यवध हा सर्वसाधारणपणे अकल्पितपणे घडलेला असतो. संतापामुळे तुमचा स्वत:वरचा ताबा सुटतो, तुम्ही फटका मारता आणि त्याची परिणती मृत्यूत होते. पण डॅडींचं कृत्य अशा प्रकारचं निश्चितच नव्हतं. डॅडींनी ती घटना घडवून आणली होती.

म्हणजेच, तो खून होता. त्यांनी ममाला आपल्या घरी बोलावून घेतलं होतं, दोन्ही मुलांना घराबाहेर पाठवलं होतं, दोन्ही दारांना कड्या लावून ती बंद केली होती. इतकंच नव्हे, तर खून करण्यासाठी वापरलेली कुऱ्हाड त्यांनी स्वयंपाकघरात लपवून ठेवली होती. या सगळ्यांचा अर्थ एकच होता– त्यांनी ममाचा खूनच केला होता.

माझ्या कुटुंबीयांपैकी बहुतेक सगळे जण असाच विचार नेहमी करतील, हे मला ठाऊक आहे. 'देवानंच मला आज्ञा दिली की, तिला पापमुक्त करण्यासाठी मारून टाक,' वगैरे विधानं ते करत होते, कारण त्यांना शिक्षा कमी व्हायला हवी होती, असंच लोक समजणार होते. डॅडी निव्वळ नाटक करत होते असं मानलं, तर ते एक फार उत्तम नट होते, असंही मानायला हवं. बायबलमधील उतारे आणि संख्यात्मक गुप्त संदेश यावर आधारित अनेक पत्रं त्यांनी वरिष्ठ अधिकाऱ्यांना, अगदी पंतप्रधानांना आणि देशाच्या राणीलादेखील लिहिली होती. अनेकदा त्यांनी तुरुंगात नेमलेल्या मानसोपचारतज्ज्ञाबरोबरही याबाबत लढा दिलेला होता. त्यांनी या डॉक्टरांना धोक्याचा इशाराही दिला होता की, न्यायसंस्था फक्त खोटं बोलणाऱ्यांनाच शिक्षा देऊ शकते. सत्य जाणून घेण्याची क्षमता न्यायाधीशांमध्ये नसते आणि डॅडी स्वत: तर त्या सर्वशक्तिमान परमेश्वराचा सेवक होते.

त्यांनी असं लिहिलं होतं, 'ते परमेश्वराची आज्ञा पाळणारे सेवक कसे असू शकतात? त्यांनी पत्नीला जिवे मारण्याचा अपराध केलाय. पण सामान्य लोक फक्त बाह्यरूपच पाहू शकतात, त्यांना फक्त शरीरच दिसतं. सत्य किंवा त्याहून पुढे जाऊन आत्मिक सत्य (spiritual truth) हे त्यांच्यापासून लपवण्यात आलं आहे. प्रत्यक्ष परमेश्वरानं संपूर्ण मानवजात महान पुराच्या वेळी (The Flood) नष्ट केली. मग त्याच्यावर खुनाचा आरोप करणार का आपण?

परमेश्वरानं सोडोम आणि गोमोराह (Sodom and Gomorrah) यांना अपराधी ठरवून मारलं, तेव्हा त्याच्यावर खुनाचा आरोप ठेवला गेला का? जेव्हा परमेश्वर एखाद्याला मारतो, तेव्हा तो खून आहे, असं आपण समजतो का? किंवा असाही प्रश्न विचारता येईल की, ज्या व्यक्तींनी परमेश्वराच्या न्यायनिवाड्याची अंमलबजावणी केली, त्यांच्यावर खुनाचा आरोप ठेवला जातो का? मीही खून करण्याच्या बाजूचा नाही. खून करणं हे निंदनीय कृत्यच आहे. पण सर्वशक्तिमान परमेश्वराच्या, त्या जगन्नियंत्याच्या आज्ञेचं पालन करणं म्हणजेच त्याची कृपा प्राप्त होण्यासारखं आहे. त्या कृत्याची शिक्षा म्हणून माझा छळ झाला तरी मला तो मान्य आहे. कारण माझ्या कामाचं बक्षीस मला परमेश्वर देईल, माझं त्याच्या राज्यात उत्थान करून!'

या सगळ्या प्रतिपादनामुळे लोकांच्या नजरेत ते वेडेच ठरले असणार. पण

खरोखरच त्यांचा या सगळ्यावर विश्वास होता. या सगळ्याची परिणती तुरुंगात नाही झाली, तर मानसोपचार केंद्रात होणार, यात मला मुळीच शंका नव्हती. मी त्यांना स्पष्ट शब्दांत सांगितलं, "डॅडी, तुम्ही हे धार्मिक विचार सांगताय, ती इतरांच्या दृष्टीनं निव्वळ बाष्कळ बडबड ठरेल, हे लक्षात घ्या. तुमची रवानगी वेड्यांच्या हॉस्पिटलमध्ये होणार यात मला शंका वाटत नाही."

"हे जे तू बोलते आहेस, ते पुष्कळ सिनेमे पाहण्याचा परिणाम आहे." त्यांनी असं उत्तर दिलं तेव्हा गप्प बसण्यावाचून दुसरा मार्गच नव्हता माझ्यापुढे. मात्र, एक गोष्ट खरी होती, ते अगदी शांत होते. त्यांना असं वाटत असावं की, न्यायाधीशांनादेखील परमेश्वरी दृष्टांत होईल अन् त्यांना समजेल की ब्रुनो केवळ 'परमेश्वरी आज्ञेचं' पालन करत होता. ती टाळणं त्याला शक्य नव्हतं. शेवटी ते बोलेनासे झाले. कारण त्यांच्या विचारांवर त्यांचा ठाम विश्वास होता.

या सर्व प्रकरणात भीतिदायक गोष्ट अशी होती की, बायकोचा खून करूनही आपल्या दुष्ट कृत्याला परमेश्वरी आज्ञा समजणारे डॅडी एकटेच नव्हते. बहुतेक वेळा संतापाच्या भरात खून केला जातो; पण नंतर मात्र 'परमेश्वरी आज्ञा' अशा गोंडस शब्दांत त्या कृतीचं समर्थन केलं जातं. खुनाची गोष्ट राहू दे, रोजच्या आयुष्यातदेखील अनेक स्त्रियांना अनेक प्रकारची दडपशाही सहन करावी लागते ती या 'परमेश्वरी इच्छेच्या' नावाखाली, त्याचं काय? त्यामागचं खरं कारण असतं, पुरुष स्त्रियांना– मग ती बायको असो वा मुलगी– आपल्या मनाप्रमाणे वागवू पाहतात अन् त्यांना स्त्रियांचं स्वातंत्र्य अमान्य असतं. काही देशांमध्ये अनैतिक वर्तनासाठी, कुटुंबावर कलंक लावण्याच्या गुन्ह्यासाठी स्त्रियांना दगडाने ठेचून मारणारे लोक त्यांचे कुटुंबीयच असतात. पण त्यासाठी त्या पुरुषांना शिक्षा करण्याऐवजी 'परमेश्वरी न्याय' या गोंडस सबबीखातर त्यांच्या कृत्याचं समर्थनच केलं जातं. या देशांमध्ये जन्मणाऱ्या मुलींना आई-वडिलांनी ठरवलेल्या विवाहास मान्यता दिली नाही, तर शिक्षा भोगावी लागते. कित्येकदा 'घराण्याच्या अब्रूखातर' त्यांचा बळीही दिला जातो. अशा प्रकारची संस्कृती जिथे नांदते, त्या एखाद्या देशामध्ये डॅडींच्या या अधम कृत्याला शिक्षा केली गेली नसती, या विचारानंदेखील माझ्या मनाचा थरकाप उडतो.

इथे इंग्लंडमध्ये ब्रिटिश न्यायालयात मात्र त्यांची कृती हे एक वेड्या माणसाचं वर्तन समजलं गेलं. ज्यूरींच्या नजरेत डॅडींचं स्वत:च्या कृत्याचं समर्थन म्हणजे निव्वळ वेडेपणा होता. पण डॅडी मात्र अगदी शांतपणे, तसंच तर्कशुद्धपणे बोलत होते. माझं वैयक्तिक मत असं होतं की, डॅडींनी एक अधम कृत्य केलं होतं अन् त्याबद्दल त्यांना शिक्षा व्हायला हवी. पण ते जर वेडे ठरवले गेले तर त्यांची रवानगी निश्चितपणे वेड्यांच्या हॉस्पिटलमध्ये होईल. त्यापेक्षा तुरुंग परवडला,

असं मला वाटलं. माझ्या मनात तऱ्हेतऱ्हेच्या भीतीनं घर केलं. तिथे भुरटे चोर किंवा व्यसनाधीन लोक नसतील, पण त्याहून कदाचित हिंस्र मनोवृत्तीचे लोक असतील. हिंसाचार करणारे वेडे लोक साध्या गुन्हेगारापेक्षा अधिक धोकादायक. त्या विचारानं मी अस्वस्थ झाले. पण डॅडी याविषयी पूर्णपणे बेफिकीर होते. त्यांना खात्री होती की, त्यांचं 'ईश्वरी आज्ञे'बद्दलचं निवेदन न्यायाधीशांना किंवा ज्युरींना पटलं नाही तर ते त्यांना अपराधी ठरवतील आणि शिक्षा भोगण्यासाठी लिंकन तुरुंगात पाठवतील. मला वाटतं, त्यांना स्वातंत्र्य नकोच असावं. त्यांचं म्हणणं न्यायसंस्थेनं समजून घ्यावं, एवढीच त्यांची इच्छा होती. आपल्या पत्नीचा खून आपण परमेश्वराच्या आज्ञेमुळेच केला या विचारामुळे असेल; पण त्यांना किंचितही वाईट वाटलं नाही. एल्व्हाच्या मृत्यूबद्दल जी काही शिक्षा भोगावी लागेल, ती भोगण्यातही त्यांना काही गैर वाटत नसावं. 'मला मुक्त करा' असं एकदाही ते म्हणाले नाहीत. माझं म्हणणं समजून घ्या, एवढीच त्यांची कळकळीची विनंती होती. 'मी माझ्या पत्नीवर मनापासून प्रेम केलं, मला 'देवाज्ञा' मिळाली म्हणूनच मी तिला ठार मारलं. मी हतबल होतो, ही गोष्ट लोकांनी मानावी, एवढीच त्यांची इच्छा होती.□

एक गोष्ट मी डॅडींना अगदी स्पष्ट शब्दांत सांगितली. ''कोणाला काहीही वाटलं की, इथे मी येते ते तुमच्या बाजूनं उभं राहण्यासाठी. तरी माझ्या मते तुमचं कृत्य निंदनीयच होतं.'' डॅडींनीही कधी माझं मत बदलण्याचा प्रयत्न केला नाही की, माझी कसल्या प्रकारे याचना केली नाही. त्यांनी फक्त माझ्या प्रश्नांना उत्तरं देण्याचा आटोकाट प्रयत्न केला, एवढंच! त्यांनी सुरी उचलून ममावर वार केले, या मुद्द्यावर आमचं एकमत झालं नाही. कारण त्यांच्या मते ते परमेश्वराच्या आज्ञेचं पालन करत होते अन् माझ्या मते त्यांनी ममाचा दुष्टपणे खून केला होता. डॅडींनी कितीही समर्थन केलं आपल्या कृतीचं, तरी माझ्या मते त्या दिवशी त्यांनी देवाच्या नव्हे तर दानवाच्या आज्ञेचं पालन केलं होतं.

आता पुन्हा खटला कधी उभा राहणार, याविषयी मी चौकशी केली. पण 'त्याबद्दल आताच काही सांगता येणार नाही,' असं उत्तर देण्यात आलं. रोजच्या रोज न्यायालयात चक्कर मारून खटल्याविषयी जाणून घेणं मला शक्य नव्हतं. कारण मला गाडी चालवता येत नव्हती. उगीचच्या उगीच न्यायालयात खेपा घालायला जेसची तयारी नव्हती. त्यामुळे दुसऱ्याच दिवशी डॅडींचा खटला निकालात निघाला, हे ऐकून मला आश्चर्याचा धक्काच बसला.

निरपराधी असल्याने डॅडींनी माफीसाठी याचना अर्ज (plea of not guilty to murder) दाखल केला होता. तरीही खटला सुरू असताना एका लंब्याचौड्या भाषणात त्यांनी ज्युरीला सांगितलं, ''माझं माझ्या पत्नीवर प्रेम होतं म्हणूनच मी

तिला ठार मारायचं ठरवलं. तिच्या आत्म्याचा होणारा विनाश मी उघड्या डोळ्यांनी पाहू शकलो नव्हतो.'' न्यायाधीशांनी ज्युरींच्या सदस्यांना विचारांची दिशा दाखवताना एक मुद्दा मांडला. ते म्हणाले, ''इंग्रजी कायद्याप्रमाणे प्रतिवादीला 'खुनाची गरज असल्याचं' प्रतिपादन करायची संमती नाही. तेव्हा या खटल्यात एकाच निर्णयाची शक्यता संभवते, ती म्हणजे खुनी माणूस अपराधी आहे.''

डॉ. अर्प (Dr. Earp) या मानसोपचारतज्ज्ञांनी आपल्या साक्षीत असं सांगितलं की, डॅडींना भ्रमाधारित मानसिक असंतुलन (delusional disorder) हा विकार झालेला आहे. त्यामुळे सरकारनं असं जाहीर केलं की, ममाच्या खुनाची संपूर्ण जबाबदारी डॅडींकडे जात नसून त्या घटनेस काही अंशी त्यांची मानसिक अवस्था कारणीभूत होती. या दृष्टिकोनामुळे खटला लवकर निकालात निघाला. कारण दोन्ही पक्षांनी खुनास 'मनुष्यवध' असं म्हणण्याची तयारी दाखवली. न्यायाधीशांनी ज्युरींच्या सदस्यांचे आभार मानले आणि म्हटलं, ''ब्रुनो अगियानो यांना पुन्हा एकदा लिंकन तुरुंगात पाठवण्यात येईल. तिथे त्यांची या वेळी पुन्हा एकदा अधिक वाकबगार मानसोपचारतज्ज्ञांकडून तपासणी होईल आणि त्यानंतर त्यांना योग्य ते उपचार दिले जातील.''

डॅडींनी फोन करून मला न्यायाधीशांनी त्या दिवशी घेतलेले निर्णय सांगितले. पण मला वाटलं, कायम एका मनोरुग्णालयात आपल्याला राहावं लागेल, ही भयंकर वस्तुस्थिती त्यांना खऱ्या अर्थानं जाणवलीच नसावी. मी मात्र साफ कोसळल्यासारखी झाले. डॅडींना बहुतेक वाटलं की, त्यांना परत लिंकन तुरुंगात पाठवलं जाणार आहे. कदाचित तिथे ते आनंदात, मजेत राहिले असते. त्यांनी तिथे आपलं बस्तानही बसवलेलं होतं. त्यांच्या अवतीभवती तरुण गुन्हेगार होते, त्यांची पत्रं लिहिणं-वाचणं अशा उद्योगात त्यांनी स्वत:ला रमवलं असतं. तिथे एक संगणक होता आणि एक छपाईयंत्रही (Printer) होतं. संगणकावर त्यांनी विश्वाच्या अंताविषयी अधिक माहिती मिळवली असती. तात्पर्य, लिंकन तुरुंगातलं वास्तव्य त्यांच्या मन:पिंडाला मानवलं असतं, तिथे ते मजेत राहू शकले असते.

त्याऐवजी एका महिन्याच्या आत त्यांना रॅम्पटन येथील कडक सुरक्षा असलेल्या हॉस्पिटलमध्ये हलवलं जाणार होतं आणि मग मात्र त्यांच्या मुक्ततेची तारीख कुणालाच सांगता आली नसती. काही लोकांचा असा समज असतो की, शिक्षा भोगण्याच्या दृष्टीनं तुरुंगापेक्षा मनोरुग्णालय अधिक बरं, हे मला ठाऊक आहे. पण दोन्हींमध्ये खूप फरक असतो. पहिली गोष्ट म्हणजे, गुन्हेगारानं तुरुंगात घालवायचा काळ निश्चित केलेला असतो अन् दुसरी त्याहून महत्त्वाची गोष्ट म्हणजे दोन तृतीयांश शिक्षा भोगून झाल्यानंतर गुन्हेगाराची सशर्त मुक्तता होऊ शकते. हे दोन्ही फायदे रॅम्पटनसारख्या मनोरुग्णालयातील रुग्णांना लागू होत

नाहीत. तुमची मानसिक स्थिती, मानसिक आरोग्य पूर्ववत झालं आहे, तुमच्यापासून समाजाला धोका नाही, या गोष्टी तुम्हाला सिद्ध कराव्या लागतात. हे वाटतं तितकं सोपं नसतं आणि डॅडींच्या बाबतीत ते पुढे अशक्यच ठरलं. त्यांनी आयुष्याचे उर्वरित दिवस सुरक्षित हॉस्पिटलमध्येच घालवले. मुक्तीची शक्यता त्यांच्याबाबतीत कधीच दिसली नाही. अर्थात हे सगळं आम्हाला बरंच नंतर समजणार होतं. त्या दिवशी डॅडींकडून खटल्याच्या निकालाविषयी ऐकताना मला जी भीती वाटली, ती बहुतांशी अज्ञानावर आधारित होती. नक्की काय घडणार आहे, याची मला कल्पना नव्हती. पण बऱ्याच वेळा मनोरुग्णालयातलं वास्तव्य हा कल्पनेपेक्षाही भयानक अनुभव होता.

रॅम्पटन इमारतीकडे एक नजर टाकताच तुमच्या लक्षात येतं की, इथे मनोरुग्णालय असावं. विसाव्या शतकाच्या आरंभी बांधलेली ही इमारत वास्तुशास्त्राच्या दृष्टीनं विचार केला तर, बरीचशी व्हिक्टोरियन कालखंडातल्या इमारतींसारखी होती. लाल विटांच्या या इमारतीकडे पाहताच मन चरकल्यावाचून राहत नसे. डॅडींना इथे पाठवल्यानंतर एक आठवडा उलटून गेल्यानंतर एक दिवस मी आगगाडीनं इथे आले. स्टेशनपासून हॉस्पिटलकडे जाण्यासाठी बस घ्यावी लागायची. त्या दिवशी बस चुकल्यामुळे मला टॅक्सी करावी लागली. खाड्दिशी पंधरा पौंडांचं बिल झालं अन् टॅक्सीचं भाडं दिल्यानंतर माझ्याकडचे जवळजवळ सगळे पैसे संपून गेले. पण मला जाणं भागच होतं. कारण मी डॅडींना 'येते' असं वचन दिलं होतं. माझ्या मनात धाकधूक होत होती. पण स्वागतकक्षात प्रवेश केल्यानंतर मन काहीसं शांत झालं. भरपूर उजेड असलेली ती जागा चांगल्या प्रकारे सजवलेली होती. माझ्या मनातल्या मनोरुग्णांविषयीच्या ठाशीव कल्पनांना इथे पहिला छेद बसला. मला वाटलं होतं, इथल्या मनोरुग्णांना कायम बांधून ठेवण्यात येत असेल, त्यांना सतत विजेचे झटके दिले जात असतील. या कल्पना माझ्या मनानं मागे सारल्या. पण लवकरच माझा भ्रमनिरास झाला. कारण कडक सुरक्षेची पहिली जाणीव मला झालीच. मला धातुशोधक यंत्राखालून (metal detector) पार व्हावं लागलं. अशा प्रकारची सुरक्षा आपण विमानतळावर पाहतो, ती इथे हॉस्पिटलमध्ये असेल, अशी मला कल्पनाही नव्हती. त्यानंतर एका चिंचोळ्या मार्गिकांमधून मला जावं लागलं. प्रत्येक वेळी मागचा दरवाजा घट्ट बंद होत होता. आता दृग्गोचर होणारा भाग अधिकाधिक अंधारा होऊ लागला आणि माझं मन निराशेच्या भावनेनं झाकोळून गेलं. कारण हे सगळं कुठल्याही सर्वसामान्य मनोरुग्णालयासारखंच होतं.

रॅम्पटन मनोरुग्णालयात साधारणपणे ४०० रुग्ण आहेत आणि त्यांच्यापैकी तीन-चतुर्थांश रुग्णांनी तरी एखादा फार मोठा गुन्हा केल्यामुळे त्यांना इथे ठेवण्यात आलं आहे. उर्वरित रुग्णांपैकी बरेचसे रुग्ण शारीरिक व मानसिकदृष्ट्या विकलांग असल्यामुळे त्यांची दिवसरात्र दक्षतेनं काळजी घ्यावी लागते. इथल्या कर्मचाऱ्यांची संख्या प्रचंड– अठराशे कर्मचारी इतकी– आहे. पण रोजच कसला ना कसला उद्रेक इथे घडत असतो आणि त्याची परिणती म्हणून इथल्या कर्मचाऱ्यांची रवानगी अपघात आणि आणिबाणी (Accident and Emergency) या विभागात होते. इथल्या कित्येक परिचारिकांना बेभान रुग्णांना काबूत आणण्याच्या प्रयत्नात आपले हातपाय मोडून घ्यावे लागले आहेत. त्यामुळे त्यांनी हे हॉस्पिटल चालवणाऱ्या राष्ट्रीय आरोग्य सेवा विश्वस्त मंडळाविरुद्ध (The National Health Service Trust) न्यायालयात निष्काळजीपणाच्या आरोपाखाली खटलेही दाखल केले आहेत.

साक्षात यमदूताची भूमिका वठवणाऱ्या गुन्हेगारांसाठी हे रुग्णालय त्यांच्या दुसऱ्या घरासारखं झालं आहे. जिनं आपल्या अखत्यारीतल्या चार बालकांची हत्या केली, इतर अनेकांवर हल्ला केला आणि त्यासाठी जिला तेरा वेगवेगळ्या शिक्षा झाल्या आहेत – ती बेव्हरली ॲलिट याच रुग्णालयात आहे. लहान मुलांचं लैंगिक शोषण करणारे मनोरुग्ण इथे आहेत, तसेच मनाचा तोल पूर्णपणे सुटलेले काही जण आहेत. एक पंचविशीतला देखणा तरुण मी इथे पाहिला. तो भिंतीला टेकून उभा राहायचा अन् मग जमिनीवर स्वतःचं शरीर झोकून द्यायचा. पुन:पुन्हा एकच क्रिया करणाऱ्या त्या तरुणाला पाहून माझी उत्सुकता चाळवली, तेव्हा मला सांगण्यात आलं, ''त्यानं आणि त्याच्या प्रेयसीनं मिळून आत्महत्या करायचं ठरवलं. दुर्दैवानं झोपेच्या गोळ्यांचं अतिसेवन केल्यामुळे प्रेयसी मेली; पण तो मात्र जिवंत राहिला.'' त्याच्याकडे पाहून मला त्याची दया आली. पण इतर अनेक रुग्ण खरोखरीच भीतिदायक होते. आणखी एका रुग्णाला 'रक्तपिपासू हडळ' (vampire) असं सगळे जण संबोधायचे. त्यानं आपल्या आई-वडिलांना आणि इतर अनेक जणांना ठार मारलं होतं अन् अशा ठार मारलेल्यांचं रक्त पिण्याचं भयंकर वेड होतं त्याला.

तुरुंगवासापेक्षा इथलं आयुष्य फार वेगळ्या प्रकारचं आहे, हे मला लगेचच जाणवलं. माझ्यासारख्या भेट देणाऱ्यांनादेखील फार वेगळा अनुभव येतो या ठिकाणी. उदाहरणार्थ, लिंकन तुरुंगात तुम्ही तुमच्या नातेवाइकाला भेटायला जाता त्या वेळी प्रत्यक्ष भेट सुरू झाल्यानंतर तुरुंगातील कर्मचारी तुमच्यापासून विशिष्ट अंतर ठेवून उभे राहतात, पण इथे रॅम्पटनमध्ये कर्मचारी दूर तर जात नाहीतच, उलट तुमच्या संभाषणाच्या नोंदीही ते आपल्या वहीत करतात. पहिल्या

काही भेटीनंतर डॅडींनी माझ्याशी इटालियन भाषेत बोलायला सुरुवात केली. उत्तरादाखल मी फारच थोडं बोलू शकायचे. पण ते ममाविषयी जे काही बोलायचे, ते मला समजू शकायचं. आमचं हे संभाषण दर वेळी टेपरेकॉर्डरवर नोंदलं जातंय आणि नंतर त्याचं इंग्रजीमध्ये पुनर्लेखन होतंय, ही गोष्ट सुरुवातीला माझ्या ध्यानातच आली नाही. त्यामागचा मुख्य उद्देश रुग्णाच्या मनोवस्थेतील फरकांची सातत्यानं नोंद ठेवणं, हा असतो. या प्रकारची नोंद रुग्ण कोणतीही क्रिया करताना होतच राहते. उदाहरणार्थ, रुग्ण टीव्ही पाहत असेल किंवा फोनवर बोलत असेल किंवा एखादं पुस्तक वाचत असला तरीही. अशी अहर्निश नजर किती जाचक होऊ शकते, हे तो एक रुग्णच जाणे! दुसरी गोष्ट म्हणजे तुम्हाला जेवण आणि व्यायाम या व्यतिरिक्त कधीही तुमच्या खोलीत एकटं राहता येत नाही. याशिवाय तुम्हाला मानसोपचारासंबंधीच्या बैठकांना हजर राहावं लागतं. त्या वेळी तुम्ही कशा प्रकारचे विचार करता, कृती करता वगैरे गोष्टींची बारकाईनं चाचपणी होते. इतर मनोरुग्णांबरोबरही काही बैठका घेतल्या जातातच. एकूणच, तुमच्या मनावर सतत बिंबवलं जातं की, तुम्ही मानसिक असंतुलनाच्या कारणास्तव इथे राहत आहात. याहूनही वाईट गोष्ट कोणती असेल, तर ती म्हणजे, इतर रुग्णांची गंभीर अवस्था. त्यामुळे तुम्हाला सतत जागरूक असावं लागतं. हे सगळं कमी पडतं की काय, म्हणून तुम्हाला अनेक प्रकारची औषधं नियमितपणे दिली जातात.

डॅडींना रॅम्पटनमध्ये दाखल केल्यानंतर काही आठवड्यांतच मला त्यांच्यात फार मोठे बदल जाणवले. आता त्यांना संभाषणात सलग भाग घेणं जमेना. ते पूर्वीसारखं सुस्पष्ट बोलेनासे झाले किंवा बोलण्यातला मुद्दा मध्येच विसरायचे आणि त्यामुळे खूप गोंधळल्यासारखं वाटायचं त्यांना. आता ते एकदम वयस्कही वाटू लागले. त्यांच्यातल्या या बदलानं मला फार मोठा धक्का बसला. आतापर्यंत मी ज्या डॅडींना पाहत आले होते, ते माझे डॅडी कुठल्याही विषयावर फार पटकन व तेही सुस्पष्टपणे बोलू शकायचे. त्यांच्या परिचयातल्या विषयांची माहिती त्यांच्या जिभेच्या टोकावर असायची. पूर्वी नेहमी मी त्यांच्याशी अनेक विषयांवर वादविवाद करायची. पण आता मला भेटणारे डॅडी काहीतरी वेगळेच भासायचे मला. माझ्या बोलण्यावर लक्ष केंद्रित करणंही आता त्यांना कठीण जाऊ लागलं. या सगळ्याचा इतका वाईट परिणाम त्यांच्या मनावर झाला की, ते माझी मनधरणी करू लागले, ''नतालिया, मला काहीतरी औषध आणून दे गं. मला मरावंसं वाटतंय. इथे राहण्यापेक्षा मरण परवडलं!''

मी तिथल्या कर्मचाऱ्यांशी बोलून माहिती काढण्याचा प्रयत्न केला. डॅडींना काय होत असेल, याविषयी प्रश्न विचारले; पण त्यांनी उडवाउडवीची उत्तरं

दिली. ''काही नाही, ठीक आहेत ते.'' पण मीही गप्प बसायचं नाही, असं ठरवलं. त्यांना डॅडींची अवस्था प्रत्यक्ष दाखवावी, या दृष्टीनं मी त्यांच्या उपस्थितीत डॅडींसमोर उभी राहिले अन् म्हटलं, ''डॅडी, मी ड्रग्जचा व्यापार करते.'' त्यावर काही न बोलता त्यांनी फक्त मान हलवली. त्यानंतर मी त्यांना म्हणाले, ''डॅडी, मी एक वेश्या आहे अन् मला पोलिसांनी पकडलंय.'' त्यावरही त्यांनी फक्त मान हलवली. इतर कोणतीही प्रतिक्रिया व्यक्त केली नाही. या वागण्याचे दोन अर्थ संभवत होते– त्यांना कशातच रस वाटत नव्हता किंवा मी काय म्हणते ते त्यांच्यापर्यंत पोहोचतच नव्हतं. माझा माझ्यावरचा ताबा सुटला अन् मी किंचाळले, ''काय अवस्था करून सोडलीय तुम्ही माझ्या डॅडींची! त्यांना आधी या इथून हलवा!'' शेवटी दोन पुरुष कर्मचाऱ्यांनी मला तिथून हलवलं आणि डॅडींच्या सामाजिककार्यकर्त्याकडे नेलं. त्यांनी मला सांगितलं, ''हे पाहा, तुम्हाला काळजी करण्याचं काही कारण नाहीये. ते सतत परमेश्वराविषयी अन् त्याच्या आवाजाविषयी (his voices) खूप गांभीर्यानं विचार करतात. ते थांबण्यासाठी आम्ही त्यांना औषधं देतो, एवढंच!'' या उत्तरानं मी आणखीनच भडकले, ''पण मी बघितलं तर त्यांच्या डोक्यात कुणी काही बोललेलं शिरतच नाहीये, तर त्यांना आपण एक मोठा गुन्हा केलाय, हे तरी कसं ठरवता येईल? अन् तुम्हाला तरी ते कसं समजू शकेल? सतत ते आरामखुर्चीत बसून डोलत असतात – एखाद्या निर्जीव बाहुल्यासारखे. (zombie)''

माझ्या सांगण्यानंतरही डॅडींच्या औषधात काही फरक केला गेला नाही. त्यांच्या मनानं तिथलं वास्तव्य स्वीकारलं असलं तरी त्यांची विचार करण्याची क्षमता फारच कमी झाली. घटना व त्या जेव्हा घडल्या त्यांच्या तारखा त्यांना आता पूर्वीसारख्या पटकन आठवेनाशा झाल्या. आता मला अशा गोष्टींची त्यांना पुन:पुन्हा आठवण करून द्यावी लागायची अन् तसं केल्यानंतरही काही काही वेळा ते काहीही प्रतिसाद द्यायचे नाहीत. मग मी स्वत:लाच एक प्रश्न विचारला, डॉक्टरांनी सांगितलेली औषधं ते घेतात की नाही, याची चिंता मी का म्हणून करते आहे? मला फक्त एकच गोष्ट घडायला हवी होती. डॅडींनी माझ्या बोलण्यावर लक्ष केंद्रित करून माझ्याशी संवाद साधावा. मला काय हवं होतं? तर डॅडींनी ममाच्या आठवणींना उजाळा द्यावा, ज्यामुळे मला ममाच्या ताटातुटीविषयी दु:ख व्यक्त करता येईल आणि त्यांनी मला चार शब्द उपदेशाचेही सांगावेत. पण मी पूर्वी जे बोलले होते अन् त्यांनी मला ज्या धोक्याच्या सूचना दिल्या होत्या, त्या सगळ्या जणू विरून गेल्यासारख्या झाल्या. पूर्वी मी माझ्या एखाद्या मित्राबद्दल त्यांना सांगू लागले की, त्यांचं मन विजेच्या चपळाईनं विचार करत असे. ते ताबडतोब मला सांगत, ''नतालिया, हा माणूस चांगला वाटत नाही.

त्याच्या संगतीनं तू भरकटत जाशील.'' आता मी त्यांना माझ्या आयुष्यात घडलेल्या अशा काही घटनांबद्दल सांगू लागले, ज्यांच्याबद्दल दुसऱ्या कुणीतरी त्यांना तिखटमीठ लावून सांगितलं असतं. असं करत असताना एकीकडे मला वाटायचं की, त्यांच्या उपदेशाकडे लक्ष द्यायची गरज नाही अन् दुसरीकडे वाटायचं– नाही, त्यांची शिकवण माझ्या दृष्टीनं महत्त्वाची आहे. पण त्यांनी आता माझ्या चुकांवरून माझी पारख करण्याचं बंद केलं. हा केवढा मोठा धडा ते शिकले होते.

या सगळ्यापेक्षा आणखी एक वेगळंच सत्य होतं, जे माझ्यावर सखोल परिणाम घडवत होतं. डॅडींची मला नव्यानं ओळख होत होती आणि या नव्या ओळखीच्या मी प्रेमात पडले होते. 'बाप असूनही पोरकी' असणं म्हणजे काय, ते मी या पूर्वीच्या आयुष्यात अनुभवलेलं होतं. तरीही 'आपली कुणीतरी काळजी घ्यावी', ही इच्छा माझ्या मनात घर करून बसलेली होती. नव्हे, ती वाढलीच होती. पूर्वी मी त्यांना माझे 'इटालियन पपा' म्हणायची, आता मी त्यांना डॅडी म्हणू लागले. आमच्या दोघांत नवे प्रेमाचे बंध निर्माण झालेत, ही भावना होती त्यामागे. डॅडींना मी भेटू शकते, या कृतीमागे एक आशा होती की, मी माझ्या मनातल्या कटुतेवर, तिरस्काराच्या भावनेवर कधी ना कधी मात करू शकेन. या मार्गावर अजून खूप दूरची वाटचाल करावी लागणार आहे, हे त्या वेळी मला ठाऊकच नव्हतं!

चुकीच्या मार्गावरील वाटचाल

तो काळ होता– मार्च १९९९. मला २१ वर्षं पूर्ण झाल्याला दोन महिने उलटले होते अन् डॅडींचा खटला झाल्यानंतरही एक वर्ष सरलं होतं. २१ वा वाढदिवस हा सर्वसाधारणपणे मोठा वाढदिवस म्हणून साजरा केला जातो. आयुष्यातला एक महत्त्वाचा टप्पा असतो तो. पण माझ्या आयुष्यात साजरं करावं, असं काही घडलेलंच नव्हतं. मी हलमध्ये माझ्या एका जुन्या मित्राबरोबर राहत होते. मॅकडोनल्डमध्ये नोकरी करत होते, ममाच्या दुःखातून बाहेर पडू शकले नव्हते, भावंडांपासून दुरावलेली होते अन् हे सगळं कमी होतं की काय, म्हणून आणखी एक संकट माझ्यापुढे 'आ' वासून उभं राहिलं– मला दिवस राहिले होते– मी गरोदर होते. ही बातमी सगळ्यात आधी मी जेसला सांगितली.

गेल्या उन्हाळ्यात डॅडींना रॅम्पटनला हलवल्यानंतर थोड्याच दिवसांनी जेस म्हणाली होती, "आपण हलला राहायला जाऊ." मी काही विरोध केला नाही. कारण मला स्कनथॉर्पमध्ये राहण्यात काही स्वारस्य उरलेलं नव्हतं. माझ्या नात्याच्या, तसंच ओळखीच्या लोकांच्या तीक्ष्ण नजरा मला घायाळच करत होत्या. जिथे आपल्याला कुणी ओळखत नाही, अशा ठिकाणी पळून जाण्याची कल्पना मलाही भावली. हलमध्ये राहण्यात एकच अडचण होती– मी डॅडींपासून दूर जाणार होते. पण जेसनं तोही प्रश्न सोडवला, "मी आहे ना! मी तुला डॅडींकडे आणि डॅनियलकडे घेऊन जाईन. काळजी करू नकोस."

त्यामुळे मग १९९८ च्या जून महिन्यात आम्ही हलमध्ये वास्तव्य केलं. तिथे जेसच्या ओळखीतल्या कुणाचा तरी एक फ्लॅट रिकामा होता. तिथे आम्ही राहू लागलो. आता मी ठरवलं की, आपण सिगारेटी ओढणं कमी करायचं. एखादी

तात्पुरती नोकरी बघायची किंवा पुन्हा मॅकडोनल्डमध्ये जायचं. आमच्या फ्लॅटच्या खालच्या मजल्यावर जेसच्या मित्राचे दोन मित्र राहायचे. लवकरच ते दोघं आमच्या फ्लॅटमध्ये ये-जा करू लागले. सोयीसाठी त्यांना मी सॅम आणि शॉन अशी नावं देते. दोघांपैकी शॉन शांत स्वभावाचा, खरोखर चांगला तरुण होता. पण सॅमइतका त्याला आत्मविश्वास वाटत नसे. त्याच्या उलट सॅम नियमितपणे अमली पदार्थांचं सेवन करत असे. नोकरी धंदा नसलेल्या सॅमला कामधंदा शोधायची गरजही वाटत नसावी, असा त्याचा एकूण आविर्भाव असायचा.

मला शॉन पहिल्यापासूनच आवडला. पण हे त्याला सांगावं कसं, ते मला कळायचं नाही. तरीही सॅमने मला आपल्या जाळ्यात ओढलं आणि काहीसे माझ्या मनाविरुद्धच मी त्याच्याबरोबर संबंध ठेवायला सुरुवात केली. सुरुवातीला तो माझी छान काळजी घ्यायचा, माझ्याकडे सतत लक्ष पुरवायचा आणि माझ्यावर प्रेम असल्याचंही दाखवायचा. पण त्याचा स्वभाव एकदम रोखठोक होता. अजिबात वेळ न दवडता स्वारीनं मला सांगून टाकलं, ''माझं तुझ्यावर प्रेम आहे, तेव्हा आपण एकत्र राहू या.'' झालं, दोन आठवड्यांच्या आत आम्ही एकत्र राहू लागलो. जेसची माझ्या या संबंधांना हरकत नव्हती. कारण तिची सोय होत होती. सॅममुळे तिला सतत ड्रग्जचा पुरवठा होऊ लागला आणि दुसऱ्या गटाबरोबर मिसळायची संधीही मिळाली. लवकरच माझ्या लक्षात आलं की, जेसला डोप व्यतिरिक्त (dope) इतरही काही अमली पदार्थांचं व्यसन होतं. पण मी तिकडे कानाडोळा केला. मी स्वत: मात्र शक्य तितकी कमी ड्रग्ज घेण्याचा प्रयत्न करत होते. अमली पदार्थांचं सेवन करणारे लोक नेहमी अशा लोकांच्या शोधात असतात, जे तुमच्यासारखे किंवा तुमच्याहून अधिक व्यसनी असतात. कारण त्यामुळे तुम्हाला वाटतं, आपण काही फार व्यसनी नाही. शिवाय आणखी थोडी दारू किंवा गर्द घेण्यात तुम्हाला काही संकोच किंवा शरमही वाटत नाही. माझ्या या व्यसनाधीनतेच्या काळाबद्दल बोलायचं झालं, तर मी इतकंच म्हणेन की, व्यसनी लोकांमध्ये खरी मैत्री फार कमी आढळते. तसे ते तासन्तास एकमेकांच्या संगतीत घालवतात. अखंडपणे बडबडत असतात; पण या मैत्रीचं मुख्य नातं अमली पदार्थांशी असतं, माणसांशी नाही.

अशा प्रकारचं आयुष्य तुम्ही जगता, तेव्हा खरंतर, तुम्ही आपल्या आयुष्याची वाटच लावत असता. कशामुळे हे सगळं घडतं? आयुष्यातलं दु:ख, वेदना लपवण्यासाठी किंवा टाळण्यासाठी. त्यासाठी अमली पदार्थ घेणं, हा सगळ्यात सोपा आणि उत्तम उपाय असतो या मंडळींसाठी. अर्थात असं करताना तुम्ही आपल्या आयुष्यातले प्रश्न फक्त पुढे ढकलत असता, सोडवण्यात विलंब करत असता, दुसरं काही नाही आणि लवकरच तुमच्या लक्षात येतं की, तुम्हाला

छळणारे समंध तुम्हाला सोडून कुठेही गेलेले नाहीत. ते तुमच्या आयुष्यात ठाण मांडून बसलेले आहेतच. वास्तव हे असतं की, अमली पदार्थ घ्यायला लागून तुम्ही तुमचं आयुष्य पूर्वीपेक्षा अधिक बरबाद केलेलं असतं. स्वत:च्या संवेदना बधिर करण्यामागे सॅमलाही काही कारणं होतीच. तो अगदी लहान असताना त्याच्या वडिलांनी आत्महत्या केली होती आणि त्याचे आपल्या आईबरोबरचे संबंध पार बिघडलेले होते. त्याच्या आईला मोठ्या वयाची अन्यही मुलं होतीच. पण सॅमचं तिच्याबरोबरचं वागणं नेहमीच एखाद्या लहान मुलासारखं असायचं. तिला या सगळ्याचा वैताग आला असावा. पण त्यामुळेच की काय, ती जशी त्याला दूर लोटू पाहायची तसा तो तिला जास्तीच चिकटायचा प्रयत्न करायचा. या बाईच्या मुलींनादेखील मुलं झालेली होती. पण तिनं सुरुवातीपासून त्यांना बजावलं होतं, ''तुमची मुलं तुम्ही वाढवा. माझ्या गळ्यात त्यांची जबाबदारी टाकू नका.''

वेळ पडली तर सॅमची आई पुष्कळ तिरसट भाव चेहऱ्यावर असलेली आणि पाषाणहृदयी होती. तिच्यापुढे दुसरा पर्यायच नव्हता. आयुष्यभर निरनिराळ्या कटकटींना तोंड दिल्यामुळे, मुलांच्या खस्ता खाल्ल्यामुळे ती खरोखरच इतकी कंटाळून गेली होती की, उतारवयात जबाबदाऱ्या टाळण्यासाठी तिनं हा मार्ग पत्करला होता, हे मला कधीच कळलं नाही. कारण काहीही असलं तरी त्याचा परिणाम एकच होता. ती कायम संतापलेली, चिडचिडलेली असायची. कधी तिच्या रागाचा भडका उडेल याची खात्री नसायची. त्यामुळे मला तर तिची भीतीच वाटायची. मी तिला पहिल्यापासून आवडले नाही. मला वाटतं, तिच्या मुलाच्या आयुष्यात येणाऱ्या प्रत्येक स्त्रीबाबत तिचा एकच दृष्टिकोन होता– या पोरी माझ्या मुलाच्या आयुष्याचं वाटोळं करणार!

सॅमबरोबर राहणं मुळीच सोपं नव्हतं. सर्वसाधारणपणे नशाबाज व्यक्ती थंड डोक्याच्या असतात आणि शांत आयुष्य जगतात. तसाच मीपण आहे, असा त्याचा स्वत:विषयी समज असला तरी प्रत्यक्षात तो चांगलाच तापट अन् भडक डोक्याचा होता. अगदी क्षुल्लक कारणासाठीसुद्धा तो डोक्यात राख घालून घ्यायचा. गर्दच्या सेवनामुळे बहुतेक सगळे नशाबाज एक प्रकारच्या भीतीनं ग्रासलेले असतात. त्यांना वाटतं, सगळं जग आपल्याविरुद्ध कसलातरी कट करत आहे. माझं साधंसं वागणंदेखील सॅमचा असा समज करून द्यायचं की, मी ठीक वागत नाही. उदाहरणार्थ मी कधी माझ्या दुसऱ्या एखाद्या मित्राबरोबर गप्पा मारल्या (हा मित्र समलिंगी असला तरीही!) तरी त्याचं डोकं तडकायचं अन् मग तो माझ्याबरोबर भांडण उकरून काढायचा. त्या वेळेपर्यंत मी गर्दचं सेवन पूर्णपणे थांबवलं होतं आणि मॅकडोनल्डमध्ये नोकरी करू लागले होते. आमच्यातले

संबंध बिघडायला ही दोन कारणं पुरेशी ठरली. कारण आमच्यात समान दुवा असा काही उरलाच नव्हता. नशाबाज लोक नेहमी आपल्याच जगात धुंदपणे वावरत असतात. नशा करणं सोडल्यामुळे मी आता त्याच्या जीवनाचा भाग उरले नाही. त्यामुळेही सॅम माझा राग-राग करू लागला. पण मी आता त्याच्या आयुष्यातून दूर व्हावं, असं मात्र त्याला वाटलं नाही. उलट, तो माझ्यावर जास्तजास्त हुकमत गाजवू लागला. त्याचा बराचसा वेळ माझ्या वागण्यावर नजर ठेवण्यात जाऊ लागला. मी कधी एखादी चूक करते, याची जणू तो वाटच पाहू लागला अन् त्यासाठी अगदी किरकोळ कारणही त्याचा भडका उडायला पुरेसं ठरायचं. एखादे वेळी मी चेष्टेच्या सुरात म्हणायची, ''तू नको रे काळजी करूस. स्वच्छ होण्याचं काम होईल आपल्या आपणच.'' माझ्यावर आपला सात्त्विक संताप काढायला एवढीशी सबबदेखील त्याला पुरेशी ठरायची.

बहुतेक वेळा मी गप्प बसत असे. त्याचा पारा उतरायची वाट पाहत मी त्याच्यापासून दूर राहायचा प्रयत्न करत असे. एका प्रसंगी मात्र माझाही तोल गेला. त्या दिवशी बराच काळ त्यानं या ना त्या कारणानं माझ्यावर झोड उठवली होती. त्यामुळे माझं डोकं तडकलं. त्या वेळी मी चेहऱ्यावरचा मेकअप पुसून झोपायचा विचार करत होते. त्याची पिरपिर मला ऐकवेनाशी झाली अन् मी माझ्या हातातली चेहरा साफ करायच्या द्रावणाची (cleanser) प्लॅस्टिकची बाटली त्याच्या अंगावर फेकली. तोही भडकला आणि ताडदिशी घराबाहेर पडला. मी तिकडे लक्षच दिलं नाही. मात्र त्याची आई जेव्हा माझ्या अंगावर धावून आली, 'तुझा जीव घेईन' वगैरे बडबडायला लागली तेव्हा माझ्या डोक्यात प्रकाश पडला की, हे सॅम नावाचं बाळ आईकडे माझी तक्रार घेऊन गेलं होतं. ''नतालियानं माझ्या डोक्यावर प्लॅस्टिकची बाटली फेकून मारली.'' आईसाहेब आमच्या फ्लॅटमध्ये घुसल्या आणि आपल्या बाळाला घरी घेऊन गेल्या. पण चार दिवस नाही झाले तोच हे महाशय परत आले, दारावर धडका मारून माझी विनवणी करू लागले, ''झालं-गेलं विसरून जा. आपण पुन्हा पूर्वीसारखं एकत्र राहू.'' अन् मीही अशी मूर्ख की, त्याच्या गोड बोलण्याला, रडण्या-भेकण्याला भुलले अन् घेतलं त्याला घरात.

एकदा मी डॅडींना भेटायला गेले असताना त्यांना माझी दर्दभरी कहाणी सांगितली. आतापर्यंत हॉस्पिटलमधली औषधं डॅडींच्या अंगवळणी पडली होती, त्यामुळे माझ्याबरोबर बसणं, माझं बोलणं शांतपणे ऐकणं त्यांना जमू लागलं होतं. ''नतालिया, तू जे सांगितलंस त्यावरून मला वाटतं, हा सॅम काही तुझ्या योग्यतेचा माणूस नाही. तेव्हा तू त्याचा नाद सोडावास, हे बरं!'' डॅडींच्या उपदेशातला शब्दन्‌शब्द खरा होता. एवढंच नव्हे, तर ते मला सहानुभूतीपूर्वक

आणि प्रेमानं समजावण्याचा प्रयत्न करत होते. तसं पाहिलं तर माझे मित्रमैत्रिणीदेखील मला हाच उपदेश करत होते. ज्या पद्धतीनं सॅम माझ्याशी वागत असे, ते कुणालाच आवडत नसे. मग का नाही ऐकलं मी माझ्या मित्रांचं? डॅडींचा शब्दच मला एवढा महत्त्वाचा का वाटत होता?

शॉनही माझं बोलणं शांतपणे ऐकायचा. अनेक वेळा असं व्हायचं की, सॅम गर्दच्या नशेत बेहोष पडलेला असायचा अन् आम्ही दोघं रात्रीच्या वेळी तासन्तास गप्पा मारत बसायचो. पुढे बराच काळ गेल्यानंतर शॉननं एकदा मला सांगितलं, ''खूप वाटायचं, तुझी सुटका करावी. तुला घेऊन दूर कुठेतरी जावं.'' पण त्या काळी आम्ही दोघंही काही करू शकत नव्हतो, हेही तितकंच खरं होतं. माझे अन् सॅमचे संबंध दिवसेंदिवस अधिकच बिघडत गेले. अनेक वेळा तो मला शारीरिक इजाही करू लागला. एका भांडणाच्या प्रसंगी त्यानं मला मागे ढकललं, माझा तोल गेला अन् खाली पडू नये म्हणून मी हात लांब केला. त्यामुळे एका काचेला धक्का लागून ती फुटली. माझ्या तळहातात काचा घुसल्या आणि भळाभळा रक्त वाहू लागलं. रक्ताची धार लागलेली पाहूनच मी घाबरले. कितीही पट्ट्या बांधल्या तरी रक्तप्रवाह थांबेना. ते पाहून सॅमही घाबरला. आमच्या दोघांच्या लक्षात आलं की, हॉस्पिटलमध्ये अपघात आणि तातडीच्या विभागात जाऊन उपचार करून घ्यायला हवेत. घाबरून सॅम रडू लागला. माझी माफी मागू लागला. 'पुन्हा असं वागणार नाही,' असं वचन देऊ लागला. हॉस्पिटलमध्ये मी सांगितलं, ''पाय घसरून पडल्यामुळे काचेला धक्का लागून ती फुटली अन् हात कापला.'' डॉक्टरांनी हातातून बरेच तुकडे काढले अन् जखम शिवली. एकूण सात टाके पडले हातावर. परत येताना सॅमनं मला घट्ट धरून ठेवलं खरं, पण त्या दिवशी माझ्या डोक्यात लख्ख प्रकाश पडला. आपलं आयुष्य सुरक्षितपणे, योग्य मार्गानं जायला हवं असेल तर त्यासाठी सर्वप्रथम सॅमचा नाद सोडायला हवा!

माझ्या २१ व्या वाढदिवसानिमित्त सॅमनं पार्टी द्यायचं ठरवलं. त्या दिवशी काय घडलं, ते मला फारसं आठवत नाही. पण वाटतं, गर्द ओढण्यासाठी आणि स्वत:ला विसरण्यासाठी पार्टी हे कारण मला पुरेसं ठरलं. मी आठ महिने या माणसाबरोबर कसे काढू शकले, याचंच मला आश्चर्य वाटत होतं. माझ्या मते त्यामागे एकच कारण असू शकत होतं– मी आला दिवस ढकलत होते, एवढंच. स्वत:चा २१ वा वाढदिवस मी माझ्या ममाविना पाहीन, या विचारानं माझी मनोवस्था अधिकच वाईट होत होती. आयुष्यातले महत्त्वाचे टप्पे पार पाडत असताना अशा प्रकारच्या दु:खद घटनांची जाणीव अधिकच तीव्र होत राहते. आनंदाचा मुखवटा धारण करून मी पार्टीत वावरत होते खरी; पण माझं मन आतल्या आत रडतच होतं. मध्यरात्रीनंतर केव्हातरी मित्रमैत्रिणी हळूहळू निरोप

घेऊन निघून गेल्या. आता मी आणि सॅमच उरलो. वातावरणात एक प्रकारचा तंगपणा जाणवतच होता. सॅम जरा जास्तच उत्तेजित झाला होता. त्यामुळे तो माझ्या अंगाशी लगट करू लागला. त्याचा हेतू माझ्या लक्षात आला. पण मला फार थकल्यासारखं झालं असल्यामुळे मी त्याला दूर लोटलं. त्यानं मला जवळ ओढण्याचा प्रयत्न केला. मी त्याला शांतपणे सांगून पाहिलं; पण तो ऐकण्याच्या मन:स्थितीत नसावा. मग मी जास्त विरोध केला नाही. माझं मन जणू बधिर झालं. जे व्हायचं असेल ते होऊ दे, या विचारानं मी त्या प्रसंगाला त्यानंतर सामोरी गेले.

दुसऱ्या दिवशी मी कामावर निघून गेले. रात्रीचा प्रसंग सॅम साफ विसरून गेला असावा. माझं मन मात्र पार दुभंगून गेलं. ज्याच्यावर विश्वास टाकला, ज्याच्या संगतीत आपल्याला सुरक्षित वाटतं, अशा आपल्या मित्रानं आपल्याला या पद्धतीनं वागवावं, ही गोष्ट माझ्या पचनी पडणं शक्य नव्हतं. आपण हिच्यावर हवी तेव्हा अन् हवी तेवढी जबरदस्ती करू शकतो, हा विचार त्याच्या मनात आला, त्याच गोष्टीचा मला संताप आला. त्यानं केलेला अतिप्रसंग कॅनॉलवर माझ्यावर झालेल्या बलात्काराइतका दु:खद किंवा अपमानास्पद निश्चित नव्हता; पण त्यामुळे एकूणच पुरुष जातीविषयी माझं मन फार कलुषित झालं. त्यानंतर कुणाही पुरुषाबरोबर मी निर्भयपणे संबंध ठेवू शकले नाही. या सगळ्यातला प्रचंड विरोधाभास हा होता की, अगदी अलीकडेच, आयुष्यात पहिल्यांदाच माझे सॅमबरोबरचे शारीरिक संबंध माझ्या मनासारखे व्हायला लागले होते, मी त्याला प्रतिसाद द्यायला लागले होते. त्यानंही माझ्या खुलण्याची शांतपणे वाट पाहिली होती, माझ्यावर बळजबरी करून सुख ओरबाडण्याचा कधीच प्रयत्न केला नव्हता. त्यामुळेच त्यानं अशा प्रकारे वागावं, माझी प्रतारणा करावी, हे सहन करणं मला अधिकच कठीण गेलं. यापुढे कुणावरही मी कसा विश्वास ठेवू? मनात आलं की, माझ्यावर जबरदस्ती करणाऱ्या पुरुषावर मी कसा विश्वास ठेवू? माझ्या भावभावना, माझी गरज यांची किंमत ठेवणं ज्याला जमेल, अशा माणसावरच मी यापुढे विश्वास टाकू शकेन, असं मला तीव्रतेनं वाटलं. कुणावर तरी मी विश्वास टाकू शकते, अशाच पुरुषाच्या मी शोधात राहीन. माझ्या हेही लक्षात आलं की, माझे आणि सॅमचे संबंध आता जवळजवळ संपल्यातच जमा आहेत. पण त्याच वेळी मला हेही जाणवलं की, हे संबंध पूर्णपणे तोडून टाकण्याचं धैर्यही माझ्या मनात नव्हतं. वाईट नातेसंबंध असू दे, कसलाही नातेसंबंध असू दे– तो चालेल मला; पण मला अगदी एकटं, एकाकी राहायचं नव्हतं!

त्यानंतरचे काही आठवडे फार वाईट गेले. पण मला आता कुठेतरी जाणवत होतं की, खचलेल्या मानसिक अवस्थेव्यतिरिक्त आणखीही काहीतरी कारण

होतं. मला अतिशय थकवा जाणवू लागला, कामाचं ओझं वाटू लागलं. एक विचार मनात आला, मासिक पाळी आली की सगळा थकवा, सुस्तावलेपणा निघून जाईल. पण त्या महिन्यात पाळी यायला नेहमीपेक्षा उशीर झाला. त्यामुळे पाळीच्या आधी जाणवणारी सुस्ती कमी होईना. त्यातच मला सिगारेटच्या वासानं मळमळल्यासारखं वाटू लागलं अन् एकाएकी विजेचा लोळ अंगावर पडल्यासारखा विचार मनात आला– देवा रे, मी गरोदर तर नाही ना? छे: छे:! तसं वाटत तरी नाही मनातून. मी तो विचार जळमटासारखा झटकून टाकला. असं होता कामा नये. कारण माझ्यात ते सगळं सहन करायची, त्याला तोंड देण्याची ताकद नव्हती. मी जेसला माझी अडचण सांगितली. तिनं मला दवाखान्यात नेऊन आवश्यक ती चाचणी करून घेतली. थोड्या वेळानं परिचारिकेनं बाहेर येऊन मला सांगितलं, ''आनंदाची बातमी आहे, तुम्ही गर्भवती आहात.'' ते शब्द ऐकून माझे तर पायच गळाठल्यासारखे झाले अन् मी मटकन् खाली बसले.

त्या दिवशी काही वेळानंतर मी ही बातमी सॅमला सांगितली. तेव्हा तो खूश झालेला दिसला. त्याची प्रतिक्रिया मला तरी हास्यास्पद वाटली, ''व्वा! या बाळाला आपण जन्माला घालायचं, बरं का!'' तो खेळकर उत्साहानं म्हणाला. मला नक्की ठाऊक होतं, हे बोलत असताना त्याच्या मनात 'आता कुठल्या अड्ड्यावर गर्द ओढण्यासाठी जावं', हाच विचार असणार. त्याच्या उत्साहामुळे मीही काही तास वाहवल्यासारखी झाले. (तो माझा स्वभावच होता– माझ्यापेक्षा ज्यांचा आत्मविश्वास जास्त आहे, अशा लोकांच्या संगतीत मी बहुतेक वेळा त्यांचं म्हणणं सहज मानते!) ही बातमी सॅमनं आईला सांगितली. तिची प्रतिक्रिया माझ्या अपेक्षेप्रमाणे निघाली, ''तुमचं तुम्ही निस्तरा हे प्रकरण!'' थोड्या वेळानं जेस आपल्या एका समलिंगी मित्राला– जॉशला घेऊन आली. हा गमत्या तरुण मला आवडत असे; पण स्वारी पटकन खुलत नसे. मी त्या दोघांना सगळं सांगितलं. सॅमची त्यावरची प्रतिक्रियाही सांगितली आणि म्हटलं, ''मला काही कळत नाहीये गं कसं निभावणार मी हे सगळं?'' त्यानंतर डॅडींचा फोन आला. त्यांनाही मी ही बातमी सांगितली. ती ऐकून डॅडी माझ्यावर रागावतील, 'शक्य नाही गं नतालिया हे,' असं म्हणतील, असं मला वाटलं. पण त्या दिवशी डॅडी माझ्यावर रागावले तर नाहीतच, उलट त्यांनी माझं अभिनंदन केलं. माझं तर डोकंच फिरायची वेळ आली. सॅमला काडीचीही कल्पना नव्हती की, त्याला कोणत्या गोष्टीला तोंड द्यावं लागणार आहे. एकतर तो काही नोकरी वगैरे करत नव्हता. एखादा कामधंदा करावा, पोटापाण्याची व्यवस्था करावी, यात त्याला मुळीच रस नव्हता. अशा परिस्थितीत आमचं काय झालं असतं? आम्ही सरकारी धर्मादाय संस्थेत दाखल झालो असतो. ड्रग्जवरून भांडणारी, काही भविष्यकाळ

नसणारी दोन तरुण माणसं – एवढाच अर्थ आमच्या आयुष्याला राहिला असता.

माझं सध्याचं आयुष्यच मला असह्य झालं होतं, त्यात एका मुलाची भर पाडून मी काय साधणार होते? त्याच्याही नशिबी माझाच भोगवटा आला असता. हे मातृत्व आपल्याला झेपणार नाही... आपण आई होण्याचा गुन्हा करता कामा नये!

काय सांगू मी माझ्या बाळाला आपल्या कुटुंबाविषयी? त्याच्या आजी-आजोबांविषयी? सध्याच्या परिस्थितीत एका बाळाला जन्म देणं म्हणजे संकटाला तोंड देणं आणि त्या चिमुकल्या जिवाला संकटात लोटणं. माझी ममा जिवंत असती तर गोष्ट वेगळी होती. मी आई होण्याचा निर्णय घेतला असता. तिनं मला सगळी मदत केली असती. मूल झाल्यानंतरही मी पुढलं शिक्षण घेतलं असतं. सॅमनं मला साथ दिली असती वा नसती, मी त्याची पर्वा केली नसती. मी माझा मार्ग शोधला असता. पण आताच्या परिस्थितीत मी त्याचा विचारही करू शकत नव्हते. एका जिवाला आपल्या गर्भात वाढवणं माझ्या आवाक्याबाहेरचं होतं. त्याचं संगोपन मी करू शकेन, अशी आशा मला वाटत नव्हती, ना तेवढं धाडस होतं माझ्यात!

जॉश हा जेसचा मित्र त्या वेळी लिव्हरपूलमध्ये राहायचा. तो एका व्हिडिओ स्टोअरमध्ये नोकरी करत असे. मी त्याला म्हटलं, ''मी लिव्हरपूलमध्ये येईन आणि तिथेच गर्भपात करून घेईन.'' त्याआधी मला एखाद्या डॉक्टरला गाठावं लागणार होतं. त्या डॉक्टरनं दुसऱ्या एका डॉक्टरकडे जायला सांगितलं. मी दोघांनाही स्पष्ट शब्दांत सांगितलं की, मातृत्वाला सामोरं जाण्यासारखी माझी मन:स्थिती नाही. त्यांनी मला लेखी संमती दिली. पण मी लिव्हरपूलमध्ये गेले तेव्हा मला सांगण्यात आलं, तुमची वैद्यकीय नोंद (record) अजून हललाच आहे. आमच्याकडे आलेली नाही. तेव्हा तुम्हाला तोपर्यंत थांबावं लागेल. पण आता मला जवळजवळ तीन महिने होत आले होते. कसंही करून गर्भपात करून घेणं गरजेचं होतं. अधिक काळ थांबणं धोक्याचं ठरलं असतं. या वेळेपर्यंत मी सॅमला माझ्या निर्णयाची कल्पना दिली नव्हती. लिव्हरपूलहून परत आल्यानंतर मी त्याला सांगितलं, ''मला लिव्हरपूलला व्हिडिओ स्टोअरमध्ये जॉश नोकरी मिळवून देणार आहे. तेव्हा मी तिकडेच त्याच्याबरोबर राहीन.''

''वेड लागलंय का तुला?'' अशी प्रतिक्रिया सॅमनं वर्तवली. पण तेवढ्यापुरताच त्याचा विरोध टिकला व मी लिव्हरपूलला गेले.

ज्या दिवशी मला दवाखान्यात जायचं होतं, त्या दिवशी सकाळी मी जॉश व जेसबरोबर नाश्ता घेत असताना माझी मन:स्थिती द्विधा होती. एकीकडे माझा गर्भपाताचा निर्णय मला योग्य वाटत होता, तर दुसरीकडे वाटत होतं, आतापर्यंतच्या

आयुष्यात सतत आपल्या मनावर बिंबवलं गेलं की, गर्भपात हे पाप आहे. तरीही आपण हा निर्णय घेतोय, ते योग्य आहे का? शेवटी मी माझ्या मनाला कसंबसं समजावलं, 'काही झालं तरी हा निर्णय माझा मलाच घ्यावा लागणार आहे आणि मी ठरवलंय, एक आयुष्य संपवायचं, बस्स!'

दवाखान्यातला कर्मचारीवर्ग बोलण्यात सभ्य, परंतु अंतर राखून वागणारा होता. त्यांच्या दृष्टीनं गर्भपात हे एक नित्याचं काम होतं. अर्थात आमच्या तिघांच्या चेहऱ्यावरून आमची करुण अवस्था त्यांच्या लक्षात आली असणार. कारण आम्ही माना खाली घालून बसलो होतो आणि तिघांपैकी एकही जण बोलत नव्हता. मी परिचारिकांबरोबर संततिनियमनाच्या साधनांबद्दल चर्चा केली. विश्वास बसणार नाही कुणाचाच; पण आतापर्यंत कधीच मी कोणतंही साधन वापरलं नसूनही मला दिवस राहिले नव्हते. मला गोळ्या घ्यायची भीती वाटत होती. कारण त्या नियमितपणे घेईन की विसरेन, अशी भीती मला वाटत असे. म्हणून मी त्यांना कायमचं साधन बसवायची विनंती केली. त्यांनी हेही सांगितलं की, ज्यांना पुरेशी मुलं झाली आहेत, अशा स्त्रियांसाठीच अशी साधनं असतात. तरीही मी त्यांच्याकडे गयावया केली, तेव्हा त्या तयार झाल्या.

मला ट्रॉलीवरून शस्त्रक्रियेसाठी नेण्यात आलं अन् भूल देण्यात आली. जाग आली तेव्हा मला वॉर्डमध्ये नेण्यात आलं. अजूनही मी थोडीशी गुंगीतच होते. मी जेसला विचारलं, "जॉश कुठे आहे?"

"त्याला अटक करण्यात आलीय!" तिनं थोडक्यात उत्तर दिलं. पण मी विचारल्यानंतर सगळं सांगितलं. मी दवाखान्यात होते तेवढ्या वेळात पोलीस जॉशच्या फ्लॅटवर गेले आणि त्यांनी त्याला फसवणुकीच्या आरोपाखाली अटक केली. विद्यार्थी कर्ज योजनेच्या अंतर्गत त्यानं वेगवेगळ्या खोट्या ओळखपत्रांखाली अर्ज करून बरीच रक्कम मिळवली होती, असं उघडकीला आलं. मला या गोष्टींची सुतराम कल्पना नव्हती. पण दुसऱ्या कुणाला तरी याविषयी माहिती होती– सॅमनंच हे कृत्य केलं. जॉशचा बदला घेण्यासाठी त्यानं असं केलं होतं, असं मला नंतर कळलं.

मी जॉशच्या फ्लॅटवर आले. पण हा सगळा प्रकार घडल्याचं तिथे कोणतंही चिन्ह दिसत नव्हतं. मी गोंधळून गेले. कारण त्या वेळी मला हे ठाऊक नव्हतं की, सॅमनंच पोलिसांना याबाबतीत खबर दिलेली होती. दुसऱ्या दिवशी मी कामावर गेले तेव्हा तिथल्या इतर माणसांनी मला अनेक प्रश्न विचारले. मला एकाही प्रश्नाचं उत्तर देता आलं नाही. तरीही त्यांच्या प्रश्नांमुळे मला बरंच वाटलं. कारण त्यामुळे मी माझ्या गर्भपाताचा विचार काही काळ तरी दूर ठेवू शकले. थोड्या वेळानं जॉशचा घरमालक आला. मी सगळी माहिती दिली अन्

म्हटलं, "तुम्हाला खरं सांगते, मला या प्रकाराबद्दल काहीही कल्पना नव्हती." माझं म्हणणं त्याला पटलं. त्यानं मला फ्लॅटमध्ये राहायची परवानगी दिली. जेस तिच्या बहिणीबरोबर मँचेस्टरमध्ये राहणार होती. डॅडींनी फोन केला तेव्हा मी माझा गर्भपात झाला, एवढंच सांगितलं. भविष्यकाळ अंधारातच होता. निदान गरोदरपणाचं ओझं तरी मनावर उरलं नव्हतं, एवढाच काय तो दिलासा होता.

जॉशबरोबरची मैत्री अशा प्रकारे संपली. त्याचा मनाला बसलेला धक्का मोठा असल्यामुळे की काय गर्भपाताच्या निर्णयाचा मनावरचा परिणाम जणू काही मी थोडा वेळ दूरच ठेवण्यात यशस्वी झाले. खरं म्हणजे शुद्धीवर आल्यानंतरची पहिली भावना काहीशी आश्चर्याची होती. शारीरिकदृष्ट्या आपल्याला काहीच वेगळं वाटत नाहीये, हे कसं काय? माझ्या गर्भात बाळ होतं आणि काही तासांपूर्वी त्याचं अस्तित्व संपवूनही टाकलं होतं. खरं सांगते, मनाच्या खोल कप्प्यात कुठेतरी सुटकेचीच भावना होती. या घटनेच्या काही दिवस आधी मी माझ्या पोटावर हात ठेवून म्हणाले होते, "मला माफ कर बाळा, मला हे निभावणं शक्य नाही." त्या क्षणी मला खात्रीपूर्वक वाटलं होतं की, माझं बाळ एक मुलगा होता. तो कसा दिसेल, मी त्याचं काय नाव ठेवेन, याविषयीचे अस्पष्ट विचारही माझ्या मनात तरळू लागले होते. पण माझ्यातल्या एका अमानुष अंशानं हे कटू वास्तव स्वीकारलं होतं की, मूल जन्माला घालून त्याला वाढविण्याची क्षमता माझ्यात नव्हती.

या प्रकारातला सर्वांत कठोर भाग माझ्या गर्भपातानंतरच अनुभवाला यायचा होता. मी माझ्या सोनोग्राफीचा निकाल परत एकदा पाहायला गेले तेव्हा कळलं की, मला गर्भ राहिल्याला अजून बारा आठवडे व्हायचे होते. त्यानंतर दहा दिवसांनी गर्भपात करायचा, असं ठरलं होतं. मला खरं तर त्या पडद्याकडे पाहायचं नव्हतं; पण नर्स म्हणाली, "बघा, तुमचं बाळ."

"नको, मला नाही पाहायचं." मी म्हटलं तरी का कोण जाणे, तिनं आग्रह धरला. (तिच्या प्रशिक्षणाचाच तो एक भाग असेल कदाचित!) मी पडद्यावर नजर लावली. एक अंधुकसा छोटा आकार दिसला. माझा निर्णय तिला आवडलेला नाही, याची जाणीव मला त्या क्षणी होत होती. "छान आहे. मला याची छापील प्रत मिळेल का?" मी विचारलं अन् तिच्या चेहऱ्यावर एक समाधान उमटलं. माझ्या मनातला गोंधळ अधिकच वाढला. माझ्या अनेक मित्र-मैत्रिणींनी मला मूल वाढवायचाच सल्ला दिला होता आणि आता ही नर्सदेखील तेच सुचवत होती. मी तिच्याकडून सोनोग्राफीचा कागद घेतला, खिशात ठेवला अन् बाहेर घडले.

आपल्या या कृत्याचं ओझं माझ्या मनावरून अजूनही पूर्णपणे उतरलेलं नाही. पण मी जर असं म्हटलं की, 'मला त्या निर्णयाचं दु:ख होतं' तर खोटं

बोलल्यासारखं होईल. ममाच्या मृत्यूनं मी आधीच खूप काही गमावलेलं होतं. गर्भपातामुळे मला तितकं दु:खं नक्कीच झालं नाही. एक प्रकारची खेदाची भावना मात्र मनात कायमची उरली. ममा असती तर मी या मुलाला जन्म दिला असता, त्याला प्रेमानं वाढवलं असतं, त्याला सुखात ठेवलं असतं... ते सोनेरी स्वप्न मी कायमचं गमावून बसले होते. एकूण माझ्या नशिबात वजाबाकीचा भागच खूप मोठा होता!

सुदैवानं माझी नोकरी सुरू होती. त्यामुळे मन रमवायला काहीतरी साधन हातात होतं. पण लवकरच जेस माझ्याकडे शनिवार-रविवारी येऊ लागली. या वेळी तिनं मनोरंजनाचं एक वेगळंच साधन मला देऊ केलं– मादक द्रव्याच्या गोळ्या. सुट्टीच्या या दोन दिवसांत पूर्वीपासूनच जेस मित्र-मैत्रिणींच्या घोळक्यात मौजमजा करायची आणि ड्रग्जशिवाय ती आणखीही काहीतरी घेत असावी, असाही मला नेहमी संशय यायचा. तरी मी मात्र स्वत:ला या प्रलोभनापासून नेहमी दूरच ठेवलेलं होतं. आता परिस्थिती वेगळी होती. ती खूपशी उत्तेजित असायची. पण ही उत्तेजितावस्था पूर्वीपेक्षा फार वेगळी वाटली मला. हल्ली ती खूप आनंदी वाटायची आणि तिच्यात एक प्रकारचा उत्साह सळसळत असायचा. त्याचं कारण ती आता एक नवा ड्रग्ज– एक्सटसी– घेत होती. "माझ्याबरोबर तू पण ये पुढच्या वेळी." तिनं मला उत्तेजन दिल्यासारख्या स्वरात म्हटलं. कुणीतरी काही सांगण्याचाच अवकाश– अस्मादिक पाघळलेच. हा नेहमीचाच अनुभव– या वेळीही तसंच झालं. मी एका नव्या व्यसनाच्या विळख्यात सापडले.

एक्सटसी या ड्रग्जचा 'अ' वर्गात समावेश होतो. अशा ड्रग्जबद्दल अनेक धोक्याच्या सूचना तुमच्या कानावर सतत पडत असतात. पण तुम्ही जेव्हा तुमच्या मित्रमैत्रिणींना हा ड्रग्ज घेत असूनही आनंदी पाहता, तेव्हा तुम्हालाही तो घेण्याचा मोह होतो. वाटतं, मी ठीक राहीन आणि खरोखरीच तसं घडतं. आपण खूपच आनंदात आहोत, असं तुम्हाला वाटतं. या ड्रगचा परिणाम काही तास राहतो अन् त्या काळात तुम्हाला वाटतं, आयुष्य किती छान, मजेत चाललंय. डोक्याला कसली चिंता नाही. हा अनुभव मग परत-परत घ्यावासा वाटतो. एक गोळी घेतली की, रात्र मजेत जाणारच, याची तुम्हाला खात्री वाटते. माझं एरवीचं आयुष्य काय होतं? दिवसभर उभं राहून काम करत राहायचं. आठवड्याचे पाच दिवस या प्रकारचं एकसुरी आयुष्य जगायचे मी. अशा वेळी माझे इतर मित्र शुक्रवारी रात्री ड्रग्ज घेऊन पार्टीत मजा करत असताना, आपण मात्र सगळ्याला नाही म्हणायचं फार कठीण वाटायचं मला. सरकारनं किंवा आरोग्य खात्यानं दिलेल्या धोक्याच्या सूचना मी अनेक वेळा वाचत असे; पण त्या जणू काही मला ठाऊक नसलेल्या भाषेत असल्याप्रमाणे मी त्या वाचायची खरी, पण त्यांचा अर्थ

माझ्या डोक्यात शिरत नसे, हेच खरं! त्या सूचनांचा माझ्या आयुष्याशी काहीही संबंधच नव्हता. मादक द्रव्यांमुळे येणारी उन्मादकता मिळवण्यासाठी फार मोठी किंमत– पैशात आणि इतर प्रकारेही– मोजावी लागते, हे मला बऱ्याच उशिरा कळलं. अशा ड्रग्जचा लगेच न जाणवणारा परिणाम– त्याचे दोष– स्वत:च्याही नकळत साठत जातो. रात्रीची नशा उतरल्यानंतर उगवणाऱ्या दर दिवशी तुम्ही अधिकाधिक मोठी किंमत देत असता. मन निराशेच्या गर्तेत खोल खोल कोसळू लागतं. पण दर वेळी तुम्ही स्वत:ची समजूत काढता, 'काही नाही, एखादी गोळी जास्त घेतली की, सगळं काही ठीक होईल.' ...अन् मग हे दुष्टचक्र थांबतच नाही कधी.

पण मी खोटं बोलणार नाही. एक्सटसीचा परिणाम त्या वेळी तरी फारच छान वाटतो. तुम्ही एका सुखी, आनंदी अवस्थेत जणू तरंगत असता. जिकडे पाहावं तिकडे आनंद भरून राहिलेला असतो आणि त्याहून महत्त्वाची गोष्ट म्हणजे तुम्हाला स्वत:विषयी खूप प्रेम वाटतं. आठवड्याभराचं काम फक्त या दोन दिवसांच्या स्वर्गीय अनुभवासाठी करायचं, अशी माझी मनोवृत्ती झाली. शुक्रवारपर्यंत काम करायचं अन् मग शुक्रवार रात्र ते रविवार रात्र– पूर्ण दोन दिवस आम्ही सगळे जण स्वत:ला विसरण्यासाठी एक्सटसीच्या नशेत धुंद असायचो. आमची सगळी पिढी जवळपास अशाच प्रकारचं आयुष्य जगत असावी. याच दरम्यान, माझी आणखी एका तरुणाबरोबर ओळख वाढली. तो व्हिडिओ स्टोअरमध्ये नोकरी करायचा. सोयीसाठी मी त्याला रिच असं नाव देते. हा दारू प्यायचा, कोकेनचं सेवन करायचा. सगळं काही माहीत असूनही मी त्याच्याशी संबंध ठेवले. याचाच अर्थ माझ्या मागच्या मूर्खपणाची ही पुनरावृत्ती होती. जाणून-बुजून खड्ड्यात पाय टाकण्याचाच प्रकार, दुसरं काय? त्याच्या वागण्याची तऱ्हाही सॅमसारखीच होती. नशेत नसेल तेव्हा तो अगदी छान वागायचा, अगदी सभ्य माणसासारखा. खरं सांगायचं तर माझं त्याच्यावर प्रेम असण्यापेक्षा त्याचंच माझ्यावर जास्त प्रेम होतं. पण मी आता कशाचीच पर्वा करत नव्हते. मला एकटं राहण्याचा मनस्वी कंटाळा आला होता. मनातल्या भुतांना दूर ठेवण्यासाठी मला कुणीही चालणार होतं. एखादे वेळी तो हरला, त्यामुळे संतापला, माझ्या फ्लॅटवर येऊन माझ्यावर ओरडू लागला तर मी ते सहन करू शकेन, असं मला त्या वेळी वाटलं होतं का? शक्य आहे. कारण यापूर्वी तरी वेगळं काय घडलं होतं? 'आलिया भोगासी' तोंड द्यायचं, एवढीच अपेक्षा मी ठेवू शकत होते.

एकदा सॅम मला भेटायला आला तेव्हा विनवण्या करू लागला, ''पुन्हा ये. आपण हलमध्ये एकत्र राहू.'' पण या वेळी रिचशी माझी मैत्री असल्यामुळे मी

त्याला नकार दिला. आपण आगीतून फुफाट्यात जातोय, ही जाणीव मनात होती; तरीही मी माझा निर्णय बदलला नाही. सॅम काय किंवा रिच काय, दोघेही साथीदार म्हणून योग्य नव्हतेच. पण दोघांनाही नाकारण्याचं धैर्य माझ्यात नव्हतं किंवा बुद्धीचा वापर करून योग्य मार्ग काढण्यासाठी जी मानसिक शक्ती लागते, ती त्या वेळी माझ्यात नव्हती. रिच अनेक वेळा संतापत असे, मला धमकी देत असे, माझ्यावर जबरदस्ती करत असे. पण मी नेहमीच त्याच्या रागाचा पारा खाली उतरायची वाट पाहत शक्यतो त्याच्यापासून स्वत:ला दूरच ठेवत असे. दुसऱ्या दिवशी तो पूर्णपणे वेगळा माणूस असायचा. कालच्या संतापलेल्या रिचचा मागमूसही उरलेला नसायचा. तरीही तो पुन:पुन्हा माझी माफी मागायचा. 'पुन्हा हा प्रकार होणार नाही,' असं शपथेवर सांगायचा. आम्ही दोघंही सर्वसामान्य माणसासारखं आयुष्य जगायला सुरुवात करायचो. किती काळ हा तमाशा चालला असता, ते एक देवच जाणे. पण अनपेक्षितपणे या नाटकात जेसचा प्रवेश झाला आणि कहाणीला एक वेगळं वळण लागलं. ती मँचेस्टरहून आली तेव्हा बरीच उत्साहित झाल्यासारखी वाटली. कुणीतरी तिला सांगितलं होतं की, हिंसाचाराला बळी पडलेल्या माझ्यासारख्या स्त्रीला एक प्रकारची आर्थिक मदत मिळू शकत होती. त्यामुळे तिनं सुचवलं की, मी त्यासाठी अर्ज करावा. "याविषयी अधिक माहिती नागरिक समुपदेशन केंद्रात मिळू शकते. तिथे चौकशी कर," असंही तिनं मला सांगितलं.

खरं पाहिलं तर यामुळे जेसनं उत्तेजित व्हायचं काय कारण होतं? कारण आर्थिक मदत तर फक्त मला मिळू शकणार होती. त्याचं कारण असं होतं की, हिंसाचाराला बळी पडलेल्या स्त्रीला बरीच मोठी रक्कम मदत म्हणून मिळू शकणार होती– हजारो पौंडदेखील! तिचा हिशेब अगदी साधा-सरळ होता. आमच्या दोघींचे अनेक प्रश्न त्यामुळे सुटले असते. आम्हाला एखादा फ्लॅट भाड्यानं घेता आला असता, दोघींना एकत्र राहता आलं असतं, श्रीमंतीचा देखावा करता आला असता अन् सगळ्यात महत्त्वाचं म्हणजे कुणाही पुरुषाबरोबर न गुंतता राहता आलं असतं. जेसला विरोध करणं मला नेहमीच अशक्य वाटत आलेलं होतं. शिवाय प्रश्नाला, समस्येला योग्य उत्तरही मिळू शकलं असतंच ना! मी डायनाला फोन केला अन् विचारलं की, तिनं कधी या निधीविषयी ऐकलं होतं का? "ऐकलंय की! मला स्वत:लादेखील ५००० पौंड मिळाले होते," तिनं सांगितलं अन् जेस एकदम खुशीत आली. दुसऱ्या दिवशी मी नागरिक सल्ला केंद्रात गेले. तिथले कर्मचारी मदततत्पर वाटले. "आम्ही तुला अर्ज कसा लिहायचा वगैरेबद्दल मदत करू." ते म्हणाले. याबाबत रिचजवळ काही बोलायचं नाही, असा निर्णय मी स्वत:शीच घेतला. एक मोठा आधार

मिळाल्यासारखा वाटत होता मला. पैसे हातात पडले की, त्याला निरोप द्यायचा, हेही मी ठरवून टाकलं.

तोपर्यंत इकडे आमची मौजमजा सुरूच होती. आम्ही लिव्हरपूलला एका क्लबमध्ये जात असू. मँचेस्टरमध्ये जाण्यापेक्षा जेसला माझ्याबरोबर जायला आवडायचं. अनेक बाबतीत ती अस्थिर, चंचल झालीय, असं माझ्या लक्षात आलं. पूर्वीचा तापट स्वभाव कायमच होता. ती कधी कुणावर बरसेल याचा नेम नसायचा. त्यामुळेही असेल, मला वाटायचं, आपणच तिची काळजी घ्यायला हवी. या व्यसनामुळे आम्ही दोघी अधिकच जवळ आलोय, असं मला वाटू लागलं. आमच्या आयुष्यातलं पुरुषांचं स्थान दुय्यम झालं. आम्ही दोघी एकमेकींची दुःख जाणत होतो आणि मी तिच्यावर विसंबून राहू शकत होते.

डॅडींना भेटायची वेळ होत आली होती. त्यांनी मला प्रवासासाठी पैसे पाठवून दिले असल्यामुळे मी भेटीची तारीख मागून घेतली. रॅम्पटनमध्येदेखील माझ्या निवासाची सोय होऊ शकत होती. हॉस्पिटलच्या आवारात एक सुरक्षित असं घर होतं. तिथे मनोरुग्णांच्या कुटुंबीयांसाठी किंवा भेटणाऱ्यांसाठी दर रात्रीला ५ पौंड या दरानं राहण्याची व्यवस्था होती. रुग्णालयात असते तशी एक सामाइक बैठकीची खोली होती, एक स्वयंपाकगृह होतं आणि बाहेरच्या बाजूला मुलांना खेळण्यासाठी एक ट्रीहाऊसही होतं. इथे मुलांना घेऊन कुणी येत असेल, अशी कल्पनाही मी करू शकत नव्हते. तरीही कधी कधी तुमचं मन वस्तुस्थिती सोडून भरकटत राहतंच. कधी कधी मनात यायचं, खुनी माणसाला भेटायला कुणी लहान मुलाला घेऊन येईल का? मग मी स्वत:शीच म्हणायची, पण मी तरी एक मूलच होते, आपल्या खुनी वडिलांना भेटायला जाणारी! परंतु अजूनही मी वस्तुस्थितीशी झगडत होते. ममाला जाऊन जवळजवळ दोन वर्षं होत आली होती. जसजसा काळ जात होता तसतशी ही घटना आभासमान वाटू लागली होती.

डॅडी एका मनोरुग्णालयात आपल्या शिक्षेचे दिवस कंठत आहेत, हे सत्य माझ्या कधीही पचनी पडलं नाही. मी त्यांना सारखं सांगत राहायची, ''इतर रुग्णांबरोबर तुम्ही बोलू नका.'' एकदा डॅडी म्हणाले, ''मी आणि बेव्हरली ॲलिट एका क्लासला एकत्र जातो.'' ते ऐकूनही मी प्रचंड हादरले. ''डॅडी, काय वाट्टेल ते झालं तरी तिच्याशी बोलू नका तुम्ही.''

''अगं, खरं पाहिलं तर खूप चांगल्या स्वभावाची आहे ती.'' डॅडींनी उत्तर दिलं.

''पण तिनं खून केलेत डॅडी.'' डॅडींनी खुनी माणसांच्या संगतीत राहू नये, असं मला तीव्रतेनं वाटत होतं.

"नतालिया, मी पण एक खुनीच नाही का?" त्यांनी शांतपणे विचारलं.

पण मला त्यांचं उत्तर पटलं नाही. डॅडींमध्ये आणि बेव्हरली ॲलिटमध्ये फरक होता. तिच्यासारखी माणसं थंड डोक्यानं खून करतात. मुलांचाच नव्हे तर तान्ह्या बाळांचादेखील! माझ्या डॅडींचं कृत्य त्यांच्या कृत्यापेक्षा निश्चितपणे वेगळं होतं. मला प्रामाणिकपणे वाटायचं की, माझ्या डॅडींपासून इतर कुणाला धोका नव्हता. त्यांनी ममाचा खून केला तो वेडाच्या भरात. ममावर मालकी हक्क गाजविण्याच्या विकृत गरजेचा परिपाक होता तो! मी हे लिहितेय, ते वाचकांना विचित्र वाटेल, चुकीचं वाटेल. ते म्हणतील, "कशावरून डॅडींना पुन्हा एकदा 'परमेश्वराची आज्ञा' ऐकू येणार नाही आणि ते दुसऱ्या कुणाला ठार मारणार नाहीत?" माझ्याकडे या प्रश्नाचं उत्तर नव्हतं. एवढं मात्र खरं, डॅडींबरोबर कॉफीचे घुटके घेत गप्पा मारत असताना मला ही गोष्ट कधीच खरी वाटली नाही की, माझे डॅडी एकामागून एक खून करणाऱ्या गुन्हेगारांसारखेच आहेत.

माझ्या मनात डॅडींविषयी काहीही भावना असली तरी रॅम्पटन रुग्णालयातील कर्मचाऱ्यांना ती पटणं शक्य नव्हतं. जोपर्यंत डॅडी स्वत:च्या तोंडानं 'दैवी आदेशा'चा नकार करत नाहीत, तोपर्यंत त्यांना डॅडींवर उपचार करणं भागच होतं. डॅडींच्या मनातल्या चुकीच्या विश्वासाला खोडून काढणं त्यांचं कामच होतं. त्यामुळे डॅडी आणि रुग्णालयातले कर्मचारी यांच्यात सतत झगडे होत असत. त्यांच्याशी बोलणारा मानसोपचारतज्ज्ञ काय बोलतोय, हे त्यांना कधीच समजत नसे. (असं ते मला सांगत!) पण मला डॅडींच्या बोलण्याविषयी खात्री नव्हती. माझे डॅडी तसे फार धूर्त होते. समोरच्या माणसाचं बोलणं त्यांना कळलं नव्हतं, असं आतापर्यंत कधीच झालेलं नव्हतं. मला असं वाटतं की, मानसोपचारतज्ज्ञ त्यांना अशी एक गोष्ट सोडून द्यायला सांगत होते, ज्यामुळेच त्यांचं डोकं अजूनही शाबूत होतं. आपण आपल्या पत्नीचा खून केलाय, हे सत्य न स्वीकारल्यामुळेच ते अजूनही मानसिकदृष्ट्या अभंग होते. 'मी माझ्या बायकोचा खून केलेलाच नाही, करणं शक्यही नाही; कारण माझं तिच्यावर खूप प्रेम होतं. माझ्याकडून हे कृत्य परमेश्वरानं करवलं,' यावर त्यांचा पूर्ण विश्वास होता. त्या विश्वासाला तडा बसला असता, त्यांना कुणी त्या कठोर सत्याचं दर्शन घडवलं असतं, तर ते कायमचेच दुभंगले असते. त्या धक्क्यातून त्यांना बाहेर पडता आलं नसतं.

आणखीही एक गोष्ट होतीच. मानसोपचारतज्ज्ञांना डॅडींच्या आध्यात्मिक विश्वासाचं कधीच आकलन झालं नाही. मानसोपचारतज्ज्ञांचं म्हणणं होतं– डॅडींनी कॅथॉलिक धर्मगुरूंकडे जावं आणि आपल्या पापाची कबुली द्यावी. अशा प्रकारे कबुली देणंही डॅडींना पटण्यासारखं नव्हतं. सामूहिक उपचारपद्धतीपेक्षाही (Group

Therapy Session) ते त्यांना अधिक भयंकर वाटत होतं. कारण अशा कबुलीजबाबाच्या वेळी तिघं जण हजर असतात– प्रत्यक्ष गुन्हा कबूल करणारे तुम्ही, धर्मगुरू आणि परमेश्वर. डॅडींच्या मते, फक्त परमेश्वराचा न्यायनिवाडा महत्त्वाचा, आणखी कुणाचा नाही!

मानसोपचारतज्ज्ञांच्या प्रश्नांना सतत 'मला तुमच्या प्रश्नांचा अर्थ कळत नाही' या शब्दांत विरोध करणं, हा डॅडींचा शेवटचा प्रतिवाद होता. त्यांचा तर्कवाद कायम दूर ठेवणं, न स्वीकारणं त्यांना आवश्यक होतं. नाहीतर ते इतर रुग्णांप्रमाणेच गणले गेले असते. उदाहरणार्थ – तो जो तरुण होता, जो स्वत:ला सारखा जमिनीवर झोकून द्यायचा किंवा आणखी एक माणूस होता, जो डॅडींच्या सामाईक बैठकदालनात बसलेला असायचा, तो सारखा विव्हळत असायचा आणि आपलं शरीर गदागदा हलवत असायचा. त्यांच्याकडे बघूनही मला भीती वाटत असे. मी डॅडींना एकदा त्याविषयी बोलले तर ते म्हणाले, "मग नको बघूस त्याच्याकडे. साधा उपाय आहे!" डॅडीदेखील तोच उपाय अवलंबत असावेत. त्या दिवशी दुपारी आमच्या घरात जे घडलं तो, साध्या शब्दांत सांगायचं तर, पूर्वनियोजित खूनच होता. त्यांनी मागची-पुढची दारं बंद करून, ममाला असहाय अवस्थेत पकडून तिच्यावर सुरीनं वार केले होते. स्वत:च्या मनात एकवार त्यांनी डोकावून पाहिलं असतं, तर त्यांनाही ते कबूल करावं लागलं असतं अन् म्हणूनच ते स्वत:च्या मनाकडे पाहायचं नाकारत असावेत.

माझ्या गर्भपातानंतर त्या दिवशी डॅडींना मी प्रथमच भेटत होते. माझा गर्भ पडला, असं मी त्यांना फोन करून सांगितलं होतं. त्यामुळे मी भेटण्याच्या खोलीत प्रवेश केला त्या क्षणी मला त्यांच्या चेहऱ्यावर माझ्याविषयीची सहानुभूती दिसली. त्यांचे डोळे पाण्यानं डबडबले होते. त्यांनी मला सहानुभूती दाखवली तेव्हा मात्र मला खरं काय ते सांगावं लागलं. "डॅडी, माझा गर्भपात नैसर्गिक नव्हता, मी करवून घेतला. त्यासाठी मला माफ करा." ते सांगतानाच मला रडू कोसळलं आणि डॅडीही रडू लागले.

"नतालिया, माझ्या पोरी, काय झालं गं? का घेतलास हा निर्णय?"

"मी एकटी हे सगळं कसं निभावू शकले असते डॅडी? सॅमचा स्वभाव कसा आहे, ते मी तुम्हाला सांगितलंच आहे. मला खूप वाईट वाटतंय डॅडी; पण माझा नाइलाज होता. मी केलं ते अयोग्यच होतं, हे मला कळतंय. एक प्रकारे मीदेखील तुमच्यासारखीच खुनी आहे."

हुंदके देतच त्यांनी होकारार्थी मान हलवली. त्यांचंही माझ्याबद्दल तेच मत होतं. मी एक खुनी होते. गर्भपात म्हणजे एक प्रकारचा खूनच. थोड्या वेळानं ते शांत झाले. त्यांनी माझ्याकडे पाहिलं अन् म्हणाले, "सगळं काही ठीक होईल

नतालिया. तू जे केलंस, ते करायला नको होतंस; पण तरी मी तुझा द्वेष करत नाही. कधीच करणार नाही, कारण माझं तुझ्यावर प्रेम आहे.'' डॅडींचे 'माझं तुझ्यावर प्रेम आहे,' हे शब्द ऐकूनच माझ्या मनाचे बांध फुटल्यासारखे झाले. मी हमसाहमशी रडू लागले. हा बदल कसा काय घडला त्यांच्यात? आज ते मला आधार देत होते खरे, पण याच माणसामुळे माझी इतकी दुर्दशा झाली होती.

केवढा बदल झाला होता! ज्या माणसानं माझं सगळं बालपण आपल्या धाकदपटशानं कुस्करून टाकलं होतं, तो माणूस आता आमूलाग्र बदलला होता. ममानं अनेक वेळा मला सांगितलं होतं, ''नतालिया, माणूस कसा वागतो, ते आपल्या डोळ्यांना दिसतं; पण आपण त्याच्या कृतीच्या पलीकडे जाऊन विचार केला पाहिजे. तसं केलं तर ज्याच्यावर आपण प्रेम करतो, तो माणूस आपल्याला परत एकदा दिसू शकतो.'' माझ्या बालपणी डॅडींनी मला वडिलांचं प्रेम कधीच दिलं नाही; पण त्यांनी त्याबद्दल खेद व्यक्त केला होता. इथे त्यांच्याबरोबरच्या भेटीत, त्यांनी आपल्या चुकांची भरपाई करायचा प्रयत्न केला होता. माझ्या शेजारी बसून डॅडी मला आपल्या मनातल्या गोष्टी सांगत, कसलीही अपेक्षा न ठेवता. हे सगळं घडत असताना क्षणोक्षणी मला वाटत राहायचं, 'हो, अजूनही मला माझ्या डॅडींची गरज आहे. मला माझे डॅडी हवे आहेत.' तसं पाहिलं तर कुणाचंच बालपण पूर्णपणे सुखाचं नसतं. माझ्यावर ताबा ठेवण्यासाठी त्यांनी नेहमीच रागाचा आणि शिस्तीचा बडगा वापरला होता, हे त्यांनाही उमगलं होतं. एक चांगला पिता, एक चांगला माणूस बनण्याचा प्रयत्न ते करत होते. त्यामुळे माझ्या बालपणातल्या त्यांच्या प्रतिमेला मी माफ केलं.

मी लिव्हरपूलला परतले तेव्हा रिच माझी वाटच पाहत होता. सगळ्या मित्रांना बाहेर जाऊन मजा करायची होती. तुम्हाला सगळं समजावून सांगणं फार कठीण आहे; पण प्रयत्न करते. एक विशिष्ट प्रकारचं आयुष्य जगणं आणि तरीही त्यापासून मनानं पूर्णपणे दूर असणं, हे फार विचित्र असतं. तुम्ही दूर उभं राहून जेव्हा स्वत:कडे पाहता तेव्हा तुमच्या मनात फक्त तिरस्काराची भावना निर्माण होते. त्या दिवशी तसंच झालं. मी मित्रांबरोबर बाहेर गेले नाही. मला त्या दिवशी फ्लॅटमध्ये अगदी एकटीनं राहायचं होतं. फार क्वचितच असं वाटत असे मला.

त्यानंतर काही आठवड्यांच्या आतच कोकेनच्या नशेत रिचनं माझ्यावर जबरदस्ती करायचा प्रयत्न केला. तो आमच्यातला शेवटचा प्रसंग होता. त्या दिवशी बराच वेळ बाहेर घालवून तो फ्लॅटवर परत आला. त्याला दारातून शिरताना मी बघितलं अन् त्या क्षणीच मला जाणवलं, आज काही आपलं खरं नाही. तो असंबद्धपणे बरळू लागला, तेव्हा मी त्याच्याकडे पाठ फिरवली. त्याच्या दृष्टीनं मी एक अक्षम्य गुन्हा केला होता. त्यानं मला सरळ वर उचललं

अन् भेलकांडतच खिडकीपाशी जाऊन खिडकी उघडली. ''माझ्याशी मस्तीनं वागतेस काय? दाखवतोच तुला त्याचा परिणाम! सरळ फेकून देतो खाली तुला.'' त्याचा रागानं विद्रूप झालेला चेहरा न्याहाळताना, त्याच्या धमक्या ऐकत असताना माझी गात्रं बधिर झाल्यासारखी झाली. माझा स्वत:वरच विश्वास बसेना. इथे हा माणूस मला जिवे मारण्याची धमकी देत होता अन् माझं सगळं लक्ष त्याच्या चेहऱ्यावर होतं. त्याचं तोंड वाकडं झालं होतं, दातांवर थुंकी पसरली होती... दर क्षणी मला जाणवत होतं, आता हा खरंच मला खाली फेकून देणार! बरं होईल, सुटेन सगळ्या जंजाळातून. खूप वेदना होतील का? मनात हे विचार येत होते. पण त्यानं मला खाली का फेकलं नाही, ते त्यालाच ठाऊक! मी काही बोलले किंवा स्वत:ला वाचवण्याची धडपड केली म्हणून तो थांबला, असं नक्कीच नव्हतं. माझ्या मानानं तो खूप आडदांड होता, त्यामुळे माझ्या विरोधानं काही फरक पडला नसता. मला वाटतं, त्या क्षणी त्याची विवेकबुद्धी जागी झाली असावी. आपल्या सगळ्यांमध्ये अशी एक विचारशक्ती असते, जी आपल्याला अगदी शेवटच्या क्षणी अघोरी कृत्यापासून मागे खेचते, आपला कडेलोट थांबवते. त्यानं मला खाली फरशीवर ठेवलं अन् निघून गेला. मी उठून झोपायला गेले. घडलेल्या भयानक प्रसंगानंदेखील माझी झोप उडाली नाही. मी ढाराढूर झोपले त्या रात्री. जणू काही मी सगळ्यापासून पूर्णपणे बाहेर फेकली गेले होते.

दुसऱ्या दिवशी रिचनं माझ्या खोलीचं दार ठोठावलं. किती क्रूर विनोद होता तो! जणू काही तो म्हणत होता, हॅलो, नतालिया, उठतेस ना? आठवतं का काल रात्री ज्यानं तुला जिवे मारण्याची धमकी दिली होती, तो मी तुझा लाडका बॉयफ्रेंड? रिच खूप हुशार होता असं मी कधीच समजत नव्हते; पण त्यालाही माझ्या मनातली भीती आणि गोंधळलेली अवस्था जाणवलेली होती. काय करत होता तो माझ्या फ्लॅटमध्ये? मी त्याला कालच्या प्रसंगाची आठवण करून दिली तेव्हा त्याला भयंकर धक्का बसला. आता ते नाटक होतं की, खरोखरच त्याला रात्रीचा प्रसंग आठवत नव्हता, हे जाणून घेण्याची मला गरज वाटत नव्हती. त्यानं रडत-भेकत माझी माफी मागितली. पुन:पुन्हा शपथेवर सांगितलं की, परत असं घडणार नाही. त्याचे ते शब्द माझ्या कानावर पडले अन् त्या क्षणी वीज चमकून लख्ख प्रकाश पडावा अन् सगळं स्पष्ट दिसावं तसं माझं मन जागं झालं. मला आठवलं– 'माझं अर्धअधिक आयुष्य अशा पुरुषांची माफी ऐकण्यात गेलं होतं.' असं काय होतं माझ्यात की, ज्यामुळे असे सगळे नालायक पुरुष माझ्याकडे आकृष्ट होत होते? ही मुलगी इतकी मूर्ख आहे की, वाट्टेल तसं वागावं हिच्याबरोबर आणि 'सॉरी' म्हणून मोकळं व्हावं, अशी कल्पना होती की काय माझ्याविषयी त्यांच्या मनात? किती पुरुषांना मी माझ्या समोर हुंदके देताना

पाहिलं होतं? दर वेळी नवं वचन देत! त्या क्षणी मला सगळ्यांचा वैताग आला तरी मी रिचला खोटंच म्हणाले, ‘‘होय, माझा विश्वास आहे तुझ्यावर.’’ कारण खोटं ऐकण्याची मला सवयच झाली होती.

मागे वळून मी जेव्हा माझ्या आयुष्याकडे पाहते तेव्हा मला एक गोष्ट जाणवते. माझ्या आयुष्याला जी काही गती आहे, ती क्वचितच माझ्या निवडीमुळे आहे. निरनिराळ्या घटना, व्यक्ती, संघर्ष मला धडकतात, मला खाली पाडतात. तरी प्रत्येक वेळी मी धडपडत उठते आणि वाटचालही करते. या वेळी माझ्या आयुष्याला एक नवा धक्का मिळाला. मी बळी आधार निधीला (Victim support Fund) पाठवलेल्या पत्रामुळे मला पाच हजार पौंड मदतीखातर मिळणार होते. जेसनं या आधार निधीला ‘मुक्तता निधी’ (Escape Fund) असं नाव दिलं. मुक्तता मिळणार होती खरी; पण कशापासून? नंतर जायचं कुठं? मला आतापर्यंत पळ काढायची सवय झाली होतीच. या वेळीही मला वाटलंच की, ही शेवटची वेळ नाहीये. पुढेही असे प्रसंग आपल्यावर येणारच आहेत. जेसनं आपला विचार सांगितला. ‘‘आपण मँचेस्टरला जाऊन राहू या.’’ कशी कोण जाणे, मँचेस्टरला जाऊन राहण्याची कल्पना तिला फार आवडली. तिथे तिच्या ओळखीचे काही मित्रही होते. त्यांच्याबरोबर मौजमजा करता येणार होती. कपडे बदलावेत तितक्या पटपट जेस मित्र बदलू शकायची अन् नवे मित्र जोडायचीदेखील! फार पटकन ती नव्या ग्रुपमध्ये प्रवेश करू शकायची, लोकांचा विश्वास संपादन करायची आणि थोडे दिवस होतात तोच काहीतरी अनिष्ट प्रकार घडायचा– पैशांसंबंधी किंवा ड्रग्जसंबंधी– की बाईसाहेब निघाल्या पुन्हा एकदा नव्या मित्राच्या शोधात! माझ्याबरोबर ती इतके दिवस कशी मैत्री ठेवू शकली, हे एक कोडंच आहे. कारण काहीही असलं तरी तिला आता मी मात्र सतत तिच्याबरोबर हवी असायचे. त्यामुळे तिनं माझ्यावर बारीक लक्ष ठेवायला सुरुवात केली. अर्थात बाह्यत: ती माझी काळजी घ्यायची, मला इतरांपासून सुरक्षित ठेवायचा प्रयत्न करायची. तिला ही माझ्या ताईची भूमिका मनापासून आवडायची. मी कमजोर असले म्हणजे तर तिला जणू अधिक जोर यायचा. माझं संरक्षण करण्याच्या नादात तिला स्वत:च्या कमकुवतपणाचा विसर पडत होता. हरलेलं दोन दु:खी जीव एकमेकांना आधार देत होते, दुसरं काय?

पैसे मिळाल्यानंतर फक्त एकच शहाणपणाची गोष्ट आम्ही केली– वर्षभराचं घरभाडं एकरकमी देऊन टाकलं आणि त्यानंतर सगळे पैसे उधळून टाकले! या वेळी मन रिझवण्यासाठी एक नवा मार्ग शोधून काढला. थोडे कपडे खरेदी केले. पण बहुतेक सगळी रक्कम ड्रग्जवर खर्च केली. मित्रांच्या घोळक्यात– चांगले

किंवा वाईट असो– तुम्हाला ड्रग्ज फुकटही दिले जातात. हेतू हा की, तुम्ही त्याची 'परतफेड' नंतर करालच. मलासुद्धा बऱ्याच वेळा 'कोकेन' दिलं होतं. पण माझ्या सुदैवानं मला तसं काही करावं लागलं नाही. मला खरी आवड गोळ्यांची होती. त्यांची नशा लवकर चढायची. पटकन सगळं काही विसरायला व्हायचं. मग मी उठून उभी राहायची अन् नाचू लागायची. इतकं सोपं होतं सगळं!

सोमवार उजाडला की, माझं नेहमीचं आयुष्य सुरू व्हायचं, कामाला सुरुवात व्हायची. बहुतेक वेळा हे तात्पुरत्या स्वरूपाचं काम असायचं. त्यामुळे शहरातल्या निरनिराळ्या ऑफिसेसमध्ये मला जावं लागायचं. पैसे कमवणं गरजेचं होतंच. काम करत असल्यामुळे मनातली दु:खं काही काळ तरी विसरता यायची. पण कुठल्याही नोकरीत टिकून राहून प्रगती करावी, बढती मिळवावी, यात मला रस नव्हता. पैसे कमावण्यासाठी काम, एवढाच हेतू असायचा. हातात पैसे आले की, शनिवारी-रविवारी ते उधळून टाकायचे. जेसबरोबर राहण्यातही काही अडचण नव्हती. तिनं कुठेही बाहेर जायचं म्हटलं की, मी तयार असायची अन् तिला ते आवडायचं. कधी कधी घरीच बसून आम्ही टीव्ही पाहायचो, गप्पा मारायचो, पिझ्झा मागवायचो अन् मनाची दारं घट्ट बंद करून टाकायचो. डॅडींनी सांगितलेलं सगळं फार भयंकर होतं– खरंतर माझ्या सहनशक्तीपलीकडचं होतं. मी ते यथाशक्ती दूर लोटण्याचा प्रयत्न करत होते. नोकरी करत असल्यामुळे तेवढा वेळ मन कामात गुंतलेलं असायचं. काम तरी कसलं असायचं? फोनवरून गिऱ्हाइकांच्या चौकशीला उत्तरं द्यायची किंवा फोटोकॉपीज काढून द्यायच्या. खरं सांगायचं तर कडेलोट होण्यापासून मी स्वत:ला वाचवलं होतं, तरी आपण पूर्णपणे सुरक्षित नाही, हे मनोमन मला ठाऊक होतं. भविष्यात मी कोसळणार नाही, याचा मलाच भरवसा नव्हता. पण मी कशीबशी वाटचाल करत होते, एवढंच!

आता डॅडींना कधी कधी महिनोन्‌महिने मी भेटत नसे. कारण रॅम्पटनला जाणं खूप जिकिरीचं होतं. त्याऐवजी मी त्यांना पत्रं लिहायची आणि फोन करायची. कधी कधी मी त्यांना भेटकार्ड पाठवायची. (त्यातली काही अजूनही माझ्याकडे आहेत!) मला खात्री आहे, इतर कुणी ही कार्डं पाहिली, तर त्यांचा अर्थ लावण्यासाठी त्यांना खूप कष्ट घ्यावे लागतील. एका कार्डावरच्या संदेशात लिहिलंय– 'या जगात धीरोदात्त नायक फार कमी आहेत.' अन् त्यापुढे लिहिलंय, 'मी तुमच्याकडे त्या दृष्टीनं पाहते. तुम्ही माझ्यासाठी तसे नायक आहात– नेहमीच होतात!' त्यामध्ये भावनांचा आवेग स्पष्ट दिसतो. माझ्या सहीखाली मी

लिहिलंय, 'माझ्या मनातल्या भावना या कार्डातून व्यक्त झाल्या आहेत. माझं तुमच्यावर खूप खूप प्रेम आहे. तुमची लाडकी लेक, नतालिया.'

एका कार्डावरचे शब्द एका मुलीनं तिच्या डॅडींचे आभार मानण्यासाठी लिहिलेत. 'मी तुमच्याशी बोलून माझ्या मनातल्या भावना सांगू शकते. तुम्ही केलेल्या कौतुकाबद्दल, दाखवलेल्या शांतपणाबद्दल, स्वत:चं सामर्थ्य ओळखायला मला शिकवल्याबद्दल आणि अनेक गोष्टी माझ्या मीच शिकण्याचं स्वातंत्र्य दिल्याबद्दल मी तुमचे आभार मानते. जे-जे सर्वोत्तम आहे त्यावर विश्वास, श्रद्धा ठेवण्यासाठी तुम्ही नेहमीच मला उत्तेजन दिलंत.'

खरोखरच, त्या कार्डातल्या संदेशाप्रमाणे अलीकडे मी माझ्या डॅडींबरोबर मनमोकळेपणानं बोलू शकायचे. स्वानुभवातून मी जे काही शिकले होते, त्यानं माझी धूळधाणच झाली होती. वयाच्या २१ व्या वर्षांपर्यंत माझे हात मी अनेक वेळा पोळून घेतले होते. अनेकांनी माझा गैरफायदा घेतला होता. कुणाही पुरुषाबरोबर– तो चांगला वा वाईट– निकोप संबंध ठेवणं मला दुरापास्त होऊन गेलं होतं. पार उद्ध्वस्त होऊन गेले होते मी, तरीही मला परत फिरायचं होतं. वेगळं, चांगलं आयुष्य जगायची माझी तीव्र इच्छा होती. डॅडींबरोबरच्या सहवासामुळेच मी त्यांना नेहमी अपेक्षित असलेली मुलगी होऊ शकले होते– प्रेमळ, त्यांच्याशी प्रामाणिक असणारी, मायाळू आणि त्यांचा उपदेश मानणारी! त्यांनीदेखील माझ्या अपेक्षा पूर्ण केल्या होत्या– न चिडता, रागावता ते माझं बोलणं ऐकून घेत असत अन् मग त्यांच्या छकुलीला ते सांगत असत– काहीही झालं तरी माझं तुझ्यावर खूप-खूप प्रेम आहे गं!

एकदा मी जे पत्रातून व्यक्त केलं होतं, त्या माझ्या शब्दांतून आज मला अधिक खोल अर्थ जाणवतोय. त्या वेळी माझं मन दु:खानं हळवं झालं होतं. प्रेमाच्या गरजेमुळे व्याकूळ झालं होतं. म्हणून काहीतरी भरकटल्यासारखं मी लिहिलं होतं– 'तुमच्याशिवाय माझं जग कोलमडून पडेल. मला शब्दांतून सांगता येत नाही इतकं माझं तुमच्यावर प्रेम आहे. तुम्ही पुन्हा एकदा माझ्या आयुष्यात आलात, त्याचंच मला कौतुक वाटतं. मला तुमची खूप-खूप उणीव भासते.' असं वाटतं, आम्ही दोघांनी आमच्या बापलेकीच्या नात्याला नव्यानं अर्थ देण्याचा प्रयत्न केला नसता, तर खरोखरच मी विनाशाच्या गर्तेत कोसळले असते. शब्दांत सांगता येणार नाही असं ते फक्त प्रेमच नव्हतं, तर ती एक आत्यंतिक महत्त्वाची गरज होती. आम्ही दोघंही कडेलोटाच्या टप्प्यापर्यंत पोहोचलेलो होतो. त्यामुळे आम्ही एकमेकांना हात दिला अन् मागेदेखील खेचलं. ज्या माणसानं माझ्या आयुष्यातल्या प्रियतम गोष्टीला माझ्यापासून हिरावून घेतलं होतं, त्याच माणसाचा हात हातात घेऊन मी बसायची– मला वाचवणारा एकमेव आधार

म्हणून! किती विचित्र वाटतं हे ऐकायला; पण तेच एकमेव सत्य होतं... त्या वेळी तरी!

अन् तसं पाहिलं तर दुसरा पर्याय तरी कुठे होता? माझ्या ममासारखी मीदेखील तिरस्काराच्या भावनेला घाबरायची. ही भावना मी माझ्या मनात वाढू दिली तर ती माझ्या मनाचा पूर्णपणे ताबा घेईल. नव्हे, माझा घास घेईल अन् मला पूर्णपणे संपवून टाकेल, असं मला नेहमी जाणवत असे. माझं ड्रग्जचं सेवन आणि पुरुषांची संगत यामुळे मी रसातळाला पोहोचणार याची मलादेखील खात्री होती. वयाची तिशी गाठायच्या आतच मी संपूनही गेले असते. डॅडींबद्दल मला वाटणारं कौतुक खरं तर एका फार मोठ्या असत्यावर आधारलेलं होतं किंवा असेल, पण डॅडींच्या आधाराशिवाय मी जगू शकले नसते. डॅडींबरोबर बोलताना, मन मोकळं करताना मी स्वत:लाच समजावयाची, त्यावर विश्वास ठेवायची की, अशा प्रकारच्या संवादातूनच मला काहीतरी चांगलं मिळणार आहे. मी पुन्हा निराशेच्या गर्तेत लोटली जाणार नाही.

काळ आपल्या गतीनं पुढे जातच होता. मी पंचविशीच्या उंबरठ्यावर उभी होते. त्या वेळी मला जाणवलं, आपण आयुष्याचं सार्थक करण्यात अपयशी ठरतोय. एक चांगला बदल मात्र घडून येत होता. शॉननं माझा पत्ता शोधून काढला होता आणि विचारलं होतं, 'येऊन भेटलो तर चालेल का?' त्याच्या प्रश्नानं मला इतका आनंद झाला म्हणून सांगू? मी अतिशय उत्साहित झाले. किती काळापासून तो माझ्या मनात भरला होता. कारण पहिल्यापासून मला जाणवलं होतं की, तो खरोखरच एक सभ्य, सुशील तरुण आहे. एका शनिवारी शॉन मला भेटायला आला अन् रविवारपर्यंत राहिला. आमच्या गप्पांचा फड असा काही रंगला की वाटलं, अरे, मध्ये इतका मोठा काळ गेलाच नव्हता! आम्ही नेहमीच एकमेकांना भेटत होतो, असं जाणवत राहिलं. त्याला माझ्याविषयी आणि सॅमविषयी सगळं ठाऊक असूनही त्यानं तसं भासवलं नाही. त्या सगळ्या प्रकरणात माझी काहीच चूक नव्हती, असं त्यानं सुचवलं. (तो त्याचा एक मोठा गुण होता.) सिगारेटचे झुरके ओढत शांत, संथ आयुष्य जगायची त्याला मनापासून आवड होती. त्याच्याबरोबर वेळ घालवणं किती सोपं आहे, असं वाटलं मला.

आम्ही दोघं जेसबरोबर तिच्या मित्रांसह वेळ घालवण्यासाठी गेलो. पण मनातून आम्हाला दोघांनाही बाहेर जायचं नव्हतं. फ्लॅटवर दोघांनीच परत यावं आणि एकमेकांच्या संगतीत वेळ घालवावा, असं आम्हाला वाटत होतं. मी लवकरच शॉनकडे ओढली गेले. त्याच्या प्रभावामुळे माझं आयुष्य बरंच सरळमार्गी झालं. कधी एकदा शनिवार उगवतो अन् मी शॉनला भेटते, असं व्हायचं मला. तो अजूनही हलमध्ये राहत होता आणि बांधकाम व्यवसायात काहीतरी काम

करत होता. त्याचं उत्पन्न समाधानकारक होतं आणि तो माझ्याशी फार चांगलं वागायचा. आम्ही दोघं अधून-मधून बाहेर जेवायला जायचो. तो माझ्या आवडीच्या वस्तू माझ्यासाठी विकत घ्यायचा. या वस्तू फार मोठ्या किंवा महागड्या नसायच्या; पण त्यामागची भावना माझ्या मनाला सुखवायची. कारण तो मला मी कुणीतरी 'खास व्यक्ती' असल्याप्रमाणे वागवायचा. आयुष्यात पहिल्यांदाच मला वाटलं की, कुणावर तरी विश्वास टाकता येईल, असं माणूस मला भेटलंय. त्याच्याशी मी ममाबद्दल बोलत असे, तेव्हा अगदी मन लावून तो माझं बोलणं ऐकत असे. शांतपणे दुसऱ्याचं म्हणणं ऐकण्याचा एक दुर्मिळ वाटावा, असा गुण शॉनमध्ये होता. बहुतेक वेळा काय होतं की, लोक तुमचं म्हणणं ऐकत असतात; पण कधी तुम्ही वाक्यामध्ये थांबताय, याचीच ते वाट पाहत असावेत, असं वाटतं. तुम्ही थांबलात रे थांबलात की, एखादी सूचना– 'तू असं कर' अशा प्रकारची– ते तुमच्या तोंडावर फेकतात. बहुतेकांना तुमच्या आयुष्यातल्या कटकटींशी, भावनिक गुंत्यांशी, अडचणींशी काहीही देणं-घेणं नसतं– एखादा उपाय सुचवून ते विषयच संपवून टाकतात.

या नव्या आणि सुखकारक प्रेमप्रकरणामध्ये एकच अडचण किंवा समस्या होती– जेसला ते आवडत नव्हतं. मी शॉनमध्ये स्वत:ला इतकं गुंतवावं, त्याच्यात गुरफटून जावं, हे तिला पसंत नव्हतं. त्यामुळे सुरुवातीपासूनच ती त्याच्याशी फटकून वागायची, त्याच्याशी फटकळपणे बोलायची. शॉनचा स्वभाव तिच्या अगदी विरुद्ध– तो कधीच, कुणाशी तुसडेपणाने वागायचा नाही. शाब्दिक फटकारे मारणंही त्याला जमायचं नाही. त्यामुळे तो तिचं लागट बोलणं मनावर घेत नाहीये, अशी माझी समजूत झाली. पण माझा हा अंदाज चुकला. त्याच्या मनावर या सगळ्याचं दडपण येऊ लागलं. खास करून माझ्या वागण्याचं. कारण मला उघडपणे जेसचं वागणं चुकीचं दिसत असूनही मी तिला रोखत नव्हते, म्हणून! का कोण जाणे, पण जेसबाबत मी काही वेळा अगदी आंधळ्यासारखं वागायची– तिचे दोष मी पाहू शकत नसे– अगदी अजूनही!

असे सहा महिने गेले आणि एक दिवस गोष्टी पराकोटीला गेल्याच. एका शनिवारी रात्री आम्ही दोघं जरा लवकरच परत आलो आणि हॉलमधला टीव्ही आमच्या खोलीत हलवला. तो खरं म्हणजे जेसचा होता. टीव्ही पाहून झाल्यावर आम्ही झोपी गेलो. दुसरे दिवशी सकाळी जेस थोडी उशिराच उठली आणि तिनं हॉलमध्ये येऊन पाहिलं तर टीव्ही गायब! तडक बाईसाहेब आमच्या बेडरूममध्ये घुसल्या. टीव्हीची वायर प्लगमधून खेचून काढली, टीव्ही उचलला, पुन्हा हॉलमध्ये आली अन् रागाच्या भरात टीव्ही शॉनच्या दिशेनं फेकला. नशीब शॉनचं की, हा सगळा प्रकार त्याच्या लक्षात आला अन् त्यानं पटकन खाली

वाकून स्वत:ला वाचवलं, नाही तर त्या दिवशी त्याचा कपाळमोक्ष ठरलेला! त्यानंतर जेसचा स्वत:वरचा ताबा सुटला. संतापानं बेभान होऊन ती तोंडाला येईल ते बडबडत सुटली.

मी चाटच पडले. तिला समजवायचा खूप प्रयत्न केला; पण ती ऐकण्याच्या मन:स्थितीत नव्हती. झालं, शॉननं आपलं चंबुगबाळं आवरलं अन् तो घराबाहेर पडला. मी जेसची कानउघडणी करत तिच्याजवळ बसून राहिले, ही फार मोठी चूक मी त्या दिवशी केली. त्याच क्षणी मीही शॉनबरोबर बाहेर पडायला हवं होतं. शॉनची चूक नसतानाही मी त्याची बाजू घेतली नाही, त्याची साथ दिली नाही, यामुळे तो फार अस्वस्थ झाला. नंतर जेव्हा त्यानं मला फोन केला तेव्हा फक्त एका वाक्यात त्यानं सांगितलं, ''यापुढे आपले संबंध राहिले नाहीत, असं समज. मला असली तडजोड करणं शक्य नाही.''

''शॉन, तू काळजी करू नकोस. मी हलला परत येते रे... पण एकदम तोडून नको ना टाकूस मला!'' मी त्याची विनवणी केली.

''ते शक्य नाही, नतालिया. इथे अजूनही सॅम आहेच.'' त्यानं थोडक्यात सांगितलं.

माझ्या आणि शॉनच्या संबंधांबद्दल सॅम अंधारातच होता. त्याला त्याबद्दल कळलं तर तो आमचं जिणं मुश्कील करून टाकेल, याची आम्हाला कल्पना होती.

शॉन आपला विचार बदलेल, असं माझं मन सांगत होतं. रात्र-रात्र मी तशी प्रार्थना करत जागी राहायची; पण तसं घडलं नाही. मी पार कोसळून गेले. कारण शॉनवर माझं खरोखरीच प्रेम बसलं होतं. पण माझ्या मूर्खपणामुळे मी त्याला गमावून बसले होते. मी आमच्या संबंधांची पुरेशी जपणूक केली नव्हती आणि त्याची फार मोठी किंमत मला मोजावी लागली. एक नवी, भळभळणारी जखम मनाला झाली. या शनिवारी शॉन भेटणार नाही, या विचारानं मी झोपेतून जागी व्हायची न् माझी झोप उडायची ती उडायचीच. शॉन गेल्यापासून जेस मात्र खूश होती. ''तुला कुणी माझ्यापासून हिरावून घेतंय, ही कल्पनाच मला सहन झाली नाही!'' अशी कबुलीही तिनं माझ्याजवळ दिली. मी एखाद्या पिंजऱ्यात अडकलेय, असं मला वाटलं तेव्हा. आम्ही दोघांनी दुसरीकडे कुठेतरी जावं, इतकं प्रेम शॉनला माझ्याबद्दल वाटत नव्हतं. ''तू सॅमबरोबर राहत होतीस, तो तुला वाईट वागवत असे तेव्हा मला वाटत असे की, तुझी या जंजाळातून सुटका करावी. पण आता नाही.'' त्यानं स्पष्ट शब्दांत सांगितलं. 'तू आणि जेस काय हवं ते करा.' असंच जणू त्याला सुचवायचं होतं. जरा कुठे मी स्वत:ला सावरण्याचा प्रयत्न करत होते, तोच सगळं फिसकटलं आणि एका सर्वस्व उधळायला

निघालेल्या मुलीबरोबर मी पुन्हा एकटी राहिले. पण मला शॉनचा रागही आला नाही. तो खरोखरच एक अतिशय सज्जन, प्रेमळ माणूस होता. मीच इतकी अभागी अन् मूर्ख की, त्याला पुरेसं प्रेम मी देऊच शकले नाही. आमच्यातलं नातं जपण्याइतकी खबरदारी मला घेता आली नाही, हेच खरं!

मात्र, शॉनमध्ये इतका चांगुलपणा होता की, त्यानं माझ्याबरोबरचे संबंध पूर्णपणे तोडले नाहीत. अगदी अजूनही तो मला फोन करतो. 'कशी आहेस, नतालिया?' म्हणून माझी चौकशी करतो. त्याला कल्पनाही असेल; पण त्याच्या या वागण्यानं त्यानं मला जगण्याची नवी उमेद, विश्वास दिलाय. आता त्याचं लग्न झालंय, त्याला लहान मुलं आहेत. बायकोबरोबर तो सुखानं संसार करतोय. मला वाटतं, त्याची बायको खरंच फार भाग्यवान आहे. काय गंमत आहे ना? दोन वेगवेगळ्या स्वभावाची माणसं एकमेकांना समांतर अशी जगतात, मध्येच एकमेकांच्या जवळ येतात, एकमेकांच्या आयुष्याला स्पर्शही करतात. पण तुम्हाला ठाऊक असतं की, हे संबंध फार काळ टिकणारे नाहीत. हे किती विचित्र वाटतं नाही ऐकायला? पण तसं अनेक वेळा घडतं, हेही खरंच! इतरांप्रमाणेच शॉनही ड्रग्ज घ्यायचा, मौजमजा करायचा; पण वेळ आली तेव्हा त्यानं हे सगळं सोडलं– तो सगळं सोडू शकला आणि अगदी चारचौघांसारखं आयुष्य जगायला त्यानं सुरुवात केली. असं आयुष्य की ज्यात संसार, मुलंबाळं, त्याच्याबरोबरचा सुखी भविष्यकाळ या गोष्टी गृहीत धरलेल्या असतात. माझं दुःख, माझ्या वेदना, माझ्या समस्या जाणण्याइतका शॉन नक्कीच संवेदनशील माणूस होता. माझ्यात चांगले बदल त्याला घडवता आले नाहीत, हे जरी खरं असलं तरी तो ती गोष्ट कायमची विसरलेलाही नाही. म्हणून त्यानं माझ्याबरोबरची निखळ मैत्री कायम ठेवली. आमच्या भेटीगाठी संपूनही खूप वर्षं होऊन गेली होती, तरी एकदा एका शनिवार-रविवारच्या सुट्टीत त्यानं माझी गाडी दुरुस्त करण्याच्या कामात मला मदत केली. त्यासाठी १०० मैल अंतर गाडी चालवत तो माझ्याकडे आला, कारण मी त्याला म्हटलं, "सोमवारपर्यंत गाडी सुरू झाली नाही तर माझी नोकरी जाईल रे." त्या दिवशी मला विश्वास वाटला की, एक मित्र किंवा सखा म्हणून मी शॉनला कधीही हाक मारली तर तो माझ्या मदतीसाठी नक्की येईल.

आमच्यातलं नातं संपवायचा शॉनचा निर्णय स्वीकारणं माझ्यासाठी कठीण होतं यात शंकाच नाही. त्यात भर पडली आणखी एका काळजीची! बळी आधार निधीकडून मिळालेल्या पैशातले सगळे पैसे संपत आले होते. जेसनं माझ्यावर मालकी हक्क दाखवणं, ही गोष्ट पचनी पडणं दिवसेंदिवस मला अधिकच कठीण वाटू लागलं. त्यातच पैशाची तंगी! त्यामुळे फ्लॅटमधलं वातावरण गढूळ होत चाललं. पण माझ्या नेहमीच्या स्वभावाप्रमाणे मी स्वत: काही निर्णय–

एकटीच्या हिमतीवर वाटचाल करायचा– घ्यायचं सोडून मी वाट पाहत राहिले की, दुसरं कुणीतरी माझ्या मदतीसाठी येईल. योगायोगानं माझी शाळेतल्या दुसऱ्या एका मैत्रिणीशी गाठ पडली. एमी त्या वेळी वूलव्हर हॅम्पटन येथील विद्यापीठात शिकत होती. ती स्टोक-ऑन-ट्रेंट या ठिकाणी राहत होती. "ये ना एखाद्या शनिवारी-रविवारी माझ्याकडे राहायला." असं तिनं म्हटलं तेव्हा मी अगदी पडत्या फळाची आज्ञा स्वीकारल्यासारखं तिचं आमंत्रण स्वीकारलं. मन रमवायला मला काहीतरी हवंच होतं. एमी तशी जमिनीवर पाय घट्टपणे रोवून उभी राहणारी मुलगी होती. म्हणजे तीदेखील मौजमजा करायची; पण तरीही कॉलेजची पदवी संपादन करायची आणि चांगली नोकरी करायची, हा तिचा निर्धार होता. डोळ्यांसमोर निश्चित ध्येय ठेवणाऱ्या तिच्यासारख्या व्यक्तीबद्दल मला नेहमीच आदर वाटत आला आहे. मी स्वत: मात्र ही गोष्ट कधीच करू शकले नाही अन् यासाठी मी माझ्या कौटुंबिक पार्श्वभूमीला दोष देणार नाही. कारण माझ्या माहितीत असे अनेक लोक आहेत की, ज्यांनी घरगुती अडचणींवर यशस्वीपणे मात केली आहे. (अर्थात घरगुती कटकटींमुळे तुमच्या प्रगतीत अडसर येऊ शकतात!) डायानामध्ये तो गुण होता. तिच्यात भरपूर जिद्द आहे. तिनं हळूहळू, पण निश्चितपणे नोकरीत प्रगती करत व्यवस्थापन क्षेत्रात महत्त्वाचं स्थान मिळवलं. आपल्या भूतकाळातील समस्यांचा तिनं प्रगती करून घेण्यासाठी सकारात्मक उपयोग करून घेतला. त्या समस्यांकडे तिनं आव्हान म्हणून बघितलं आणि जिद्दीनं त्यांच्यावर मात करत स्वत:साठी उज्ज्वल भविष्यकाळ निर्माण केला.

मीदेखील स्वत:ला समजावयाचा अनेक वेळा प्रयत्न केला. कॉलेजमध्ये नाव घाल, अभ्यास कर, पदवी मिळव– असं स्वत:ला बजावत राहिले. आपला भविष्यकाळ आपल्यालाच घडवायला हवा, याची मला पुरेपूर जाणीव होती. कारण मी एकटी होते, एकाकी होते. स्वत:ला आधार देणं माझ्या दृष्टीनं फार महत्त्वाचं होतं. माझ्या आयुष्यात जे बदल घडायला हवे होते, ते फक्त मीच घडवू शकत होते. पण प्रत्यक्षात मात्र मी आयुष्य वाया घालवत राहिले. नेहमी कुणीतरी नवा मित्र शोधायचा, त्याचे पैसे उधळायचे आणि मौजमजेशिवाय दुसरा कसलाही विचार करायचा नाही– एवढंच ध्येय ठेवलं डोळ्यांसमोर. एमीबरोबर राहू लागले तर तिच्या संगतीमुळे काहीतरी चांगला बदल आपल्यात घडेल, असा विचार त्या वेळी मी केलाही असेल; पण त्याचा प्रत्यक्षात काही उपयोग झाला नाही, एवढं मात्र खरं!

त्या दिवशी मी एका पार्टीला गेले होते. तिथे मला जॉन भेटला. जॉन एक

डिस्कजॉकी होता. मला पाहताच तो माझ्या प्रेमात पडला असावा.

लवकरच आम्ही एकमेकांत गुंतत गेलो. त्याच्याकडे नेहमीच गोळ्यांचा अन् कोकेनचा साठा असायचा अन् कुठल्या पार्टीला केव्हा जायचं, याची बित्तंबातमी त्याच्याकडे असायची. 'मोठ्या लोकांच्या पार्ट्यांचं मी आयोजन करतो, प्रसिद्ध व्यक्तींसाठी ड्रायव्हर म्हणूनही मी कधी-कधी काम करतो.' वगैरेबद्दल तो अनेक वेळा मला सांगत असे. पण या सगळ्या थापा आहेत, हे मला लवकरच कळून चुकलं. जॉन एक नंबरचा थापाड्या होता. अनेक वेळा तो नाइटक्लबमध्ये असेल म्हणून मी त्याला फोन करायची; पण त्या वेळी तो घरीच असायचा. प्रत्येक वेळी काहीतरी गोष्ट रचून सांगणं त्याला छान जमायचं. एक-दोन वेळा त्याच्या थापाड्या स्वभावाचा मला अनुभव आला, तेव्हा मी त्याला विचारलं, "कशासाठी हे सगळं तू करतोस रे?" तर त्यावर काय उत्तर दिलं असेल त्यानं? "अगं, मी असं केलं नाही, तर कुणी माझ्यात रस घेईल का?"

मी एकदा त्याच्या आईला भेटले. ती बाई खूपच छान वाटली मला. एका अतिशय प्रेमळ स्वभावाच्या बाईच्या मुलानं असं खोटारडेपणानं वागावं याचा मला धक्काच बसला अन् वाटलं, इतकी छान काळजी घेणारे आई-वडील असूनही जॉनसारखी काही मुलं भरकटू शकतात तर! एकदा पोलिसांनी त्याच्यावर छापा टाकला. जॉनवर केलेल्या आरोपात पोलिसांनी असं म्हटलं की, त्यानं आपल्या चड्डीच्या आत एक्सटसीच्या बऱ्याच गोळ्या लपवल्या होत्या. वृत्तपत्रात ही बातमी छापून आली तेव्हा मला मेल्याहून मेल्यासारखं झालं. पण काहीतरी करून तो सुटला आणि पुन्हा त्यानं डिस्कजॉकीचं काम सुरू केलं. कधी-कधी तो अगदी भोळसटपणानं नाटक करत असे, तर काही वेळा मुद्दामच मला घाबरवूनही सोडत असे. असंच, एकदा रात्री त्यानं आमच्या फ्लॅटच्या दारावर धडका मारल्या. बघितलं तर, जॉन हातात एक पुडकं घेऊन उभा होता.

खूपच घाबरलेला वाटला मला तो त्या वेळी. म्हणाला, "नतालिया, काहीही कर; पण या वेळी मला वाचव. हे एक पुडकं ठेवून दे तुझ्याजवळ; पण आत्ता मला काही प्रश्न विचारू नकोस."

"काय आहे याच्यात?" मी तारस्वरात विचारलं. कारण मला बाजूला ढकलत तो थेट माझ्या बेडरूममध्ये शिरला होता.

"सांगितलं ना आत्ताच, प्रश्न विचारू नकोस म्हणून!" तो माझ्यावर ओरडला. "मी कसल्यातरी भानगडीत गोवला गेलोय. मला हे सगळं मुळीच आवडत नाहीये; पण काहीतरी गंभीर प्रकरण असल्यामुळे तू हे लगेच लपवून ठेव. सांग, करशील ना एवढं?"

मुकेपणानं मी 'हो' म्हटलं. त्यानं ते पुडकं कपड्यांच्या कपाटात तळाच्या

कप्प्यात ठेवलं आणि घाईघाईनं तो बाहेर पडलादेखील. माझी तर पाचावर धारण बसली. काय असेल त्या पुडक्यात? कुणाचा खून करून एखादं हत्यारबित्यार तर आणलेलं नाही ना इथे? मला वाटलं, या सगळ्यापासून दूर पळून जावं. मी एमीला फोन केला अन् तिला बोलावून घेतलं. "काय करू गं मी? फार घाबरलेय मी या सगळ्या भानगडीमुळे." असं म्हणताना मला रडूच कोसळलं. तिनं कपाटात डोकावून पाहिलं अन् मग ते पुडकं काढून त्यावरचा कागद काळजीपूर्वक बाजूला केला. आत एक पिस्तूल होतं– खेळण्यातलं! हसत-हसत तिनं पोट धरलं अन् ती गडबडा लोळूच लागली. माझा तर माझ्या डोळ्यांवर विश्वासच बसेना. "अगं, ते खोटं आहे गं!" असं म्हणून एमी परत हसू लागली. मलादेखील हसावं की रडावं, तेच कळेना! काय ही बनवाबनवी! पण जॉन नेहमीच बनवाबनवी करायचा. त्याच्या बाबतीत काय खरं अन् काय खोटं, तेच समजायचं नाही मला.

अशा या माणसाबरोबर आयुष्य काढणं कदाचित चांगलंही ठरलं असतं; पण खरं-खोटं करण्याइतकी ताकद आता माझ्यात उरली नव्हती. त्याच्या संगतीत घेतलेले ड्रग्ज आता माझ्या मनावर आणि शरीरावरही वाईट परिणाम करू लागले होते. उन्मादक अवस्था छोटी अन् निराशावस्था दीर्घ असं घडू लागलं. जॉनला गाडी चालवायची खूप आवड होती. आम्ही दोघं गोळ्या घ्यायचो अन् एखाद्या रस्त्यावर दूरवर हिंडायला जायचो. बहुतेक वेळा आम्ही उत्तर वेल्समध्ये जायचो. रस्त्यामध्ये आम्ही कुठेही थांबत नसू व गाडीतून उतरत नसू. गाणी ऐकत-ऐकत आम्ही नादावल्यासारखे भटकत राहायचो. माझ्या तोंडाची टकळी सुरूच राहायची. एकदम मूड गेल्यासारखा जॉन गप्प बसायचा. मग मला काळजी वाटू लागायची. पुढल्या क्षणी तो चिडल्यासारखा वाटायचा, संतापाच्या भरात माझ्यावर खेकसायचा, "नतालिया, तू मला फार भडकवलं आहेस हं!"

"का रे बाबा, असं काय केलं मी?" आपण असं काय बोललो की, ज्यामुळे याला एवढा राग आला, याचा विचार माझं मन करत राहायचं. माझे डोळे पाण्यानं डबडबायचे. की लगेच हा म्हणणार, "काय केलंस तू? सांगतोच तू काय केलंस ते! काहीही करायला लागतच नाही. तुझा मला भयंकर राग येतो."

मी ओक्साबोक्शी रडायला लागायची. ड्रग्ज घेणाऱ्यांच्या बाबतीत असंच होतं. उन्मादक अवस्थेतून झटक्यात खाली यावं लागतं तेव्हा मनाची अवस्था फार भयानक होते. मनाचे नैसर्गिक बांध कोसळतात. भय आणि स्वतःचा तिरस्कार या भावनांमध्ये तुम्ही बंदिस्त होता. काय होतंय, ते कळत नाही. अन् अचानकपणे जॉन खदखदा हसून म्हणायचा, "हाः हाः हाः, कशी मजा केली एका मुलीची!"

त्याचा हा वात्रटपणा सहन करणं माझ्या आवाक्याबाहेरचं होतं. एक वेळ त्याचा ड्रग्जचा व्यापार (लहान प्रमाणातच होता तो!) परवडला किंवा इतर वेळी मारलेल्या मूर्खासारख्या थापाही परवडल्या; पण हे असले प्रकार सहन करणं माझ्या त्या काळच्या मन:स्थितीला झेपण्यासारखं नव्हतं. मी इतकी वैतागून गेले की, एक दिवस मी एमीला हा सगळा प्रकार सांगितला अन् हताशपणे म्हणाले, ''मला खरंच मरून जावंसं वाटतंय गं!'' नैराश्याचा तो इतका तीव्र झटका होता की, माझं रडणं काही केल्या मला थांबवता येईना. ''एक नजर टाकलीस माझ्या आयुष्यावर तरी तुला कळेल मी असं का म्हणते ते– किती आणि काय काय सहन केलंय मी याला काही सीमाच नाही गं! अजून काय लिहिलंय माझ्या नशिबात ते मला ठाऊक नाही. अजून मी तरुण आहे, तरी मला आता हे सहन होत नाहीये. सगळं माझ्या शक्तीपलीकडचं आहे.'' माझ्या बोलण्यातला शब्द न् शब्द खरा होता. आयुष्यातल्या असल्या खडतर प्रसंगांना तोंड द्यायची शक्ती कुठून मिळवायची, हेच मला कळत नव्हतं. असं वाटायचं, एखादं बटण दाबून जीवन संपवता येईल तर किती बरं होईल! मी माझ्या आयुष्याची अखेर स्वत:च घडवून आणली असती, कारण जगण्यासारखं काही उरलंच नव्हतं माझ्या आयुष्यात!

शेवटी एक वेळ अशी उगवली की, मला ड्रग्ज घेण्याच्या दुष्परिणाम कळाले होते. नशाबाज आणि जुगारी यांच्यामध्ये हे एक साम्य असतं. सुरुवातीला तुम्ही सहजपणे जिंकत जाता; पण नंतर एक काळ असा येतो की, जेव्हा खेळण्याची किंवा ड्रग्ज घेण्याची गरज तुमचा ताबा घेते, तुमच्या मानगुटीवर बसते. आता तुम्हाला खेळण्यात आनंद मिळत नाही, फक्त एक प्रकारची पिसाट इच्छा उरते, भूक उरते. मी पूर्वी गमावलं होतं ते सगळं परत मिळवेन, हा भ्रम असतो. पूर्वीचाच आनंद, सुख मिळवेन, हेही खरं नसतं. पण प्रत्येक वेळी अधिक आणि अधिकच मोठी किंमत त्यासाठी मोजावी लागते. तरीही तुमचा परिस्थितीवरचा ताबा सुटत जातो. माझ्या बाबतीतही अगदी तेच झालं. मी पूर्णपणे हताश झाले. काय करावं, कुठे जावं, ते मला सुचेना. शेवटी निरुपाय म्हणून मी डायानाला फोन केला. ''प्लीज ये आणि मला घेऊन जा, डायाना. मी नशाबाज बनले आहे. मला तुझ्या मदतीची गरज आहे. कृपा करून ये आणि मला तुझ्याकडे घेऊन चल. मला वाचव या नरकातून.'' डायानाला 'मला वाचव' असं म्हणणं म्हणजे तिच्याकडून फारच अवास्तव अपेक्षा ठेवण्यासारखं होतं. तिला ते जमण्यासारखं नव्हतं, तरी बिचारी डायाना त्याच दिवशी मला भेटायला आली. तिनं मला फारसे प्रश्न विचारले नाहीत की, मीही रडले-भेकले नाही. खूप वर्षांच्या भेटीनंतरही डायाना विशेष भावनाविवश झाली नाही. स्कनथॉर्पला जाताना सगळा वेळ

गाडीत मी रडत होते. पण डायाना मात्र गप्प-गप्पच होती. पुन्हा एकदा तिला तिच्यावर पडलेल्या जबाबदारीची जाणीव झाली असणार.

मला तिच्याविषयी खूप कृतज्ञता वाटली. मी तिला माझ्या व्यसनाविषयी सांगितलं. तेव्हा तिनं त्याबद्दल विशेष आश्चर्य वगैरे दाखवलं नाही. अगदी सहज बोलावं, अशा सुरात ती म्हणाली, "हे बघ नतालिया, मीसुद्धा जरा जास्तच वाइन घेते. प्रत्येकालाच काही ना काही आधाराची, कुबडीची गरज लागते ना, तसंच आहे हे. आता ड्रग्ज घेणं सोडून दे, म्हणजे सगळं काही ठीक होईल, बघ." त्यापेक्षा या विषयावर जास्त काही बोलावं किंवा चर्चा करावी, अशी तिची इच्छा नव्हती. पुढचा विचार कर आणि त्याप्रमाणे वाग, एवढंच माझ्यासाठी पुरेसं होतं तिच्या दृष्टीनं. तोच सगळ्यात उत्तम उपाय होता माझ्या समस्येवर. स्कनथॉर्पला परत येण्यानं एक मोठं समाधान मला लाभलं– डॅनियलबरोबर परत राहायला मिळणार होतं. आता त्यानं पौगंडावस्थेत पदार्पण केलं होतं आणि त्याच्यात पुष्कळ बदलही झाले होते. पण अजूनही माझ्या नजरेत तो माझा छोटा लाडका भाऊच होता. त्याच्या पलंगावर लोळत आम्ही गप्पा मारायचो, एकमेकांना बिलगायचो. तेव्हा मला खूप मोठ्या काळानंतर वाटू लागलं– होय, मनात आणलं तर मी माझ्या आयुष्याला नवं वळण देऊ शकते.

कॉलेजात प्रवेश घ्यायचा, या विचारानं मी पुन्हा एकदा कॉलेजचं दर्शन घेतलं. व्यवसाय आणि व्यवस्थापनाच्या शिक्षणक्रमासाठी नाव नोंदवलं. यापुढे नेहमी सकारात्मक दृष्टिकोन ठेवायचा, असं मी ठरवलं. पण घरात तरी मला विशेष शांती मिळाली नाही. पौगंडावस्थेतल्या समस्यांमुळे डॅनियल बऱ्याच वेळा अस्वस्थ आणि दुःखी असायचा. पण त्या व्यतिरिक्तही काही गोष्टी त्याला सतावत असाव्यात, ज्या मला किंवा डायानाला समजू शकल्या नाहीत. शाळेतलं शिक्षण त्याला विशेष आवडत नसावं. त्याहून अधिक गंभीर समस्या म्हणजे त्याच्या लक्षात आलं असावं की, तो समलिंगी असावा अन् ती गोष्ट स्वीकारायला त्याचं मन तयार नसावं. कधी कधी त्याच्याकडे नजर टाकली की, मला बालपणात भोगलेल्या दुःखांची आठवण यायची अन् मी झटकन ते विचार मनातून काढून टाकायची– फार यातनामय होते ते! एखादे वेळी तो पटकन म्हणायचा, "ममाचा आवाज कसा होता तो मला आठवणारच नाही, असं वाटतं कधी कधी." अन् माझं मन दुःखानं विदीर्ण व्हायचं.

त्याच्या मनातल्या धुमसत्या विद्रोहाचं एक कारण मला स्पष्ट दिसत होतं. डायानानं आता एका तरुणाबरोबर मैत्री केली होती आणि तिला मोकळा वेळ असला की, बहुतेक वेळा ती या मित्राबरोबर बाहेर जायची. इतके दिवस डॅनियलला तिनं आपल्या आयुष्यात सर्वांत महत्त्वाचं स्थान दिलेलं होतं. आता

स्वत:ला दुय्यम महत्त्व मिळालंय, ही कल्पना त्याला सहन होत नसावी. त्याच्या बर्फावरल्या स्केटिंगसाठी ती आपला बहुतेक रिकामा वेळ खर्च करायची. आता तिच्या मित्रानं ती जबाबदारी आपल्या खांद्यावर घेतली. मला स्वत:ला मात्र डायनाच्या आयुष्यातल्या या नव्या बदलानं आनंदच झाला. तिचा मित्र घरी आलेला डॅनियलला खपत नसे. म्हणून ती बराच वेळ आपल्या मित्राच्या फ्लॅटवर घालवू लागली. नाहीतरी डॅनियलची काळजी घ्यायला मी होतेच. माझ्या घरात असण्याचा डॅनियलनं वेगळाच गैरफायदा घेतला. त्यानं आपल्या शाळेत संपर्क नंबर म्हणून माझा मोबाइल नंबर दिला. वर मला सांगितलं की, शाळेतून एखादे वेळी फोन आला तर तू डायाना असल्याचं भासवायचं. त्याच वेळी माझ्या लक्षात यायला हवं होतं की, कुठेतरी पाणी मुरतंय...

त्या वेळी मी एका सुपर मार्केटमध्ये नोकरी करत होते आणि संध्याकाळच्या वेळी कॉलेजचं शिक्षणही घेत होते. सगळं बरंचसं सुरळीत चाललं होतं. एकच अडचण होती. माझं कॉलेज या सुपर मार्केटपासून बरंच दूर होतं. मला जवळजवळ तासभर चालावं लागायचं. पण त्यासाठीही माझी ना नव्हती. आता माझं ड्रग्जचं व्यसन पुष्कळच आटोक्यात आलं होतं. एमीबरोबर मात्र मी कधी कधी बाहेर जात असे. एकदा तिनं मला सांगितलं की, बर्मिंगहॅममध्ये खूप मोठा नृत्योत्सव आहे. तेव्हा मी तिच्याबरोबर जायचं ठरवलं. त्यामुळे नेहमीच्या दिनक्रमातून थोडा विरंगुळा मिळाला अन् एका तरुणाबरोबर ओळखही झाली. आइल्सबरी (Aylesbury) मध्ये स्टीव्हन राहत होता. त्यानं माझा टेलिफोन नंबर मिळवला. खरं म्हणजे आम्ही दोघं एकमेकांपासून खूप दूर अंतरावर राहत होतो. तरी त्याला मला परत एकदा भेटायचं होतं. मला त्याच्यात विशेष स्वारस्य नव्हतं तरी एकदा कॉलेजच्या वाटेवर असताना त्याचा फोन आला तेव्हा मी त्याला सगळी परिस्थिती– माझी नोकरी, मग तासाभराची पदयात्रा सांगितली. तेव्हा बिचारा माझ्याशी तासभर बोलत राहिला अन् म्हणाला, ''तू माझ्याशी बोलत राहा म्हणजे निदान मला कळेल की, तू ठीक आहेस. कुणी तुला त्रास वगैरे देत नाहीये.'' मला ते ऐकूनच खूप बरं वाटलं अन् मग तो नित्यक्रमच झाला. माझ्या कॉलेजच्या वाटेवर मी सगळा वेळ त्याच्याशी बोलत राहायची. कॉलेजमध्ये पोहोचले की मी फोन बंद करायची.

''तू आइल्सबरीला राहायला ये,'' असं त्यानं म्हटलं तेव्हा मात्र मी त्याला स्पष्ट काय ते सांगून टाकलं, कारण माझ्या मनात त्याच्याविषयी कसलीच कोमल भावना नव्हती अन् पुन्हा एकदा मला तसल्या भानगडीत पडायचंच नव्हतं. यापूर्वी मी कुणाही पुरुषाच्या मागे धावायची, मग त्याच्यावर माझं प्रेम असो वा नसो. पण या वेळी मात्र मी निर्धार केला अन् त्याला नकार दिला. मला कॉलेजच्या शिक्षणात रस

वाटू लागला होता आणि खात्री होती की, आपण काहीतरी करू शकू. नेमका त्याच काळात डॅनियलच्या शाळेतून फोन आला. त्यांना डॅनियलसंबंधात त्याच्या पालकांशी (guardian) बोलायचं होतं. मी डायाना असल्याचं भासवलं तेव्हा पलीकडून आवाज आला, "डॅनियलनं टॉयलेटमध्ये जाऊन स्वतःच्या हातावर वार केले असावेत. टाके घालण्याची गरज पडली नाही तरी थोडासा रक्तस्राव झालाय, हे सांगायलाच हवं." ते ऐकूनच मला कसंतरी झालं. डॅनियलला होणाऱ्या वेदनांनी मीच अस्वस्थ झाले. पण मन शांत ठेवण्याचा प्रयत्न करत मी फोनवर बोलत राहिले. निदान त्या वेळी तरी मला तसं वाटलं.

त्याच्या काळजीनं मी भयंकर अस्वस्थ झाले तरी शाळेत जाऊन त्याला भेटणं आवश्यक होतं. मला पाहताच तो ओशाळल्यासारखा झाला. मीही रडू लागले... खरोखरच त्याच्या हातांवर जखमा दिसत होत्या. त्याला जवळ घेत मी त्याला परत परत विचारलं, "अरे, का केलंस तू असं?" पण प्रत्येक वेळी त्याचं उत्तर ठरलेलं– "मला माहीत नाही." "आपण हा प्रकार डायानाला सांगायला हवाद्ध म्हणजे तूच तिच्याशी याविषयी बोललं पाहिजेस. कारण काहीतरी उपाय तर करायलाच हवा." मी त्याला स्पष्ट शब्दांत सांगितलं. त्यानं माझं म्हणणं ऐकलं. तिनं माझ्याप्रमाणेच त्याला विचारलं, "का केलंस तू असं?" तिलाही त्यानं तेच उत्तर दिलं. तेव्हा तिनं एका वाक्यात त्याच्या समस्येचा निकाल लावला, "ठाऊक नाही ना, मग पुन्हा असं करू नकोस म्हणजे झालं." तिच्या थंड प्रतिक्रियेनं मी हबकले. इतक्या साध्या शब्दांत तिनं डॅनियलची समस्या उडवून लावली होती की, माझा विश्वास बसेना. पण तो तिचा स्वभावच होता. ती कुठल्याही गोष्टीची स्वतःला फारशी तोशीस लावून घेत नसे. मला आठवलं, काही महिन्यांपूर्वी मी तिच्याकडे राहायला आले तेव्हा ड्रग्ज– गोळ्या आणि इतर अमली पदार्थ– सोडल्यामुळे माझी अवस्था फार वाईट झाली होती. अगदी सकाळी-सकाळीसुद्धा मी रडत बसायची. एकदा-दोनदा डायानानं विचारलं, "काय झालं रडायला?" मी म्हटलं, "मलासुद्धा समजत नाहीये गं!" तेव्हादेखील तिनं याच प्रकारे माझ्या समस्येवर उपाय सांगितला होता, "ठीक आहे, पुन्हा तसं करू नकोस आणि रडणं थांबव आता."

माझ्या म्हणण्याचा अर्थ हा नाही की, तिचं डॅनियलवर प्रेम नव्हतं. खरं पाहिलं तर तिचं डॅनियलवरचं प्रेम एखाद्या बहिणीनं भावावर करावं त्यापेक्षा आईचं मुलावर असतं, त्या प्रेमासारखं होतं. डायाना माझ्यावरही प्रेम करते; पण आम्ही त्याविषयी उघडपणे कधी बोलत नाही. एवढं मात्र खरं की, आयुष्याकडे बघण्याचा आमच्या दोघींचा दृष्टिकोन खूप वेगळा आहे. मी संकटं आली की, त्यांच्याकडे मुसंडी मारून धावते. कधी कधी स्वतः घायाळ झाले तर एकटीच

माझ्या जखमा कुरवाळत बसते अन् त्यानंतर पुन्हा उठून उभी राहते, मग पुन्हा नव्या समस्यांना तोंड देते. माझ्या मानानं डायाना अगदी निष्ठुर वाटावी इतक्या व्यवहारीपणानं वागते म्हणूनच माझे भावनिक उद्रेक तिनं जास्त वेळा सहन केले नाहीत. 'नसते लाड नकोत' या विचारानं तिनं माझ्या समस्या झटकून टाकल्या. माझ्याबरोबर रडायला, मला आंजारायला- गोंजारायला, धीर द्यायला तिच्याकडे वेळ नव्हता. आज मला अगदी मनापासून वाटतं की, आम्ही दोघी एकत्र राहू शकलो तेव्हा आमच्यात जवळीक निर्माण झाली असती तर किती बरं झालं असतं. पण रोजच्या एकत्र राहण्यानं आम्हाला घुसमटायला झालं. माझ्या अस्तित्वामुळे तिच्या घरातला गोंधळ अधिकच वाढला.

या सगळ्याचा कडेलोट झाला त्याला कारण ठरली माझ्यात आणि डॅनियलमध्ये झालेली भयानक झोंबाझोंबी. त्या दिवशी संध्याकाळी डायाना तिच्या मित्राबरोबर बाहेर गेलेली होती. काही वेळ ते दोघं एकत्र घालवणार होते आणि मी घरी डॅनियलबरोबर थांबणार होते. डायाना घराबाहेर पडली नाही तोच डॅनियल अस्वस्थ झाल्यासारखा वागू लागला. थोड्या वेळानं त्याची अस्वस्थता इतकी वाढली की, तो मला म्हणाला, "आत्ताच्या आत्ता डायानाला फोन करतो अन् तिला घरी यायला सांगतो. तिनं माझ्याजवळ असायला हवं." मी त्याची समजूत घालायचा पुष्कळ प्रयत्न केला. "डायानाच कशाला पाहिजे घरी? आपण दोघं मजेत वेळ घालवू की. टीव्ही पाहू, गप्पा मारू." पण डॅनियलला या गोष्टींमध्ये रस नव्हता. त्याची चिडचिड वाढू लागली अन् मग माझाही तोल सुटला. मी त्याच्यावर ओरडले, "मुळीच फोनबिन करायचा नाही डायानाला. ती आत्ता बाहेर गेलीय ना तिच्या मित्राबरोबर. तिलाही घालवू दे ना थोडा वेळ तिच्या मर्जीप्रमाणे."

मला प्रामाणिकपणे वाटलं की, त्याची समजूत पटेल. खरोखरच काही तासांपुरतीच डायाना बाहेर गेली होती. दिवसरात्र तिनं त्याचीच काळजी घ्यावी, अशी डॅनियलची अपेक्षा होती, ते चुकीचंच होतं. पण तो काही ऐकण्याच्या मन:स्थितीतच राहिला नव्हता. त्याला फोन हिसकावून घ्यायचा होता अन् लगेच विचारायचं होतं की, डायानाला परत यायला किती वेळ होता? त्याला विरोध करण्यासाठी मी वाटेत उभी राहिले, तेव्हा तो माझ्याशी झोंबाझोंबी करू लागला. माझाही स्वभाव पडतं न घेण्याचा, त्यामुळे आम्ही हमरीतुमरीवर आलो. दोघांपैकी कुणीच मागे हटायला तयार नव्हतं. एक क्षण असा आला की, माझा स्वत:वरचा ताबा सुटला. काय वाट्टेल ते झालं तरी मी त्याला फोन करू देणार नाही, हे डॅनियलनं ओळखलं. आम्ही एकमेकांवर किंचाळायला लागलो. शेवटी अगदी चेकाळल्यासारखे भांडूही लागलो. या दरम्यान मी टेलिफोनची वायर सॉकेटमधून खेचून बाहेर काढली आणि तत्क्षणी डॅनियल एकदम स्तब्ध उभा राहिला. पुढच्या

क्षणी तो किचनमध्ये धावला, त्यानं सुरी उचलली अन् माझ्यावर ती उगारत पिसाटल्यासारखा ओरडला, ''थांब, आता मी तुझा जीवच घेतो! डॅडींनी ममाला मारलं तसं मारूनच टाकतो तुला!''

त्याची धमकी ऐकून मी संतापानं बेभान झाले अन् त्याच्या अंगावर धावून गेले. त्याच्या अंगावर झेप घेऊन मी त्याला खाली पाडलं अन् त्याचं डोकं जमिनीवर आदळलं अन् नेमक्या त्याच क्षणी डायाना दार उघडून आत शिरली. तिचं डोकं बऱ्याच वेळा शांत असतं; पण त्या दिवशीचा प्रकार तिच्याही सहनशक्तीपलीकडचा होता. तिचा तिच्या डोळ्यांवर विश्वासच बसेना. मी आणि डॅनियल पिसाटल्यासारखे दिसत होतो. मला डॅनियलची भीती वाटत नव्हती; पण मला त्याचा राग मात्र आला होता. डायानाला पाहताच आम्ही दोघं भानावर आलो. ''काय तमाशा चाललाय ते मला कळेल का?'' तिनं काहीशा रूक्षपणेच विचारलं. मी तिला सगळी कारणपरंपरा सांगायला लागले तर तिनं काय म्हणावं, ''नतालिया, मग त्यात काय बिघडलं? करू द्यायचास की त्याला फोन.'' तिचा तो नेहमीचा रोखठोक स्वभाव होता. मला मात्र अपराध्यासारखं वाटलं. तिला वाटलं असेल, जेव्हा पाहावं तेव्हा ही माझी बहीण गोंधळच करून ठेवते.

खालच्या मानेनं मी झोपायला म्हणून माझ्या खोलीत गेले. थोड्या वेळानं डॅनियलही आला. त्यानं माझी माफी मागितली. मीही उदारपणे त्याला माफ केलं. आम्ही गळ्यात गळे घालून रडलो, पुन:पुन्हा एकमेकांची माफी मागितली अन् आमच्या दृष्टीनं या प्रकरणावर पडदा पडला. आमचा दोघांचा हा स्वभाव अजूनही कायम आहे. कधी कधी आम्ही जोरजोरात वाद घालतो; पण आमच्यामध्ये फार काळ विसंवाद राहत नाही. आम्ही सगळं काही पटकन विसरून जातो. मग दोघांपैकी कुणीतरी एक जण फोन उचलतो आणि आम्ही बोलायला सुरुवात करतो. आपापली बाजू दुसऱ्याला पटवायचा प्रयत्न करतो, मग 'सॉरी' म्हणतो. 'माझं तुझ्यावर प्रेम आहे,' अशी मलमपट्टी करतो आणि रोजचं आयुष्य जगू लागतो. अर्थात हा मोकळेपणा काहीसा नंतरच आलेला– डॅनियल त्या वादळी अवस्थेतून बाहेर पडल्यानंतर! पण त्या काळी चौदा वर्षांच्या डॅनियलची मानसिक अवस्थाही नाजूकच होती. आमच्या दोघांमध्ये समेट झाला; पण मला त्या वेळी डायानाची बाजू तेवढी समजू शकली नाही, हेही खरंच! तिला वाटलं असेल, नतालिया घरी राहायला आल्यामुळे त्यांच्या घरातली शांती नष्ट होतेय. त्या रात्री ती झोपायला गेली तेव्हा वरकरणी तरी ती खूप शांत वाटली. पण झाल्या प्रकारामुळे तिला भीती वाटली, की माझ्या वागण्यामुळे डॅनियल बिथरेल. त्यामुळेच तिनं आपल्या नेहमीच्या पद्धतीनं या समस्येवर तोडगा काढला. दुसऱ्या दिवशी सकाळी मी उठून बघते तो माझ्या खोलीच्या दारावर मला एक चिठ्ठी लावलेली दिसली, 'नतालिया, आपलं

जमेल असं मला तरी वाटत नाही. तेव्हा तू आपली वेगळी व्यवस्था करावीस, हे बरं.'

मी झोपून उठायच्या आधीच डायाना ऑफिसला निघून गेली होती. पण नेहमीप्रमाणे संध्याकाळी ती घरी परत आली नाही. डॅनियलनं तिला फोन केला तेव्हा तिनं त्याला सांगितलं, ''जोपर्यंत नतालिया तिथे राहतेय तोपर्यंत मी माझ्या मित्राकडेच राहीन.'' तिचा निरोप डॅनियलनं मला सांगितला तेव्हा मला खूप वाईट वाटलं. पण मला तिचा राग आला नाही किंवा मी तिला दोषही दिला नाही. दुसरी बाजू अशीही होती की, जरी तिनं आपल्या उरल्या-सुरल्या कुटुंबाच्या सुरक्षिततेची जबाबदारी पत्करली होती (आणि त्याचं मला कौतुकच वाटत होतं!) तरी मला आधार देण्याची तिची इच्छा नव्हती. पुन्हा एकदा स्वत:च्या पायावर मला उभं राहावं लागणार होतं.

इमॅन्युएलच्या बाबतीतही तिनं तेच केलं होतं. तिला फुकटे जीव पोसायचे नव्हते. म्हणून स्वत:च्या पायावर उभं राहण्याची हिंमत त्याच्यात आल्यानंतर तिनं त्याला घराबाहेर पडायला सांगितलं होतं. त्याला कुणीतरी मैत्रीण भेटली तेव्हा तो तिच्याबरोबर राहायला गेला. डायानाचं बरोबरच होतं. मी आता सज्ञान होते. स्वत:ला पोसण्याची हिंमत माझ्यात असायलाच हवी होती. डॅनियलची गोष्ट वेगळी होती. माझ्याबाबतीत असं झालं होतं की, ममा गेल्याला पाच वर्षं होऊन गेली होती. मी चोवीस वर्षांची होते तरीही माझ्या आयुष्यात स्थैर्य नावाची चीजच नव्हती. काहीही ध्येय नसलेल्या दिशाहीन माणसासारखी मी भरकटत होते. हीच वेळ होती जेव्हा मी क्षण-दोन क्षण थांबून विचार करायला हवा होता. मित्रमैत्रिणींपासून स्वत:ला दूर ठेवून आयुष्याला नव्यानं सुरुवात करायला हवी होती. पण डायानाच्या घरातून मी बाहेर पडले अन् पुन्हा एकदा मला भीतीनं ग्रासलं. आता कुठे जाऊ मी? स्टीव्हला फोन करावा लागणार, असं त्या क्षणी मला वाटलं.

मार्ग शोधण्याची धडपड

माझं नशीब बलवत्तर म्हणून आता मला चांगले मित्र लाभले आहेत– ज्यांच्यावर मी विश्वास ठेवू शकते. त्यांच्या संगतीत मला एक प्रकारचा विश्वास वाटतो. 'चुका करणं म्हणजे काही अक्षम्य अपराध नाही,' असा दिलासा मला त्यांनी न सांगतादेखील दिला. ऐकायला ही गोष्ट साधी वाटते; पण ती समजायला, पचनी पडायला मला फार कष्ट सोसावे लागले. समोर दोन रस्ते दिसत आहेत, त्यातल्या योग्य त्या मार्गावरूनच आपण वाटचाल करायची आहे, असा निर्धार करणं हीदेखील माझ्या दृष्टीनं एक मोठी कामगिरी होती. पुन:पुन्हा त्याच त्या चुका करायच्या नाहीत, पूर्वीच्याच पद्धतीनं वागायचं नाही आणि आयुष्याची नव्यानं ओळख करून घ्यायचं धैर्य दाखवायचं, हे सगळं मी करू शकते ते केवळ माझ्या मित्रांनी मला पाठिंबा दिला म्हणूनच!

पुनर्शोध हा शब्द किंवा संकल्पना फार मोठी उदात्त वाटते ना ऐकायला? जणू काही मी स्वत:ला मॅडोना समजतेय आणि जगाच्या नव्या सफरीची योजना आखतेय, असं वाटेल तुम्हाला; पण मला तसं काही म्हणायचं नाहीये. माझ्या म्हणण्याचा साधा अर्थ असा की, काही गोष्टी समजायला, उमजायला मला खूप उशीर लागला. उदाहरणार्थ, आपल्यापैकी प्रत्येक जण चुका करतो, काही काही वेळा आपण अगदी घोडचुका किंवा अक्षम्य चुकादेखील करतो. त्यातल्या बहुतेक चुका आपण तरुणपणी (गद्धेपंचविशीत) केलेल्या असतात. पण त्यात अपराधी वाटण्यासारखं काही नसतं. चुका करत-करतच आपण सगळे मोठे होत असतो. म्हणजेच, चुका हा आपल्या आयुष्याच्या वाटचालीतला एक भाग आहे, हे आपण मान्य केलं पाहिजे. माझ्यापुरतं बोलायचं झालं तर मी अनेक वेळा अयोग्य माणसांची निवड केली, अयोग्य

माणसांबरोबर मैत्री केली. असं का व्हायचं माझ्याबाबतीत? प्रत्येक वेळी मला खात्री वाटायची की, या वेळी मागच्या चुकीची पुनरावृत्ती होणार नाही म्हणून नव्हे, तर कसं वागायचं ते मला कळतच नसे.

माझं बालपण इतरांप्रमाणे साधं सरळ, सुखी कधीच नव्हतं. त्याविषयी मला कल्पनाही होती. मी अडाणी होते दुसऱ्याच बाबतीत. माझ्या स्वभावात उपजतच एक विनाशकारी गुणसूत्र असावं आणि मी स्वत:चं आयुष्य जणू त्याच्या हाती सोपवलं होतं. आज मला खात्री वाटते की, मी तशीच वागत राहिले असते तर केव्हाच मी माझ्या मनाचं संतुलन गमावलं असतं आणि कदाचित माझ्या जिवालाही मुकले असते. स्टीव्हनबरोबर माझ्या आयुष्यातलं एक नवं पर्व सुरू झालं आणि पुन्हा एकदा माझ्या आयुष्यातली घसरगुंडी सुरू झाली. त्याच्याबरोबर राहण्याचा निर्णय हुशारीचा किंवा शहाणपणाचा नव्हता; पण ज्या पद्धतीनं डायाना आणि डॅनियलला सोडून मी रस्त्यावर आले, त्या वेळी माझ्यापुढे दुसरा पर्याय तरी कुठे होता? ज्या ठिकाणी अनेक लोक भागीदारी तत्त्वावर राहत असत, असे एक घर आम्ही शोधले आणि काही महिने तिथे व्यवस्थित काढले. अधूनमधून जेसची आणि माझी भेट व्हायची. ती मँचेस्टरहून मला भेटायला यायची. पण बहुतेक वेळा मी पैसे पाठवत असे म्हणूनच यायची. पण मला या गोष्टीचा राग यायचा नाही. कारण तिनं यापूर्वी माझ्यावर अनेक उपकार केलेले होते.

पुरुषांविषयीचा जेसचा दृष्टिकोन अगदी रोखठोक होता. 'शोधा, वापरा, प्रेम करा अन् हाकलून द्या.' मला हा विचार गंमतशीर वाटला तरी मी कधी त्याप्रमाणे वागले नाही. मी पुरुषांचा वापर करत होते, असं मला वाटत नाही. पण एका दृष्टीनं पाहिलं तर मीदेखील तसंच करत होते. जरी आमच्यात लैंगिक संबंध असले तरी कुठल्याही पुरुषाला मी भावनिकदृष्ट्या जवळ येऊ दिलं नाही. मी काहीशी अलिप्तच राहत असे. अशा पुरुषांना माझ्या आयुष्यात एक विशिष्ट स्थान असायचं. ते पैसा कमवायचे, मला सोबत करायचे. पण कधी मला कुणी 'माझं तुझ्यावर प्रेम आहे,' असं म्हणाला तर इतरांपेक्षा त्याचा माझ्यावर जास्त हक्क आहे इतपतच त्याचा अर्थ असायचा. त्याहून जास्त महत्त्व मी अशा प्रणयाला देत नसे.

स्टीव्हन मला असंच अगदी शपथेवर सांगायचा, 'माझं तुझ्यावर खूप प्रेम आहे, नतालिया.' पण त्याचा परिणाम एवढाच झाला की, मी स्वत:ला त्याच्यापासून दूर-दूर ठेवू लागले. शेवटी कंटाळून त्यानं माघार पत्करली आणि फ्लॅटमधून काढता पाय घेतला. या काळात माझ्या दृष्टीनं एक चांगली गोष्ट घडली. माझी ज्यो नावाच्या मुलीबरोबर ओळख झाली. मी ज्या ग्रेग्ज बेकरीत नोकरी करत होते त्याच ठिकाणी तीही माझ्या शेजारी उभी राहून काम करायची. पाहताक्षणीच ज्यो

मला आवडली. पहिल्यापासूनच आमची मैत्री वेगळी होती. म्हणजे असं की, तिला माझं एखादं वागणं आवडलं नाही तर ती मला तसं स्पष्ट सांगत असे. काही आडपडदा ठेवत नसे. सचोटी हा तिचा एक मोठा गुण होता. कधी-कधी मला त्याचा त्रास होत असे. ज्योनंच पहिल्यांदा मला सांगितलं की, ज्या पद्धतीनं मी पुरुषांना वागवत असे – ते निकोप, सुदृढ मनाचं लक्षण नव्हतं.

"तू काय करतेस, सांगू तुला? तू पुरुषांवर वर्चस्व गाजवायचा प्रयत्न करतेस. त्यांना आपल्या मर्जीप्रमाणे वागवायचा प्रयत्न करतेस. पण एखादे वेळी तुलाही कुणीतरी तुझ्या तोडीस तोड भेटतो की, मग तू माघार घेतेस." प्रामाणिकपणे सांगायचं तर पहिल्यांदा मला ज्योच्या बोलण्याचा काही अर्थच समजला नाही. एकदा मात्र मला तिच्या शब्दांचा अर्थ पटला. त्या दिवशी मी कुणाला तरी लाडिकपणे म्हटलं, "ओह, जा रे, प्लीज माझ्यासाठी एक कप कॉफी कर." त्या वेळी मी जणू माझ्या डॅडींची नक्कल करत होते. कारण माझ्या ममावर ते अशाच पद्धतीनं प्रेमळ हुकमत गाजवून तिच्याकडून कामं करून घेत.

माझ्या आयुष्यातला तो असा काळ होता की, जेव्हा माझी अशी ठाम समजूत होती की, कुठल्याही नात्यात दोघांपैकी फक्त एकच जण सगळं नियंत्रण आपल्या हातात ठेवतो. कुणी माझा अगदी दास बनला, माझा प्रत्येक शब्द झेलू लागला की, त्या माणसाचा आदर करण्याऐवजी मी मनोमन तिरस्कार करत असे. पण कधी कधी याच्या अगदी उलटही घडायचं. म्हणजे माझ्यावर दमदाटी करणाऱ्या, मला क्वचितप्रसंगी मारहाण करणाऱ्या पुरुषांपासून मी स्वत:ला तोडूही शकत नसे. कारण या दोनच गोष्टी मी लहानपणापासून अनुभवल्या होत्या. मला वाटतं, अशा दोन अतिरेकी प्रकारच्या नातेसंबंधांतच मी कायम गुरफटली गेले. कधी मी हुकमत गाजवायची, तर कधी एखाद्याच्या वर्चस्वाचा बळी ठरायची. मी व स्टीव्हन २००२ मध्ये वेगळे झालो आणि मी एकटीच दुसऱ्या एका सामाइक तत्त्वावरील घरात राहू लागले. आपण एकटीनंच राहायला शिकलं पाहिजे, असा निश्चय मी मनाशी केला. सुरुवातीला मला एकटं राहायचं, या कल्पनेची खूप भीती वाटायची. पहिले काही आठवडे मला असं एकटं राहायचा मनस्वी कंटाळा आला, तिटकारा वाटू लागला. आतापर्यंत मी नेहमी कुणा ना कुणाबरोबर राहिले होते. त्यापैकी कुणावरच मी विसंबून राहू शकायची नाही. पण त्यामुळेच मला सतत सजग राहावं लागायचं. अविश्वासाची भावनाच एक प्रकारचं ड्रग्जचं काम करायची. कारण पुढच्या क्षणी काय घडणार आहे, याचीच मला कल्पना नसे. कधी मी घेत असलेले ड्रग्ज चांगले नसले किंवा मित्र फार तापट स्वभावाचे असले तर तेवढ्या काळापुरती तरी मी समस्या विसरू शकायची. पण आता अगदी एकटीनं काळ काढायचा, मन रमविण्याचं कोणतंही साधन नाही, अशा परिस्थितीला सामोरी जाताना मी कधी घाबरीघुबरी व्हायचे.

तोही एक प्रकारचा आपल्या मार्गापासून मागे फिरण्याचा प्रकार होता.

पण हे करायलाच हवं, याची मला जाणीव झाली. स्वत:पासून पळ नाही काढायचा; तर स्वत:चं वागणं नीट समजून घ्यायचं, स्वत:च्या संगतीत आनंद मानायचा, मन रिझवण्याची बाह्य साधनं दूर सारायची, हे सगळं करणं आवश्यक होतं. या सगळ्या प्रक्रियेत माझी मानसिक वाढ होऊ लागली. मला उमगलं की, स्वत:ची पुरेशी ओळख नसल्यामुळेच आपण कुणालाही आपली फरफट करू देतो. हे सगळे बदल पटकन नाही घडले; पण ते घडवायला हवे होते. असे काही महिने मी काढले असतील; पण माझ्या दृष्टीनं ते अत्यंत महत्त्वाचे ठरले. भूतकाळापासून दूर पळण्यासाठी इतके दिवस मी ज्या गोष्टी करत होते, त्या करण्याची काहीही गरज नव्हती. स्वत:ला त्या गोष्टींपासून सोडवणं माझ्या भल्यासाठी होतं, फार आवश्यक होतं. माझ्या डॅडींबरोबरच्या गाठीभेटीही या दिवसांत कमी झाल्या. आम्ही फोनवर एकमेकांशी बोलायचो; पण प्रत्यक्ष भेटणं कमी व्हायचं. कारण मी राहायची त्या गावापासून रॅम्पटन खूप दूर होतं अन् अजूनही मला गाडी चालवता येत नव्हती.

माझा दिनक्रम असाच राहिला. मी स्वत:ला सावरण्याच्या प्रयत्नात यशस्वी ठरले, असं सांगायला मला खूप आवडलं असतं या ठिकाणी. पण आयुष्यात सगळ्या गोष्टी सुरळीतपणे कुठे घडतात? अजून काही घटना अशा घडायच्या होत्या की, ज्या वेळी मी पूर्वीच्याच मूर्खपणाची पुनरावृत्ती केली. अशा व्यक्तींशी मैत्री केली, संबंध ठेवले, ज्यातून हात पोळण्याव्यतिरिक्त काहीच मिळालं नाही. अजून एकदा तोल ढळायचाच होता. त्या प्रसंगातून जाताना वाटलं, आयुष्य आता संपून जाईल तर किती बरं होईल! तुम्हाला सांगते, प्रत्यक्ष ती घटना घडायच्या काही दिवस आधीच मला तिची चाहूल लागली असावी. धोक्याच्या घंटेचे जणू मी आवाज ऐकले. त्या काळात मी पुन्हा काही वेळा नोकऱ्या बदलल्या आणि वेगळ्याच ठिकाणी राहू लागले. या नव्या घरात एक तरुण राहायचा. त्याचं नाव होतं जे (Jay). आमची मैत्री जमली. कारण जे एक छान माणूस होता. अगदी सुरुवातीपासूनच मी त्याला कल्पना दिली होती की, मला त्याच्या प्रेमाबिमात पडायची इच्छा नव्हती. पण झालं काय की, एकदा त्यानं त्याच्या आईशी माझी ओळख करून दिली आणि मी तिच्या प्रेमातच पडले. ही बाई इतक्या गोड स्वभावाची होती, की काय सांगू? ती माझं बोलणं शांतपणे ऐकून घ्यायची. कधीही त्यावर मतप्रदर्शन करायची नाही. खरोखरच फारच प्रेमळ स्वभावाची बाई होती ती! जेपेक्षा मी तिच्याच जास्त प्रेमात पडले असं म्हटलं, तर ती अतिशयोक्ती ठरू नये. मी तिला फोन करायचे, जेवायला बाहेर घेऊन जायचे किंवा कधी तिच्या घरी चहासाठीही जायचे.

त्याच काळात तिचं आणि तिच्या नवऱ्याचं विशेष पटत नव्हतं. काही दिवसांनंतर

तिनं मला सांगितलं, ''आमचं दोघांचं काही पटत नाही. मी बहुतेक घटस्फोट घेणार आहे.''

''छे छे! असं काही करू नका. तुम्ही घराबाहेर पडलात अन् खुनशीपणानं त्यांनी तुम्हाला काही इजा केली तर ती गोष्ट मला सहन होणार नाही. माझ्या डॅडींनी तर ममाचा खूनच केला!''

माझं बोलणं ऐकल्यावर ती माझ्याकडे बघतच राहिली. नवऱ्यांना सोडणाऱ्या सगळ्या बायकांवर अशी वेळ थोडीच येते, असं तिला वाटलं असावं. माझ्या मनात तसा विचार येऊ शकला, याचाच तिला धक्का बसला असणार. बायकांनी नवऱ्यांना सोडलं तर सगळे पुरुष खून वगैरे करण्याइतके आक्रस्ताळे थोडेच होतात? कारण काहीही असो, माझ्या बोलण्यामुळे असेल किंवा दुसऱ्या कारणासाठी असेल, पण तिनं नवऱ्याला सोडलं नाही, एवढं मात्र खरं. तिनं मला तिला 'मम्' म्हणण्याची अनुमतीही दिली. मी आणि जे लग्न करू, सुखानं संसार करू, अशी आशाही तिनं बाळगली असावी. पण आम्ही दोघं एकमेकांना अनुरूप नव्हतो. त्यामुळे आम्ही एका घरात फक्त मित्र म्हणूनच एकत्र राहिलो, तरी यापुढचं पाऊल उचलायची माझी तयारी नव्हती. एक दिवस जेसचा फोन आला. ती मोठ्या संकटात सापडली होती. खूप जणांकडून तिनं पैसे उधार घेतले होते आणि त्यांचा ससेमिरा चुकवण्यासाठी तिला तोंड लपवायला कुठेही जागा नव्हती. मी मागेपुढे न पाहता तिला बोलावून घेतलं. पण आता एक अडचण उभी राहिली. जेसच्या झोपण्याची सोय करण्यासाठी मला जे बरोबर एका खोलीत झोपावं लागलं. या गोष्टीचा तो फायदा घेणार नाही, असं समजणं वेडगळपणाचं होतं. पण तो मूर्खपणा मी केलाच आणि त्याच्या परिणामांना मला सामोरं जावं लागलंच. काही काळ मीही त्याच्या इच्छेपुढे मान झुकवली. माझ्या हातून एक चूक घडत होती. पण त्यामुळे कोणतीही गंभीर समस्या उद्‌भवली नाही. तरी लवकरच मला माझ्या चुकीची फळं भोगावी लागली. जे आता माझ्यावर हक्क दाखवू लागला. असुरक्षिततेच्या भावनेनं त्याला इतकं वेढलं की, तो माझ्यावर सतत पाळत ठेवू लागला. मी त्याच्या मित्रांशी बोलू नये, असं तो मला बजावू लागला. पण तो स्वत: मात्र मजेत इतर मुलींबरोबर प्रेमाचे चाळे करायचा. एकदा असं घडलं की, मी त्याच्या एका मित्राबरोबर गप्पा मारत होते. तेव्हा त्यानं पुढं होऊन माझा पाय पकडला अन् आपल्या मित्राला सुनावलं, ''नतालिया माझी मैत्रीण– गर्लफ्रेंड आहे.'' मला इतकं शरमल्यासारखं झालं की, शब्दात मी माझ्या भावना सांगू नाही शकत!

किती बालिशपणा हा! पण हे काहीच नव्हतं, इतका वेडेपणा जे कधीकधी करायचा. एकदा एका सुट्टीत जेसनं आम्हा दोघींसाठी आयबिझा (Ibiza) या

ठिकाणी हॉटेलमध्ये आरक्षण केलं. जेला त्याची कुणकुण लागताच त्यानंही आमच्या दोघांसाठी सुट्टीचा कार्यक्रम आखला. तोही त्याच आठवड्यात. "दोन्हीपैकी कोणता पर्याय निवडायचा, ते तू ठरव. आपण दोघांनी कुठे जायचं, ते मात्र मी ठरवणार." त्यानं मला सांगितलं. मी त्याच्या इच्छेपुढे मान तुकवली. पण त्याची गावाची निवड ऐकून मला धक्काच बसला. कारण माझ्या डॅडींचं मूळ गाव– इटलीतील ब्रिंडिसी– इथे त्यानं जायचं ठरवलं. खरं म्हणजे त्याला मी डॅडींबद्दल सगळं काही सांगितलेलं होतं. त्यांच्या गावाविषयीही सांगितलं होतं. म्हणूनच त्याची ही निवड मला आवडली नाही तरी आम्ही दोघं ब्रिंडिसीला गेलो. ही सुट्टी माझ्यासाठी सर्वांत विचित्र ठरली. माझ्या डॅडींचे थोरले भाऊ फ्रँको यांना मी आमच्या सुट्टीबद्दल कळवलं होतं. त्यामुळे ते आम्हाला भेटायला आले. तो सबंध आठवडा आम्ही डॅडींच्या अनेक नातेवाइकांना भेटण्यात घालवला. त्यांच्यापैकी बहुतेकांना डॅडींबद्दल सगळं माहीत असल्यामुळे ते काहीसे अस्वस्थच होते. आमच्याशी ते बहुतेक वेळा इटालियन भाषेतच बोलत असत आणि त्यांच्या भावना तीव्रतेनं व्यक्त होत असत. ब्रुनोच्या या मुलीविषयी त्यांना खूप उत्सुकता होती. कारण तिनं तिच्या डॅडींची साथ सोडलेली नव्हती. मी मात्र त्यांच्यापैकी कुणाबरोबरही डॅडींविषयी बोलू शकले नाही किंवा माझ्या डॅडींविषयीच्या भावनाही त्यांच्याजवळ व्यक्त करू शकले नाही.

या सुट्टीतील दोन आठवणी माझ्या मनात अजूनही राहिलेल्या आहेत. त्यापैकी एक आहे माझ्या काकूविषयी. तिनं एकदा जेला स्वत:च्या शर्टाला इस्त्री करताना पाहिलं तेव्हा तिनं आश्चर्यानं मोठा 'आ' वासला. एकविसाव्या शतकातील स्त्रीचीही एकमेव भूमिका म्हणजे गृहलक्ष्मीची, असंच तिचं मत होतं. त्यामुळे जेनं आपल्या कपड्यांना स्वत:च इस्त्री करावी, हे काही तिला रुचलं नाही अन् तिनं त्याच्या हातातून शर्ट खेचून घेतला आणि स्वत:च त्याला इस्त्री केली. आपण कुठल्यातरी मागच्या शतकात पाऊल टाकतोय, असा भास मला झाला. दुसरी आठवणही त्याच गावाची. किती छोटं, जुनाट गाव होतं ते! ब्रिंडिसी फक्त एक बंदर होतं. तिथे फारसे काही उद्योगधंदे नव्हते. क्लब, दारूचे बार किंवा इतर मौजमजेची ठिकाणं नव्हती. संध्याकाळच्या वेळी माझे नातेवाईक म्हणायचे, "चला, आइस्क्रीम खाऊन येऊ!" तेवढीच मौजमजेची कल्पना होती त्यांची! ब्रिंडिसीच्या कळाहीन जगतात एकच गोष्ट अगदी उठून दिसायची – ती म्हणजे तेथील चर्चेस! ती मात्र अतिशय भव्य होती. मुख्य दरवाजातून आत प्रवेश करताच सोनेरी मुलामा आणि तऱ्हेतऱ्हेचे रंग असलेली तैलचित्रं समोर दिसत. पारदर्शक काचेवरच्या रंगीत कलाकृती डोळ्यांना आनंद देत, तर प्रार्थनावेदीवरील नक्षीदार पूजापात्रं डोळ्यांचं पारणं फेडतं; नव्हे, तुम्हाला दीपवून टाकत. डॅडींनी बालपणापासून याच परिसरात आयुष्य घालवलं असल्यामुळे त्यांचं मन या सगळ्या भव्यतेनं भारावून गेलं

नसतं, तरच नवल होतं. त्या सगळ्या आठवणींची शिदोरी घेऊन ते परदेशी गेले आणि त्या आठवणींनी त्यांना जन्मभर साथ दिली. आम्ही त्या सगळ्याचा प्रत्यक्ष अनुभव घेतला, त्याचं त्यांना खूप बरं वाटलं. मी त्यांना एक पोस्टकार्ड पाठवलं अन् त्यात त्यांना लिहिलं, 'डॅडी, आज आमच्याबरोबर तुम्ही इथे असतात तर मला खूप बरं वाटलं असतं.' हा केवळ औपचारिकपणा नव्हता तर मनापासून मला तसं वाटलं होतं त्या दिवशी. अजून अनेक गोष्टींची पुरती ओळख मला झालीच नव्हती अन् त्यांची किल्ली डॅडींपाशीच होती.

एक आठवडा नेहमीच्या वातावरणातून वेगळ्या देशात, वेगळ्या गावी आम्ही दोघींनी काढला खरा; पण त्यामुळे आमच्या नात्यात जेला हवा तसा बदल घडू शकला नाही. तो जितका जास्त माझ्याजवळ येऊ पाहत होता, तितकीच मी त्याच्यापासून दूर जाऊ पाहत होते. त्यात मी यशस्वी झाले खरी; पण एक नवा मूर्खपणा करूनच. या वेळी मी टोबी (Toby) नावाच्या माणसात गुंतत होते. हे गुंतणं म्हणजे माझ्या दृष्टीनं प्रेम नव्हतंद्ध तर एक प्रकारचं वेगळं कौतुक होतं. टोबी किती शांत, आरामाचं आयुष्य जगत होता, त्याचंच मला भयंकर नवल वाटलं. एकदा मी त्याला भेटायला गेले तेव्हा त्यानं माझ्याशी छान गप्पा मारल्या. पण एकदाही त्यानं इतर पुरुषांप्रमाणे माझ्या अंगचटीला यायचा प्रयत्न केला नाही. नुसतं बसून तो गप्पा मारू शकतो याचंच मला अप्रूप वाटत असायचं. आता जेला सांगायची वेळ आली की, बाबा रे, आपण आपले संबंध इथेच थांबवू या. हे सगळं म्हणायला ठीक वाटतं; पण प्रत्यक्षात फार अवघड होतं. कारण जेला मला कुठल्याही प्रकारे दुखवायचं नव्हतं आणि त्याहून महत्त्वाचं म्हणजे मी त्याच्या आईला गमावून बसेन, ही भीती माझ्या मनाला कुरतडत होती.

जेस परत आली अन् आतापर्यंतच्या माझ्या एकटीनं राहण्याच्या निर्णयावर बोळा फिरवला. एकदा मूर्खासारखी मी तिच्याजवळ टोबीबद्दल बोलले अन् झालं! जेव्हा जेलाही या गोष्टीचा सुगावा लागला तेव्हा प्रचंड उत्पात झाल्यासारखा प्रसंग उभा ठाकला. जेला त्यामुळे इतकं दुःख झालं की, तो रडूच लागला. वैतागून मी दोन्ही नात्यांना तिलांजली दिली. दुःखानं, धक्क्यानं मी जवळजवळ बधिर होऊन गेले. किती वेळा मी त्याच त्या चुका करणार होते, हे माझं मलाच कळत नव्हतं. आयुष्यात पुन्हा आपण कधी मन:शांती मिळवू शकू, याची आशा मला वाटेना. निराशेच्या भरात मी तिथून बाहेर पडले. जेनं माझी मनधरणी केली. 'आपण पुन्हा एकदा एकत्र राहण्याचा प्रयत्न करू' अशी विनवणी केली; पण मला खरा धक्का बसला तो जेसच्या वागण्याचा! जेपेक्षा तिनंच माझ्याशी जास्ती शत्रुत्व धरलं. मला आठवतंय, ते दोघं राहत होते त्या ठिकाणी मी एकदा फोन

केला तेव्हा तिच्याशी बोलत असतानाही मला जेचं रडणं ऐकू येत होतं. "थांब रे, आता तुझं रडणं मला ऐकवत नाही!" मी त्याला म्हटलं तेव्हा जेस अधिकच भडकली माझ्यावर. मला शिव्या द्यायलाही तिनं कमी केलं नाही. शेवटी तर ती म्हणाली, "तू एक अत्यंत हलकट, दुष्ट (nasty) मुलगी आहेस, नतालिया!" तिचे ते शब्द ऐकून मला वाटलं, आपण आतल्या आत दुभंगतोय. जणू काही एखाद्या जुन्यापुराण्या यंत्रात अचानक बिघाड होऊन ते बंद पडावं, तसं वाटलं मला. आतापर्यंत आम्ही दोघींनी नेहमीच एकमेकींना आधार दिला होता, बरे-वाईट दिवस एकमेकींच्या साथीनं काढलेले होते. एकमेकींच्या चुकांवर पांघरूण घातलं होतं; पण आता ती माझ्यावरच उलटली होती.

एकाएकी मला प्रचंड थकवा जाणवू लागला. आपल्या हातापायांतली शक्ती संपून गेलीय, असं वाटलं. आपलं मन, आपलं शरीर बंद पडत चाललंय, अशी भावना निर्माण झाली. मी ममाला गमावलं होतं, आजूबाजूच्या सगळ्यांना दुखावलं होतं; आता माझी एकमेव मैत्रीण माझा तिरस्कार करू लागली होती. एवढंच नव्हे, तर तिनं मला 'हलकट, दुष्ट' अशी शेलकी दूषणं लावली होती. हे सगळं मला असह्य वाटू लागलं. त्या तिरीमिरीतच मी झोपी गेले. तो शनिवार असावा. तिथे राहणारे माझ्या ओळखीचे इतर सगळे जण त्या वेळी बाहेर गेलेले होते. मी झोपण्यापूर्वी ज्यो आणि डॅनियल यांना मोबाईल फोनवर संदेश पाठवला, 'माझं तुमच्यावर खूप खूप प्रेम आहे.' मग फोन बंद करून टाकला अन् पॅरासेटॅमॉलच्या मूठभर गोळ्या तोंडात टाकल्या...

माझं वय तेव्हा २५ वर्षांचं होतं, पण माझं आयुष्य मला नकोसं झालं होतं. सगळंच अवघड होऊन गेलं होतं. मला काही सुचत नव्हतं. डॅडींना सांभाळण्याची जबाबदारी मी माझ्या खांद्यावर घेतली होती. मला हे ही माहीत होतं की, माझी ममा परत कधीच दिसणार नाही. सगळीकडून माझी कोंडी झाली होती. मी पूर्णपणे हरले होते. मी डोळे मिटले. एकदा झोपी जावं ते परत कधी न उठण्यासाठी... असं झालं तर किती बरं होईल! मला माझ्या लहानपणीचा एक प्रसंग आठवला. त्या दिवशी मी शाळेतून परत आले होते. खूप थंडी पडली होती. ममानं मला पुढच्या खोलीत बोलावलं. इलेक्ट्रिक हीटरची प्रत्येक सळी गरम होऊन केशरी रंगाची दिसत होती. मी कोचावर आडवी झाले. खूप छान, उबदार वाटत होतं. डॅडी प्रेमानं ममाचे केस हातानं कुरवाळत होते. टीव्ही सुरू होता. पण इतर कुणी बोलत नव्हतं. काही क्षण मी त्या दोघांकडे पाहिलं असेल, पण ते प्रेमाचे क्षण मला अजूनही आठवतात. तो एकच प्रसंग माझ्या मनावर कोरल्यासारखा झालाय, जेव्हा मला घरात खऱ्या अर्थानं शांतीचा अनुभव आला होता. आतासुद्धा माझं मन भूतकाळात गेलं अन् आनंदाच्या त्या क्षणी मला भास

झाला की, लवकरच कुठूनतरी मामा येईल...

उलटी होत असल्यामुळे मला जाग आली. माझ्या पोटात भयंकर जोराच्या कळा येत होत्या. मी बराच वेळ बेशुद्धावस्थेत राहिले असावे. फोनची घंटा वाजत होती, पण मला उठावंसं वाटत नव्हतं. मला उठता येईल की नाही, अशी शंकाही माझ्या मनात उमटली. फोन वाजतच राहिला, वाजतच राहिला. त्यामुळे पुन्हा झोपी जाणं अशक्य होऊन बसलं. शेवटी कशीबशी खुरडत-खुरडत मी हॉलमध्ये गेले. केवळ त्याचा आवाज बंद व्हावा म्हणून! पलीकडून ज्यो विचारत होती, "अगं, काय चाललंय काय, केव्हाची बेल वाजतेय. पण तू फोन उचलायलाच तयार नाहीस अन् मोबाईलही बंद करून ठेवलायस. त्यामुळे किती घाबरले मी, माहीत आहे?" साहजिकच होतं, कारण माझा मोबाईल मी कधीच बंद करून ठेवत नसे. मी तिला गोळ्या घेतल्याचं सांगताच बिचारी धावतच आली अन् मला तिच्या गाडीत घालून जवळच्या हॉस्पिटलमध्ये घेऊन गेली.

जेव्हा माझ्यासारख्या तरुण स्त्रिया आत्महत्या करायच्या प्रयत्नात खूप मोठ्या प्रमाणात गोळ्या घेतात अन् मग घाबरून जाऊन स्वत:वर अशा वैद्यकीय आणीबाणीचा प्रसंग ओढवून घेतात, तेव्हा हॉस्पिटलमधील परिचारिकांना आमच्याविषयी फार कमी सहानुभूती वाटते. त्यांनी त्यांच्या व्यवसायाला साजेल असे निर्णय पटापट घेतले. पण त्यांचं बोलणं तडकफडकच होतं. मला सतत उलट्या होत आहेत, हे पाहून त्या ज्योला म्हणाल्या, "हिचं पोट पंपाच्या साह्यानं रिकामं करायची आवश्यकता नाहीये, आपसूकच होतंय आणि आता तसा उशीरही झालाय."

"कसल्या गोळ्या घेतल्यास?" त्यांनी मला विचारलं आणि शिरेवाटे औषध द्यायला सुरुवात केली. "डॉक्टर येईपर्यंत आम्ही याहून जास्त काही करू शकत नाही–" असंही त्या म्हणाल्या. मला थोडा वेळ झोप लागली. जाग आली तेव्हा माझ्या पोटात कळा उठत होत्या. "मला घरी केव्हा जाता येईल?" मी क्षीणपणे विचारलं. "डॉक्टर येतील, मानसोपचारतज्ज्ञ येतील, पुन्हा तपासतील, चौकशी करतील, मगच घरी सोडणार आम्ही तुला." एकीनं उत्तर दिलं. 'मानसोपचारतज्ज्ञ' हा शब्द माझ्या कानांवर पडला मात्र, माझ्या डोळ्यांवरची धुंदी खाडकन उतरली अन् मला भीतीनं वेढलं. आपण इथे अधिक काळ राहिलो तर मानसोपचारतज्ज्ञ आपल्याला नक्कीच एखाद्या मानसोपचार-केंद्रात पाठवतील, यात मला शंका नव्हती. डॅडींचं हॉस्पिटल माझ्या डोळ्यांसमोर उभं राहिलं अन् मी विलक्षण घाबरले. काय वाट्टेल ते झालं तरी आता इथे राहायचं नाही, असा निश्चय मी मनाशी केला. 'मला घरी जाऊ द्या,' अशी विनंती मी त्यांच्याजवळ केली. पण तिचा काही परिणाम झाला नाही त्यांच्यावर. शेवटी मी हाताला लावलेली नळी

खेचून बाहेर काढली. त्याबरोबर रक्तस्राव सुरू झाला. माझ्या लांब बाह्यांच्या शर्टची बाही रक्तानं भिजली. पण मला त्याची पर्वा नव्हती. माझी खोली पहिल्या मजल्यावर होती. पण मी ठरवलं, इथून पळून जाण्यासाठी खिडकीतून खाली उडी टाकावी लागली तरी बेहत्तर; पण आता इथे क्षणभरही राहायचं नाही. मी चोरपावलांनी हॉस्पिटलमधून बाहेर पडले त्या वेळी माझ्या मनात एकच विचार होता– काय वाट्टेल ते होवो; पण डॅडींसारखी मानसोपचार हॉस्पिटलमध्ये आपली रवानगी होऊ द्यायची नाही.

मी ज्योबरोबर फ्लॅटवर परत आले. ती थोडा वेळ माझ्याजवळ थांबली. पुन्हा असला काही वेडेपणा करणार नाही, असं वचन मी तिला दिलं. त्यानंतरचे काही दिवस मला फोन उचलायचीदेखील भीती वाटायची. मनात हाच विचार की, हॉस्पिटलमधून फोन आलेला असणार. ज्योनं ही बातमी जेला सांगितली. तो धावतच मला भेटायला आला. तो भयंकर अस्वस्थ झाला होता. पुन्हा त्यानं तेच पालुपद सुरू केलं, "आपण एकत्र राहू या."

"जे, आता पुरे रे! हे सगळं मला सहन होत नाहीये. तूच मदत कर मला आता आपलं हे नातं संपवण्यासाठी!" मला वाटतं, माझी ही केविलवाणी विनंती ऐकल्यावर त्याला कळून चुकलं, माझी किती अधोगती झालीय आणि आम्ही दोघं एकमेकांना काहीही मदत करू शकत नाही. तेव्हा त्यानं माझं म्हणणं ऐकलं. "ठीक आहे. तू म्हणतेस तसंच होईल. आजपासून आपल्यामध्ये फक्त मैत्रीचं नातं राहील, मग तर झालं?"

डॅडींना मी या सगळ्या प्रकाराबद्दल काहीही सांगितलं नाही. 'का केलंस हे? काय कारण घडलं?' अशासारख्या त्यांच्या प्रश्नांना उत्तरं द्यायची माझ्या मनाची तयारी नव्हती. हळूहळू मला आपल्या मर्यादांची जाणीव होऊ लागली. भावनिकदृष्ट्या आपण स्वत:ला असं वाहवून जाऊन चालणार नाही, हेही मला कळून चुकलं. जे झालं ते झालं, आता ते विसरण्याचा प्रयत्न करणं, एवढंच माझ्या हातात होतं. मी जे करत होते ते योग्य किंवा अयोग्य, हे मला ठाऊक नव्हतं. स्वत:विषयीचं कटू सत्य अशा प्रकारे कुणी गाडू शकेल का, हेही मला ठाऊक नव्हतं. पण मला एकच गोष्ट स्पष्टपणे दिसत होती, या वेळी आपण स्वत:ला माफ करायचं. आतापर्यंत संकटांना सामोरं जाण्याऐवजी आपण त्यांना पाठ दाखवली, पळ काढला, हे खरं असलं तरी स्वत:ला दूषणं देऊनही काही फायदा नाही; याची जाणीव माझ्या मनाला झाली. यापुढे स्वत:ची काळजी स्वत:च घ्यायची. मनाला, शरीराला उभारी द्यायचा प्रयत्न करायचा, असं मी मनाशी ठरवलं. हे सोपं नाही, हेही मला समजत होतं. त्यासाठी आपल्याला फार कष्ट घ्यावे लागणार आहेत, असं मी स्वत:ला प्रेमळपणे बजावलं. या सकारात्मक

विचारांबरोबर आणखी एक चांगला विचार मनाला सुचला. आपण कसलीही घाई करायची नाही, काळच सगळ्यांवर योग्य उपाय आहे, या कल्पनेवर विश्वास ठेवायचा. आपल्या आयुष्यात आजवर अनेक भयानक घटना घडल्या आहेत; पण पुढेही तसंच होत राहील, असं समजण्याचं मुळीच कारण नाही. कुणी सांगावं, आपल्याला चारचौघींसारखं साधं-सरळ आयुष्य जगता येईलही. 'एका खुनी माणसाची मुलगी' हा शिक्का मिरवत जगायची काही गरज नाही. जिच्या वडिलांनी तिच्या एकमेव प्रिय व्यक्तीचा– आईचा– खून केला... ज्यांच्यावर विश्वास टाकायचा, त्याच माणसानं हे कृत्य केलं... ज्या मुलीला पुरुषाच्या स्वभावाची फक्त वाईट बाजूच दिसली... जिच्यावर घराबाहेर एकटीनं राहण्याचा दुर्धर प्रसंग ओढवला... जिला तिच्या मित्रांनीच सोडचिठ्ठी दिली, अशी मी एक मुलगी होते. ही गोष्ट अगदी खरी असली तरी जन्मभर मला लोकांनी तसंच ओळखावं; नव्हे, मीदेखील त्याच भूमिकेत जगावं, असा काही नियम नव्हता. माझं आयुष्य मी वेगळ्या प्रकारे घडवू शकेनच की!

ज्योच्या मदतीनं मी माझ्या आयुष्याचा ढळलेला तोल सावरायला सुरुवात केली. सुरुवातीचा काही काळ जेला फोन करायला मला फार भीती वाटत असे. त्याच्या आईला भेटता येईल का, हे विचारण्याचं धाडसही मी करू शकले नाही. काही महिने तसेच गेले. मग त्याच्याही मनातला राग निवळला अन् त्यानं मला मोबाइलवर संदेश पाठवायला सुरुवात केली. रस्त्यात कधी आमची गाठ पडली तर थांबून तो माझ्याशी बोलूही लागला. एकदा त्यानं मला विचारलं, "तू ममाला फोन का नाही करत?" त्यानंतर एकदा मी तिला भेटायला गेले. आतापर्यंत ती माझीदेखील दुसरी आईच झाली होती. मात्र, या भेटीत माझ्या लक्षात आलं की, माझ्याशी मैत्री करायला तिची हरकत नव्हती; पण आई-मुलीचं नातं आमच्यात निर्माण होऊ शकणार नव्हतं. त्या वेळी आई गमावण्याचं दुःख मला नव्यानं जाणवलं. ममाला गमावल्यामुळे झालेली जखम खूप खोलवर होती; पण या दुखऱ्या व्रणामुळे मला माझं नवं मैत्रीचं नातं विद्रूप करायचं नव्हतं. मी हे नवं नातंही धीरानं स्वीकारलं. ती माझी आई नव्हती, हे जरी खरं असलं तरी तिचा एक चांगला परिणाम माझ्यावर नक्कीच झाला. चांगल्या प्रभावाची ती होती. तिचा वडीलधारा आवाज मला लाभदायक होता. प्रत्येक वेळी माझं मनापासून स्वागत करणारा होता. आपल्या मनातली पोकळी एखाद्या दुसऱ्या साधनानं भरून काढण्याचा प्रयत्न करणं कधी कधी धोकादायक ठरू शकतं आणि मुख्य म्हणजे ही स्थिती फार काळ टिकूही शकत नाही. ममा मला कायमची सोडून गेलेली आहे, हे सत्य मी स्वीकारायला हवं होतं. तिची जागा दुसरी कोणतीही स्त्री घेऊ शकणार नाही आणि जसजसा काळ जाईल तसतसं सगळं काही ठीक

होईल, हेही मला शिकायला हवं होतं. तिचं स्थान दुसऱ्या कुणाला देण्याऐवजी मनातली पोकळी जपूनच मी तिच्या प्रेमाचा योग्य मान राखू शकणार होते.

मी आणखी एक सकारात्मक पाऊल उचललं. मी गाडी चालवायला शिकले. त्यामुळे आता मला सार्वजनिक वाहतूक सेवेवर अवलंबून राहावं लागणार नव्हतं. प्रवासाचा वेळ आणि त्रासही वाचणार होता; तसंच दुसऱ्या कुणावर अवलंबून राहावं लागणार नव्हतं. याच सुमारास ब्रेड बनवणाऱ्या एका कंपनीत मी नोकरी धरली आणि या वेळी मी आणखी एक शहाणपणाची गोष्टही केली. कुणा पुरुषाबरोबर 'डेट'वर बाहेर जाण्यापूर्वी त्याची थोडी माहिती मिळवली अन् मगच त्याच्याबरोबर बाहेर जायचं कबूल केलं. त्याचं नाव होतं जॉन आणि त्याचं लोभस वैशिष्ट्य म्हणजे त्याची विनोदबुद्धी. कामाच्या वेळीसुद्धा तो सगळ्यांना काही ना काही करून हसवत ठेवायचा. त्यामुळे काम कधीच कंटाळवाणं वाटायचं नाही. रंगरूपानं जॉन ठीकच होता. पण पहिल्यांदाच मला असं जाणवलं की, सकाळी कामाच्या ठिकाणी त्याचं दर्शन घडलं की, मला बरं वाटायचं. दिवस छान जाईल, असा विश्वास वाटायचा.

आम्ही एकमेकांना भेटू लागलो. जॉनसारख्या प्रेमळ माणसाची भेट झाल्याबद्दल मी स्वत:ला भाग्यवान समजू लागले. त्यानंतर एक वर्ष छानच गेलं. आम्ही दोघं पती पत्नीप्रमाणेच राहू-वागू लागलो. कधी आम्ही बाहेर गेलो की, जेवूनच परत यायचो. कधी काही खरेदी करत असू, तर कधी दोघं मिळून स्वयंपाक करायचो आणि आरामात टीव्हीदेखील बघायचो. अगदी साधं, काहीसं अळणी, बेचव आणि शांत आयुष्य जगताना मला खूप बरं वाटत असे. त्याला माझ्या डॅडींविषयी सगळं ठाऊक होतं. त्यामुळे त्याला खूप धक्का बसला असणार, हेही मला ठाऊक होतं. पण माझ्या समस्येनं त्याला मनापासून वाईट वाटलं. भूतकाळ विसरण्यासाठी मला मदत करायची तयारीही त्यानं दाखवली. मी अधूनमधून डॅडींना भेटायला जायची तेव्हा जॉन माझ्याबरोबर येत असे. बऱ्याचदा मी डॅडींना न येण्याविषयी काही ना काही सबब सांगायची आणि एखादा दिवस अचानकपणे जाऊन त्यांना आश्चर्याचा धक्का द्यायची. असा सुखद धक्काही डॅडींना सहन व्हायचा नाही. त्यांच्या डोळ्यांत पाणी उभं राहायचं. कॉफी पीत-पीत आम्ही ममाच्या आठवणींना उजाळा द्यायचो. कुणी आमच्याजवळून अशा वेळी गेलं असतं तर त्याला आम्ही दोघं चारचौघांसारखे बाप आणि मुलगी वाटलो असतो. याच सुमारास डॅडींना सांगण्यात आलं की, त्यांना आता मध्यम सुरक्षा असलेल्या हॉस्पिटलमध्ये हलवण्यात येणार होतं. त्याचं नाव होतं ग्रीनट्रीज लॉज (Greentrees Lodge). हे हॉस्पिटल हलपासून जवळ होतं. या ठिकाणी त्यांच्यावर पूर्वीसारखी कडक नजर ठेवली जाणार नव्हती. त्यांना हॉस्पिटलच्या

आवारात एकट्यानं फिरण्याचं स्वातंत्र्य मिळणार होतं. एवढंच नव्हे, तर माझ्याबरोबर ते हॉस्पिटलबाहेरही थोड्या अंतरावर एक कॉफी हाऊस होतं, तिथे जाऊ शकणार होते. एक गोष्ट मलाही स्वीकारावी लागणारच होती. डॅडींना त्यांचं उरलेलं आयुष्य अशा प्रकारच्या संस्थेतच काढावं लागणार होतं. अर्थात रॅम्पटनच्या मानानं ग्रीनट्रीज लॉज ही बरीच मोठी मजल त्यांनी मारलेली होती. जवळपास सर्वसामान्य अशा वातावरणात डॅडींबरोबर चार घटका घालवता येणं, या माझ्या अनेक सुखद आठवणींपैकी काही होत्या.

एक विचार माझी पाठ कधीच सोडत नाही. ममाला अशी साधी, छोटी सुखं कधीच अनुभवायला मिळणार नाहीत. आम्ही चारी भावंडं या एकाच भावनेनं विदीर्ण झालो. प्रत्येकाचं दु:ख वेगवेगळं होतं. आमच्यापैकी प्रत्येकानं वाट्याला आलेलं आयुष्य शक्य तितक्या चांगल्या पद्धतीनं जगायचा प्रयत्न केला. डायानानं तिच्या नेहमीच्या रोखठोक स्वभावाला अनुसरून एक मोठा निर्णय घेतला, 'डॅडी मला मेले अन् मी डॅडींना.' मग तिनं डॅडींशी काडीचाही संबंध ठेवायचं नाकारलं. डॅडींचं वर्चस्व टाळायचा एक सोपा मार्ग तिनं शोधून काढला. म्हणूनच डॅडींना ग्रीनट्रीज लॉजमध्ये हलवणार आहेत, असं कळल्यानंतर तिनं हलमधून बाहेर जायचा निर्णय घेतला. समजा, कधीतरी फिरायला बाहेर पडलेले डॅडी वाटेत भेटले तर... हा विचारही तिला असह्य वाटला. डॅनियलच्या बाबतीत बोलायचं झालं तर स्वत:चे निर्णय स्वत: घेण्याइतका तो मोठा झालेला नव्हता. त्यामुळे त्याला डॅडींना भेटायचं होतं की नाही, ते मला कळलं नाही. आपल्या बायकोला घेऊन एकदा इमॅन्युएल डॅडींना भेटायला गेला होता, असं मला समजलं. पण त्यानं कशा प्रकारे त्या प्रसंगाला तोंड दिलं याविषयी मला काही कळलं नाही.

एखाद्या आदर्श जगात, डॅडींच्या क्रूरपणामुळे जे नातं त्यांच्यावर आणि माझ्यावर लादलं गेलं, ते आम्हाला अनुभवावं लागलं नसतं. एक प्रेमळ बाप आणि त्यांची लाडकी लेक असं आयुष्य आम्ही जगलो असतो. पण आम्ही दोघंही तेवढे नशीबवान नव्हतो. शेवटी एकत्र येण्याचा एक मार्ग आम्ही शोधून काढला आणि एक गोष्ट मला आवर्जून सांगायलाच हवी. पूर्वीदेखील डॅडींनी मला शब्द दिला की, ते तो नेहमी पाळत असत आणि आताही त्यांनी आपल्या त्या वर्तनात बदल केलेला नाही. माझ्यातही डॅडींचा तो गुण पुरेपूर उतरला आहे. त्यांना दिलेलं वचन मी कधीही मोडत नाही. इथे प्रामाणिकपणे हेही सांगायला हवं की, त्यांना मी माफ केलंय, असं नाटक मी कधी केलं नाही. पण मी त्यांना दोन वचनं दिली– त्यांचं बोलणं मी शांतपणे ऐकून घेईन आणि त्यांच्या अंतकाळी मी त्यांच्यासोबत असेन. भूतकाळावर मी आता पडदा टाकला होता आणि त्याचे परिणाम मला अजूनही भोगायचे असले तरी यापुढे आयुष्य कसं जगायचं याचा

निर्णय मला घ्यावाच लागणार होता. मी ठरवलं, आपण आता एक चांगली व्यक्ती म्हणून जगायचं, त्यांची जबाबदारी टाळायची नाही. पण कोणत्याही क्षणी मी त्यांना असं भासू दिलं नाही की, त्यांनी ममाचा खून केलेला नाही.

डॅडींबरोबर संबंध ठेवले म्हणून आग पाखडणाऱ्या माझ्या शेजारणीची मला आठवण झाली. ती म्हणाली होती, "तुमच्या ममाच्या आत्म्याला शांती लाभणार नाही तुझ्या या अशा वागण्यामुळे." मला मात्र आशा वाटते की, ममा माझ्याकडे पाहत असेल अन् मी जे करते आहे ते योग्यच आहे, असंही तिला वाटेल. कारण काही झालं तरी मी तिचीच शिकवण आचरणात आणते आहे. तिनंच मला दया, प्रेम आणि आशा या उदात्त तत्त्वांची ओळख करून दिली होती ना!

माझं आयुष्य परिपूर्ण कधीच असणार नव्हतं; पण रोजच्या रोज मी दिवसभराच्या वागण्याचा मनातल्या मनात लेखाजोखा तरी मांडू शकत होते– मी काय केलं, मला काय वाटलं, वगैरे. कधी अविचारीपणानं कृती करण्याऐवजी एक पाऊल मागे घेऊन विचारपूर्वक कृती करायची, असा प्रयत्नही मी करू शकत होते. या प्रकारचं आयुष्य जगणं, हा माझ्यासाठी एक पूर्णपणे नवा अनुभव होता. पूर्वी मी होते तशी तापट स्वभावाची तरुण मुलगी पुढेही असण्याचं काही कारण नव्हतं. ती मुलगी नेहमी एका चुकीकडून दुसऱ्या चुकीच्या क्षणाकडे, अशा प्रकारे वाटचाल करत होती. आता त्या जुन्या आयुष्यक्रमातून मी बाहेर पाऊल टाकलं होतं. मला वाटतं, बहुतेक सर्वसाधारण लोक आयुष्यात आलेल्या संकटांचा याच पद्धतीनं सामना करतात. माझी खात्री आहे की, ममाचेदेखील वर्षानुवर्षं हेच विचार होते. तिनं थोडा अधिक प्रयत्न केला असता, नवऱ्याचा मान राखला त्याची आज्ञा मानली असती; तर तिचं पूर्वायुष्य पुन्हा ठीक होईल, त्यातल्या जखमा बऱ्या होतील आणि तिचा भविष्यकाळ उज्ज्वल होईल, असं तिलाही वाटलं असणार. माझ्यामध्ये आणि एल्व्हामध्ये (ममामध्ये) हाच फरक होता की, मी वाईट गोष्टी जशा होत्या त्याच रूपात पाहू शकले होते, म्हणून मी त्यांच्यापासून दूर व्हायचा प्रयत्न केला. ममाला ते कधीच जमलं नाही. डॅडींचं बोलणं बऱ्याच वेळा ऐकल्यानंतर एका जुन्या जिग-सॉ कोड्यातला हरवलेला तुकडा मला सापडला. डॅडींनी एल्व्हाला चौथऱ्यावर बसवलं होतं. खरोखरच त्यांनी तिला उच्च स्थानावर बसवलं. पण त्यांचं तिच्यावर प्रेमबीम काही नव्हतं. त्यांनी एका कल्पनेवर प्रेम केलं– मी एका पतितेला स्वीकारलंय आणि तिला आपली पत्नी अन् आपल्या मुलांची आई बनवून तिच्यात पूर्णपणे बदल घडवून आणलाय. त्यांना नेहमी वाटायचं की, त्यांना ममाचं मन कळलं होतं आणि त्यांचं तिच्यावर प्रेम होतं. सत्य हे होतं की, त्यांचं आपल्या मनाच्या या शोधावरच प्रेम होतं. त्यांनी ममाला कधीच ओळखलं नाही. खरं म्हणजे, आम्ही कुणीच तिला ओळखू

शकलो नाही. तिच्या काळ्या भूतकाळानं तिला जखडून टाकलं होतं. तिच्या पायातल्या लग्नाच्या बेड्या अधिकच जड झाल्या होत्या. ममाचा स्वभाव कसा आहे, त्याची एक छोटीशी झलक मी पाहू शकले होते. ती कशी होती आणि चांगल्या, सुखी संसारात कशी फुलू शकली असत, हे मला समजलं होतं. ममा प्रेमळ होती, शहाणी होती. तिला विनोदाचं अंगही होतं. पण बिचारीचं जीवनपुष्प तिच्या आयुष्यात आलेल्या हिणकस वृत्तीच्या पुरुषांमुळे पार कोमेजून गेलं. स्वार्थी, लंपट पुरुषांनी तिचं व्यक्तिमत्त्व खुरटवून टाकलं होतं.

मी माझ्या बाबतीत ते होऊ देणार नव्हते. मी दुखावली जाईन किंवा माझ्याकडे दुर्लक्ष होईल किंवा कुणी माझा गैरफायदा घेईल, अशी परिस्थिती स्वत:वर येऊच द्यायची नाही, हा धडा मी शिकले होते. पण याहूनही महत्त्वाची एक गोष्ट मी शिकले होते. ती म्हणजे– मीदेखील दुसऱ्या कुणाला त्रास देणार नाही, त्यांचा छळ करणार नाही. अनेक वेळा मी रात्री झोपेतून दचकून जागी व्हायची. त्याआधी मला एखादं वाईट स्वप्नं पडलेलं असायचं. आई होण्याची कल्पनाच मला भयावह वाटायची. मी डॅडींसारखी असले तर? त्यांच्यासारखाच संतापी स्वभाव असेल तर? संतापाच्या भरात मीदेखील त्यांच्यासारखीच वागले तर? अशा वेळी मला दरदरून घाम फुटायचा. आपण राक्षसबिक्षस आहोत की काय, अशी भीती वाटायची मला. या स्वप्नाद्वारे जणू माझं मन माझी परीक्षा घेत होतं. आपण चाललोय ती वाट, तो प्रदेश योग्य आहे ना, याची मला खात्री नसल्यामुळे माझं मन पायाखालच्या जमिनीची चाचपणी करत असावं. मी लहानपणी होते तशीच अजूनही आहे की, माझ्यात काही बदल घडलेत, हेसुद्धा माझं मन पडताळून पाहत असावं.

कदाचित पुढची अनेक वर्षं मी अशाच प्रकारे वाटचाल केली असती; पण वळणं नसतील तर ते आयुष्य कसलं? डॅडींविषयी त्यांच्या संस्थेतून मला २००५ मध्ये फोन आला अन् एक नवं संकट माझ्यासमोर 'दत्त' म्हणून उभं राहिलं. डॅडींची प्रकृती ठीक नव्हती. पुन्हा एकदा मी भोवऱ्यात फेकले गेले. या वेळेला त्यांची प्रकृती इतकी बिघडली की, ते बरे होण्याची अजिबात आशा उरली नाही. तपासणीत असं आढळलं की, त्यांना मूत्राशयाचा कर्करोग झाला होता. आता त्यांना माझी गरज भासणार होती– पूर्वी कधीच भासली नव्हती इतकी!

डॅडींना गमावलं

साध्या, सरळ आयुष्याबद्दल कितीतरी सांगता येईल. असं आयुष्य जगत असताना माणूस आपल्या नजीकच्या भविष्यकाळाविषयी अंदाज वर्तवू शकतो. आपण पुढल्या आठवड्यात अमुक वेळी काय करत असू, याविषयी त्याला खात्रीपूर्वक सांगणं शक्य असतं. पुढल्या आठवड्यातच नव्हे तर पुढल्या वर्षी या सुमारास आपलं आयुष्य कसं असेल, याविषयीही आपण सहजपणे बोलत असतो. आयुष्याबद्दलची ही खात्रीच आपला मोठा आधार असते. आपण त्यामुळे मनाने शाबूत असतो. कधी कधी आयुष्याच्या एकसुरीपणाचाही आपल्याला कंटाळा येतो. त्याचीही आपल्याला काळजी वाटते, पण ती तेवढ्यापुरतीच! कारण आपल्या कंटाळवाण्या आयुष्यात आपण सहजपणे बदल घडवून आणू शकतो. मी मात्र माझ्या आख्ख्या जीवनात अशा प्रकारच्या कौटुंबिक जिव्हाळापूर्ण आयुष्याचा शोध घेत आले आहे की, जे मला खात्रीपूर्वक सुरक्षित वाटेल, ज्याच्यावर मी विसंबून राहू शकेन. साध्या, सरळ आयुष्याचा शोध ही गोष्ट तुम्हाला ऐकायलाही विचित्र वाटेल, हे मला समजतंय; पण अगदी प्रामाणिकपणे सांगते, तुम्हाला असं आयुष्य अनुभवायलाच मिळालेलं नसेल तर त्याचा शोध घेणंही कठीणच असतं.

मला वाटतं, जॉन आणि मी एकत्र राहत होतो तेव्हा माझा त्याच दृष्टीनं प्रयत्न चालला होता आणि बऱ्याच प्रमाणात मी तसं भासवलंदेखील! दोन वर्षं आम्ही एकत्र राहिलो. इतरांच्या दृष्टीनं आम्ही चारचौघांसारखं आयुष्य जगत होतो. आम्ही दोघंही नोकरी करत होतो. ९ ते ५ च्या दिनक्रमात फिरत होतो. दैनंदिन आयुष्यात घडणाऱ्या छोट्या-छोट्या गोष्टींविषयीच मी बहुतेक वेळा

विचार करत असल्यामुळे माझ्या भूतकाळाचा विचार करायला मला फारशी सवडच मिळायची नाही. उदा. माझी गाडी (MOT) चाचणीतून पार पडली नाही तर नव्या गाडीसाठी पैसा कुठून आणायचा? दोन आठवड्यांची सुट्टी घालवण्यासाठी कोणतं ठिकाण आपल्या खिशाला परवडू शकेल? नवी नोकरी शोधावी का? असे साधे प्रश्न सोडवण्यातच बहुतेक वेळा माझं मन गुंतलेलं असायचं.

आतापर्यंत मला असं जाणवतंय की, नातेसंबंध जोडण्याच्या एकमेव हेतूनं मी एकामागून एक अशा घटनांना सामोरी गेले ह्याचा यापूर्वी मी तटस्थतेनं विचार केलेलाच नव्हता. खरं म्हणजे प्रत्येक वेळी मी एका दरीतून दुसऱ्या दरीत, एका संकटातून दुसऱ्या संकटात कोसळत होते अन् दर वेळी कसंबसं आपल्या पायावर उभं राहण्याचा प्रयत्न करत होते. जॉनबरोबरच्या माझ्या नातेसंबंधांच्या काळात मी खूपशी सामान्य माणसाचं आयुष्य जगत होते. पण आतून आपण किती घायाळ झालेलो आहोत, हे तपासून बघण्याचा धोका मी त्या वेळीही घेतला नाहीच. आला दिवस व्यवस्थितपणे पार पाडायचा, एवढं एकच ध्येय माझ्या डोळ्यांसमोर असायचं. अर्थात प्रत्येक दिवसाचं मी स्वागतच करायची त्या काळात. खरंच, माझ्या भूतकाळाला खोल कुठेतरी गाडून टाकायचं होतं.

डॅडींच्या तब्येतीविषयी ऐकल्यावर मात्र क्षणभर मला असा भास झाला की, कुणीतरी आपल्याला थाडदिशी भिंतीवर आदळतंय. पुन्हा एकदा माझ्या भूतकाळानं माझ्या नव्या, सुरळीत चाललेल्या आयुष्याला उद्ध्वस्त करण्याचा प्रयत्न केला होता. पुन्हा एकदा 'मी एका खुनी माणसाची मुलगी आहे', ही जाणीव मनाला झाली अन् त्यांच्या बरोबर असण्याचं दिलेलं वचन निभावण्याच्या जबाबदारीचं ओझंही जाणवलं. जॉनबरोबर साधं, सरळ आयुष्य जगताना भूतकाळाला मी माझ्या डोक्यात थारा दिला नव्हता. आयुष्य आता छान होतं; पण भूतकाळ पूर्णपणे मिटलाच नव्हता. कसं ते सांगते. जेव्हा मी एखाद्या व्यक्तीला प्रथमच भेटायचे– ती व्यक्ती माझ्या एखाद्या मित्राचा मित्रही असायची किंवा माझा नवा सहकारी असायची– तेव्हा मी त्या व्यक्तीला अगदी पहिल्या भेटीतच सांगून टाकायची, 'माझ्या डॅडींनी माझ्या ममाचा खून केला.' अशा वेळी त्या माणसाला काय प्रतिक्रिया द्यावी, तेच समजत नसे. एखादी व्यक्ती अस्वस्थपणे पटकन विषय बदलत असे, तर दुसरी कुणी त्याविषयी आणखी जाणून घेण्याची इच्छा व्यक्त करत असे. त्या वेळी तिचे डोळे आश्चर्यानं विस्फारलेले असत. तेव्हा द्यायची उत्तरं माझ्या जिभेवर तयार असत. पण ज्यो मला नेहमी म्हणायची, "काय गरज आहे गं ज्याला-त्याला सगळं सांगत बसायची?" तिच्या प्रश्नांचा मी अनेक वेळा विचार करायची. 'खरंच, का बरं आपण आपल्या डॅडींविषयी सगळ्यांना सांगत सुटतो?' एक दिवस मला माझ्या प्रश्नाचं उत्तर मिळालं. माझं

वागणं हा एक प्रकारचा आत्मसंरक्षणाचा मार्ग मी शोधून काढला होता. कुणीतरी माझ्याविषयी माझ्या पाठीमागे बोलावं, हे मला नको होतं. त्यापेक्षा सरळ-सरळ आपणच सांगून टाकावं की, मामला खतम! निदान मी खरं काय ते तरी सांगू शकत होते ना? परिस्थितीवर माझा अंकुश ठेवू शकत होते.

पण ते खरं नव्हतं. माझा परिस्थितीवर पूर्णपणे ताबा नव्हता, हे मला एकदा जॉनच्या बोलण्यातून उमगलं. आपला भूतकाळ इतका प्रबळ आहे की, तो आपल्या सामान्य आयुष्याविषयीच्या सगळ्या आशा धुळीला मिळवू शकतो, हे दुष्ट सत्य मला पुन्हा एकदा तीव्रतेनं जाणवलं. अनेकदा जॉन माझ्याजवळ तक्रार करत असे की, मी त्याच्यापासून अंतर ठेवून जगते, त्याला माझ्याशी जवळीक अशी कधी साधताच येत नव्हती. ''मला नाही समजत तुला काय म्हणायचंय ते?'' अशा अर्थी मी खांदे उडवले अन् तो विषय झटकून टाकायचा प्रयत्न केला. पण त्याला काय म्हणायचं होतं, ते मला चांगलं कळलं होतं. खरंतर शॉनबरोबरच्या माझ्या प्रेमप्रकरणात माझे हात ज्या प्रकारे पोळले होते, हृदय विदीर्ण झालं होतं; त्या प्रसंगाची पुनरावृत्ती होईल, याचीच मला धास्ती वाटत होती. पण हा तिढा कसा सोडवता येईल, तेही मला कळत नव्हतं. का कोण जाणे, पण कुणा पुरुषाच्या फार जवळ जाणं मला जमतच नव्हतं. कदाचित मी ते घडताना कधी पाहिलंच नसेल. त्याचा परिणाम असा व्हायचा की, माझ्या वागण्यात मलाच कधी कधी टोकाचा विरोधाभास दिसायचा. कधी मी माझ्यावर प्रेम करणाऱ्यांना दूर ठेवण्याच्या हेतूनं स्वत:भोवती थंडपणाचं काटेरी कुंपण उभारायची. कारण मला त्यांच्या गुदमरवून टाकणाऱ्या प्रेमाची भीती वाटायची. तर कधी कधी मीच माझ्या प्रियकराच्या गळ्याला घट्ट मिठी मारून म्हणायची, ''तुझं माझ्यावर प्रेम आहे ना, मग तसं सांग मला शब्दांतून. मला जवळ घे. माझ्यापासून दूर जाऊ नकोस. माझ्या अगदी जवळ राहा.'' या दोन्ही टोकांच्या वागण्यांमधून समतोल कसा साधावा, तेच मला समजत नव्हतं. जॉनबरोबर आनंदात राहायचा मी खूप प्रयत्न केला. घरातली कामं, बाजारात जाऊन खरेदी करणं, एकत्र बसून टीव्ही पाहणं हे सगळं करताना मला वाटायचं, एवढ्यावरच त्याचं समाधान होईल. आमचा एक नित्यक्रम ठरलेला होता, तो पार पाडण्यात मला आनंद वाटायचा. मी मनोमन प्रार्थना करायची की, माझ्यासारखा जॉनलाही त्यात आनंद वाटू दे.

तरीदेखील डॅडींच्या आजारपणामुळे ही सगळी सुखं, हे सगळे आनंद भंग पावले. एखाद्या आरशावर कुणीतरी जोराचा आघात केल्यानंतर तो जसा खळकन् फुटतो अन् त्याचे असंख्य तुकडे होतात, तसं माझं सुखी आयुष्याचं स्वप्न भंगलं. त्या तुटक्याफुटक्या अवशेषांना कवटाळून धरायचा मी प्रयत्न केला. पण

फुटलेला आरसा जसा पुन्हा सांधला जाऊ शकत नाही, तसे आमचे नातेसंबंधही एकदा विस्कटले ते विस्कटलेच. मुलगी, बहीण, प्रेमिका अशा सगळ्या भूमिका मी पार पाडत होतेच; पण आता माझी चारी दिशांना ओढाताण होऊ लागली. डायानाला डॅडींना भेटायची मुळीच इच्छा नव्हती. इमॅन्युएल आणि त्याची बायको अधूनमधून डॅडींना भेटत असत. पण या भेटींमुळेच त्यांच्या संसारात नवी वादळं उठण्याची शक्यता दिसू लागली. त्याच्या बायकोला वाटत असे की, इमॅन्युएल तिच्याकडे पुरेसं लक्ष देत नव्हता. काही दिवसांनी तर ते दोघे विभक्त होणार की काय, अशी शंका मला यायला लागली. डॅनियलची मन:स्थितीही विचित्र झाली. कारण त्याला डायानाला दुखवायचं नव्हतं. त्याच्या दृष्टीनं तीच त्याचं सर्वस्व होती. पण त्याला डॅडींचा अखेरचा निरोप घ्यायची तीव्र इच्छाही होतीच, हे त्याच्या-माझ्या बोलण्यातून मला जाणवत असे. एकदाच काय तो सोक्षमोक्ष लावून टाकावा, असं त्याला वाटत होतं. पण मला त्या विचाराची भीती वाटत होती. अशा प्रकारच्या भेटीत तुम्ही पुन्हा एकदा सगळ्या बऱ्या-वाईट वास्तवाला सामोरे जाता अन् तो अनुभव दुधारी शस्त्रासारखा असू शकतो. मी त्याला परिणामांची जाणीव दिली अन् म्हटलं, ''बघ, नीट विचार कर अन् निर्णय घे. तुला डॅडींना खरोखरच भेटायचं असेल, तर मी घेऊन जाईन तुला.''

डॅडींच्या कॅन्सरविषयी समजल्यानंतर मी पहिल्यांदा त्यांना भेटायला गेले तेव्हा माझं मन फार धास्तावलेलं होतं. कशी अवस्था झाली असेल डॅडींची, याची मला काहीच कल्पना नव्हती. खूप अशक्त झाले असतील का ते, खूप आजारी दिसतील? मला पाहताच ते कदाचित म्हणतील, ''नतालिया, मला घट्ट धर गं तुझ्या मिठीत.'' त्यांना बरं वाटण्यासाठी मी म्हणावं, ''डॅडी, तुम्ही चिंता नका करू, बरे होणार आहात तुम्ही.'' अशीही ते अपेक्षा ठेवतील माझ्याकडून. माझ्यापुढे काय वाढून ठेवलंय, याची मला अजिबात कल्पना नव्हती आणि आपण त्यांना कसं तोंड द्यायचं, याची तर त्याहूनही काही कल्पना नव्हती. त्यांनी फोनवर स्वत:च्या आजारपणाविषयी सांगितलं त्याच आठवड्यात मी पुन्हा एकदा त्यांच्याशी बोलले होते. त्या वेळी मला बरं वाटावं म्हणून ते म्हणाले होते, ''मी ठीक आहे सध्या अन् लवकरच अगदी ठणठणीत बरा होईन. तू काळजी करू नकोस.'' पण त्यांच्या लघवीतून रक्त जात होतं, ही गोष्ट मला ठाऊक होती. याचाच अर्थ असा होता की, त्यांचा कॅन्सर त्यांच्या कल्पनेपेक्षा बराच जास्त पसरला असावा. डॅडी खूप अशक्त झाले होते. पण त्यांची मानसोपचार हॉस्पिटलमधून सुटका करावी, असा विचार डॉक्टरांनी केलाच नसता. ''तू मला इथे भेटायला येऊ नकोस,'' असंही त्यांनी मला बजावलं. त्यांच्याबरोबर केमोथेरपीच्या वेळी जायची मी तयारी दाखवली, त्यालाही त्यांनी नकार दिला. ''कशाला त्रास घेतेस

गं? त्या वेळी कुणी जवळ असण्याची गरज नसते. शिरेतून औषध शरीरात घालतात, तेव्हा मला नुसतं पडून राहायचं असतं. त्यासाठी तू हलहून इतक्या दूर यायचा त्रास घेऊ नकोस.'' मला 'नको येऊस तू' असं सांगण्यामागे त्यांच्या मनात नक्की काय कारण होतं, ते मला समजलं नाही. कदाचित माझा जाण्या-येण्याचा त्रास त्यांना वाचवायचा असेल किंवा स्वत:ची नाजूक अवस्था त्यांना माझ्यापासून लपवायची असेल, आपण ठीक असण्याचं नाटक करायची इच्छा असेल... कारण काहीही असो; आपल्या भूमिकेवर ते ठाम राहिले अन् त्यांनी एखादी गोष्ट ठरवली की, त्यात बदल घडवणं कुणालाही शक्य नसायचं.

त्या दिवशी दुपारी मी त्यांना प्रत्यक्ष भेटले अन् मला खूप हायसं वाटलं. पूर्वीपेक्षा आता ते थकलेले अन् कृश दिसत होते, तरी त्यांची मन:स्थिती छान होती. सामाइक फ्लॅटच्या स्वागतकक्षात ते एका आरामखुर्चीत बसलेले होते. माझा हात हातात धरून त्यांनी मजेत गप्पा मारल्या. अगदी एरवी मारायचे तशाच. ''कशी आहे तुमची तब्येत डॅडी? बरं वाटतंय ना?'' मी पुन्हा विचारलं. ''तुला सांगतो मी, नतालिया. नव्हे, मी तुला वचन देतो की, मी एकदम ठीक होणार आहे!'' त्यांनी लगेच उत्तर दिलं. त्यांचा उत्साह पाहून मी त्यांच्या शब्दांवर विश्वास ठेवला. त्यांच्यासमोर बसलेली असताना मीदेखील धीरानं वागायचा प्रयत्न केला आणि त्यांच्यासारखंच मीही 'सगळं काही ठीक आहे'चं नाटक सुरू ठेवलं. मी माझ्या कामाबद्दल, जॉनबद्दल त्यांना सांगितलं. विनोद करून त्यांना हसवलं आणि त्यात बऱ्यापैकी यशस्वीही ठरले. आमचं दोघांचं हे नाटक सुरू असताना त्यांचं दुखणं एखाद्या कोपऱ्यातल्या हत्तीप्रमाणे तिथंच होतं. त्याच्याकडे दुर्लक्ष करून आपण त्याला पळवून लावू, अशी खोटी आशा मी मनाशी बाळगली. डॅडींची तशीच इच्छा होती आणि मीही त्यांच्या इच्छेचा मान राखला. त्यांचं आजारपण पावलापावलानं पुढे सरकतंय, डॅडी तिथेच अखेरचा श्वास घेणार आहेत, एक खुनी माणूस म्हणूनच ते मरणाला सामोरं जाणार आहेत, त्यांच्यामागे त्यांची उद्ध्वस्त मुलं हेच त्यांचं कुटुंब असणार आहे, याविषयीचे विचार मला माझ्या मनात येऊ द्यायचे नव्हते. ज्या माणसानं आपल्या कुटुंबावर इतक्या आपत्ती आणल्या, त्याचाच हात हातात घेऊन मी तिथे बसलेली असताना माझ्या मनाची अवस्था फार विचित्र झाली. पण हेही तितकंच खरं होतं की, गेल्या काही वर्षांमध्ये मी मनानं त्यांच्या खूप जवळ गेले होते.

डॅडींच्या आजारपणाचा ताणतणाव घरीदेखील माझी सोबत करत होता. अशा वेळी तरी मी जॉनजवळ माझ्या मनातल्या वेदना बोलून दाखवायला हव्या होत्या. त्याचा आधार मागायला हवा होता. पण झालं वेगळंच! मी त्याच्यापासून अधिकच दूर होत गेले. मनातल्या घालमेलीमुळे की काय कोण जाणे, पण पुन्हा

एकदा मी माझ्याभोवती पूर्वीची तटबंदी उभारली. पुन्हा एकदा माझं वागणं तुटकपणाचं होऊ लागलं. कारण नसतानाही मी त्याच्यावर चिडू लागले. बिचाऱ्यानं त्याच्या परीनं मला समजून घेण्याची शिकस्त केली, माझ्याशी तो शांतपणे वागला; पण त्याच्या प्रयत्नांना यश आलं नाही. माझ्या वागण्याचा खरंतर मलाही थांग लागत नव्हताच. डॅडी मरतील तर बरं होईल, अशी नेहमी इच्छा करणारी मी, आता मात्र त्यांच्या आजारपणामुळे हादरून गेले होते. कसलं तरी वादळ घोंघावत माझ्या दिशेनं येत होतं. माझ्या मनात विचारांचं थैमान सुरू होतं. ममाच्या स्मृतीला जोडणारा डॅडी हा शेवटचा दुवा आहे, त्यांच्या मृत्यूमुळे तो दुवा निखळेल आणि मी सर्वस्वी पोरकी होईन, एकाकी होईन... ममाला गमावण्याचं दुःख पुन्हा एकदा माझ्यावर कोसळेल. पुन्हा एकदा ते सगळं सहन करण्याची ताकद माझ्यात उरली नव्हती, म्हणूनच डॅडी मला देत असलेल्या आश्वासनांवर मी विसंबून राहायचा प्रयत्न करत होते. पण त्या नादात मी जॉनला मात्र दूर लोटत होते. माझा त्याच्यावर पुरेसा विश्वासच नव्हता. त्याला मदत करू द्यावी, असं मला मनापासून वाटत नव्हतं, एवढं खरं!

एक महिना केमोथेरपीची ट्रीटमेंट घेतल्यानंतर डॅडींना पुन्हा खात्री वाटू लागली की, त्यांनी कॅन्सरला परतवून लावलंय. केमोथेरपीमुळे त्यांचे बरेचसे केस गळाले, वजनही खूप कमी झालं. तरीदेखील आपण कॅन्सरला टाळलंय, असा विश्वास त्यांच्यात निर्माण झाला. मलाही खूप बरं वाटलं– आम्हाला सगळ्यांनाच! डॅडींच्या मृत्यूनंतर आमचं कुटुंब कोसळून पडलं असतं. ती आपत्ती टळली, अशी आम्ही स्वत:ची खोटी समजूत करून घेतली. सध्या चाललंय तेच आयुष्य पुढे जगायची शक्यता वाढली, असं आम्हाला वाटलं. दर दोन महिन्यांनी मी त्यांना भेटत असे आणि त्यांच्याबरोबर ममाच्या आठवणींना उजाळा देत असे. मी आता पूर्वीपेक्षा अधिक सुखी दिसते, असं जॉनच्या लक्षात आलं. पण आम्ही दोघं घरात असताना तो मात्र अगदी गुपचूपपणे वावरत असे, जणू काही बर्फावर चालत असल्याप्रमाणे! माझ्या तापट, चिडचिड्या स्वभावामुळे मी असं वातावरण घरात निर्माण करून ठेवलं होतं की, जिथे जॉनला पावलागणिक माझ्या रागावण्याची भीती वाटायची. घरात पाऊल ठेवलं की, तो आधी माझा मूड कसा आहे, याची चाचपणी करायचा. कोणत्याही क्षणी माझा भडका उडेल, असं त्याला वाटत राहायचं. या सगळ्यामुळे मला माझाच खूप तिरस्कार वाटू लागला. मनात आलं– पूर्वी ममादेखील अशाच प्रकारच्या वातावरणात दिवस काढत असावी. त्या विचारानं माझं मन विदीर्ण झालं. पण हे सगळं कसं थांबवावं, हेही मला समजत नव्हतं. माझ्या स्वभावामुळे जॉनचाच नव्हे तर माझाही कोंडमारा होत होता. डॅडींची तब्येत सुधारेल आणि त्यामुळे माझ्याही

मनावरशा ताण कमी होऊन मीदेखील पूर्वीसारखी वागू लागेन, जॉनच्या दुखऱ्या मनावर फुंकर घालू शकेन, अशी आशा मला होती.

डॅडींच्या कॅन्सरविषयक पहिल्या निदानानंतर सहा महिने गेले. त्यांच्यावर उपचार सुरू होतेच. एकदा त्यांना मी भेटायला गेले असताना मला असं जाणवलं की, त्यांचं घटलेलं वजन पुन्हा वाढत नाहीये आणि एका जागी जास्त वेळ बसल्यानंतर त्यांना त्रास होत असल्याचं त्यांच्या चेहऱ्यावर दिसलं.

"काय होतंय डॅडी? सगळं ठीक आहे ना?" मी चौकशी केली.

"बाकी सगळं ठीक आहे. फक्त थोडी पाठ दुखतेय अलीकडे." ते म्हणाले. तेव्हा माझ्या पोटात खड्डा पडल्याचा भास मला झाला. आमच्या दोघांच्याही मनात त्या वेळी एकच भीती उमटली. कॅन्सरनं परत आपलं ठाणं काबीज केलं होतं. पुन्हा केलेल्या तपासणीत डॅडींचा कॅन्सर झपाट्यानं पसरत असल्याचं लक्षात आलं. आता त्यानं डॅडींच्या फुफ्फुसांवर, यकृतावर आणि मूत्रपिंडांवर हल्ला केल्याचं डॉक्टरांच्या लक्षात आलं. या वेळी उपचार करण्यात अर्थ नव्हता– डॅडींना मृत्यूला सामोरं जाण्याची तयारी करावी लागणार होती.

डॅडींनी ही बातमी शांतपणे स्वीकारली. मी त्यांच्याजवळ जाऊन बसले अन् त्यांना विचारलं, "ममाला तुम्ही ठार मारलंत. त्या कृत्याची तुम्हाला अशी शिक्षा मिळतेय, असं नाही वाटत तुम्हाला?"

"हो."ते एवढंच शांतपणे म्हणाले. आपला अंतकाळ जवळ आलाय, हे त्यांच्या लक्षात आलं आणि त्यांनी तो विचार शांतपणे स्वीकारला.

"तुम्हाला भीती वाटतेय, डॅडी?"

"नाही."

का कुणास ठाऊक, पण वेड्यासारखं मी विचारलं, "डॅडी, मेल्यानंतर तुम्ही परत केव्हातरी मला दर्शन द्याल? मला सांगाल की, आता तुम्ही ठीक आहात? मी आरशासमोर उभी असेन तेव्हा तुम्ही परत याल आणि मला दाखवाल की, तुम्ही अजूनही माझ्याजवळच आहात?"

"मी प्रयत्न करेन. पण मला नाही वाटत, परमेश्वर मला तसं करण्याची परवानगी देईल. मृत्यूनंतर परत कुणी पृथ्वीवर येऊ शकतं, असं मला तरी वाटत नाही. पण ते राहू दे. मीच तुझ्याकडे काहीतरी मागणार आहे. नतालिया, माझ्या पोरी, आयुष्यात काहीतरी भरीव असं कर. सध्या करते आहेस तसल्या फालतू नोकऱ्या करू नकोस गं! माझ्यासाठी म्हणून तरी आपल्या आयुष्याला चांगलं वळण दे. सुखात, आनंदात राहा."

त्यावर मी काय उत्तर दिलं, ते मला आता आठवतही नाही.

मनोरुग्णालयातील अधिकाऱ्यांनी या वेळी एका अतिशय दयाळू वृत्तीचा

प्रत्यय आम्हाला दिला. डॅडींची अखेरची इच्छा अशी होती की, त्यांना आपल्या कुटुंबीयांना शेवटचं भेटायचं होतं, त्यांचा निरोप घ्यायचा होता. खरं म्हणजे कॅन्सर झाल्यानंतरही त्यांनी डॅडींची मुक्तता केलेली नव्हती, म्हणून माझा त्यांच्यावर राग होता. पण त्यांच्या या निर्णयामुळे माझा त्यांच्यावरचा राग निवळला. त्यांनी माणुसकीचं दर्शन आम्हाला घडवलं होतं. मला कल्पना आहे एका गोष्टीची– काही वर्षांपूर्वी जर कुणी मला सांगितलं असतं की, करदात्यांनी दिलेल्या पैशातून सरकार एका खुनी माणसाला सुट्टीवर पाठवणार आहे, तर मी संतापले असते. पण गेल्या काही वर्षांत मी बदलले आहे. आता मला समजतंय की, प्रत्येक प्रश्नाची एक वेगळी, आपल्याला न दिसणारी अशी बाजूही असते. 'डोळ्यांना दिसतं तेवढंच सत्य', असं खरोखरच नसतं. आपल्या समाजात असं घडू शकतं. डॅडींसारख्या एका गुन्हेगारालादेखील सहानुभूतीनं वागवलं जातं, त्याच्या भावनांची कदर केली जाते, हेच आपल्या समाजाचं फार मोठं व्यवच्छेदक लक्षण आहे, असं मला प्रामाणिकपणे वाटतं. वेगळ्या शब्दांत सांगायचं तर मी असं म्हणेन की, गुन्हेगारापेक्षा आपण सामान्य माणसं अन् त्यांनी बनवलेलं सरकार नक्कीच अधिक चांगले आहोत.

ग्रीनट्रीज लॉजमधून कुणीतरी एक जण– तिथला पुरुष कर्मचारी– डॅडींना ब्रिंडिसीला घेऊन जाणार व परत आणणार होता. आपल्या भावा-बहिणींना अखेरचं भेटण्याची संधी दिल्याबद्दल डॅडींनी कृतज्ञता व्यक्त केली. माझ्या फ्रँकोकाकांना या गोष्टीचा अचंबा वाटला. काही वर्षांपूर्वी त्यांनी चौकशी केली होती की, डॅडींना ब्रिटिश सरकार त्यांची उर्वरित शिक्षा भोगण्यासाठी ब्रिंडिसीला पाठवेल का? कारण त्यांच्या मते डॅडींकडे अजूनही इटालियन पासपोर्ट होता. त्यांनी ब्रिटिश नागरिकत्व घेतलेलं नव्हतं. आपला भाऊ आपल्याजवळ राहिला तर आपण आणि त्यांचे इतर कुटुंबीय त्याची प्रेमानं देखभाल करू शकू, या विचारानं त्यांना बरं वाटलं होतं. ते ऐकून मी मात्र काळजीत पडले होते. कारण जर काकांनी डॅडींना ब्रिंडिसीला नेलं तर मी त्यांना कायमचीच मुकले असते. पण मी त्यांना नाहीही म्हटलं नाही. कदाचित माझं एक मन मला म्हणालं असेल, 'तुझ्यावरची जबाबदारी तरी कमी होईल.'

पण काही महिन्यांनंतर फ्रँकोकाकांनी फोन केला तेव्हा त्यांच्या मनाला बसलेला धक्का मला त्यांच्या आवाजात जाणवला. त्यांनी ब्रिंडिसीतल्या स्थानिक सुरक्षित हॉस्पिटलला भेट दिली होती अन् तिथली एकूण परिस्थिती पाहून त्यांचं मन चरकलं होतं. तिथली अस्वच्छता, तिथला बकालपणा पाहून ते हादरले होते. एकेका खोलीत दहा-दहा जणांना कोंबल्यासारखं ठेवलेलं होतं आणि काही खोल्यांमध्ये तर त्यांनी उंदीरही पाहिले होते. त्यापेक्षा डॅडी होते तिथेच ठीक होते,

असा विचार त्यांच्या मनात आला. "मीच दर वर्षी येईन तिकडे आणि ब्रुनोला भेटेन," ते मला म्हणाले अन् त्यांनी आपलं वचन पाळलं. त्या वेळी डॅडी रॅम्पटनमध्ये होते. रॅम्पटनला हॉस्पिटल म्हणण्यासारखी तिथली सर्व व्यवस्था अगदी चोख होती. गुन्हेगारांची– विशेषत: मनोरुग्ण असलेल्या गुन्हेगारांची– सरकार कशी काळजी घेतं, या निकषावर एखाद्या देशाची पारख करायचं ठरवलं तर इंग्लंडचा नंबर खचितच खूप वरचा लागेल.

डॅडींची तब्येत ढासळत होती. पण सगळ्यांचा अखेरचा निरोप घेण्याचा त्यांचा निश्चय कायम होता. माझ्या ममाच्या नशिबात हे सुख लिहिलेलं नव्हतं, हे कठोर सत्य माझ्या मन:पटलावर उमटल्याशिवाय राहिलं नाही. पण मी तो विचार लगेच पुसून टाकला. डॅडींच्या जागी ती असती तर हे अखेरचे महिने तिला कसे जगावेसे वाटले असते, हा विचार मी करायला हवा होता. ममाच्या मनात कसल्याच कटुतेला स्थान नसायचं– अगदी डॅडींना सोडून निघून जायचा विचार तिनं केला तेव्हादेखील! डॅडींबद्दल तशाच प्रकारची वृत्ती बाळगण्यात तिच्या शिकवणुकीचं महत्त्व मी मान्य करायला हवं. ती म्हणत असे, "आयुष्याची वाटचाल करताना आपण आपल्या मनातल्या उत्कृष्ट भावनांचा आधार घेतला पाहिजे, नीचतम नाही." आयुष्यभर माझे डॅडी मात्र हीनतम भावनांचे गुलाम बनून राहिले. मला मात्र अशा मार्गाचा अवलंब करायचा होता, ज्यामुळे माझ्या ममाला माझा अभिमान वाटला असता.

ब्रिंडिसीला पोहोचल्यावर डॅडींनी मला फोन केला. त्यांच्या शब्दांमधून त्यांच्या मनातला आनंद ओसंडत होता. जणू काही कसल्यातरी बंधनातून मुक्त होण्याचा ते प्रयत्न करत होते. त्यांच्या सगळ्याच नातेवाइकांच्या दृष्टीनं तो एक भावावेगाचा काळ होता. डॅडींना पाहिल्यावर सगळ्यांच्या डोळ्यांत अश्रू उभे राहिले. माझ्या इटालियन नातेवाइकांना भावनावश होणं सहज जमतं. पण त्यांना नक्की कशाचं जास्त वाईट वाटत होतं– भाऊ थोड्या दिवसांचा सोबती आहे या गोष्टीचं की, आपला दादा शेवटी एक खुनी माणूस ठरला होता याचं– ते मला कधीच समजणार नव्हतं. त्यांना स्वत:लादेखील कसलीतरी अपराधीपणाची भावना जाणवली असेल का?

कदाचित त्यांच्यापैकी काहींनी माझ्या आईलाच या सगळ्यासाठी जबाबदार धरलं असेल, यात मला शंका नाही. 'तिच्यासारख्या आज्ञा न पाळणाऱ्या बाईबरोबर इतकी वर्षं संसार केल्यानंतर डॅडींचा तोल सुटला नसताद्ध तरच नवल!' असंही कुणीतरी म्हटलं असेल. स्त्रियांच्या वाट्याला येणाऱ्या शिक्षा त्यांनी स्वत:च ओढवून घेतलेल्या असतात, असा समज करून घेणं किती सोपं असतं, नाही? आणि हा विचार आपल्याला वाटतं त्यापेक्षा पुरुष कितीतरी

सहजपणे करतात. तरीदेखील कधी कधी मला असं वाटतं की, डॅडींना भेटल्यावर त्यांच्या नातलगांनी स्वत:च्या आयुष्याबद्दल थोडंफार चिंतन केलं असेल आणि ते फारसं सुखकारक वाटलं नसणार त्यांना.

ब्रिंडिसीहून डॅडी परत आले ते चाकांच्या खुर्चीत बसूनच. तेव्हा असं वाटलं, त्यांनी आपल्या अंगातली शक्ती, सगळा जोम केवळ या भेटीसाठीच राखून ठेवला होता. ती इच्छा पूर्ण झाल्यावर ते पार ढेपाळले होते. त्यांचा फोनवरचा आवाज ऐकून मला धक्का बसला. किती चिरक्या, बसक्या आवाजात ते बोलत होते. जणू काही पुटपुटतच होते. त्यांचा शेवट आता फार दूर नाही, हे जाणवल्यामुळे मी डॅनियलला फोन केला. एकदातरी त्यानं डॅडींना भेटावं आणि मनातलं किल्मिष कायमचं काढून टाकावं, असं मला वाटलं. काय करावं, ते मला समजत नव्हतं. त्याचीही मन:स्थिती द्विधा झाली होती. ममाचा खून झाल्यानंतर त्यानं एकदाही डॅडींची भेट घेतलेली नव्हती. एकीकडे त्याला वाटत असावं की, डॅडींच्या नजरेला नजर द्यावी, पाहावं की, डॅडी एक गलितगात्र वृद्ध माणूस आहेत... ज्याची मनात भीती बाळगावी, असं त्यांच्यात आता काही उरलेलं नाही. मला थोडंफार असंही वाटत होतं की, डॅनियल डॅडींना म्हणेल, "तुमचं आजारपण ही तुमच्या वाट्याला आलेली योग्य शिक्षाच आहे. तुम्ही तुमच्या लाडक्या शेंडेफळाला किती दुःख भोगायला लावलंत, ते आपल्या डोळ्यांनी पाहाच एकदा." पण डॅनियल डॅडींवर रागावला नाही. मी त्याला फोनवरून डॅडींविषयी सांगितलं तेव्हा तो एकदम गप्प झाला. "अर्ध्या तासानं फोन करशील मला? त्या वेळी मी माझा निर्णय सांगेन." तो म्हणाला.

याही वेळी जॉननं मला आधार देण्याची, माझं दुःख हलकं करण्याची शिकस्त केली. पण मी त्याला अधिकच दूर लोटलं. डॅडींशिवाय आणि डॅनियलशिवाय मला दुसरं काही सुचत नव्हतं. आपण करतोय ते योग्य की अयोग्य, हा निर्णय घेणंही मला जमत नव्हतं. मनात प्रश्नांचं काहूर उठलं. डॅडींना भेटल्यामुळे डॅनियलच्या मनातला भूतकाळ अधिकच गडद झाला तर? याही अवस्थेत डॅडी त्याला काहीतरी लागट बोलले तर? त्यामुळे त्याच्या मनातला गोंधळ, घालमेल वाढली तर? त्यानं डॅडींना भेटणं, ही बाब तर डायानाला कधीच आवडली नसती. तिच्या दृष्टीनं ते कधीच मेले होते. त्यांचा शोक करण्याइतकं दुःख तिला वाटतच नव्हतं. तेवढ्यात फोन वाजला. डॅनियल म्हणाला, "इथे येऊन तू मला डॅडींकडे घेऊन चल. मला त्यांचा निरोप घ्यायचाय." माझं मन भावनावेगानं इतकं उचंबळून आलं की, "ठीक आहे..." एवढेच शब्द माझ्या तोंडून बाहेर पडले. दुसऱ्या दिवशी मी नॉटिंगहॅमला गेले. मात्र, तो येण्याची वाट पाहत मी गाडीतच बसून राहिले. डायानाला सामोरं जावं, असं मला वाटलं नाही. कदाचित

ती काही बरं-वाईट बोललीही नसती; पण माझ्या मनात डॅनियलविषयी इतकी काळजी होती की, कसलाही वादविवाद टाळलेलाच बरा, असा विचार मी केला. संपूर्ण प्रवासात गाडीमध्ये डॅनियल काहीही न बोलता बसून राहिला. 'आपल्यासमोर काय वाढून ठेवलंय,' या विचारानं तो बावरला असावा. "डॅडींची अवस्था अलीकडे खूपच वाईट झालीय. तुझ्या आठवणीतल्या डॅडींचा आता मागमूसही राहिलेला नाही." एवढंच मी त्याला सांगितलं.

आम्ही हॉस्पिटलमध्ये शिरलो. माझ्या मनाची अस्वस्थता खूपच वाढली. आमच्या संपूर्ण भेटीत कुणीतरी आमच्यावर नजर ठेवून असणार, हे मला ठाऊक होतं. मरणासन्न अवस्थेतही डॅडींना एकटं सोडलं जात नसे. याही वेळी एक कर्मचारी तिथे हजर होताच. रुग्णालयातले काही कर्मचारी खूप सुज्ञपणा दाखवतात. रुग्णाला कुणी भेटायला आलं की, ते थोड्या दूर अंतरावर बसतात. कुणी जवळपास थांबलेच तरी वृत्तपत्र वाचत बसतात. पण सगळेच अशा प्रकारचं सहकार्य करत नाहीत. अशा वेळी माझ्या मनाला फार क्लेश होत असत. कुणीतरी पूर्णपणे अनोळखी माणसानं आमच्या दु:खद प्रसंगी हजर असावं, हा विचार माझ्या मनाला सहन होत नसे. डॅनियलला खोलीत शिरताना पाहून डॅडी दु:खानं कोसळल्यासारखे झाले. पुन:पुन्हा ते त्याला 'सॉरी' आणि 'थँक यू' म्हणत राहिले. गेली अनेक वर्षं त्यांनी आपल्या मनाची अशी समजूत करून घेतली होती की, त्यांनी ममाचा खून केलेला नव्हता; फक्त ईश्वरी आज्ञेचं पालन केलं होतं. या विचाराच्या तटबंदीत ते स्वत:ला सुरक्षित समजत होते. पण अशासारख्या प्रसंगात ते सगळे बुरूज ढासळून पडत. डॅनियलला समोर पाहताच त्यांच्या मनात साठलेलं दु:ख बांध फोडून उफाळलं. डॅनियलनं मात्र अतिशय धैर्यानं त्यांना तोंड दिलं, तरी त्याच्याही डोळ्यांत पाणी आलं. "सगळं काही ठीक आहे, डॅडी," एवढंच तो बोलू शकला. 'तुम्ही माझं आयुष्य बरबाद केलं,' असं काही तो म्हणाला नाही किंवा डॅडींना आपण माफ केल्याचं नाटकही त्यानं केलं नाही. एका मृत्युशय्येवरच्या माणसाला 'सगळं काही ठीक आहे, डॅडी' एवढं सांगणंही माझ्या दृष्टीनं खूप दयाळूपणाचं वर्तन होतं.

"आता माझी शेवटची घटका जवळ आलीय. पण मला मृत्यूची भीती वाटत नाही. तुम्हीदेखील धीरानं या गोष्टीला सामोरे जा." असं डॅडी म्हणत राहिले.

"डॅडी, तुम्हाला कुठे पुरावं, अशी तुमची इच्छा आहे?" मी विचारलं तेव्हा ते लागलीच म्हणाले, "तुझ्या ममाच्या शेजारी."

"ते शक्य होणार नाही, डॅडी."

"का गं?" डॅडींनी निराशेच्या सुरात विचारलं. "ममासाठी डायानानं जागा निवडली होती आणि तिथे शेजारची जागा आणखी एका मृतदेहासाठी म्हणून

रिकामी नव्हती.'' मी त्यांना स्पष्ट शब्दांत सांगितलं तेव्हा त्यांनी एक वेगळा पर्याय सुचवला, ''त्यापेक्षा तुम्ही असं केलंत तर...?''

''काय?''

''माझ्या मृत्यूनंतर तुम्ही माझ्या शरीराचं दहन करा. त्यातली मूठभर राख ममाच्या कबरीजवळ पसरा आणि उरलेली राख माझ्या मायदेशी पाठवून द्या.''

''ठीक आहे. तुमची इच्छा मी पुरी करेन.'' मी म्हटलं अन् त्याच क्षणी एक जुनी आठवण मला अस्वस्थ करून गेली. ममाच्या अंत्यक्रियेच्या दिवशी डॅडींनी पाठवलेली फुलं आणून मी डायानाचा विश्वासघात केला होता. त्या दिवशीची अस्वस्थता आणि आजची यात फारसा फरक नव्हता. तरीही मी माझं मत बदललं नाही. कारण मला चांगलं आठवत होतं की, डॅडींना सोडल्यानंतरही ममानं हातातली अंगठी – विवाहमुद्रिका – काढून टाकली नव्हती किंवा आपलं विवाहापूर्वीचं आडनाव– विनफराह– पुन्हा धारण केलं नव्हतं. एखादी मूठभर रक्षा ममाजवळ शिंपडल्यामुळे काही विशेष फरक पडणार नाही, असं मला वाटलं. ममानं मनात जो महत्त्वाचा विचार जपला होता तो तिच्या मुलांविषयी होता. तिच्या दृष्टीनं ब्रुनोच तिच्या मुलांचा पिता होता. तेव्हा डॅडींचं अन् ममाचं सांकेतिक मीलन घडलं तर त्यात तिच्या आत्म्याला आनंदच वाटला असता. तिच्या दृष्टीनं डॅडी हे सर्वोत्तम पुरुष नसतीलही, त्यांनी तिची शेवटची घोर फसवणूक केली होती, तरीही मी असं कसं समजू की, ममाला डॅडींविषयी अजिबात प्रेम नव्हतं?

त्यानंतर डॅडींनी आपल्या बोटातील लग्नाची अंगठी काढून डॅनियलच्या हातात ठेवली. ''मला नको.'' एवढंच डॅनियल म्हणाला, तेव्हा डॅडींनी ती माझ्याकडे दिली. ममाची वाङ्‌निश्चयमुद्रिका माझ्याकडे होतीच. डॅडींची अंगठी मिळताच मला वाटलं, माझ्याकडे माझ्या मातापित्याचा एक अंश यापुढे नेहमीच राहील. ममाची अंगठी ज्या पद्धतीनं माझ्याकडे आली तो प्रकार निश्चितच अभिमान वाटण्यासारखा नव्हता. तरीही मला ती माझ्याकडे असल्याचा खूप अभिमान वाटत होता. कारण मी लहान असल्यापासून तिची अंगठी मला खूप आवडायची, ''मला दे ना थोडा वेळ घालायला–'' मी अनेक वेळा तिच्यामागे भुणभुण लावायची. एकदा तिनं मला सांगितलं, ''मी मेल्यानंतर ही अंगठी तुझी हं!'' ममाच्या मृत्यूनंतर मी डायानाला अंगठीबद्दल विचारलं तेव्हा तिनं तिच्या नेहमीच्या रूक्षपणानं उत्तर दिलं होतं, ''मला नाही ठाऊक कुठे आहे ती!'' अन् तो विषय तिथेच संपवला होता. पुढे अनेक वर्षांनंतर मी तिला 'मला स्टोकमधून घरी घेऊन जा,' अशी विनंती केली तेव्हा तिनं मला घरी नेण्याचा चांगुलपणाही दाखवला. मला काहीतरी हवं होतं म्हणून एकदा मी शोधाशोध सुरू केली तेव्हा

मला ममाचे सगळे दागिने सापडले. मी त्यातली फक्त ती अंगठी तेवढी उचलली. यापूर्वी मी मागूनही डायानानं मला ती दिली नव्हती, या विचारानं मला डायानाचा राग आला होता. पण तिच्याशी याविषयी उघडपणे बोलण्याचं धैर्य माझ्यात नव्हतं. अजूनही ती अंगठी माझ्याजवळ आहे. माझ्या बहिणीनं एकदाही तो विषय माझ्याजवळ काढलेला नाही.

इमॅन्युएल आणि त्याची बायको पण भेटायला येणार आहेत, असं हॉस्पिटलच्या कर्मचाऱ्यांनी मला सांगितलं. पण मलाच त्यांना भेटायचं नव्हतं. माझं मन खूपच हळवं झालं होतं. कधीतरी एकदा माझ्यात आणि इमॅन्युएलच्या बायकोत वादावादी झाली होती. केव्हातरी एकदा तिनं मला एक संदेश पाठवला होता– 'तुझ्यापेक्षा मीच तुझ्या वडिलांना जास्त प्रेम देतेय. कारण मीच त्यांना हवी असलेली गोष्ट– नातवंडं दिलीत.' तिच्या या संदेशानं मी कोसळलेच होते. आधीच मी डॅडींच्या आजारपणामुळे खूप ताणतणाव सोसत होते, त्यात असले मूर्खासारखे प्रसंग; पण तिला तोंड देण्याइतकी ताकदच माझ्यात उरली नव्हती. मी खूप थकले होते. कोणत्याही क्षणी मी मोडून पडेन, अशी भीती मला वाटत होती. निदान माझ्यात एवढी विचारशक्ती अजून शाबूत होती की, मी इमॅन्युएलच्या बायकोला शांतपणे तोंड देऊ शकणार नाही. तेव्हा तिला न भेटणंच शहाणपणाचं ठरेल.

माझं आयुष्य आतल्या आत उद्ध्वस्त होत होतं. एकाच वेळी किती गोष्टी घडत होत्या अन् त्याही महापुराच्या वेगानं मी कसंबसं त्यातून तरून जायचा प्रयत्न करत होते. जॉननंदेखील डॅडींना भेटायची इच्छा दाखवली तेव्हा मी त्याला घेऊन जायचं ठरवलं. आता आम्ही एकत्र राहायला लागून दोन वर्षं झाली होती. साहजिकच, जॉनला वाटलं असावं की, डॅडींना त्यांच्या अखेरच्या दिवसांत तरी त्यानं भेटायला हवं. खरं म्हणजे मी जरी त्याला हाताच्या अंतरावर ठेवत होते तरी त्याला कदाचित अशी आशा वाटली असेल की, तो माझी साथ देत राहिला तर तो मला त्याचा आधार घेण्याविषयी पटवू शकेल. पण डॅडींच्या मनात काही वेगळंच असावं. मी आणि जॉन हॉस्पिटलच्या खोलीत शिरतो न शिरतो तोच डॅडी उठून बसण्यासाठी धडपड करू लागले. त्यांच्या चेहऱ्यावरच्या रागाच्या रेषा स्पष्ट दिसत होत्या. जॉनला पाहून ते ओरडायलाच लागले, "नतालिया, याला इथून बाहेर काढ. हाकलून दे याला इथून. मी तुला सांगतो, हा माणूस तुझं मन दुखावेल, तुझं हृदय घायाळ करेल. याला हाकलून दे. माझं ऐकायलाच हवं तुला."

मी भयंकर वैतागले. डॅडी इतके चवताळले होते की, काय सांगू? जणू काही त्यांना कसलातरी दृष्टांत झाला होता. ते आता आक्रमकही झाल्यासारखे वाटले. मला वाटलं, त्यांना जर पलंगावरून खाली उतरता आलं असतं तर त्यांनी

जॉनला खरोखरच खोलीतून बाहेर काढलं असतं. जॉननं खोलीतून बाहेर पडण्याचा शहाणपणा दाखवला, तरी तोही आतून हादरून गेला होता. परतीच्या प्रवासात आम्ही दोघं बहुतेक वेळ शांतच बसलो होतो. मला काय झालं होतं, तेही मला धड समजत नव्हतं. डॅडींनी मला फार घाबरवलं होतं. जॉनच्या नजरेला नजर भिडवणं मला कठीण वाटत होतं.

माझ्या दृष्टीनं, डॅडींच्या आयुष्यातले शेवटचे काही आठवडे सगळ्यांत वाईट ठरले. मला कामावर रुजू होणं आवश्यक असल्यामुळे मी हलमध्ये राहू शकत नव्हते. डॅडींचा अंतकाळ जवळ आलाय, हे मला समजत होतं. माझं मन मला सांगत होतं, 'आता जे-जे घडेल, त्याला सामोरं जायची तयारी ठेव.' पण माझं दुसरं मन हे कटू सत्य स्वीकारायला तयार नव्हतं. कारण त्याचा अर्थ पुन्हा माझ्या आयुष्यात एकाकीपणाची पोकळी निर्माण होणार होती. डॅडींना भेटून आल्यानंतर थोड्या दिवसांनी एका शनिवारी मी वाचनालयात बसले होते तेव्हा माझा मोबाइल वाजू लागला. हॉस्पिटलमधून फोन आला होता. ''तुमच्या डॅडींची तब्येत एकदम खालावल्यासारखी दिसतेय. त्यांच्याबरोबर राहण्यासाठी हलला याल का?'' इथे मला आवर्जून नमूद केलं पाहिजे की, मागच्या वेळी डॅडींनी एवढा तमाशा केला होता तरी ते सगळं विसरून मोठ्या मनानं जॉन माझ्याबरोबर आला. तो प्रवास माझ्यासाठी इतका वाईट होता की, त्याचं वर्णन मला करता येत नाही. हायवेवरून गाडी चालवताना योग्य ती खबरदारी घ्यावी लागतच होती. पण माझा मेंदू मात्र 'काय समोर वाढून ठेवलं असेल,' या विचारानं क्षणोक्षणी घायाळ होत होता. ताशी ८० मैल वेगानं गाडी चालवत असताना माझं मन मात्र डॅडींच्या मृत्युक्षणावरच पांगुळल्यासारखं झालं होतं.

मी डॅडींना पाहिलं. माझ्या कल्पनेपेक्षाही त्यांची स्थिती वाईट होती. रोगामुळे ते झिजत-झिजत गेले होते. त्यामुळे ते अतिशय कृश दिसत होते. त्यांच्या त्वचेचा रंग राखाडी झाला होता. माझ्या पूर्वीच्या डॅडींचा मागमूसही उरला नव्हता. ते गेल्यासारखेच वाटले मला अन् मी भयंकर घाबरले. त्यांच्या पलंगाशेजारच्या एका वाडग्यात थोडं पाणी आणि कापसाचा एक बोळा होता. नर्स म्हणाली, ''आता त्यांना अशा पद्धतीनं पाणी पाजावं लागतं.'' मी सभोवार नजर टाकली तेव्हा मला भिंतीवर पूर्वी कधीही न पाहिलेले फोटो दिसले– एक फोटो होता ममाचा– लग्नाआधी तिला कॅथॉलिक धर्माची दीक्षा ब्रिंडिसीमध्ये दिली गेली होती, त्या वेळचा. इतर काही फोटो डॅडींचे होते. ते त्यांच्या तरुणपणीचे होते. तेवढ्यात डॅडींवर उपचार करणारे मानसोपचारतज्ज्ञ आले. तेव्हा मी त्यांना फोटोंविषयी विचारलं. ते म्हणाले, ''तुमच्या डॅडींच्या वस्तूंमध्ये हे फोटो होते. त्यांनीच ते भिंतीवर लावायला सांगितले होते.''

“डॅडी गेल्यावर मी ते घेऊन जाऊ का?” मी विचारलं.

“ते शक्य नाही, असं मला वाटतं.”

“का बरं?” गोंधळून जात मी विचारलं.

“तुमच्या डॅडींनी अलीकडेच आपलं मृत्युपत्र बदललंय. त्यानुसार त्यांच्या सर्व वस्तू इटलीला पाठवायच्या आहेत.”

ते ऐकून माझा माझ्या कानांवर विश्वासच बसेना. असं कसं होईल? डॅडी बोलले नसते का माझ्याशी त्याबद्दल?

मी डॅडींकडे पाहिलं. त्यांचे ओठ सुकले होते, त्यांना भेगा पडल्या होत्या. त्यांची त्वचा पिवळट पडली होती, जेमतेम हाडं झाकण्यापुरतीच उरली होती, असं वाटलं मला. मी त्यांचा हात हातात घेतला अन् त्यांच्याशी बोलू लागले, “डॅडी, माझा हात तुम्ही दाबा बरं. माझं बोलणं तुम्हाला ऐकू येतंय ना?”

पण त्यांनी काहीही प्रतिसाद दिला नाही. बराच वेळ मी तशाच अवस्थेत बसून राहिले असावे. त्यांचा श्वास आता जड होऊ लागला अन् डोळ्यांच्या एका कोपऱ्यातून एक अश्रू हळूच ओघळला. ते सगळं बघणं मला असह्य होत होतं.

मी म्हणाले, “डॅडी, तुम्हाला शेवटचा श्वास घेताना पाहणं मला शक्य होणार नाही. मला खूप वाईट वाटतंय. आता तुम्ही ममाकडे जा आणि तिला माझं प्रेम द्या. तुम्हा दोघांचं नसणं मला पोरकं करणार आहे.”

हुंदके देऊन रडत असताना मी श्वास घ्यायचा प्रयत्न करत होते. मला तिथे बसणं केवळ अशक्य झालं. मी खोलीतून बाहेर पडले. “तुमचा भाऊ इमॅन्युएल भेटकक्षात बसलाय.” नर्स म्हणाली. पण त्याला भेटणं त्या क्षणी मला शक्य झालं नाही. बाहेर येऊन मी गाडीत बसले. थोड्या वेळानं मी गाडी सुरू केली. खरोखरच डॅडींना म्हटल्याप्रमाणे मला त्यांना मरताना बघणं शक्य झालं नसतं. त्यानंतर दिवसातून दोन-तीनदा मी त्यांची चौकशी करत असे. त्यानंतरच्या मंगळवारी नर्सनं फोनवरून सांगितलं, “तुमचे डॅडी आत्ताच वारले.” त्या शब्दांनी माझ्या आयुष्यात पुन्हा एकदा उलथापालथ घडवली. ममा आणि डॅडी दोघंही गेले होते, हे सत्य उराशी बाळगतच यापुढे मला आयुष्य काढायचं होतं. डॅडींच्या दृष्टीनं ते चांगलंच झालं होतं. त्यांच्या वेदना संपल्या होत्या. पण माझ्यापुढे काय वाढून ठेवलं होतं, तेही मला दिसत होतं. यापुढे मला त्यांच्या अंत्यक्रियेपर्यंत तरी स्वत:ला नीट सावरावं लागणार होतं आणि त्यानंतरचा भाग तर त्याहून कठीण होता– दिवस, महिने, वर्षं– मला एकटीनं काढायची होती...

“आपण आता एखादं घर घेऊन राहू या,” जॉन मला वरचेवर सांगत असे. डॅडींच्या शेवटच्या दिवसांमध्ये मी जणू झोपेत चालल्यासारखी वावरत असे. तरीही जॉननं आमच्या सहजीवनाचा विचार करावा याबद्दल मला त्याच्याविषयी

मनोमन कृतज्ञता वाटली. त्यानंतरच्या आठवड्यात डॅडींची अंत्यक्रिया करण्यात आली. चॅपेल ऑफ रेस्ट (Chapel of Rest) या चर्चमध्ये त्यांचा मृतदेह ठेवण्यात आला होता. त्यांच्याकडे पाहताच मला धक्काच बसला. अशा स्थितीत ममा किती वेगळी दिसत होती! डॅडींचा चेहरा एखाद्या भयपटातल्या चेहऱ्यासारखा दिसत होता. त्यांचे ओठ काळे पडले होते आणि गालफडं बसली होती. मी शवपेटिकेपासून दूर झाले. पुन्हा त्यांच्याकडे नजर टाकणं अशक्य झालं मला. तो दिवसही माझ्या मनाचं प्रतिबिंब पडल्यासारखा उदास, ढगाळ होता. आपल्या मनात काय उलघाल चाललीय, तेच मला समजत नव्हतं. ममाच्या मृत्यूनंतर डॅडींनी माझ्यावर आणि मी त्यांच्यावर प्रेम केलं होतं. तरी ममाचा खून करून त्यांनी आम्हा भावंडांचं जे अपरिमित नुकसान केलं होतं, त्याबद्दल मी त्यांना माफ करू शकले नाही. त्यांनी जणू आमच्या आयुष्यात विष कालवलं होतं. ममाच्या उदात्त वागण्याची आठवण मनात ताजी होती, म्हणूनच मी माझं डोकं त्या काळात शाबूत ठेवू शकले. ती नेहमीच धीरोदात्तपणे वागत असे. डॅडींची तिच्यावर करडी नजर असायची, तरीदेखील आपल्या गोड वागण्यानं तिनं अनेक मैत्रिणी जोडल्या होत्या. त्यामुळे तिच्या अंत्ययात्रेला केवढी गर्दी जमली होती! तिचा स्वभाव प्रेमळ असल्यामुळे ती सगळ्यांशी सहानुभूतीनं, दयाळूपणानं वागायची. तिच्या आठवणी मनात आणून मी तिच्या स्मृतीला वंदन केलं. तिनं मला अनेक चांगल्या गोष्टी शिकवल्या होत्या. पण मी अशी करंटी की, त्या नेहमीच धुडकावून लावल्या होत्या.

ते सगळं तसंच राहणं शक्य नव्हतं. डॅडींच्या अंत्यक्रियेच्या वेळी मला धीरगंभीरपणे वावरावं लागणार होतं, हे खरं असलं तरी मनातल्या वादळामुळे मी क्षणोक्षणी भेलकांडत होते. डॅडींच्या अंत्यक्रियेनंतर मी फार लवकर मी ढासळल्यासारखी झाले. त्यांचा देह अग्नीला समर्पण केल्यानंतर लगेचच मी त्यांच्या मानसोपचार डॉक्टरांना भेटले. तेच डॅडींच्या मृत्युपत्रानुसार पुढील क्रिया पार पाडणार होते.

"मला त्यांची थोडी रक्षा मिळेल का?" मी त्यांना विचारलं.

"ते शक्य नाही." त्यांनी मोजक्या शब्दांत उत्तर दिलं. तेव्हा मी गोंधळून गेले. "पण मी कशासाठी मागतेय, ते तरी लक्षात घ्या. मला फक्त मूठभर रक्षा..."

"तो प्रश्नच येत नाही. कारण ब्रुनोच्या मृत्युपत्रानुसार त्यांनी ठेवलेली सर्व चीजवस्तू, अगदी त्यांची राखदेखील, त्यांचा भाऊ फ्रँको यांच्याकडे इटलीला पाठवण्यात येणार आहे."

मी त्यांना परोपरीनं समजावयाचा प्रयत्न केला अन् शेवटी हार मानली.

मानसोपचारतज्ज्ञ आपल्या मुद्द्यावर ठाम राहिले. त्याही क्षणी मला वाटलं, 'आपल्या रुग्णांच्या, त्यांच्या नातेवाइकांच्या मनावर फुंकर घालणारे हे डॉक्टर माझ्याबाबतीत मात्र भलतेच कठोर वागताहेत.'

माझ्या मनातला गळून पडला. पण त्यानंतर मात्र एकदम खचून गेल्यासारखी झाले. 'आपण डॅडींना दिलेला शब्द पाळू शकत नाही,' हा विचार पुढे अनेक दिवस मला सतावत राहिला. पुढचे काही आठवडे मी कसे काढले, तेदेखील मला आठवत नाही. नित्याचे व्यवहार मी करत होते; पण सतत माझ्या डोळ्यांत पाणी उभं राहायचं आणि माझं मनही गोंधळलेलंच असायचं. जॉननं एक-दोनदा मला मार्गावर आणण्याचा प्रयत्न केला, पण त्याला यश आलं नाही. तेव्हा मात्र काहीशा निर्वाणीच्या सुरात तो म्हणाला, ''आपण दोघांनी बसून यावर काहीतरी बोलायला हवंय. घर घेऊन एकत्र राहण्याची कल्पना आता तरी मला विशेष योग्य वाटत नाही.''

त्याचे शब्द माझ्या कानावर पडत होते. त्यांचा अर्थही मी समजून घेण्याचा प्रयत्न करत होते. तेवढ्यात तो स्पष्टपणे म्हणाला, ''यापुढे आपण एकत्र न राहणंच बरं. तू मला कधीच जवळ येऊ दिलं नाहीस, यापुढेही देणार नाहीस, हेही मला ठाऊक आहे. तुझ्या मनाचा थांगपत्ता तू मला कधीच लागू दिला नाहीस.'' मला जाणवलं की, गेल्या काही दिवसांतल्या घडामोडींमुळे तोही पार थकून गेला होता. मला स्पष्टपणे सगळं ऐकवण्यातही त्याला अपराधीपणाची भावना खात असावी. पण त्याचाही नाइलाज होता. एक गोष्ट अगदी खरी होती, त्याच्याबरोबरच्या माझ्या नात्यातला फार मोठा लाभ असा होता की, त्याचा मला आधार वाटायचा, एकटेपणाची भीतीही त्यामुळे टळायची. पण त्याच्याकडे प्रियकर म्हणून मी कधीच पाहू शकले नाही. त्यामुळे तो बोलत होता त्यातला शब्दन्‌शब्द खरा होता, पटण्यासारखा होता. तरी माझंच मन शहाण्यासारखं वागायला तयार नव्हतं.

जॉनचा विचार करू लागल्यावर मला पुन्हा ममा आणि डॅडींच्या विरहानं रडू यायला हवं होतं; पण तसं झालं नाही. मी पुन्हा एकदा खोल-खोल गर्तेत कोसळते आहे, असा भास मला होऊ लागला. ज्यामुळे मला रडू यायला हवं होतं– उदाहरणार्थ, ज्या प्रिय व्यक्तींना मी गमावून बसले होते, त्यासाठी मला रडू येत नव्हतं आणि कधी कधी काही कारण नसलं तरी मी रडू लागायची. खूप दमले असेन किंवा नीट सुसूत्रपणे विचार करणं जमेनासं झालं की, मला रडू कोसळायचं. पूर्वीसारख्या या गोष्टी नजरेआड करणंही मला जमेनासं झालं. असं वाटलं, आपण एखाद्या भिंतीवर धडकतोय आणि त्यानंतर खोल-खोल चाललोय. माझा कशावरच ताबा राहिला नाही. एवढंच नव्हे, तर आपल्याला आता बहुतेक

वेड लागणार, अशा भीतीनं मला ग्रासलं.

मी माझ्या फॅमिली डॉक्टरकडे गेले आणि तिची मदत मागितली. तिनं मला एकामागून एक प्रश्न विचारले, "तुला सारखं सारखं रडू येतं का? तुला खूप दु:खी आणि निराश वाटतं का? दिवस कसाबसा घालवतोय आपण, असं वाटतं का?" तिच्या प्रत्येक प्रश्नाला मी होकारार्थी उत्तर दिलं. तिला माझ्याकडून काही वेगळं उत्तर अपेक्षित होतं की काय, ते मला कळलं नाही. तिनं मला नैराश्यावर औषध म्हणून काही गोळ्या घ्यायला सांगितल्या. मला खरंतर काहीतरी वेगळी उपाययोजना हवी होती; पण मी मुकाट्यानं प्रिस्क्रिप्शनचा कागद घेतला. ज्या प्रकारच्या नैराश्यावस्थेत रुग्णाची मन:स्थिती वारंवार बदलते, अशा प्रकारच्या नैराश्यावर उपाय असलेल्या सिटॅलोप्रॅम (Citalopram) या गोळ्या घ्यायला मी सुरुवात केली.

डॅडींना जाऊन सहा महिने होत आले तरी माझी मनोवस्था सुधारेना की, दिवस संपता संपेना. आयुष्य जगणं दिवसेंदिवस कठीणच होत चाललं. ममाच्या मृत्यूनंतरही हाच अनुभव मला आला होता. एक वर्ष उलटलं, मग आणखी एक. त्यानंतर आणखी एक. तरीसुद्धा कधी कधी जाणवत राहतं की, आपण जे गमावलं आहे, त्याची तीव्रता वेगवेगळ्या रूपात समोर येऊन उभी ठाकतेय. हेच सगळ्यात मोठं वास्तव आहे, याची जाणीवही मनात तिरस्काराची भावना निर्माण करते. ममा यापुढे कधीच भेटणार नव्हती, हे तर खरंच; पण डॅडी गेल्यानंतर आम्ही दोघांनी तिच्या गोड स्मृतींना जो उजाळा दिला होता, त्या सुखाला, हसण्या-रडण्यालादेखील मी पारखी झाले होते.

कामावर जाण्यासाठी मी गाडी वापरत होते. यातला काही मार्ग हायवेवरून जायचा. याच काळात मी नैराश्यप्रतिबंधक गोळ्या घेत असल्यामुळे महिन्याभरानंतर माझी अवस्था फारच वाईट झाली होती. गाडी चालवत असताना कधी कधी माझ्या डोळ्यांसमोर मृत्यूची चित्रं तरळत. एकदा माझ्या डोक्यात असा विचार आला की, माझ्या गळ्याभोवती एका दोरीचा फास लावलाय अन् तिचं दुसरं टोक रस्त्यावरच्या खांबाला बांधलेलं आहे. त्या क्षणी वाटलं, जर मी गाडी वेगानं पुढं नेली तर माझी मान एका झटक्यात तुटून पडेल. खरंच, किती सोपं होतं आयुष्य संपवणं! काही काळ ती कल्पना माझ्या मनाला पटलीदेखील. नैराश्यावस्थेत असूनदेखील माझ्या लक्षात आलं की, डोळ्यांसमोर दिसणारे भास हा त्या गोळ्यांचा परिणाम आहे. घरी परत येताच मी गोळ्यांची बाटली कमोडमध्ये उलटी केली आणि मग झोपी गेले. बारा तास उलटले नाहीत तोच मला परतीच्या लक्षणांचा (withdrawal Symptoms) त्रास होऊ लागला. पोटात कळा येऊ लागल्या आणि फ्लूसारखी लक्षणं जाणवू लागली. त्या वेळी मी खरोखरच

भयंकर घाबरले. अमली पदार्थ घेण्याचं बंद केल्यानंतर व्यसनाधीन लोकांना असेच अनुभव येत असावेत, हा विचार माझ्या मनात तरळला. एकदा तर उठून उभी राहिल्यावर माझा तोल गेला अन् मी जिन्यावरून काही पायऱ्या खाली कोसळले. कशीबशी मी अंथरुणावर पडले, पण पुढचे काही तास माझं शरीर घामानं थबथबल्यासारखं झालं.

गोळ्या थांबवण्याचा परिणाम म्हणून मला मळमळल्यासारखं होऊ लागलं. जिन्यावरून पडण्यामुळे एके ठिकाणी जोरदार मारही बसला. तेवढा अनुभव मला कधीही गोळ्या न घेण्याच्या निश्चयाप्रत घेऊन गेला. त्या खिन्न मनोवस्थेतदेखील माझा मेंदू मला सांगत होता, 'जागी हो. स्वत:ची काय अवस्था करून घेतली आहेस ते नीट बघ. यातून बाहेर पडायचं असेल तर त्यासाठी तुलाच प्रयत्न करायला हवेत.' आता मी खंबीरपणे निश्चय केला, 'झालं तेवढं पुरे झालं. यापुढे आयुष्याला धीटपणे सामोरं जायचं अन् प्रत्येक आव्हान स्वीकारायचं.' ती चिवट आशा माझ्यात कशामुळे निर्माण झाली, ते मला ठाऊक नाही. एकदा वाटलं, हा गुण माझ्यात डॅडींकडून आलाय. त्यांनीही अनेक वेळा असा खंबीरपणा दाखवला होता. आपल्या कुटुंबाला पोसण्यासाठी त्यांनी कधी कधी अगदी ढोरमेहनतही केली होती. खंबीरपणे दोन पायांवर उभं राहायचं आणि संकटाशी चार हात करून त्याला पळवून लावायचं, एवढाच विचार त्या वेळी त्यांच्या मनात असायचा.

मग वाटलं, छे! हा गुण तर माझ्या ममातही होताच की! एल्व्हानं फार लहान वयात एका जबरदस्त मानसिक धक्क्याला तोंड दिलं होतं. त्यानंतर नालायक पुरुषांशी तिनं अजाणतेपणी संगत ठेवली आणि लग्नदेखील अशा माणसाबरोबर केलं की, ज्यानं तिला तिच्या दु:खापासून सुटका तर दिलीच नाही, उलट तिच्या आत्मविश्वासावर त्यानं आघात केले. आयुष्यातल्या चांगुलपणावरचा तिचा विश्वास उडावा, अशी परिस्थिती त्यानं निर्माण केली. तरीदेखील तिनं आपल्या सगळ्या मुलांना एकत्र बांधून ठेवण्याचा आटोकाट प्रयत्न केला. तिच्यातली क्षमाशीलता तर मी दुसऱ्या कुणातच पाहिली नाही. माझ्याही आयुष्यात किती उलथापालथ झाली होती, पण तिनं मला नेहमी आधार दिला. मी स्वावलंबी होण्यासाठी सर्वतोपरी प्रयत्न केले तिनं. तिनंच मला सगळ्यात चांगलं ओळखलं होतं. डॅडींनाही माझ्या आयुष्यातल्या सगळ्या चुकांबद्दल माहिती होती. मी किती दुखावले गेले होते, ही गोष्ट तेही जाणत होते; पण त्यांनी खऱ्या अर्थानं मला ओळखलं नाही. ममाला माझ्याविषयी एक गोष्ट पक्की माहीत होती– प्रत्येक गोष्ट मी अनुभवातूनच शिकू शकते. विस्तवानं हात पोळतात, हे मी स्वत:चे हात पोळून घेतल्यानंतरच समजू शकायची. कुणाचं काही ऐकून घ्यायचा माझा

स्वभावच नव्हता. सर्वांत महत्त्वाचं म्हणजे, मी स्वत:वरचा विश्वास गमावला तरी ममाला माझ्याबद्दल पूर्वीइतकाच विश्वास वाटत होता. तिनं मला ही गोष्ट सांगितलीदेखील होती.

मनात कसलंही किल्मिष न ठेवता ममानं माझ्यावर प्रेम केलं. डॅडींनी आपल्या वागण्यानं मला दाखवून दिलं होतं की, आत्यंतिक प्रेम माणसाचा चांगुलपणाही नष्ट करू शकतं. पण त्यांनीच मला सत्याचं दर्शनही घडवलं आणि 'आयुष्य वाऱ्यावर उधळून लावू नकोस,' असं सांगितलं मग एकदा डॅनियलचा फोन आला. त्यानं दिलेल्या बातमीनं माझं मन आनंदून गेलं. त्या वेळी माझ्या आयुष्यात ज्या गोष्टीची मला नितांत गरज होती, तीच गोष्ट घडणार आहे, अशी माझी मनोमन खात्री पटली. पुन्हा एकदा मी निकरानं प्रयत्न करणार होते.

नव्यानं सुरुवात – आयुष्याची!

समोर कोरे कागद ठेवून तुम्ही बसलात आणि त्यावर आपली जीवनकहाणी लिहून काढायची, असं ठरवलंत तर तुमच्या लक्षात येईल की, ते काम तसं सोपं आहे. एकामागोमाग दुसरी घटना रचून तुम्ही आपला जीवनपट पुन्हा एकदा निर्माण करू शकता. पण अर्थातच, प्रत्यक्ष आयुष्य जगणं, ही गोष्ट पूर्णपणे वेगळी असते. ते खूप गुंतागुंतीचं असू शकतं. कारण एकाच कुटुंबातली कुठलीही दोन माणसं एकाच घटनेकडे अगदी त्याच दृष्टिकोनातून बघणार नाहीत. ते अशक्य आहे. फार वैयक्तिक स्वरूपाचं आहे. शिवाय प्रत्येकाची स्मृती ही एक वेगळीच गोष्ट असते. पूर्वी घडलेल्या घटनेवर अनेक प्रकारची पुटं चढलेली असतात. त्यामुळे तसं बघितलं तर आपण जेव्हा पूर्वीच्या गोष्टी आठवायचा प्रयत्न करतो तेव्हा त्या जशाच्या तशा आठवत नाहीत. त्या घटनांवर आपल्या मनानं अनेक प्रक्रिया केलेल्या असतात. त्यामुळे मूळ घटना व तिची आठवण यात पुष्कळ फरक पडलेला असतो.

अगदी अलीकडेपर्यंत मी नेहमी असं गृहीत धरून चालले होते की, ममा डायानाला सगळं सांगायची. मला डायानाचा मत्सरही वाटायचा. कारण एक प्रकारे माझ्यापेक्षा ममाला ती जास्त जवळची वाटायची. एकतर ती माझ्यापेक्षा वयानं बरीच मोठी होती, म्हणून जास्त समजूतदार होती आणि दुसरी गोष्ट म्हणजे, ती शांत आणि सोशिक होती. (माझ्यामुळे घरातली शांतता अनेक वेळा भंग पावायची.) ममाबरोबर डायाना बराच वेळ स्वयंपाकघरात असायची. त्यामुळे दोघींच्या गप्पा होत असाव्यात. हे मी डायानाला सांगितलं तेव्हा तिला आश्चर्य वाटलं, "छे गं, तुला वाटतं तसं काही नव्हतं. ममा माझ्याजवळ काही विशेष

बोलायची नाही. अगं, डॅडींबरोबर संसार करताना तिच्या मनावर इतकं दडपण असायचं की, बऱ्याच वेळा ती उदास, निराशच असायची. त्यामुळे थोरल्या मुलीबरोबर गप्पा माराव्यात, मनातलं गुपित बोलावं, अशा मन:स्थितीत ती कधीच नसायची.'' ममाची मन:स्थिती तिला माहीत असल्यामुळे की काय, डॅडींनी ममाचा खून केला, ही गोष्ट डायानाला फार भयंकर वाटली– अगदी तिच्या सहनशक्तीपलीकडची. कारण त्यामुळे ममाचं मन जाणून घेण्याच्या प्रयत्नावर कायमचा पडदा पडला होता. डॅडींनी ममाला इतकी कठोर शिक्षा द्यायला नको होती, असं तिला सतत वाटत राहिलं. त्यामुळेच ममाच्या मृत्यूनंतर डायानाच्या नजरेत डॅडीही मेल्यातच जमा होते. डायानानं आता घटस्फोट घेतलाय, तरीही ती नवऱ्याचंच आडनाव लावते. आपल्या वडिलांबरोबर तिला नावाचाही संबंध नकोय. ती असंही म्हणते, ''मी डॅडींचा तिरस्कार करत नाही. कारण तिरस्कार हीदेखील एक तीव्र भावना असते. माझ्या मनात त्यांच्यासाठी कसलंही स्थान नाही. माझं त्यांच्याशी काहीही देणं-घेणं नाही, बस्स!'' एक-प्रकारे तिनं डॅडींना आपल्या आयुष्यातून पूर्णपणे निपटूनच टाकलंय. मला मात्र तसं करणं कधीच जमलं नाही.

माझ्या बालपणी आम्ही स्कनथॉर्प या गावी राहायचो. त्या घरातल्या माझ्या बहुतेक सगळ्या आठवणी सुखाच्या आहेत. मी एकदा डायानाला विचारलं, ''नंतर आपण दुसऱ्या घरात राहायला गेलो, तिथलं आयुष्य फार वाईट होतं. असं का बरं झालं असावं?'' डायानानं माझ्याकडे गोंधळलेल्या नजरेनं पाहिलं अन् म्हणाली, ''छे: तसं कुठे काय झालं? स्कनथॉर्पमध्येही आपलं आयुष्य सुखाचं नव्हतंच.'' पुन्हा एकदा मला वाटलं की, स्कनथॉर्पमधल्या घराच्या डायानाच्या आणि माझ्या आठवणींमध्ये पुष्कळ फरक आहे. कदाचित असंही असेल की, स्कनथॉर्पमध्ये राहत असताना माझं वय खूप लहान असल्यामुळे व माझी आकलनशक्तीही बेताची असल्यामुळे घरातल्या घटना किंवा डॅडींचा स्वभाव याविषयी मला फारसं कधी कळलं नसेल आणि एखाद्या घटनेविषयी परस्परविरोधी स्मृती असणं, हे फक्त त्या वेळच्या किंवा त्या ठिकाणच्या आपल्या मनोवस्थेवरच अवलंबून नसतं. एखाद्या अगदी विशिष्ट घटनेविषयीदेखील दोन व्यक्तींच्या आठवणी वेगवेगळ्या किंवा भिन्न असू शकतात. उदा. ममानं डॅडींना सोडल्यानंतर ती क्लीथॉर्प्सच्या अपार्टमेंटमध्ये राहायला आली तो दिवस. डायानानं मला सांगितलं की, तिनंच ट्रकची व्यवस्था केली होती. पण माझी मात्र तेव्हा अशी पक्की समजूत होती की, ते काम जीनआँटींनंच केलेलं होतं. आम्ही दोघी एकाच मातापित्याच्या मुली आहोत; पण डायानानं सांगितलेल्या आणि मी सांगितलेल्या गोष्टीत फरक असू शकतो.

डायाना माझ्यापेक्षा दहा वर्षांनी मोठी आहे. ममाच्या मृत्यूनंतर माझं आयुष्य पारच भरकटल्यासारखं झालं, हे खरं होतंच; पण डायानाच्या जीवनावरही या घटनेचा फार खोलवर परिणाम झाला. तिचं लग्न संपुष्टात आलं. डॅनियलची संपूर्ण जबाबदारी तिच्या खांद्यावर येऊन पडली. इमॅन्युएलनं आणि मीदेखील डायानाचा फायदा घेण्याचा प्रयत्न केला. दोघांच्याही मनातली भावना अशी होती की, ती चालवेल घर अन् घेईल सगळी जबाबदारी. डॅडींनीदेखील तिच्याकडून हीच अपेक्षा ठेवली होती. 'ममाच्या मृत्यूच्या वेळी माझं मन थाऱ्यावर नव्हतं. माझा स्वत:वर ताबा राहिला नाही,' असं म्हणून त्यांनी खुनाची जबाबदारी टाळण्याचा प्रयत्न केला तरी ते सत्य नव्हतं. कारण या अघोरी कृत्यानंतर त्यांनीच तर फोनवरून तिला पुढे काय करायचं त्याविषयी सूचना दिल्या होत्या. ती गोष्ट आठवली तरी माझ्या अंगावर शहारे येतात. त्यांची बुद्धी पूर्णपणे शाबूत होती, त्या वेळी यात मलातरी काही शंका वाटत नाही.

म्हणूनच डॅडींना मानसिक आजार आहे, हा दावा तिनं कधीही स्वीकारला नाही. वस्तुस्थिती नक्कीच तसं दर्शवत नव्हती. डायानाला काही बाबतीत कठोर निर्णय घ्यावे लागले. उदाहरणार्थ, इमॅन्युएलच्या आणि माझ्या बाबतीत. तिनं आमची जबाबदारी घेण्याचं स्पष्टपणे नाकारलं. ''तुम्ही आता पुरेसे मोठे आहात. स्वत:च्या पायावर उभे राहायला शिका.'' असं तिनं आम्हाला सांगितलं अन् तिचा निर्णय योग्यच होता. पण डॅनियलची जबाबदारी तिला टाळता येण्यासारखी नव्हती. तिच्या दृष्टीनं हे एक फार मोठं ओझं तिच्या खांद्यावर येऊन पडलं होतं. मी माझ्या मर्जीप्रमाणे त्याला भेटायचे अन् परत यायचे. पण डायानानं 'मला मुलं नकोत,' असा निर्णय घेतला असूनही धाकट्या भावाला तिला सांभाळावं लागलं– त्याची आई आणि वडील बनून. त्याचं संगोपन आणि शिक्षण या दोन्ही जबाबदाऱ्या पार पाडणं नक्कीच सोपं काम नव्हतं. डॅनियलमुळेच आमच्या सगळ्यांच्या आयुष्याची दिशा बदलली.

डायानाला स्केटिंगची नुसती आवडच नव्हती तर तिनं स्केटिंग शिकवण्याच्या हेतूनं आवश्यक ते शिक्षण घेतलं आणि ती एक उत्कृष्ट शिक्षकही बनली. एक प्रशिक्षक होण्यासाठी ज्या पात्रता आवश्यक असतात, त्या मिळवण्यासाठी तिनं अपार कष्ट घेतले आणि कौतुकाची बाब म्हणजे, हे सर्व तिनं केलं ते तिची नेहमीची पूर्णवेळची नोकरी सांभाळून आणि डॅनियलची काळजी घेऊन! स्केटिंग हा त्या दोघांमधला एक भक्कम दुवा (Bond) ठरला. त्याच्यामधले जन्मजात गुण इतरांना दिसावेत यासाठी तिनं त्याला सर्वतोपरी मदत केली. डॅनियलचा मला फोन आला तेव्हा तो म्हणाला, ''नतालिया, तुला माहीत आहे, सध्याची माझी स्केटिंग पार्टनर आहे, ना ती तात्पुरत्या काळापुरती आहे आणि सगळ्यात

गंमत म्हणजे ती एक इटालियन आहे गं!'' तिचे आई-वडील डॅनियलच्या कौशल्याने इतके प्रभावित झाले की, त्यांनी त्याला सुचवलं, ''इथल्यापेक्षा जास्त सखोल (intensive) शिक्षण घ्यायचं असेल तर तू आमच्याबरोबर मिलानला चल.'' याहून महत्त्वाची बाब म्हणजे इटालियन चमूतल्या एका प्रशिक्षकानं डॅनियलला स्केटिंग करताना पाहिलं तेव्हा तो म्हणाला, ''तुझ्यात तर ब्रिटिश आणि इटालियन असे दोन अंगभूत वारसे (heritage) आहेत. तू जर खरोखरच खूप मेहनत घेतलीस तर तुला आमच्या चमूतदेखील प्रवेश मिळेल.''

डायानाला अस्खलितपणे इटालियन बोलता येतं, तर डॅनियलला त्या भाषेचा गंधही नाही. पण तरी तिला खात्रीनं वाटलं की, ही डॅनियलसाठी एक अद्‌भुत संधी होती. म्हणूनच डॅनियल डायानाबरोबर मिलानला गेला. तिथे त्याला वेगळी भाषा, वेगळी संस्कृती यामुळे थोडीशी काळजी वाटली. पण त्याला सांगण्यात आलं की, त्याला ऑलिंपिक स्पर्धेत भाग घ्यायची इच्छा असेल तर ते ध्येय त्याच्यापासून फार दूर नाही. माझ्या दृष्टीनं डॅनियलनं एक फार मोठी उडी घेतली होती. खास करून ज्या वातावरणात आम्ही भावंडं लहानाची मोठी झालो आणि डॅनियलनं स्वत:ही जे धक्के सोसले होते, त्या मानानं त्याची कामगिरी खरोखरच असामान्य होती. मला माझ्या या छोट्या भावाचा अन् थोरल्या बहिणीचा मनापासून अभिमान वाटतो. डॅनियलनं आयुष्यात काहीतरी कमवण्याचा प्रयत्न केला, हा विचारच माझ्यासाठी एक मोठी कलाटणी ठरली. त्यासाठी डायानानं आणि डॅनियलनं खूप कष्ट घेतले होते यात शंकाच नाही आणि हे सगळं त्यानं आत्मसात केलं त्या वेळी तो किती तरुण होता– फक्त १८ वर्षांचा! मला आठवलं, अठराव्या वर्षी माझं आयुष्य काय होतं! त्या तुलनेत डॅनियलचं कर्तृत्व खूपच कौतुक करण्यासारखं होतं. त्या विचारानं मी मनोमन नतमस्तकही झाले आणि माझ्या मनात कृतज्ञतेची भावनाही उमटली. मला वाटलं, जणू काही ममानंच एखादी संरक्षक देवता (Guardian angel) बनून त्याचं रक्षण केलं होतं! ममाबद्दल ही भावना माझ्या मनात नेहमीच असायची. डॅनियलला विनोदाचं अंग आहे. तो प्रेमळ आहे, कष्टाळू आहे. जिथे जाईल तिथे लोकांचं लक्ष वेधून घेईल, त्यांची मनं जिंकून घेईल, अशा स्वभावाचा आहे. मात्र कधी कधी तो माझ्याइतकाच संतापूही शकतो, रागानं त्याचा भडका उडतो. पण अशा प्रसंगांनंतर त्याचा राग ओसरला की, तो माफी मागायलाही 'काकू' करत नाही. लगेच फोन उचलतो, माफी मागतो आणि त्याविषयी मनातली मळमळ ओकून टाकून मोकळा होतो. त्याच्यामध्ये ममाची आंतरिक मोहकता (grace) आणि इटालियन लोकांचा सळसळता उत्साह यांचं एक लोभस मिश्रण दिसतं. ममाला त्याचा खूप अभिमान वाटत असणार, असं मला नेहमी वाटतं. डॅनियलदेखील प्रत्येक वेळी स्केटिंगला

जाताना आकाशाकडे पाहून तिचा आशीर्वाद मागतो.

काही काळ गेल्यानंतर डायनाला पुरेसा आत्मविश्वास वाटू लागला की, आता नोकरी सोडून पूर्णवेळ स्केटिंगची शिक्षक व्हायला हरकत नाही. हे काम तिला मनापासून आवडतं आणि अनेक तरुण-तरुणींचं भविष्य ती उज्ज्वल करू शकेल, याची तर तिला खात्री आहेच; पण प्रौढांनादेखील ती स्केटिंगचं शिक्षण छान पद्धतीनं देऊ शकेल, यात मला शंका वाटत नाही. ममाच्या मृत्यूनंतर दहा वर्षांनी अशा प्रकारे आम्ही चौघंही जण आपापल्या पायांवर व्यवस्थित उभे राहू, असं भविष्य आमच्यापैकी कुणालाही वर्तवता आलं नसतं. मला माझ्या भावा-बहिणींचा खूप अभिमान वाटतो. इमॅन्युएलदेखील आता स्थिरावला आहे. त्याचा संसार, मुलंबाळं सगळं व्यवस्थित आहे. आमच्यात खूप जवळीक आहे, असं खोटंच मी सांगणार नाही. पण अधून- मधून आम्ही भेटतो तेव्हा पूर्वीची कटुता कुठेही जाणवत नाही, हेही तितकंच खरं आहे.

एकाच गोष्टीची खंत वाटते– माझ्यात आणि डायनामध्ये मात्र प्रेमाचे बंध निर्माण झाले नाहीत. आम्ही दोघी कधीच एकमेकींच्या जवळ येऊ शकलो नाही. पण त्यालाही कारण आहे. आमचे स्वभाव पूर्णत: भिन्न आहेत, जसं तेल आणि पाणी एकमेकांत मिसळू शकत नाही तसे. मी उतावीळ स्वभावाची, मनात येईल ते त्या क्षणी करणारी, कधी कधी जास्तच भावुक होणारी (मला वाटतं, माझ्या या स्वभावविशेषामुळेच डायनाचं डोकं तडकतं!); तर ती शांत स्वभावाची, प्रत्येक कृती तोलून-मापून करणारी, स्वत:वर पूर्णपणे नियंत्रण ठेवू शकणारी आहे. मी कधी कधी तिला संदेश पाठवते, 'माझं तुझ्यावर खूप प्रेम आहे. तू ठीक आहेस, अशी आशा करते. मला तुझी सतत आठवण येते.' त्यावर तिचं उत्तर असतं, 'मी ठीक आहे. तू पण ठीक असशील अशी आशा करते.' बस्स! एकमेकींना भेटलो की, कधी कधी आमच्यात शाब्दिक चकमकी झडतात. तिचा माझ्यावर मुळीच विश्वास नाही. मी आयुष्यात इतक्या असंख्य चुका केल्या आहेत, तमाशे केले आहेत की, आता तिच्यावर कशाचाच परिणाम होत नाही. तिचं संतुलनही ढळत नाही. पण मी त्याबद्दल तिला मुळीच दोष देत नाही. वयात मी खूप वेळा घरात कटकटी निर्माण करायची अन् तिला त्यावर पांघरूण घालावं लागायचं. मी संतापानं बेभान व्हायची, आदळआपट करायची; तेव्हा घरात शांतता राखण्यासाठी तिलाच स्वत:च्या भावभावनांवर ताबा ठेवायला लागायचा. आज तुम्ही मला भेटलात तर या सगळ्याची चुणूकही तुम्हाला माझ्यात दिसणार नाही. आता मी खूप शांत झाले आहे. माझा स्वभाव आनंदी बनला आहे. मी हसून-खेळून वागू शकते. अर्थात कधीकधी मी उत्साहानं भरभरून ओसंडूनही जाते. मग मी ताशी १०० मैल वेगानं बडबड करते. (हा माझ्यातील इटालियन

रक्ताचा प्रभाव, असं मला वाटतं!) सर्वांत महत्त्वाचं म्हणजे आता मी कुठल्याही भांडणात, वादविवादात पडत नाही. तशी शक्यता वाटलीच तर मी सरळ तिथून उठते आणि चालू लागते किंवा सपशेल माघार तरी घेते. पण डायानाबरोबर वावरत असताना कधी कधी माझ्यातील अल्लड नवतरुणी (Teenager) डोकं वर काढते. आम्ही दोघी पुन्हा 'ये रे माझ्या मागल्या,' या म्हणीप्रमाणे मूळपदावर येतो. अशा वेळी मला शंभर टक्के वाटतं की, आम्ही आता एकमेकींवर उखडणार. तेव्हा मी विचार करते, काळच त्यावर उपाय आहे. घडायच्या त्या गोष्टी घडणारच! आमचे दोघींचे स्वभावच इतके भिन्न आहेत की, आमचे दृष्टिकोनही वेगळे असणार, हे उघड आहे.

डॅनियलबद्दलची सुखवार्ता कानावर आली अन् माझ्या आशा पालवल्या. डॅडी नेहमी म्हणायचे, "पोरी, आयुष्यात काहीतरी करून दाखव." त्यांचे शब्द मी विसरलेली नाही. मला ते आत कुठेतरी पटायचे. पण आतापर्यंत मी स्वतःवर एवढा विश्वास कधीच टाकला नव्हता की, मनात आणलं तर आपण नक्कीच काहीतरी करू शकतो. नोकरीच्या बाबतीत धोका पत्करायची माझी मुळीच तयारी नसायची. डायानाच्या घरी राहू लागल्यावर मी कॉलेजात प्रवेशही घेतला होता. पण डॅनियलबरोबर माझं भांडण झाल्यानंतर मला त्या सगळ्यावर पाणी सोडावं लागलं होतं. ती गोष्ट पाच वर्षांपूर्वी घडली होती. कॉलेजशिक्षण मला खरोखरच महत्त्वाचं वाटलं असतं तर मी पुन्हा एकदा आइल्सबरीला जाऊन प्रवेश घ्यायला हवा होता. आता मात्र खरोखरच या सगळ्याचा गंभीरपणे विचार करायची वेळ येऊन ठेपली होती. नक्की काय करायचंय आपल्याला आणि त्यासाठी कोणत्या दिशेनं वाटचाल करायला हवीय त्या दृष्टीनं पावलं टाकण्याचा निर्णय घेणं क्रमप्राप्त होतं.

खरोखरच मी हातात एक कागद आणि पेन घेतलं आणि माझ्या आवडीच्या कामांची नोंद करायला सुरुवात केली. तुम्हाला हे ऐकायलाही वेडेपणाचं वाटेल, पण खरोखरच सांगते– माझ्या आवडीच्या क्षेत्राबद्दल लिहिताना मी नोंद केली, 'विमानाशी संबंधित.' तसं पाहिलं तर मी काही खूप वेळा विमानतळावर गेले नव्हते किंवा तिथे खूप वेळही घालवलेला नव्हता. पण का कोण जाणे, विमानतळांविषयी माझ्या मनात प्रचंड औत्सुक्याची, कुतूहलाची भावना आहे खरी. तिथे नजरेस पडणारी सततची वर्दळ, एका विमानतळावरून एकाच वेळी हजारो-लाखो माणसं निरनिराळ्या दिशांनी जगाच्या कानाकोपऱ्यात प्रवास करत असतात. त्यातली काही नावंदेखील मी कधी ऐकलेली नसतात. लगेच मी माझा संगणक सुरू केला आणि त्यावर हे शब्द टाईप केले– विमानतळाशी संबंधित नोकऱ्या. खूप काही माहिती मिळेल, अशी माझी अपेक्षाही नव्हती. पण काही

सेकंदांतच समोर एक वेबसाईट तरळली– विमानतळावरील सुरक्षा विभागात काही जागा उपलब्ध होत्या. त्यावरच एक अर्जही दिलेला होता. त्यामधल्या प्रश्नांच्या उत्तरांवरून तुमच्या क्षमतांची चाचपणी केली जाणार होती आणि मगच प्रत्यक्ष मुलाखतीला बोलावण्यात येणार होतं. माझी उत्सुकता चाळवली गेली आणि मी तो अर्ज भरायला सुरुवात केली. अर्ज भरायचं मी मनावर घेतलं, हीच मोठी गोष्ट होती माझ्या दृष्टीनं. कारण इतकी माहिती विचारलेली होती, की कितीतरी वेळ लागला मला. (त्यात वैयक्तिक प्रश्नही इतक्या प्रकारचे होते की वाटलं, 'तुम्ही कोणत्या प्रकारची अंतर्वस्त्रं वापरता,' एवढाच प्रश्न विचारायचा राहिलाय!) मात्र, त्याच वेळी माझ्या मनात आशेचा एक किरणही चमकला की, त्यांच्याकडून मला काहीतरी उत्तर निश्चितपणे मिळेल. तेवढ्यात समोरच्या पडद्यावर संदेश आला– 'मुलाखती उद्या सकाळी साडेआठ वाजता आहेत.'

मी निराश झाले. मुलाखतीसाठी हजर राहणं शक्यच नव्हतं मला. कारण नेमका दुसऱ्याच दिवशी डॅनियल मिलानला जाणार होता आणि त्याला विमानतळावर नेऊन सोडण्याची जबाबदारी माझ्यावर होती– नॉटिंगहॅमला जाऊन त्याला घ्यायचं आणि ल्युटन (Luton) विमानतळावरून पहाटे ४ वाजता सुटणाऱ्या विमानात बसवायचं.

'तुम्ही मुलाखतीसाठी हजर राहा,' अशी ई-मेल आली तेव्हा मी फारच निराश झाले. पण काही झालं तरी डॅनियलबाबतचं कर्तव्य मला टाळता येणार नव्हतं. त्यामुळे मी मुलाखतीवर पाणी सोडायचं ठरवलं. भल्या पहाटे मी डॅनियलला गाडीत घेतलं तेव्हा मुलाखतीविषयी बोलल्यावाचून मला राहवलं नाही. डॅनियल लगेच म्हणाला, "ते काही नाही नतालिया, मुलाखत तू द्यायलाच पाहिजेस."

"कसं शक्य आहे रे ते?" मी त्याला म्हटलं, "तुला ल्युटनला ४ वाजता सोडायचं अन् साडेआठ वाजताची मुलाखतीची वेळ गाठायची... केवळ अशक्यच वाटतंय रे मला!"

"ते मला माहीतच आहे. अवघड नक्कीच आहे, तरीही तू प्रयत्न करायला हवास. मला तसं वचन दे."

त्या क्षणी वाटलं, म्हणावं, 'दिलं वचन.' पण मला मुळीच खात्री नव्हती. शिवाय मी खूप थकलेली होते. मला बघताच मुलाखत घेणारे दाराचा रस्ता दाखवतील, अशी भीती वाटली. पण अगदी अखेरच्या क्षणी माझा विचार बदलला. मी हिथ्रो विमानतळाच्या दिशेनं गाडी वळवली अन् स्वत:लाच म्हटलं, 'जाऊन पाहू या तर... फार-फार तर काय होईल? निवड करणार नाहीत. पण त्यामुळे असं काय मोठं आपण गमावणार आहोत?'

मी मुलाखत केंद्रावर– हॉटेलवर पोहोचले तेव्हा सकाळचे सहा वाजले होते.

मुलाखतीपूर्वी अडीच तासांचा वेळ माझ्या हातात होता. मी हॉटेलच्या दालनात शिरले अन् पाहिलं तो तिथलं कॉफी शॉप उघडलेलं होतं. मी एक मोठा निःश्वास टाकला. कॉफी पोटात गेल्यावर तरतरी येईल. निदान आपल्याला आत बोलवेपर्यंत आपण जाग्या तरी राहू शकू! मनात आशा होती की, माझी निवड होईल. पण जसजसा घड्याळाचा काटा आठाच्या दिशेनं सरकू लागला तसतसा माझा धीर सुटू लागला. कारण कितीतरी लोक मुलाखतीसाठी जमले होते. जवळजवळ १०० उमेदवारांना पाहूनच माझ्या लक्षात आलं की, त्यातले निम्म्याहून अधिक लवकरच गळतील. माझा धीर सुटल्यासारखा झाला. 'आपला काही इथे निभाव लागणार नाही,' याची मला खात्री पटली.

अर्धा दिवस उलटला तेव्हा उमेदवारांची संख्या निम्मी झाली होती. आतापर्यंत आमच्या लेखी आणि मौखिक चाचण्या झाल्या होत्या. आम्हाला काही टिपणं देण्यात आली. त्यामध्ये क्ष-किरण यंत्र, ती वापरण्याची पद्धत वगैरेची तांत्रिक माहिती होती. आतापर्यंतच्या माझ्या आयुष्यात मी कुठलीच परीक्षा चांगल्या प्रकारे उत्तीर्ण झाले नव्हते. शाळेत असताना मी अभ्यासाचं वाचायची, पण पुस्तक खाली ठेवताच वाचलेलं सगळं विसरूनही जायची. ती आठवण मनात जागी झाली आणि वाटलं, त्या क्षणी मला मदतीची खरी गरज आहे. मला नक्की वाटतं, ममाच्या आशीर्वादानंच मी ती परीक्षा तरून गेले. प्रत्येक चाचणीनंतर काही क्रमांक काटले-छाटले जायचे. अशा वेळी त्या उमेदवारांचे आभार मानल्यानंतर त्यांना जायला सांगितलं जाई. मग उरलेले उमेदवार पुढल्या चाचणीसाठी सिद्ध होत. संध्याकाळी पाच वाजता इतर तीन उमेदवारांबरोबर माझं नाव पुकारलं गेलं तेव्हा मी कमालीची निराश झाले. वाटलं, आपण इथपर्यंत तग धरला, पण आता सगळी आशा संपली. इतक्यात, परीक्षकानं सांगितलं की, आम्ही चौघं जण निवडले गेलो आहोत. त्यानंतर त्यांनी इतर उमेदवारांचे आभार मानले व त्यांना निरोप दिला. माझा कानांवर विश्वासच बसेना. शंभर उमेदवारांमधून ज्या चौघांची निवड झाली होती त्यामध्ये मी एक होते! अशी शक्यता कुणी वर्तवली असती, तर मला ते स्वप्नवत वाटलं असतं.

तो २००६ चा ऑक्टोबर महिना होता. माझी तात्पुरत्या करारावर नेमणूक केली गेली. मला आणखी काही परीक्षा द्यावयाच्या होत्या. त्या मी यशस्वीपणे पार पाडल्या. इतर काही मूल्यमापन चाचण्या घेण्यात आल्या. फेब्रुवारी २००७ मध्ये मला कायमस्वरूपी करारावर नेमण्यात आलं. माझं प्रशिक्षण अजूनही सुरूच आहे आणि ही नोकरी मला मनापासून आवडते. रोज सकाळी मला जाग येते तेव्हा मी माझ्या सहकाऱ्यांना भेटायला उत्सुक असते. आमचा हा चमू फार मस्त आहे. त्यांच्याबरोबर काम करताना मला पहिल्यांदाच अगदी घरच्यासारखं वाटतं आहे.

आमचं काम नेहमी निरनिराळ्या पाळ्यांमध्ये विभागलेलं असतं. कधी रात्रपाळी, तर कधी दिवसपाळी– अशा बदलांमुळे झोपेचं खोबरं होऊ शकतं. त्यामुळे मला झोपेच्या वेळेबाबत कटाक्षानं शिस्त पाळावी लागते. पण या सगळ्या गैरसोयी असूनदेखील मला ही नोकरी आवडते. दुसरीकडे कुठेही काम करणं मला आवडणार नाही. नक्की कारण सांगता येणार नाही, पण या माझ्या नव्या भूमिकेविषयी एक तरी गोष्ट मला खूप आवडली. आपलं काम खूप वेगवेगळ्या प्रकारचं आणि रंजक (interesting) असणार आहे, ही गोष्ट माझ्या लक्षात आली आणि असं वाटलं, ज्या ठिकाणी मी काम करते तो विमानतळ, विमानात काम करणारा नोकरवर्ग आणि प्रवासी यांच्या सुरक्षिततेच्या दृष्टीनं मी खरोखरच काहीतरी मौलिक कामगिरी करते आहे. नियमितपणे काम करत असल्यामुळे पहिल्यांदाच मला माझ्या आयुष्याचे दोर माझ्या हातात असल्याचा भास होतो आहे. एकच सांगते, आज माझ्या पायात जे बूट आहेत, ते मी माझ्या कमाईतून घेतलेले आहेत; दुसऱ्या कुणाच्या उपकारांमुळे नाही. आता मी डॅनियलला वचन देते तेव्हा मी ते पाळतेही. उदाहरणार्थ, कधी कधी मी डायनाचं व माझं तिकीट काढते आणि आम्ही त्याला भेटायला मिलानला जाऊन येतो. हे सर्व बदल माझ्या दृष्टीनं फार मोठे आहेत.

माझ्या कामाच्या ठिकाणी माझ्या सहकाऱ्यांना माझा भूतकाळ माहीत आहे. याही खेपेस मीच त्यांना त्याविषयी माहिती दिली. हेतू हा की, त्यांना इतरांकडून चुकीची माहिती मिळू नये. त्या सगळ्यांनीच मला सहानुभूती दाखवली आहे. मला आधार दिला आहे. आइल्सबरीहून रोजच्या रोज हिथ्रोला 'ये-जा' करणं फार त्रासाचं होऊ लागल्यामुळे मी विमानतळाजवळच सामाइक तत्त्वावर (shared) राहण्यासाठी घर घेतलं. ते खूपच छान आहे. बालपणानंतर पहिल्यांदाच मला सुरक्षित आणि सुखी वातावरणात राहण्याची संधी मिळाली आहे. गेल्या काही वर्षांत किती बदल घडले माझ्या आयुष्यात! पण बदल ही एक न संपणारी प्रक्रिया आहे, हे आता मला कळून चुकलं आहे. पुन्हा भूतकाळात गुरफटणं आणि त्याचा माझ्या वर्तमानकाळावर परिणाम होऊ देणं, हे घडणं अगदी सहज शक्य आहे. तरी आता मी ते घडू देणार नाही; कारण माझ्या ममाची तशी इच्छा नाही, हे मला चांगलं माहीत आहे. डॅडींनी जे निर्घृण कृत्य केलं त्यासाठी तिनं कधी त्यांना क्षमा केली असती का, या प्रश्नाचं माझ्याकडे आज उत्तर नाही आणि कदाचित ते मला कधी मिळणारही नाही.

माझ्या आयुष्यात २००६ मध्ये एक वेगळीच घटना घडली. मला कुणीतरी एका स्मृतिविषयक संगणक साईटची माहिती दिली. त्यामुळेच मी माझ्या सर्व स्मृती शब्दबद्ध करू शकले. या साईटवर लोक आपल्या प्रिय व्यक्तींच्या आठवणी लिहितात. या ठिकाणी तुम्हाला तुमच्या लाडक्या व्यक्तींच्या आठवणी,

तिचे विचार आणि तिचे फोटोही सादर करता येतात. या वेबसाईटचा तुम्हाला खूप फायदा होऊ शकतो. कारण त्यामुळे स्वत:ची मनोवस्था नैराश्यपूर्ण असेल तर तुम्हाला पुन्हा त्या आठवणी, ते फोटो वाचता-पाहता येतात. शिवाय इथे तुम्हाला तुमच्यासारखेच दुर्दैवी, एकाकी जीव भेटतात. त्यांना तुमच्या भावभावनांची कल्पना करता येते. कारण त्यांनीही तशा प्रकारचं दु:ख भोगलेलं असतं. त्यांच्यापैकी कुणीतरी तुमच्या हळव्या मनावर फुंकर घालण्यासाठी एखादा संदेश पाठवतं. ज्यामुळे तुम्हाला दु:खाचे क्षण सोसणं शक्य होतं. कुणीतरी तुम्हाला मोलाचा सल्ला देतं. ते लोक ना तुमच्या देशाचे असतात, ना तुमच्या जाती-धर्माचे! तुम्हा सगळ्यांमधला दुवा एकच असतो– तुम्ही गमावलेली तुमची प्रिय माणसं! आयुष्यातले असे प्रसंग – जे कुणाला टाळता येणं शक्य नसतं अन् अशा दु:खद प्रसंगांना समर्थपणे तोंड कसं द्यायचं याची त्याआधी तयारी करणंही शक्य नसतं.

मी ती साईट पाहिली अन् त्याच क्षणी मला वाटलं, आपल्याही मनात ममाविषयी असंच काहीतरी करायचं असावं. मूळची ती साईट अमेरिकन लोकांनी बनवलेली होती. पण आता जगभरातले लोक तिच्याद्वारे श्रद्धांजली (memorials) अर्पण करतात. या वेबसाईटवर ममाची गोष्ट लिहिणं, हे काम माझ्यासाठी तरी नवीनच होतं. त्यामुळे मला त्याविषयीचं ज्ञान घ्यावं लागलं. त्याचाही माझ्या मनावर एक प्रकारे इलाजच झाला. एकतर, काहीतरी नवीन शिकण्याचा प्रयत्न केल्यामुळे माझं मन नेहमीच्या दु:खद आठवणींपासून काही काळ दूर राहिलं. दुसरी गोष्ट म्हणजे माझ्या मनात फक्त ममाचा विचार करण्यासाठी, तिचं माझ्या मनातलं स्थान निश्चित करण्यासाठी जणू एक खास कप्पा निर्माण झाला. त्याचा सकारात्मक परिणाम असा झाला की, आता मी ही साईट उघडते अन् मनातल्या भावनांना वाट करून देते, 'मma, आज मला निराश वाटतंय गं! माझ्या भावना फक्त तूच समजू शकतेस.' माझं मन मला ग्वाही देतं की, खरोखरच माझी ममा माझ्याकडे पाहते, माझं दु:ख जाणते.

वाचकांना www.elva–aggiano.memory–of.com या साईटवर एल्व्हाच्या स्मृतिस्थानाला भेट देता येईल.

ममानं तिच्या चारही मुलांना भरभरून प्रेम दिलं. त्यासाठी तिनं स्वत:चंच बलिदान दिलं. जिवंतपणी तिनं अपरिमित दु:ख भोगलं, कारण आमचं कुटुंब अबाधित राहावं, त्याची मोडतोड होऊ नये, यासाठी ती दक्ष राहिली. मुलांच्या सुखापुढे तिला डॅडींच्या अनन्वित छळाचीही तमा वाटली नाही. शेवटी स्वत:च्या सुखाचा विचार करून तिनं डॅडींना सोडलं खरं, पण मनातल्या डॅडींच्या भीतीनं आणि संतापानं तिचा सर्वनाश झाला. तो अंतिम क्षण काही केल्या मला माझ्या

आठवणीतून निपटून काढता येत नाही व मी डॅडींना क्षमा करू शकत नाही.

पण दर वेळी मला तिचे शब्द आठवायचे. "पोरी, प्रेमाचे पाठ विसरू नकोस कधी!" अशी विनवणी ती करायची. ममा नेहमी म्हणायची, "एखादी व्यक्ती जशी आहे तशी स्वीकारून तिच्यावर प्रेम केलं पाहिजे. तिच्या बऱ्या-वाईट कृत्यांनी आपण आपलं तिच्यावरचं प्रेम कमी करता कामा नये." तिचे शब्द कृतीत आणणं कठीण होतं. आपण शूर आहोत, कशामुळेही डगमगत नाही, असा बहाणा मी करायची. पण मनातून मी पूर्णपणे जाणून होते की, मी डॅडींवर नेहमीच प्रेम केलं होतं आणि ती माझी फार मोठी गरजही होती. माझ्यावर ताबा ठेवण्यासाठी त्यांनी माझ्या बालपणी सतत हिंसेचा वापर केला, त्यामुळे त्यांच्या प्रेमाला भुकेली मी आतून-बाहेरून धुमसत राहिले. या धुमसण्यामुळे माझं कोवळं बालपण जणू करपून गेलं. त्यातल्या त्यात समाधानाची बाब ही की, आपल्या आयुष्याच्या अखेरीला तरी त्यांनी माझ्यावर प्रेमाचा वर्षाव केला. माझी माफीही मागितली. त्यांनी मला दोन गोष्टी शिकवल्या– एक म्हणजे प्रेमात काहीही सहन करण्याची ताकद असते आणि दुसरी गोष्ट म्हणजे, मानवी मनाला सतत कसल्यातरी भीतीनं वेढलेलं असतं. कधी ती भीती असते दुसऱ्याकडून नाकारलं जाण्याची, कधी आपण प्रेमच गमावून बसू असं वाटतं, तर कधी वाटतं आपली फसवणूक होईल. डॅडींनी या भीतीवर मात करण्याऐवजी भीतीनंच त्यांच्या मनाचा ताबा घेतला आणि तिनं त्यांच्या प्रेमात संशयाचं विष कालवलं. त्यामुळे त्यांचं ममावरचं प्रेम जणू काही नासून गेलं. भयग्रस्त डॅडींनी आपल्या प्रियजनांना आपल्या प्रेमात जखडून ठेवण्यासाठी आटोकाट प्रयत्न केले. त्यांनी आम्हाला आपल्या इच्छेनुसार वाकवायचा प्रयत्न केला आणि त्यामुळे आम्ही सगळेच जवळजवळ उद्ध्वस्त झालो.

स्वत:ची ढाल करून ममानं आमचं रक्षण केलं नसतं, तर आम्ही खरोखरच पूर्णपणे भुईसपाट झालो असतो. तिनं मला एक गोष्ट अनेक वेळा शिकवण्याचा प्रयत्न केला, "खऱ्या प्रेमात भीतीला स्थान नसतं. तुमचं एखाद्या व्यक्तीवर मनापासून प्रेम असेल तर तुम्ही कसलीही अट न घालता त्या व्यक्तीवर प्रेम करा. प्रेम ही मुक्तपणे द्यायची वस्तू आहे. सर्वसामान्य माणसं नेहमी कसली तरी अपेक्षा ठेवतात; असामान्य व्यक्ती मात्र निरपेक्षपणे प्रेम करतात."

जीवनपथावरील ही वाटचाल माझ्या दृष्टीनं सोपी, सरळ कधीच नव्हती. कित्येक वेळा मला निराशेनं ग्रासलं. मी चिडले, संतापले, तर कधी वाटलं, संपवून टाकावं हे आयुष्य! पण या सगळ्यांमागचं कारण होतं माझ्या मनातली द्वेषभावना! डॅडींविषयी जे मला समजलं, त्यामुळे मी त्यांचा तिटकारा करू लागले. आपण किती नीच पातळीवर येऊन पोहोचलोय, या जाणिवेनं मी

घाबरले. पुढे काय वाढून ठेवलंय, या विचारानं माझी झोप उडाली. पण एक गोष्ट मला या अनुभवानं शिकवली– आयुष्याकडे पाठ फिरवून दुःखद घटना विसरता येत नाही. तुमचा भूतकाळ गाडून टाकण्याआधी तुम्हाला त्याला सामोरं जावंच लागतं. पण बऱ्याच जणांची अशी समजूत असते की, मनाचं दार बंद करून भूतकाळाला खोल गाडता येतं. अनुभवातून मी काय शिकले तर संकटाशी चार हात केल्याशिवाय, त्यांना परतवून लावल्याशिवाय तुम्ही मुक्त होऊच शकत नाही. कारण चिंतेची भुतं तुमचं आयुष्य काळवंडून टाकू शकतात. आज मला खऱ्या अर्थानं समजलंय की, बालवयातल्या यातनामय बलात्कारामुळे ममाचं उभं आयुष्य दुःखी झालं. त्या वयातली तिच्या मनातली भीती ती कुणाकडे व्यक्त करू शकली नाही. कारण कुणी तिचं मन जाणून घ्यायला तयारच नव्हतं. त्या कोंडलेल्या भीतीच्या भावनेनं तिचं तारुण्य नासलं. तिच्या बेजबाबदार वागण्यामागचं कारण ती भीतीच होती. डॅडींनी तिच्या आयुष्यात प्रवेश केला तेव्हा तिला वाटलं, हा माणूस मला समजून घेईल, माझ्या मनातली शरमेची भावना निपटून टाकण्यात मला मदत करेल; पण झालं उलटंच! डॅडींनी तिच्या 'पापकर्मा'ला आपल्या भीतीनं लपेटलं आणि या भावनेचा तिच्यावर इतका घट्ट पगडा बसला की, त्यांनी तिचा आयुष्यभर कोंडमारा केला. विवाहबंधनात तिला जखडून टाकलं. तिला एकाकी पाडलं. ते सतत तिच्या मनावर बिंबवत राहिले की, तिचं पूर्वायुष्य आम्हा मुलांना समजलं तर आम्ही तिच्यावर कधीच प्रेम करणार नाही. हे सगळं मूकपणानं सहन करूनही ममानं आमच्यावर अमर्याद प्रेम केलं; निरपेक्ष प्रेम केलं.

आमच्या आयुष्यातले भोग, यातना आम्हाला त्यांना सामोरं जाऊनच संपवायच्या आहेत; त्यांच्यापासून पळ काढून नाही, असं वाटतं. कुणीतरी ममाला सांगायला हवं होतं की, तिच्यावर बलात्कार झाला यात तिची काही चूक नव्हती. तिनं स्वतःला माफ करायला हवं होतं. मलादेखील ही गोष्ट शिकावी लागली. मीसुद्धा आयुष्यात अगणित चुका केल्या, माणसांचे अनेक वाईट अनुभव घेतले; पण त्या सगळ्याची कृष्णछाया मी माझ्या आयुष्यावर पडू देणार नाही. आज ज्या ठिकाणी मी उभी आहे, मी जे काम करते, त्यावर माझ्या भूतकाळाची काळी सावली मी पडू देणार नाही. माझ्या आयुष्यात चांगले अनुभवही आहेत– माझ्या मित्रमैत्रिणी, कुटुंबीयांची सहनशीलता मी अनुभवली आहे आणि त्या भावनांशी मी प्रामाणिक राहायचा प्रयत्न करते.

अनेक वेळा मी डॅडींबद्दल विचार करते. अजूनही त्यांचे दुष्कर्म मी माफ करू शकत नसले तरी हेही कबूल केलं पाहिजे की, शेवटी शेवटी मी त्यांच्यावर प्रेम करू शकले. आमच्यातले नातेसंबंध पुन्हा निर्माण करण्याची संधी मला मिळाली.

त्यांना पुन्हा एकदा मी माझ्या आयुष्यात स्थान देऊ शकले, याचं मला समाधान वाटतं.

ममाची आठवण तर माझ्या नित्य सोबतीला असते. तिच्या आठवणींनी माझं दु:ख उफाळून येतं. कितीतरी गोष्टी मी तिला सांगत असे, त्या आता मला तिच्याबरोबर अनुभवता येत नाहीत. तिचं खळखळणारं हास्य मला पारखं झालंय. माझं आजचं आयुष्य पाहिल्यावर तिच्या मनात काय विचार आले असते, हे मला कधीच समजणार नाही. पण या दु:खद आठवणीदेखील माझं मन उजळवतात. मनात एक नवी आशा निर्माण होते– मी ममाच्या शिकवणीचा आदर करू शकेन, तिची शिकवण आचरणात आणेन अन् कुणी सांगावं– एक दिवस मला माझा जीवनसाथी भेटेल, माझं स्वत:चं कुटुंब असेल. मी माझ्या ममाची निरपेक्ष प्रेमाची शिकवण माझ्या मुलांना देईन. माझ्या ममाची शिकवण हाच माझ्या मुलांना त्यांच्या आजीकडून मिळालेला वारसा असेल.

'अपहृत मुलांचं त्यांच्या मातांशी
पुनर्मीलन घडवून आणण्यासाठी
मी कोणताही धोका पत्करेन'

हिरॉईन ऑफ द डेझर्ट

लेखक
डोन्या अल्-नहि

अनुवाद
शोभना शिकनीस

"मेरीने लैलाला उचलून घेतलं आणि त्या दोघी एकमेकींच्या
आलिंगनात जणू अनंतकाळपर्यंत विसावल्यासारख्या भासल्या...."
मेरीला तातडीने कृती केली पाहिजे, याचं भान आलं....
लैलाचं मुटकुळं घट्ट धरून ती टॅक्सीकडे आली....
दरवाज्यापर्यंत पोहचताच ड्रायव्हरला 'चल, निघ.'
असं ओरडून सांगत मी आत उडी घेतली;

'शेकडो ब्रिटिश स्त्रियांसाठी डोन्या अल्-नहि ही दयेची
एक मूर्तिमंत देवदूतच आहे....'

'विश्वास बसणार नाही एवढ्या धैर्यवान अशा डोन्याच्या आयुष्याचं
इतिकर्तव्य म्हणजे मुलांच्या विरहाने दुःखी झालेल्या स्त्रियांचं त्यांच्या
मुलांशी पुनर्मीलन घडवून आणणं... आणि तेही ठार मारण्याच्या
धमक्यांना आणि तुरुंगात टाकलं जाण्याच्या संकटांना तोंड देत....'
'हृदयाचा ठोका चुकवणाऱ्या धाडसी मोहिमा म्हणून डोन्याच्या गोष्टी
जेवढ्या परिणामकारक आहेत, तेवढ्याच सांस्कृतिक भिन्नता
असलेल्या लोकांनी विवाहबद्ध झाल्यावर काय चुकत जातं,
त्याचंही त्या परिणामकारक चित्रण करतात....'

नॉट विदाऊट माय डॉटर

लेखक । **बेट्टी महमूदी** सहलेखक । **विल्यम हॉफर**

अनुवाद । **लीना सोहोनी**

१९८४.

स्वतःच्या कुटुंबीयांशी भेट घडवून
आणण्याच्या मिषानं बेट्टी महमूदीचा नवरा
आपल्या पत्नीला आणि मुलीला इराणला घेऊन गेला.

त्या तिथं सुखात असतील, अधिक सुरक्षित असतील
आणि त्यांना पुन्हा हवं तेव्हा अमेरिकेला परतता येईल,

असं त्यानं तिला आश्वासन दिलं होतं
पण हे सारं खोटं होतं. त्यानं फसवणूक केली होती.

कालांतरानं बेट्टीला एका माणसाचं नाव समजलं. हा माणूस त्यांना इराणमधून पळ काढण्यासाठी मदत करणार होता. पण सुटकेचा मार्ग संकटमय, भीतिप्रद होता. आजपर्यंत असला प्रवास करण्याचं साहस जवळपास कुठल्याच स्त्रीनं व तेही लहान मुलांना घेऊन, केलेलं नव्हतं.

घरी परतण्याच्या त्यांच्या प्रयत्नांची सुरुवात एखाद्या दुःस्वप्नासारख्या भासणाऱ्या हिमवादळानं झाली...